வேள்வி

சவுக்கு சங்கர்

சொந்த ஊர், தஞ்சை மாவட்டம், திருக்காட்டுப்பள்ளியில் உள்ள விஷ்ணம்பேட்டை என்ற கிராமம். லஞ்ச ஒழிப்புத் துறையில் அரசு ஊழியராக இருந்த சங்கரின் தந்தை திடீரென்று இறந்துபோனதால், பள்ளிப்படிப்பு முடித்த கையோடு 16வது வயதில் அரசுப் பணியில் சேர்ந்தார்.

இடதுசாரி இயக்கங்களால் ஈர்க்கப்பட்டவர், தீவிர வாசிப்பாளர். லஞ்ச ஒழிப்புத் துறையில் நடைபெற்ற ஊழல்களை வெளிக் கொண்டுவர அவர் எடுத்த முயற்சிகள், தொலைபேசி ஒட்டுக் கேட்பு வழக்கில் அவரைச் சிக்க வைத்தன. அரசுப் பணியில் சேர்ந்த 17வது ஆண்டில் கைது செய்யப்பட்டார். பணி இடைநீக்கம், காவல்துறை சித்திரவதை, வழக்கு ஆகியவற்றை அடுத்தடுத்து எதிர்கொள்ள வேண்டியிருந்தது. இருந்தும் மனம் தளராமல், 'சவுக்கு' என்ற இணையத்தளத்தைத் தொடங்கி காவல்துறை, அரசு உயர் அதிகாரிகள், அமைச்சர்கள் என்று அனைத்து மட்டங்களிலும் நடக்கும் ஊழலைத் தொடர்ந்து அம்பலப்படுத்தினார்.

இந்தியாவையே உலுக்கிய 2ஜி ஊழலில் ஆதாரங்களை மறைக்க ஒரு காவல்துறை உயர் அதிகாரி மற்றும் அரசியல் தலைவர்களோடு நடந்த உரையாடல்களை வெளியிட்டு பெரும் அதிர்வலைகளை ஏற்படுத்தியவர்.

வேள்வி

சவுக்கு சங்கர்

கிழக்கு

வேள்வி
Velvi
Savukku Shankar ©

First Edition: December 2018
304 Pages
Printed in India.

ISBN 978-93-86737-71-7
Kizhakku 1130

Kizhakku Pathippagam
177/103, First Floor, Ambal's Building, Lloyds Road,
Royapettah, Chennai - 600 014. Ph: +91-44-4200-9603
Email : support@nhm.in | Website : www.nhm.in

kizhakkupathippagam | kizhakku_nhm

Author's Email: jayajayakanthan@gmail.com
Website: www.savukkuonline.com

Author Photo: Nikki Jackson

Kizhakku Pathippagam is an imprint of New Horizon Media Private Limited

The views and opinions expressed in this book are the author's own and the facts are as reported by the author, and the publishers are not in any way liable for the same.

All rights reserved. No part of this publication may be reproduced, stored in a retrieval system, or transmitted, in any form or by any means, electronic, mechanical, photocopying, recording or otherwise, without the prior permission of the publishers.

என் தங்கை சுஜாதாவுக்கு...

வேள்வியின் கதை

நான் இந்த ‘வேள்வி’ நாவலை தொடராக எழுதத் தொடங்குவதற்கு முன்பு, கதைகளையும், புதினங்களையும் எழுதுவதற்கு எனக்கு தயக்கம் என்பதைவிட, அச்சமே அதிகம் இருந்தது. ஜெயகாந்தன், சுஜாதா, சு.சமுத்திரம், சா.கந்தசாமி, ஜெயமோகன் போன்றவர்களின் எழுத்துக்களைப் படித்த பிறகு, நாம் இந்த விபரீத முயற்சியில் ஒரு நாளும் இறங்கக்கூடாது என்றே நினைத்திருந்தேன். எழுத்தாளர் சுஜாதா, ஸ்ரீரங்கத்தில் வயலின் கற்றுக்கொள்ள எடுத்த முயற்சியை, வயலின் வாசித்ததை ‘பூனை பிரசவிக்கையில் ஏற்படுத்தும் ஒலிபோல இருந்தது’ என்று வர்ணித்திருந்தார்.

அதே தயக்கங்கள் எனக்கும் உண்டு. ஒரு குமாஸ்தாவாக வாழ்க்கையைத் தொடங்கிய எனக்கு, எழுத்து என்பது, எட்டாத கனியாகவே இருந்தது. திரைப்பட விமர்சனங்கள் எழுத ஆர்வம் வரும். ஆனால் எழுதி எங்கே வெளியிடுவது? யார் படிப்பார்கள்? பணி இடைநீக்கம் செய்யப்பட்ட பிறகு, எழுதுவதைத் தவிர வேறு வழியே இல்லாத சூழலுக்கு தள்ளப்பட்டபோதுதான், எழுதத் தொடங்கினேன். இணையத்தின் வீச்சு எத்தகையது; அது எத்தனை பேரைச் சென்றடையும் என்ற விபரங்கள் எனக்கு அப்போது தெரியாது. ‘ஆவணங்களோடு ஊழலை வெளியிடுங்கள்’ என்று பெரிய ஊடகங்களின் அலுவலகங்கள் ஒவ்வொன்றுக்கும் படியேறினேன். ஒரு ஊடகம்கூட அன்று திமுக அரசுக்கு எதிராக செய்தி வெளியிடத் தயாராக இல்லை.

அந்தக் கோபத்தில்தான் நான் இணையத்தில் எழுதத் தொடங்கினேன். அன்றைய உளவுத் துறை ஐஜி ஜாபர் சேட்டின் வீட்டு மனை ஊழல் ஆதாரத்தை சவுக்கில் வெளியிட்ட மறு நாள் காலை 7.30க்கு கைது செய்யப்பட்டேன். கைது செய்யப்பட்டதை ஒட்டி 26 ஜூலை 2010ல்

எழுதிய கட்டுரைக்குப் பிறகு பரவலாக என் கட்டுரைகள் விவாதிக்கப் பட்டன. காவல்துறை அதிகாரிகள் மத்தியில் கட்டுரைகள் பேசப்பட்டன.

பத்திரிக்கையாளர்கள் கவனிக்கத் தொடங்கினர். வாசகர்களும் மெல்ல மெல்ல வாசிக்கத் தொடங்கினர்.

பரவலாக சவுக்கு கட்டுரைகள் வரவேற்பை பெற்றதும், மீண்டும் கதை எழுதும் ஆசை துளிர் விடத் தொடங்கியது. ஆனாலும், தயக்கம் போகவேயில்லை. 2012ல், கதை எழுதும் ஆர்வத்தை என் நண்பர் நாசரிடம் சொன்னபோது, 'தாராளமாக எழுது. நான் எடிட் செய்கிறேன்' என்று சொன்னார். விளையாட்டாக எழுதத் தொடங்கினேன். ஆனால் என் தயக்கத்தின் காரணமாக, ஒரு ப்ளாக் தொடங்கி, யாரிடமும் சொல்லாமல், விரல் விட்டு எண்ணக்கூடிய ஒரு சில நண்பர்களிடம் மட்டும் சொன்னேன். அவர்கள் படித்துவிட்டு, நன்றாக இருக்கிறது என்று சொன்னபோது, எனது திருப்திக்காக சொன்னார்கள் என்றே எடுத்துக்கொண்டேன்.

பின் 'நம்ம அடையாளம்' வார இதழில் பணியாற்றியபோது, அதன் ஆசிரியர்கள் கோசல்ராம் மற்றும் கதிர் சாரிடம் இது பற்றிக் கூறிய போது, அவர்கள் படித்துவிட்டு, மிகச் சிறப்பாக இருக்கிறது என்று கூறியதோடு, அதைத் தொடராகவும் அந்த இதழில் வெளியிட்டனர்.

இருப்பினும் இதை சவுக்கில் வெளியிடும் எனது தயக்கம் அகலவே யில்லை. 2018 ஜனவரி மாதம் நான் எழுதிய 'ஊழல் உளவு, அரசியல்' நூல் வெளியிடப்பட்டது. அந்நூலை படித்த பெரும்பாலானோர் ரசித்ததாகவும் பிடித்திருந்ததாகவும் தெரிவித்தனர். அப்போதுதான் முதல் முறையாக, அந்தக் கதையை சவுக்கில் வெளியிட்டால் என்ன என்ற எண்ணமே வந்தது.

முதல் அத்தியாயத்தை சவுக்கில் வெளியிட்டபோது, அதற்குப் பெரிய வரவேற்பு இல்லை. ஆனால் அடுத்தடுத்த அத்தியாயங்களை சூட்டோடு சூடாக வாசகர்கள் ரசித்தனர் என்பதை என்னால் காண முடிந்தது. அந்த நம்பிக்கையில் வேள்வியின் அத்தனை அத்தியாயங்களும் சவுக்கில் வெளி வந்தன.

'அந்தக் கதை உண்மையா?'

வேள்வியைப் படித்த பல வாசகர்கள் கேட்ட, கேட்டுக் கொண்டிருக்கும் கேள்வி, அதில் வரும் பாத்திரங்கள் உண்மையா என்பதே?

உண்மையாக இருக்க வேண்டும் என்பதுதான் எனது ஆசையும். எந்த பாத்திரமும் முழுமையான கற்பனையாக இருக்க வாய்ப்பு

கிடையாது. விலங்குகளை நேசிக்கும் மனிதனின் ஆசையே, விநாயகர் பாத்திரம். இரண்டு மனைவிகளோடு ஒரே நேரத்தில் குடும்பம் நடத்த வேண்டும் என்ற அவனது விருப்பமே முருகன் பாத்திரம். சிவனின் பாத்திரமும் அதுவே.

தாய் வழிச் சமூகத்தின் நீட்சியே பாஞ்சாலி பாத்திரம். ஒரு பெண் ஏளனமாகச் சிரிப்பதை ஒரு ஆணால் எப்படி பொறுத்துக்கொள்ள முடியாது என்பதை உணர்த்துவதே துரியோதனின் பாத்திரம். ஒரு மனிதன் எப்படி கருணையே வடிவானவனாக இருக்க வேண்டும் என்பதே ஏசுநாதர் பாத்திரம்.

ஒருவன் நாம் எப்படியெல்லாம் வாழ வேண்டும் என்று ஒருவர் நமக்கு சொல்லிக் கொடுத்தால் எப்படி இருக்கும் என்பதற்கு நபிகள் பாத்திரம். மனிதனின் அற்புதமான படைப்பாற்றலுக்கு சிறந்த உதாரணங்களே நமது கடவுள்கள். மனிதனே ஒரு பாத்திரத்தை உருவாக்கி, அவனே அந்த பாத்திரங்களைப் பார்த்துப் பயப்படுவது தான் படைப்பாற்றலின் உச்சம். நமது படைப்பாற்றலின் அற்புதங்கள் தான், ஆண்களும், பெண்களும், திருநங்கைகளும், விலங்குகளும் நம்மால் கடவுளாக உருவாக்கப்பட்டிருக்கிறார்கள்.

வேள்வி கதையில் வரும், வெங்கட்களும், வசந்திகளும், கல்யாண சுந்தரம்களும், சிங்காரவேலுக்களும் எங்காவது வாழ்ந்து கொண்டுதான் இருப்பார்கள் என்று நான் நிச்சயம் நம்புகிறேன். அது போன்ற காதல்கள் நம்மைச் சுற்றிக்கூட இருக்கும். நமக்குத் தெரியாததால் அந்தக் காதல்கள் பொய்யாகி விடுவதில்லை.

நமது மனதின் ஆசைகளையும் நிராசைகளையும் கடவுளாக வடிக்கையில், ஒரு கதையின் மாந்தர்களாக வடிப்பது சரியானது தானே? உங்களில் யார், வசந்திகளாகவும், வெங்கட்களாகவும் வாழ்ந்து பார்க்க ஆசைப்படாதவர்? நானும் ஆசைப்பட்டேன். அப்படி ஒருத்தியைக் காதலிக்கவேண்டும் என்று வேட்கை கொண்டேன். அவளை நினைத்துக் கிறங்கவேண்டும் என்று விரும்பினேன். அவள் குரல் கேட்டு இரவு முழுவதும் உறங்காமல் அவளைத் தழுவிக் கொண்டே, கண்ணை மூட வைக்கும் உறக்கத்தை புறந்தள்ள வேண்டும் என்று கனவு கண்டேன். எனது கனவின் வடிவமே வேள்வி. வெங்கட்டும், வசந்தியும் எங்காவது ஒரு மூலையில் வாழ்ந்து கொண்டுதான் இருப்பார்கள் என்றே நம்புகிறேன்.

வேள்வியின் இதர பாத்திரங்களில் நான் சந்தித்தவர்களும் உள்ளார்கள். சந்திக்காதவர்களும் உள்ளார்கள். எனக்குக் காவல்துறை, சிறை,

நீதிமன்றம், விசாரணை ஆணையத்தில் கிடைத்த அனுபவங்களின் சாயல் வேள்வியில் ஏராளமாக இருக்கின்றன.

வேள்வியின் முடிவு சரியா?

வெங்கட், சிறந்த புலனாய்வு பத்திரிக்கையாளனாகத் தேர்ந்தெடுக்கப் பட்டு, எக்ஸ்பிரஸ் பத்திரிக்கை ஆண்டுதோறும் வழங்கும் ராம்நாத் கோயங்கா விருதைப் பெறுகையில் முதல் வரிசையில் வெங்கட்டின் தாயும், கைக் குழந்தையோடு வசந்தியும் அமர்ந்து பெருமை பொங்க பார்த்துக் கொண்டிருக்கும் ஒரு முடிவை வைக்க எனக்கும் விருப்பமே. ஆனால் யதார்த்தம் அப்படியானதாக இல்லை.

பெட்ரோல் பங்க்கில் கலப்படத்தை தடுக்க முயற்சித்த, இந்தியன் ஆயில் கார்ப்பரேஷன் அதிகாரி மஞ்சுநாத் சண்முகம் 2005ம் ஆண்டு சுட்டுக் கொல்லப்பட்டார். தேசிய நெடுஞ்சாலைகளை தரமற்று அமைத்த ஒரு காண்ட்ராக்டருக்கு ஏழு கிலோமீட்டர் மீண்டும் தரத்தோடு சாலை அமைக்க உத்தரவிட்ட தேசிய நெடுஞ்சாலைகள் ஆணைய பொறியாளர் சத்யேந்திர துபே சுட்டுக் கொல்லப்பட்டார்.

தகவல் அறியும் உரிமைச் சட்டம் மூலமாக அரசு அலுவலகங்களில் உள்ள ஊழலை வெளிக் கொணர்ந்த சமூக ஆர்வலர் சதீஷ் ஷெட்டி, கத்தியால் குத்தி கொலை செய்யப்பட்டார். மணல் கடத்தலை தடுக்க முயன்ற 2009ம் ஆண்டு பேட்சை சேர்ந்த ஐபிஎஸ் அதிகாரி நரேந்திர குமார் டிராக்டர் ஏற்றிக் கொல்லப்பட்டார்.

தகவல அறியும உரிமைச் சட்டம் மூலமாக, ஜார்கண்டில் உணவுத் துறையில் நடந்த ஊழல்களை வெளிப்படுத்திய சமூக ஆர்வலர் லலித் மேத்தா, கழுத்து நெறிக்கப்பட்டு கொல்லப்பட்டார்.

கடவுள் மறுப்புக் கொள்கை பேசியவர்களும், சிறந்த எழுத்தாளர்களு மான, நரேந்திர தாபோல்கர், கல்புர்கி, கவுரி லங்கேஷ் மற்றும் கோவிந்த் பன்சாரே ஆகியோர் சுட்டுக் கொலை செய்யப்பட்டது சமீபத்திய வரலாறு.

அரசு இயந்திரமும், அதிகார வர்க்கமும் அதை எதிர்த்துக் கேள்வி எழுப்புபவர்களை அத்தனை எளிதாக எடுத்துக்கொள்வதில்லை. மூர்க்கத்தனமாக எதிர்த்து, அவர்களை அழித்து ஒழிக்கவே முயலும். இது எல்லா அரசுகளுக்கும் பொருந்தும். அதிகாரத்தின் உச்சத்தில் இருப்பவர்கள், தங்களை சாமான்யன் ஒருவன் எதிர்த்துக் கேள்வி எழுப்புவதை விரும்புவதில்லை. அப்படி கேள்வி எழுப்பும் நபரை தீர்த்துக் கட்ட வேண்டும் என்பதைவிட, அடுத்து ஒருவரும் கேள்வி

எழுப்பக் கூடாது என்ற உதாரணத்தை உரக்கச் சொல்லவே அதிகார வர்க்கம் விரும்பும். அதுதான் யதார்த்தம்.

அந்த யதார்த்தத்தை புறக்கணித்து, ஒரு மகிழ்ச்சியான முடிவை ஏற்படுத்த என் மனம் ஒப்பவில்லை.

வேள்வி பலரைச் சென்றடைந்ததோடு பலராலும் பாராட்டப் படுவதை என்னால் பார்க்க முடிகிறது. மேலும் கதைகளை நான் எழுதலாம் என்ற நம்பிக்கையை இந்த ஆதரவு உருவாக்கியிருக்கிறது. ஆனால் இப்போதைக்கு கதை எழுதும் மனநிலை எனக்கில்லை. அரசியல் மற்றும் புலனாய்வு கட்டுரைகள் எழுதுவதையே நான் பெரிதும் விரும்புகிறேன்.

வசந்தியைப்போல மேலும் ஒரு கனவுக் காதலி என் மனதில் குடியேறுகையில், அடுத்த கதையைப்பற்றி சிந்திக்கலாம்.

இத்தொடரை தங்களது நேரத்தை செலவழித்து, படித்து என்னை உற்சாகப்படுத்திய எனது அன்பு வாசகர்கள் அனைவருக்கும் எனது நெஞ்சார்ந்த நன்றிகள்.

அவர்களுக்காகத்தானே என் எழுத்து?

இந்தப் புதினத்தையும், நூல் வடிவில் வெளியிட முன்வந்துள்ள கிழக்கு பதிப்பகத்தாருக்கு என் நன்றிகள்.

அன்புடன்

சவுக்கு சங்கர்

28 மே 2018

1

அந்த இருபது தூக்க மாத்திரைகளை காகித உறையிலிருந்து எடுத்து மேசையின்மேல் வைத்தேன். இறப்பதற்கு இந்த இருபது மாத்திரைகள் போதுமா? உயிர் பிரிந்து விடுமா... அல்லது அரை குறையாக இழுத்துக்கொண்டு இருக்க நேருமா? ஒரேயடியாகப் போய்விட்டால் பரவாயில்லை. உயிர் பிழைத்துவிட்டால் அதன் பிறகு எதிர்கொள்ளும் கேள்விகள்... அவமானங்கள்... ஒரு முயற்சி தான் செய்து பார்ப்போமே... உயிர் போய்விட்டால் எவ்வளவு நிம்மதி...? இந்த வலியோடு வாழ வேண்டாமே...

உயிரை அறுத்தது போலிருக்கிறதே... நெஞ்சே வெடித்துவிடும் போலிருக்கிறதே... எப்படி இது நடக்கும்? தாங்க முடிய வில்லையே... இனி எதற்காக வாழ வேண்டும்? என்ன இருக்கிறது இனி வாழ்வதற்கு? துரோகத்தின் வலி என்பது இதுதானா? எப்படி முடிந்தது அவளால்? ஒரு வார்த்தை சொல்லியிருக்கக்கூடாதா? பேஸ்புக்கைப் பார்த்து நான் தெரிந்துகொள்ள வேண்டுமா? பேஸ்புக்கில் நுழைவதற்கு இரண்டு வினாடிகள் முன்புகூட காதல் வரிகள் சொட்டச் சொட்ட அவள் செல்போனுக்கு எஸ்எம்எஸ் அனுப்பினேனே...'உன்னை மறக்க முடியவில்லை. மீண்டும் மீண்டும் நீ மட்டுமே என் நினைவில் இருக்கிறாய்.. நானும்

தொடர்ந்து முயற்சி செய்துகொண்டுதான் இருக்கிறேன். ஆனால் எவ்வளவு முயற்சி செய்தாலும், உன் நினைவுகள் என்னை ஆக்கிரமித்துக் கொண்டு அகல மறுக்கின்றன' என்று எஸ்எம்எஸ் அனுப்பினேனே... அதைப் பார்த்து விட்டுக்கூட ஒரு பதில் அனுப்ப வில்லையே அவள்...? இனி எதற்காக வாழவேண்டும். இறந்து விட்டால் இந்த வேதனையாவது மிஞ்சுமே. அவளை நினைத்து தினம் தினம் சாவதைவிட, ஒரேயடியாகச் சாவது மேல்.

தண்ணீர் எடுப்பதற்காக ஃப்ரிட்ஜை திறக்கச் சென்றேன். தாய் உறங்கிக் கொண்டிருந்தாள். அவளைப் பார்த்ததும் இறப்பதற்கு முன் அவளருகில் சிறிது நேரம் இருந்துவிட்டு பிறகு சாகலாம் என்று தோன்றியது. அவள் படுத்திருந்த கட்டிலில் அமர்ந்தேன். நான் வந்தது தெரியாமலே, நிம்மதியாக உறங்கிக்கொண்டிருந்தாள். முதுமையின் காரணமாக முகத்தில் சுருக்கங்கள் விழுந்திருந்தன. அவளையே பார்த்துக்கொண்டு அமர்ந்திருந்தேன். சிறிது நேரத்தில் இறக்கப் போகிறோம் என்று முடிவெடுத்த எனக்கு எதற்கு தாய்ப்பாசம்? ஆனால், அவளை நன்றாகப் பார்த்துவிட்டுத்தான் சாக வேண்டும் என்று தோன்றியது.

'இவளுக்கு என்ன சந்தோஷத்தைக் கொடுத்துவிட்டேன்? என்னைப் பெற்று இத்தனை நாள் வளர்த்து, ஒரு தாய் அடையவேண்டிய எந்த சந்தோஷத்தையும் அவளுக்கு கொடுக்கவில்லையே... என்னால் அவள் அடைந்த சிரமங்கள் ஒன்றா இரண்டா? ஏக்கம், விரக்தி, அவமானம், ஏமாற்றம் என்று எத்தனை சிரமங்களுக்கு அவளை ஆளாக்கி விட்டேன்...'

தேசியமயமாக்கப்பட்ட வங்கியின் பிரதானக் கிளையில்தான் எனக்கு வேலை. கல்லூரியில் படிப்பு முடிந்து முதல் இன்டர்வ்யூவுக்கு தயாராகிக் கொண்டிருந்தபோது, தந்தை ஹார்ட் அட்டாக் வந்து இறந்து போனார். தந்தை பணியாற்றிய வங்கியிலேயே ஒரே மாதத்தில் வேலை கிடைத்தது.

'ஏம்பா வெங்கட்... உன்னை மெயின் ப்ரான்ச்ல ஹெவி ட்ரான்சாக்ஷன்ஸ் நடக்குற ப்ரான்ச்சுக்கு மாத்தியிருக்காங்கப்பா'

'சார், நான் இங்க நல்லாத்தானே சார் வேலை செய்றேன்...'

'இடியட்... உன்ன யாரு நல்லா வேலை செய்யலைன்னு சொன்னது. நல்லா வேலை செய்யறதுனாலத்தானே உன்ன அந்த ப்ரான்ச்சுக்கு மாத்திருக்காங்க...?. இந்த ப்ரான்ச் மாதிரி, அங்க அக்கவுண்ட்ல ஐநூறு ரூபா வச்சுருக்கற கஸ்டமர் யாரும் வரமாட்டான். ஒன்லி

க்ரோர்ஸ். மார்வாடியா வருவான்... நல்லா கேன்வாஸ் பண்ணி பிக்சட் டெபாசிட் புடிச்சன்னா, நெக்ஸ்ட் இயர் மேனேஜரா ஆயிடுவ. ஆனா, அங்க போயி, இந்த யூனியன் கீனியன் வேலையெல்லாம் பாக்கக் கூடாது. நீ ஆபீஸ் வேலையைவிட யூனியன் வேலை அதிகமா பாக்கறன்னுதான் உன்னை அங்க மாத்தறாங்க'

'ஓ.கே சார்.. நான் எப்போ சார் ரிலீவ் ஆகணும்?'

'நாளைக்கு நாள் நல்லா இருக்கு. நாளைக்கு ரிலீவ் ஆயிட்டு, நல்ல நேரம் பாத்து ஜாயின் பண்ணு. நல்ல நேரம் பாக்கச் சொன்னா, என்னைக் கிண்டல் பண்ணுவ. கம்யூனிசம் பேசுவ. நல்லபடியா ஜாயின்பண்ணி ஒழுங்கா வேலை பாரு. ஆல் த பெஸ்ட்'

'தேங்க்யூ சார்'

புதிய ப்ரான்ச்சில் வேலையில் சேர்ந்து இரண்டு மாதங்கள் ஆகிவிட்டன. பழைய ப்ரான்ச் மேனேஜர் சொன்னது சரிதான். புதிய ப்ரான்ச்சில் வேலை பெண்டு கழன்றுவிட்டது. 50 கோடி, 60 கோடி என்று பிக்சட் டெபாசிட்டுகளை தினந்தோறும் புதுப்பிப்பதும், புது டெபாசிட்டுகளை வாங்குவதும் என்று வேலை மூச்சு விடக்கூட நேரம் இல்லாமல் இருந்தது. இந்த நெருக்கடியில் எங்கே யூனியன் வேலை பார்ப்பது?

வங்கிப்பணியில் சேர்ந்ததுமே யூனியன் மெம்பராகி விட்டேன். இரண்டு முறை வேலை நிறுத்தத்திலும் கலந்து கொண்டுள்ளேன். பணி நிரந்தரமாவதற்கு இரண்டு வருடங்கள் ஆகும் என்றாலும், அதற்கு முன்பாகவே வேலை நிறுத்தத்தில் கலந்துகொண்டதால் எனக்கு வங்கி ஊழியர் சங்கத்தில் நல்ல பெயர். இத்தனைக்கும் யூனியன் தலைவர்கள் என்னை கலந்துகொள்ள வேண்டாம் என்று சொன்னார்கள். ஆனால், கலந்துகொண்டே தீருவேன் என்று பிடித்த பிடிவாதத்தைப் பார்த்துவிட்டு, சரி என்று தலையாட்டினார்கள்.

கல்லூரி நாட்களிலேயே மாணவர் சங்கத்தில் முக்கியத் தலைவராகி விட்டிருந்தேன். வேலைக்குச் சேர்ந்ததால் மட்டும் கம்யூனிச சிந்தனைகள் விட்டு விலகிவிடுமா என்ன? பதினெட்டு வயதில் நாத்திகம் பேசாதவனும் 20 வயதில் கம்யூனிசம் பேசாதவனும் மனுசனே இல்லை என்று யாரோ சொல்லக் கேட்டிருக்கிறேன்.

அப்படி சங்க நடவடிக்கைகளில் தீர்மானமாக இருந்தவன், திடீரென்று இரண்டு மாதங்களாக ஆளையே காணவில்லை என்றதும் யூனியன் தலைவர் என்னை செல்போனில் அழைத்தார்.

‘என்ன வெங்கட்... தொடர்பு எல்லைக்கு வெளியே போயிட்ட...?’

‘இல்லை தோழர்... பாரீஸ் கார்னர் ப்ரான்ச்சுக்கு என்னை மாத்திட்டாங்க... டெபாசிட் செக்‌ஷன்ல இருக்கேன். டெய்லி கஸ்டமர்ஸை மீட் பண்ண வெளியில போகவேண்டியதா இருக்கு. அதான் தோழர் வர முடியல...’

‘வேலை பண்ணுப்பா... வேணாம்னு சொல்லல... ஆனா, சங்கத்தையும் மறந்துறாத...’ என்ற கல்யாணசுந்தரம், நான் பணியாற்றும் சங்கத்தின் மாநிலத்தலைவர். நான் கல்லூரியில் படிக்கும் காலத்திலேயே அவரோடு அறிமுகம் உண்டு. மாணவர் சங்கத்தின் சார்பில் ஏற்பாடு செய்த சில கூட்டங்களில் வந்து பேசியிருக்கிறார். இந்தியாவுக்கு காந்தி மட்டுமே தனியாளாக சுதந்திரம் வாங்கித் தந்தார் என்ற எண்ணத்தில் இருந்த எனக்கு, சுதந்திரப் போராட்டம் என்பது எப்படி பரந்துபட்ட சமூகத்தில் உள்ள உழைப்பாளி மக்களால் வார்த்தெடுக்கப்பட்டது என்பதை புரியவைத்தவர் அவர். என் மனக்காட்டில் அவர் வைத்த அக்கினிக்குஞ்சு, நெஞ்சை வெந்துத் தணிய வைத்தது. அதன் பிறகு, நூலகம் நூலகமாக தேடிப் படித்து அறிந்த விஷயங்கள் என்னை கம்யூனிசத்தின் பக்கம் நிரந்தரமாக ஈர்த்தது. ஆனால், காந்தி என்ற நபர் சுதந்திரப் போராட்டத்தை ஒருங்கிணைக்கும் முகமாக இருந்தார் என்பதை உறுதியாக நம்பினேன். அது குறித்து கல்யாண சுந்தரத்தோடு பலமுறை விவாதித்திருக்கிறேன்.

இரண்டே ஆண்டுகளில் மேனேஜர் பதவி உயர்வு வந்தபோது, உண்மையில் எனக்கு பெருமையாகத்தான் இருந்தது. என்னோடு வேலையில் சேர்ந்தவர்கள் தகுதித் தேர்வுகளில் தேர்ச்சியடையாமல் இருந்தபோதும், விரைவாகப் படித்து தேர்ச்சி பெற்று, எந்த ப்ரான்ச்சில் உதவி மேனேஜராக வேலை பார்த்துக் கொண்டிருந்தேனோ, அதே ப்ரான்ச்சில் மேனேஜர்.

மொத்த அலுவலகமே கூடிப் பாராட்டியது. அந்தப் பாராட்டுக்களோடு, பொறாமையில் நனைத்த வார்த்தைகளும் வரத்தான் செய்தன.

‘உங்க அப்பா வேலைதான் உனக்கு கெடச்சுருக்கு. என்னமோ நீ எக்ஸாம் எழுதி பாஸ் பண்ணதா நெனச்சுக்காதப்பா... அப்பாவ மனசுல நெனச்சுக்கிட்டு ஒழுங்கா வேலை பாரு’ என்று இலவச ஆலோசனைகளை அள்ளித் தெளித்துவிட்டுச் சென்றவர்கள் அதிகம்.

நான் மேனேஜரானதற்கு அடுத்த மாதம் அந்த ப்ரான்ச்சுக்கு புதிய நியமனமாக ஜனனி வந்தாள். ஆறு மாதங்களுக்கு முன்பு நடந்த

வங்கித் தேர்வில் தேர்ச்சியடைந்து, பயிற்சி முடித்து வந்து பணியில் சேர்ந்திருந்தாள்.

இந்தியப் பெண்களுக்கான சராசரி உயரம். அதிக மேக்கப் இல்லாத முகம். கழுத்தில் மெல்லிய சங்கிலி. 'குட்மார்னிங் சார்' என்று சொல்லி அவள் அறிமுகப்படுத்திக் கொண்டபோது, அழகாக இருக்கிறாள் என்பதையும் தாண்டி, நான் மேனேஜர் என்பதும், அவளிடம் சிரித்துப் பேசினால், அவளிடம் வேலை வாங்க முடியாது என்பதும் என்னுடைய இயல்புத் தன்மையை ஓரங்கட்டியது.

இறுக்கமாக முகத்தை வைத்துக்கொண்டு அவளை அமருமாறு சைகை காட்டினேன். உயர் அதிகாரி முன்பு பணிவாக எப்படி அமருவது என்பதையெல்லாம் வேலைக்குச்சேர்ந்த முதல் நாளே எப்படிச் சொல்லிக் கொடுக்கிறார்கள்...? பாதி சேரை விட்டு விட்டு, லேசான அதிர்ச்சி ஏற்பட்டால் நாற்காலியிலிருந்து விழுந்துவிடுவது போல அமர்ந்திருந்தாள். 'உங்களை எடுத்தவுடனே ஏன் இந்த ப்ரான்ச்சில போட்ருக்காங்கன்னு தெரியலை... மத்த ப்ரான்ச்சஸை கம்பேர் பண்ணும்போது, இங்க வொர்க் கொஞ்சம் ஹெவியா இருக்கும். பட்... நீங்க கெரியர் ஆரம்பத்துலேயே நல்லா வொர்க் பண்ணி பழகிட்டீங்கன்னா, இட் வில் பி வெரி ஈசி பார் யூ.' என்று சொன்னதற்கு, 'வெரி வெல் சார்... தேங்க்யூ சார்' என்று பதில் கூறிவிட்டு, எப்போது போகச் சொல்வான் என்ற எண்ணம் முகத்தில் தெரியும் அளவுக்கு யோசித்துக் கொண்டிருந்தாள்.

'சரி நீங்க உங்க சீட்டுக்குப்போங்க... கவுன்டர் வொர்க், டேலியிங் எல்லாத்தையும் ரங்கநாதன் சார் கிட்ட கத்துக்கங்க. எனி ஹெல்ப் யு வான்ட்.. டோன்ட் ஹெசிட்டேட் டு ஆஸ்க் மி' என்றேன்.

மீண்டும் ஒரு தேங்க்யூவை உதிர்த்தாள்.

'உங்க சொந்த ஊரு எது?'

'விருதுநகர் சார்'

'இங்க எங்க தங்கியிருக்கீங்க... ஹாஸ்டலா?'

'நோ சார்... பேமிலியோட இருக்கேன் சார்.'

இதற்கு மேல் கேள்வி கேட்டால், தனிப்பட்ட முறையில் அதிகம் பேசுவதாக எடுத்துக்கொள்வாளோ என்று அவளை அனுப்பி வைத்தேன்.

ஹெட் ஆபீசுக்கு பதில் அனுப்பவேண்டிய கடிதத்தை எடுத்துப் பிரித்துப் பார்த்தேன். 1200 கோடி ரூபாய் கடன் வாங்கிய நபர், முதல் தவணைக்குப் பிறகு, எதுவுமே செலுத்தாமல் இருந்தும், ஏன் வங்கி

அவர் தாக்கல் செய்துள்ள சொத்துக்களை ஜப்தி செய்து, கடனை வசூல் செய்யவில்லை என்பது குறித்து அறிக்கை அனுப்புமாறு எழுதப்பட்டிருந்தது.

'ஏற்கெனவே இது சம்பந்தமாக வந்த லெட்டருக்கே இன்னும் பதில் அளிக்கவில்லை' என்பது நினைவுக்கு வந்தது. அது சம்பந்தப்பட்ட கோப்புகளைப் பார்க்கலாம் என்று, என் உதவியாளரை வரச்சொன்னேன்.

ஐந்தாவது நிமிடத்தில் அசிஸ்டன்ட் மேனேஜர் அறைக்கு வந்தார்.

'சார்.. இதோட ரெண்டு லெட்டர் வந்துருச்சு ஹெட் ஆபீஸ்லேர்ந்து... அந்த லோன் ஃபைலை இப்பவாவது எடுத்துக் குடுங்க. திருப்பி ரிமைன்டர் வந்தா நல்லா இருக்காது' என்று நான் சொன்னதும், சம்பத்தின் முகம் மாறியது.

௨

சம்பத் முகத்தில் வியர்வைத் துளிகள். 'சார் அந்த ஃபைலைத்தான் தேடிக்கிட்டு இருக்கேன். ரெண்டு நாள்ல எடுத்துடுவேன் சார்'

'என்ன சம்பத் வெளையாடறீங்களா...? இதோட சீரியஸ்னெஸ் தெரியுமா உங்களுக்கு? 1200 கோடி ரூபா லோன் குடுத்த ஃபைல் எப்படி சார் காணாம போகும்? இன்னைக்கு சாயங்காலத்துக்குள்ள அந்த ஃபைல் என் டேபிளுக்கு வரணும். இல்லைன்னா, ஐ வில் சென்ட் எ ரிப்போர்ட்'

'எப்படியாவது எடுத்துடறேன் சார்'

'போங்க சார்... போய் தேடி எடுங்க... இங்க வந்து தலைய சொறிஞ்சுக்கிட்டு நிக்காதீங்க.'

இவர்களெல்லாம் அரசு இயந்திரத்தின் முக்கிய உதிரி பாகங்கள். இவர்கள் இல்லாவிட்டால் அரசு இயந்திரம் இயங்காது. முக்கியமான ஃபைலை காணாமல் போட்டுவிட்டுவந்து தலையைச் சொரிந்து கொண்டு நிற்கும் சம்பத்தைப் பார்த்ததும் பரிதாபம் வரவில்லை. எரிச்சல்தான் வந்தது. 'ஏன் இப்படி இருக்கிறார்கள்...? என்னதான்

சங்கம், யூனியன் என்று கம்யூனிசம் பேசிக்கொண்டிருந்தாலும், வாங்கிய சம்பளத்துக்கு வேலை செய்யாமல், இப்படி சட்டம் பேசிக்கொண்டிருப்பவர்களை ஏன் வேலை நீக்கம் செய்யக்கூடாது?' என்ற எண்ணத்தைத் தவிர்க்க முடியவில்லை.

'இவர்களெல்லாம் உரிமையைக் கேட்கும் அதே நேரம் கடமையைச் செய்யவேண்டும் என்பதை ஏன் எண்ண மறுக்கிறார்கள்? நானும்தானே சங்கத்தில் இருக்கிறேன்... என் வேலையைச் செய்ய என்றாவது தவறியிருக்கிறேனா? சில சமயம் யோசிக்கும்போது, சங்க உரிமைகள் சோம்பேறித்தனத்தை வளர்க்கிறதோ என்றே தோன்றுகிறது. ஆனால், இதைப்பற்றி சங்கத்தில் பேசினால், 'என்ன தோழர்... நீங்களே இப்படி...?' என்று எதிர்க் கேள்வி கேட்பார்கள்.

மேசையிலிருந்த மணியை அடித்து, ஜனனியை வரச்சொன்னேன்.

'குட் ஈவ்னிங் சார்'

'குட் ஈவ்னிங். ராணா கார்ப்பரேஷன் அக்கவுன்ட் டீடெயில்ஸ் கேட்டேனே, ரெடி பண்ணிட்டீங்களா?'

'இல்ல சார்... சம்பத் சார் அக்கவுன்ட் டேலி பண்ணிக்கொடுக்கச் சொன்னார். அந்த வொர்க்தான் பாத்துக்கிட்டு இருக்கேன்' என்று அவள் சொல்லியபோதே கோபம் என் தலைக்கு ஏறியது.

'என்ன நெனச்சுக்கிட்டு இருக்கீங்க... இங்க நான் மேனேஜரா... சம்பத் மேனேஜரா...? நான் சொன்ன வொர்க் எவ்வளவு அர்ஜெண்ட் தெரியுமா? ப்ரோபேஷன் கம்ப்ளீட் பண்ணணுமா வேணாமா? ஐ வில் ப்ளேஸ் யூ அன்டர் சஸ்பென்ஷன் ஃபார் இன்சபார்டினேஷன்... (For insubordination)'

'சம்பத் சார் சொல்லும்போது தட்ட முடியலை சார்...'

'ஏதாவது எக்ஸ்க்யூஸ் சொல்லாதீங்க... உங்கள மாதிரி பொம்பளைங்கள என் ப்ரான்ச்சுல போட்டு ஏன் என் தாலிய அறுக்கறாங்களோ தெரியலை...'

அதுவரை இறுக்கமான முகத்தோடு திட்டுவதைக் கேட்டுக் கொண்டிருந்தவள் கண்களில் கண்ணீர்.

'ஐ எம் சாரி சார்.. சம்பத் சார் ரொம்ப சீனியர். அவர் சொன்னா எப்படி சார் தட்ட முடியும்?' என்று அவள் கண்களில் மழைக்கால நீரோடையாக கண்ணீர் கொட்டியது.

‘ச்சை... அவசரப்பட்டு விட்டோமோ. இவளை எப்படி சமாதானப் படுத்துவது? என்னைப்பற்றி என்ன நினைத்திருப்பாள்?’

‘சிட் டவுன்.’ என்றதும் ‘பரவாயில்லை சார்’ என்று சொல்லிவிட்டு, கண்ணீரைத் துடைத்துக் கொண்டாள்.

‘உக்காருங்க... பரவாயில்லை’ என்று சொன்னதும் தயக்கத்தோடு சீட் நுனியில் உட்கார்ந்தாள். ‘சவுகரியம் இல்லாமல் சீட் நுனியில் உட்கார்ந்தால் அது பணிவு என்பதை யார் கற்றுக் கொடுத்தது... இது இந்தியாவில் மட்டும்தானா, உலகம் முழுவதுமா? சீட் நுனியில் உட்கார்ந்தால், செய்த தவறு சரியாகிவிடுமா? சீட் நுனியில் உட்காருவது, கால் மேல் கால் போட்டால் மரியாதைக் குறைவு, நிமிர்ந்து பேசக்கூடாது என்று மரியாதைக்கான அளவுகோல்கள் எத்தனை இருக்கின்றன’ என்று நினைத்துக்கொண்டு, தலையைக் குனிந்து அழுது கொண்டிருந்தவளைப் பார்த்தேன்.

‘ஜனனி.. லுக் ஹியர். ஐ யம் சாரி... ஐ ஷுட் நாட் ஹேவ் ஷவுட்டட். அந்த அக்கவுண்ட்ஸ் அர்ஜென்ட் ஜனனி. பெரிய கஸ்டமர். நம்ம சர்வீஸ்ல குறை இருந்துச்சுன்னா, நாளைக்கே அக்கவுன்ட்ட க்ளோஸ் பண்ணிட்டு, வேற பேங்குக்கு போயிடுவான்.. நம்ப ப்ரான்சுக்கே கெட்ட பேர் வந்துடும்’

‘ஐ யம் சாரி சார். உடனே டீடெயில்ஸ் எடுத்துட்டு வந்துடறேன் சார்.’

‘இவளை இப்படியே அழுத கண்களோடு எப்படி அனுப்புவது?’

‘எங்க தங்கியிருக்கீங்க ஜனனி? ஹாஸ்டலா...?’

‘இல்ல சார் பேமிலியோடதான் சார் இருக்கேன்...’

‘ஹஸ்பென்ட் என்ன பண்றார்?’ என்று கேட்டதும், அவள் கண்கள் தடுமாறின.

‘ஹஸ்பென்ட்.... அவர்...’

‘இட்ஸ் ஓகே... விடுங்க... நோ ப்ராப்ளம்’

‘இல்ல சார்... ஐ யம் அலோன் வித் மை சன். என் ஹஸ்பென்ட் என் கூட இல்லை.’ என்று அவள் சொல்லியதும் அதிர்ச்சியும், பரிதாபமும் ஒரு சேர ஏற்பட்டன.

‘சரி நீங்க போங்க ஜனனி. நாளைக்கு மார்னிங் அந்த டீடெயில்ஸ் குடுத்துடுங்க’

‘ஓ.கே சார்.. ஐ யம் சாரி சார்’

‘பரவாயில்லை விடுங்கம்மா...’

மாலையில் அலுவலகம் முடிந்து, பைக்கை எடுத்து கிளம்பியபோது, எங்கே போகலாம் என்று குழப்பமாக இருந்தது. வழக்கமாக, அலுவலகம் முடிந்ததும், சங்க அலுவலகத்துக்குச் சென்று சிறிது நேரம் அரசியல் பேசிவிட்டு, உலகப்பொருளாதாரத்தை, ஒரு மணி நேரத்தில் சரி செய்துவிடுவதுபோல விவாதித்துவிட்டுத்தான் வீட்டுக்குப் போவேன். ஆனால் இன்றைக்கு என்னமோ சங்கத்துக்குப் போக பிடிக்கவில்லை.

மனசு அழுத்தமாக இருந்தது. நேராக மெரினா பீச்சுக்கு போகலாமா... என்று யோசித்தபடியே வண்டியை பீச் பக்கம் திருப்பினேன். கிடைத்த ஒரு சந்தில் பைக்கை நிறுத்தி விட்டு, மணலில் இறங்கி நடந்தேன்.

எங்கே பார்த்தாலும் காதல் ஜோடிகள் கை கோர்த்தபடி, அந்த உலகமே தங்களுக்காக படைக்கப்பட்டதுபோல பேசிக்கொண்டு இருந்தார்கள். ஒரு சில ஜோடிகள் அருகருகே அமர்ந்து பேசாமல் இறுக்கமாக இருந்தார்கள். சிலர் குழந்தைகளோடு வந்து, குழந்தை களை விளையாடவிட்டு வேடிக்கை பார்த்துக் கொண்டிருந்தார்கள்.

புதிதாக திருமணமான சில பெண்கள், கல்யாண தினத்தன்று கட்டிய தாலிக் கயிறு அடர்த்தியாக மஞ்சளாக கழுத்தில் கிடப்பதில் பெருமை யோடு சிலிர்த்தபடி நடந்தார்கள். அந்தப் புதிய ஜோடிகளை, பூ விற்கும் பெண் பூ வாங்கியே தீரும்படி வற்புறுத்தினாள். வாங்கிக் கொடுக்கவில்லையென்றால், விளைவுகள் இரவு தெரியும் என்ற அச்சத்தோடு புதுக் கணவர்கள் தாராளமாக பூ வாங்கித் தந்தார்கள். கணவரின் கையை விடாமல் பிடித்துக்கொண்டு, தோளில் சாய்ந்தபடி நடந்தார்கள்.

நானும் என் பங்குக்கு ஒரு சிகரெட்டை பற்றவைத்துக்கொண்டு, இவர்கள் அனைவரையும் வேடிக்கை பார்த்தேன். மென்மையாக வீசிய காற்று, சிகரெட்டை வேகமாகக் கரைத்தது. அப்படியே படுக்கலாமா என்று தோன்றியது.

‘ரொம்பத் திட்டி விட்டோமோ... இப்போதுதானே புதிதாக வேலைக்குச் சேர்ந்திருக்கிறாள். அதுவும் சம்பத் போன்ற நபர்கள் புதிதாக வேலைக்குச் சேர்ந்தவர்களை மிரட்டி வைப்பதில் அலாதி இன்பம் காண்பவர்கள். அவர்கள் வேலைக்குச் சேர்ந்தபோது யாரோ

மிரட்டினார்கள் என்பதற்காக அவர்கள் முறை வரும்போது, அதை தவறாமல் பயன்படுத்திவிட வேண்டும் என்று நினைப்பவர்கள். தங்கள் மேதாவித்தனத்தை புதிய ஊழியர்களிடம் காண்பிப்பதில் நிபுணர்கள். நானே இதை அனுபவித்திருக்கிறேன். அவள் என்ன செய்வாள் பாவம்...

சம்பத் மீது இருந்த கோபத்தைத்தான் அவளிடம் காட்டிவிட்டேன். அதற்கு என்ன செய்வது... அவள் செய்ததும் தவறுதானே... நான் ஒரு வேலையைச் சொன்னால், அதை முடிக்காமல் அவன் சொன்னான் இவன் சொன்னான் என்று வேலை செய்துகொண்டிருந்தால், அப்புறம் கோபப்படாமல் கொஞ்சவா செய்வார்கள்.

அதற்காக, ‘என் தாலியறுக்கிறீர்கள்?’ என்றெல்லாமா வார்த்தையை பிரயோகிப்பது? ஒரு பெண்ணிடம் பயன்படுத்தும் வார்த்தையா இது?

என்னதான் கம்யூனிசம் பெண் விடுதலை என்று பேசினாலும், தாலியறுக்கிறாங்க என்ற பிற்போக்குத்தனமான வார்த்தைகள் நம்மை அறியாமலேயே வந்து விழுந்து விடுகிறதே...

இந்தப் பெண்களால் மட்டும் எப்படி சட் சட்டென்று அழ முடிகிறது? இவர்கள் கண்ணீர் வரும் வேகத்தில், நதிகளில் நீர் ஓடினால் தண்ணீர் பிரச்னையே இருக்காது. வெள்ளமே வந்தாலும் வரும்.

கணவன் இல்லை என்கிறாளே... இறந்திருப்பானோ... ச்சே.. இறந்திருந்தால், விடோ என்றல்லவா சொல்லியிருப்பாள். விட்டு விட்டு ஓடியிருப்பானோ? அல்லது வேறு பெண்ணோடு சென்றிருப்பானோ?

இந்த வயதில் கணவன் இல்லாமல் எப்படி இருப்பாள் அவள்? இங்கு பீச்சில் ஜோடி ஜோடியாக எத்தனை பேர் மகிழ்ச்சிகளையும், மனக்குமுறல்களையும், இந்த கடற்கரையில் கொட்டிவிட்டுச் செல்கிறார்கள். கோர்த்த கையை விடாமல் கெட்டியாக பிடித்துக் கொண்டுதானே நடக்கிறார்கள்? அவள் என்ன செய்வாள்?

‘சே... இருந்தாலும் கொஞ்சம் அதிகமாகத்தான் திட்டிவிட்டோம். கொஞ்சம் பொறுமையாகச் சொல்லியிருக்கலாம்.’

இவளுக்குள் இப்படி ஒரு சோகமா? எவ்வளவு அழகாக இருக்கிறாள். பார்த்தால் 25 வயதுக்கு மேல் மதிக்க முடியாது. அதிகபட்சம் 28 வயது இருக்குமா? மகன் எவ்வளவு பெரியவனாக இருப்பான்? கைக்குழந்தையாக இருக்க வாய்ப்பில்லை... பெரிய பையனாக

இருப்பானோ? இவள் தனியாக இந்த வங்கியில் எப்படி காலம் தள்ளப் போகிறாள்...? தனியாக இருக்கும் பெண் என்றால், இரையைக் கொத்தத் துடிக்கும் கழுகுகள்போல வட்டமிடுவார்களே.. அவர்களை எப்படிச் சமாளிக்கப்போகிறாள்?'

'இவ்வளவு சோகத்தை மனதில் தாங்கி இருப்பவளிடம் இப்படியா நடந்து கொள்வது? என்ன மனிதன் நான்...?'

'ஸோ வாட்... நான் அதிகாரி.. இந்த ப்ரான்ச் மேனேஜர்.. எனக்குக் கீழே வேலை பாக்கறவங்கள வேலை வாங்காம சும்மாவா இருக்க முடியும். வேலை வாங்குவது என் வேலை. அதற்குத்தான் எனக்கு சம்பளம்' எனது அதிகாரத் திமிர் என்னையறியாமல் தலைதூக்கியது.

கேள்விகளும் எதிர்க் கேள்விகளும், அதிகமாகப் பேசிவிட்டதை உணர்த்தின.

சாரி கேட்டு எஸ்எம்எஸ் அனுப்பலாம் என்று முடிவெடுத்து போனை எடுத்ததும் அவள் நம்பர் இல்லை என்பது உறைத்தது. அன்று காலையில்தான் எல்லா ஸ்டாஃப் நம்பர்களையும் அச்சடித்து என்னிடம் கொடுத்தது ஞாபகம் வர, முதுகில் மாட்டியிருந்த பையை எடுத்து அதில் உள்ள ப்ரின்ட் அவுட்டில் அவள் பெயரைத் தேடினேன்.

'ஐ யம் சாரி.. ரொம்ப சத்தம் போட்டுட்டேன்' என்று அடித்தேன். இது 'போதுமா... அவள் புரிந்து கொள்வாளா....' பரவாயில்லை. இதற்கு மேல் அனுப்பினால், ஓவராக அட்வான்டேஜ் எடுத்துக்கொள்கிறான் என்று நினைத்தாலும் நினைப்பாள். அனுப்பிவிட்டு பைக்கை எடுத்துக்கொண்டு வீட்டுக்கு கிளம்பினேன்.

டிவி பார்த்துக்கொண்டிருந்த அம்மாவிடம் 'சாப்பாடு போடும்மா' என்று சொல்லிவிட்டு, டிவி பார்த்துக்கொண்டே சாப்பிட்டு முடித்தேன். நேற்று பாதியில் விட்டிருந்த புத்தகத்தை எடுத்து பிரித்து படிக்கத் தொடங்கியபோது, எஸ்எம்எஸ் வந்ததை அறிவித்தது செல்போன்.

'அவளாக இருக்குமா?' என்று யோசித்தவாறே எடுத்து பார்த்தால், அவளேதான். 'ஹூ ஈஸ் திஸ்' என்று அனுப்பியிருந்தாள்.

'வெங்கட் மேனேஜர்' என்று பதில் அனுப்பினேன். பதில் அனுப்பி விட்டு, மீண்டும் புத்தகத்தைத் திறந்தாலும், மனம் செல்போன் எப்போது ஒலிக்கும் என்ற கவனத்திலேயே இருந்தது.

மீண்டும் செல்போன் ஒலி கேட்டது.

'பரவாயில்லை சார். என் தப்புதானே...'

'நான் கொஞ்சம் அதிகம் சத்தம் போட்டுட்டேன்'

'நான் அதை அப்போவே மறந்துட்டேன் சார்'

'எனக்கு கில்டியா இருக்கு'

'அப்போ நாளைக்கு எனக்கு காபி வாங்கிக் கொடுங்க'

'டின்னரே வாங்கித் தர்றேன்.'

'அதுக்காக இன்னொரு வாட்டி திட்டாதீங்க…'

'திட்டாமலே வாங்கித் தர்றேன்'

'அப்டின்னா ஓகே.'

'குட் நைட் சார்'

'குட் நைட் ஜனனி'

போனை வைத்ததும், அதற்குள் குட்நைட் சொல்லி விட்டாளே என்று தோன்றியது. இன்னும் வேறு ஏதாவது எஸ்எம்எஸ் அனுப்பி யிருக்கலாமோ… என்று யோசித்துக் கொண்டே உறங்கிப் போனேன்.

காலையில் எழுந்ததும் முதல் வேலையாக 'குட் மார்னிங்' என்று எஸ்எம்எஸ் அனுப்பினேன். அவன் குட்மார்னிங் சொல்லாவிட்டால், அவளுக்கு பொழுது விடியாமலா போய் விடும் என்பது போன்ற லாஜிக்கெல்லாம் எனக்கு அப்போது தோன்றுமா என்ன?

காலையில் ஹிந்து பேப்பரை படிக்கும்போதுகூட, பதில் வந்திருக்கிறதா என்று ஐந்து நிமிடத்திற்கு ஒரு முறை எடுத்துப் பார்த்துக் கொண்டே இருந்தேன்.

ஆனால் அலுவலகம் செல்லும்வரை எந்தப் பதிலும் வரவில்லை. ப்ரான்ச் உள்ளே நுழைந்ததும், அவள் வந்திருக்கிறாளா என்று தேடிக்கொண்டே எனது அறைக்குச் சென்றேன்.

அவளைக் காணவில்லை. ஜனனி வரவில்லையா என்று யாரிடமும் கேட்பதற்குக் கூட எனக்குத் தயக்கமாக இருந்தது. நேற்று வரை, இயல்பாக அவளை அழைத்தவனுக்கு இன்று அவனையறியாமல் ஒரு குறுகுறுப்பு ஏற்பட்டது. கேட்டால், யாராவது 'என்ன மேனேஜர் அடிக்கடி ஜனனியைக் கூப்பிடுகிறார்' என்று பேசத் தொடங்கி விடுவார்களோ என்ற எண்ணம் தடுத்தது.

வெளியே சென்று கேஷ் கவுன்டரில் உள்ளவரை சரி பார்ப்பது போல, ஜனனி வழக்கமான அமர்ந்திருக்கும் இடத்தைப் பார்த்துவிட்டு, அவள் இல்லை என்பதை ஊர்ஜிதம் செய்துகொண்டேன்.

'என்ன ஆயிருக்கும்? உடம்பு சரியில்லாமல் இருக்குமா?' என்று யோசித்துக் கொண்டே சீட்டுக்கு வந்து அமர்ந்தேன். ஏதாவது தப்பாக எஸ்எம்எஸ் அனுப்பி விட்டோமோ என்று சென்ட் ஐடெம்ஸை எடுத்துப் பார்த்தேன்.

'அப்படி எதுவும் தப்பாக அனுப்பவில்லையே... கடைசியாக அவள் நல்ல மூடில்தானே குட்நைட் என்று அனுப்பியிருக்கிறாள் ....'

கம்ப்யூட்டரில் லாகின் செய்து, அன்றைய ட்ரான்சாக்சன்களை பார்த்துக் கொண்டிருந்தேன். சம்பத் தரவேண்டிய ஃபைலை இன்னும் தரவில்லை என்பது நினைவுக்கு வந்தது. நினைவுக்கு வந்தாலும், அந்த ஆளை அழைத்துப் பேசினாலே மூட் அவுட் ஆகி விடும் என்று, அதை தள்ளிப் போடலாம் என்று மற்ற வேலைகளில் ஆழ்ந்தேன்.

12.40க்கு செல்போனில் எஸ்எம்எஸ் அலர்ட் வந்தது. எடுத்துப் பார்த்தால் ஜனனி.

'எமர்ஜென்சி.. நீங்கள் என் வீட்டுக்கு அவசரமாக வர முடியுமா?'

3

'**ச**ம்பத்தும் சீட்டில் இல்லை. யாரிடம் சொல்லிவிட்டுப் போவது? அவளுக்கு என்ன எமர்ஜென்சியாக இருக்கும்? மகனுக்கு உடம்பு சரியில்லாமல் போயிருக்குமா? பணத்தேவையாக இருக்குமா?'

கேஷியரைக் கூப்பிட்டு அவனது அக்கவுன்டில் இருந்து 10 ஆயிரம் ரூபாயை எடுப்பதற்கு வவுச்சர் எழுதிக் கொடுத்து உடனடியாக கொண்டு வருமாறு சொன்னேன். உதவி மேலாளர் சுப்ரமணியை அழைத்து, அதுவரையிலான அக்கவுன்ட்ஸ் பற்றிய விபரங்களை தெரிவித்துவிட்டு, லாக்கர் அறையின் சாவியை ஒப்படைத்துவிட்டு, அம்மாவுக்கு உடல் நிலை சரியில்லை என்று அவசரமாக லீவ் எழுதிக் கொடுத்துவிட்டுக் கிளம்பினேன்.

அந்த நேரத்தில் லேன்ட்லைன் போன் அடித்தது. 'எடுக்கலாமா வேண்டாமா?'

போனை எடுத்து 'ஹலோ' என்றேன்.

'பேங்க் விஜிலென்ஸ் ஆபீசர் பேசறேன். மேனேஜரா?'

'எஸ் சார். நான் மேனேஜர் வெங்கட்தான் பேசறேன் சார்.'

‘உங்க ப்ரான்ச்ல எஸ்.எம். கார்ப்பரேஷன் கம்பெனி 1200 க்ரோர்ஸ் லோன் வாங்கிருக்காங்கள்ல?’

‘எஸ் சார். ஃப்ரம் டே ஒன் டிஃபால்ட் சார். நோ ரீபேமென்ட்’

‘அந்த டாகுமென்ட்செல்லாம் எடுத்துக்கிட்டு, உடனே விஜிலென்ஸ் ஆபீஸ் வாங்க. எங்க இருக்குன்னு தெரியும்ல?’

‘தெரியும் சார். பாரீஸ் கார்னர். நான் ஏற்கெனவே வந்துருக்கேன் சார்.’

‘ஆல்ரைட் தென். கம் க்விக்’

ஷிட் என்று தனக்குத்தானே சொல்லிக்கொண்டு, வெளியே சென்று சம்பத்தைத் தேடினேன்.

சம்பத் ரொம்பத் தீவிரமாக ஏதோ ஒரு ஃபைலைப் பார்த்துக் கொண்டிருந்தார்.

‘சம்பத். கொஞ்சம் என் ரூமுக்கு வாங்க.’

சம்பத் தயங்கியபடியே என் அறைக்குள் நுழைந்தார்.

‘சம்பத். அந்த ஆர்.கே. என்டர்பிரைசஸ் லோன் ஃபைல் என்ன ஆச்சு?’

‘சார்.. இன்னைக்கு ஈவ்னிங்குள்ள எடுத்துடறேன் சார். ரெண்டு நாளா தேடிக்கிட்டே இருக்கேன் சார்.’

‘லுக் சம்பத். நீங்க ரொம்ப சீனியர். நான் உங்கள ஒரு அளவுக்கு மேல சத்தம் போட முடியாது. இப்போ ஹெட்க்வார்ட்டர்ஸ் விஜிலென்ஸ் ப்ரான்ச்லேர்ந்து அந்த ஃபைலோட என்ன வரச்சொல்லிருக்காங்க. ஒண்ணுநான் ஃபைலோட போகணும். இல்லன்னா நீங்க ஃபைலை டெஸ்ட்ராய் பண்ணிட்டீங்கன்னு ரிப்போர்ட்டோட போகணும்.

இதுல எது நடக்கனும்னு நீங்கதான் முடிவு பண்ணணும். இன்னும் 8 வருஷம் சர்வீஸ் இருக்கு உங்களுக்கு. நான் ரிப்போர்ட் அனுப்பிச்சா உடனே சஸ்பென்ட் பண்ணிடுவாங்கன்னு உங்களுக்குத் தெரியும். என்ன சொல்றீங்க?’

‘சார்.. அந்த ஃபைலை உங்களுக்கு முன்னாடி இருந்த மேனேஜர் பர்சனல் கஸ்டடில வச்சுருந்தார் சார். லோன் டாக்குமென்ட்ஸ் நான்தான் டீல் பண்ணாலும், அந்த ஃபைலை மட்டும் அவரே பர்சனல் கஸ்டடில வச்சுக்கிட்டார் சார்.’

'இத ஏங்க மொதல்லயே என்கிட்ட சொல்லல? வாட் ஆர் யு ட்ரையிங் டு ஹைட்? இத்தனை நாள் டைம் வேஸ்ட் ஆகாம இருந்துருக்கும் இல்ல? ஓ.கே... பழைய மேனேஜரோட பர்சனல் லாக்கர் எங்க இருக்கு?'

'சார் அவருக்குன்னு இருந்த பீரோவில இருந்ததையெல்லாம் காலி பண்ணிட்டு போயிட்டாரு சார். அவருக்குன்னு நம்ப ப்ரான்ச்சிலேயே ஒரு பர்சனல் லாக்கர் இருக்கு. பட் அவர் பர்மிஷன் இல்லாம அதை ஓபன் பண்ண முடியாது சார்.'

'அந்த லாக்கர்ல இந்த ஃபைல் இருக்கும்னு சந்தேகப்பட்றீங்களா?'

'எனக்குத் தெரியல சார். பட் அந்த லாக்கரை அவர் ஓபன் பண்ணும் போது, ரிஜிஸ்டர்ல என்ட்ரி போட வேணாம்னு சொல்லுவாரு.'

'இப்போது என்ன செய்வது? ஃபைலை எடுத்து வரவில்லை என்றால் என்னை சஸ்பென்ட் செய்வார்கள். என் மீது சந்தேகப்படுவார்கள். ஃபைல் சம்பத்திடம் இல்லை என்றால் சம்பத்தை சஸ்பென்ட் செய்யச் சொல்வார்கள். இந்த ஆள் இதில் தப்பு செய்திருக்கிறானா இல்லையா என்பதும் புரியவில்லை. அதை உறுதி செய்துகொள்ளாமல், இந்த ஆளை சஸ்பென்ட் செய்துவிட்டால், அவன் மட்டுமல்லாமல் அவன் குடும்பமும் பாதிக்கப்படும்.

சீனியர் மேனேஜர் என்ற வகையில் எனக்கு பழைய மேனேஜரின் வங்கி லாக்கரை திறக்க அதிகாரம் இருக்கிறது. ஆனால், என்ன காரணத்துக்காகத் திறந்தேன் என்ற கேள்வி எழும். ஃபைல் இருக்கிறதா என்று பார்க்க என்றால் அது எடுபடுமா? சிபிஐ லாக்கர்களைத் திறக்கும்போதுகூட, அருகில் விட்னஸ் இல்லாமல் திறப்பதில்லை. நான் இந்த நேரத்தில் எந்த விட்னசைத் தேடுவது?'

குழப்பம். குழப்பம். மேலும் குழப்பம்.

விஜிலென்ஸ் ஆபீசுக்கு போன் செய்தேன். 'சார். ஒரு இம்பார்ட்ன்ட் கஸ்டமர் வந்துருக்காங்க. அவசரமா அட்டென்ட் பண்ணணும். ஐ வில் கம் தேர் பை ஈவ்னிங் அரவுன்ட் 4 பிஎம்' என்றேன்.

'இட்ஸ் ஓ.கே.. பட் டோன்ட் டிலே'

என்ன ஆனாலும் சரி. லாக்கரை திறந்து பார்த்துவிடுவோம். அதில் இருக்கிறதா இல்லையா என்பதை உறுதி செய்துகொண்டு, அடுத்து என்ன செய்வது என்று முடிவெடுப்போம்.

'சம்பத்... வாங்க. மாஸ்டர் கீஸ் எங்க இருக்கு?

'லாக்கர் அசிஸ்டன்ட் மேனேஜர் கிட்ட இருக்கு சார்.'

'ஓ.கே. கிருஷ்ணமூர்த்தியை வரச்சொல்லுங்க. நீங்களும் வாங்க. வேற யார் சீனியர் பீப்பிள் இருக்காங்க...?'

'சார். சாகுல் ஹமீது இருக்கார் சார்.'

'ஓ.கே... அவரையும் வரச்சொல்லுங்க.'

நான்குபேரும், லாக்கர் அறைக்குள் நுழைந்தோம். லாக்கரைத் திறக்கும் முன், அதற்கான பதிவேட்டில், விஜிலென்ஸ் அலுவலகத்தில், ஆர்.கே. என்டர்பிரைசஸ் நிறுவனத்துக்கு 1200 கோடி ரூபாய் கடன் கொடுத்தது தொடர்பான ஃபைல் காணாமல் அலுவலகமெங்கும் தேடப்பட்டது என்றும், அது கிடைக்காததால், பழைய மேனேஜர் சொந்தமாக வைத்திருக்கும் லாக்கருக்குள் அது இருப்பதற்கான சாத்தியக்கூறுகள் இருப்பதால், மூன்று வங்கி ஊழியர்கள்' முன்னிலையில், வங்கியின் மாஸ்டர்கீயை பயன்படுத்தி, வங்கி லாக்கர் திறக்கப்படுவதாக பதிவு செய்தேன்.

அந்தப் பதிவேட்டில், மூன்று பேரையும் கையெழுத்திடச் சொன்னேன். மறுப்பேதும் பேசாமல் கையெழுத்திட்டார்கள்.

அந்த லாக்கரை சம்பத்தை விட்டே திறக்கச் சொன்னேன். அந்த லாக்கருக்குள் ஒரே ஒரு ஃபைல் மட்டும் இருந்தது. எடுத்துப் பிரித்துப் பார்த்தால், ஆர்.கே. என்டர்பிரைசஸ் நிறுவனத்துக்கு 1200 கோடி வழங்கியது தொடர்பான கோப்பு அது.

லாக்கர் ரிஜிஸ்டரில், மூன்று வங்கி ஊழியர் முன்னிலையில், ஆர்.கே. என்டர்பிரைசஸ் நிறுவனத்துக்கு 1200 கோடி கடன் வழங்கிய கோப்பு, எனக்கு முந்தைய மேனேஜர் பாலகிருஷ்ணனுக்கு சொந்தமான லாக்கரிலிருந்து எடுக்கப்பட்டது என்பதை, பதிவு செய்து, மீண்டும் மூன்று பேரிடமும் கையெழுத்து வாங்கிக்கொண்டேன்.

ஃபைலை எடுத்துக்கொண்டு, என் ரூமுக்கு வந்தேன்.

அப்போதுதான் ஜனனி ஞாபகம் வந்தது. உடனே ஜனனியின் செல்போனுக்கு அழைத்தேன்.

'ஹலோ... ஜனனி.. நான் வெங்கட் பேசறேன்.'

'சொல்லுங்க சார்.'

'ஐ யம் எக்ஸ்ட்ரீம்லி சாரி ஜனனி. திடீர்னு, பேங்க் விஜிலென்ஸ் லேர்ந்து அர்ஜென்டா வரச் சொல்லிட்டாங்க. கம்ப்ளீட்டா மறந்துட்டேன். ஆர் யூ ஆல்ரைட்? என்ன ப்ராப்ளம் ஜனனி...?'

‘நத்திங் சார்.. நானே மேனேஜ் பண்ணிட்டேன்.’

அவள் குரலில் ஏமாற்றமும், ஆதங்கமும் தெரிந்தது.

‘ஜனனி... ஐ யம் ரியல்லி சாரி. வெரி வெரி இம்பார்ட்டன்ட். நான் நேரா வரும்போது எக்ஸ்ப்ளெய்ன் பண்றேன். யூ வில் அன்டர்ஸ்டான்ட். கொஞ்சம் காம்ப்ளிகேட்டட் விவகாரம். நானே இருந்துதான் டீல் பண்ணணும். இல்லன்னா பெரிய பிரச்னை ஆயிடும். அதனாலத்தான் என்னால உடனே வர முடியல. என்ன ப்ராப்ளம்னு சொல்லுங்க.’

‘ஒண்ணும் இல்ல சார். நானே சமாளிச்சுட்டேன் சார். ஏதாவது தேவை இருந்தா திருப்பி கூப்பிடறேன் சார். நீங்க உங்க வொர்க்க பாருங்க...’

‘நீங்க உங்க வொர்க்க பாருங்க’ என்று அவள் சொன்னதில் ஒரு எள்ளல் தொனி இருந்தது.

இந்தப் பெண்கள், ஏன் இப்படி இருக்கிறார்கள்? இல்லை பெண்கள் இப்படித்தானா? ஒரு ஆணுக்கு அவர்கள் மட்டுமே உலகமாக இருக்க வேண்டும் என்று விரும்புகிறார்களா? ஆணுக்கு அந்தப் பெண்ணைத் தவிர வேறு உலகமே இருக்கக் கூடாதா? அப்படி வேறு வேலையே இல்லாமல் சுற்றிச் சுற்றி வருபவன் என்ன ஆண் மகன்...?

‘சரி ஜனனி... டேக் கேர். நான் வொர்க்க முடிச்சுட்டு நைட் கால் பண்றேன்.’

அவள் பதிலேதும் பேசாமல் இணைப்பைத் துண்டித்தாள். அன்பு பொழிந்தால், திக்குமுக்காடும் அளவுக்கு பொழிகிறார்கள். உதாசீனப் படுத்தினாலும், எரிச்சலூட்டும் அளவுக்கு உதாசீனப்படுத்துகிறார்கள். பெண்களை கையாளுவது கடவுள் கூட அறிந்திருக்காத கலை. என்னால் முடியவில்லை. நீயாவது கையாண்டு எனக்கு விடை சொல் என்று யோசித்து பெண்ணைப் படைத்திருப்பானோ.... கடவுள் நம்பிக்கை இல்லாவிட்டாலும், இது போல யோசிக்கும்போது, நம்மையும் அறியாமல், பழைய இடுக்குகளின் ஞாபகங்களிலிருந்து கடவுள் வந்துதான் விடுகிறார்.

ஜனனியின் நினைவுகளை சற்று ஓரமாக வைக்கத்தான் வேண்டும். விஜிலென்ஸ் ஆபீசுக்கு நாலு மணிக்குச் செல்லும்போது, ஜனனியின் நினைவுகள் நம்மைக் காப்பாற்றாது என்பதைப் புரிந்துகொண்டு, அந்த ஆர்.கே. என்டர்பிரைஸின் லோன் ஃபைலை பிரித்தேன்.

அப்ளிகேஷனெல்லாம் கரெக்டாகத்தான் பில் அப் பண்ணியிருக் கிறார்கள். கட்ட வேண்டிய பணத்தைத்தான் கட்ட மாட்டேன்கிறார்கள். 1200 கோடி ரூபாயை சாதாரணமாக ஒரு தொழில் நிறுவனத்துக்கு

தூக்கிக் கொடுத்து விடுகிறோம். அவன் கட்டாமல் வங்கியையும் நாட்டையும் ஏமாற்றுகிறான். படிக்க வேண்டும் என்று கல்விக் கடன் கேட்டு வருபவர்கள் என்ன மாதிரி அலைக்கழிக்கப் படுகிறார்கள்?

கம்யூனிஸ்ட் சங்கங்கள் வங்கிகளில் வலுவாக இருந்தும், இந்த நடைமுறையில் எந்த மாற்றத்தையும் கொண்டு வர முடியவில்லையே? சிஸ்டத்தை எதிர்த்து யார்தான் என்ன செய்து விட முடியும்? என்னதான் சங்கத்தில் இருந்தாலும், கடந்த எட்டு ஆண்டுகளாக நடந்த வேலை நிறுத்தங்கள் பெரும்பாலானவை ஊதிய உயர்வுக்காகத்தானே! பொதுமக்களுக்கும், விவசாயிகளுக்கும், மாணவர்களுக்கும் எளிதாக கடன் கொடுக்க வேண்டும் என்று எத்தனை முறை போராட்டம் நடந்திருக்கிறது? ஊதிய உயர்வுக்காக வேலை நிறுத்தம் நடக்கும்போது, கடைசி கோரிக்கையாக அல்லவா இது போன்ற விவகாரங்கள் சேர்க்கப்படுகின்றன...? ஊதிய உயர்வுக்காக வேலை நிறுத்தம் செய்யும் இந்தச் சங்கங்களை பொதுமக்கள் திட்டாமல் எப்படி இருப்பார்கள்?

'இந்த வியாக்கியானமெல்லாம் வக்கணையா பேசு.. அவசரத்துக்கு ஒரு பொண்ணு உதவின்னு கேட்டா அதைச் செய்யாத' என்று மனதின் மூலையில் சுருக்கென்றது.

'ஒரு எஸ்எம்எஸ் அனுப்பிடலாமா' என்று யோசித்துக்கொண்டே கைகள் இயல்பாக 'ஐ யம் சாரி. ஷல் ஐ கம் ஹோம் அட் 7 பி.எம்' என்று அடித்தேன். அடித்துவிட்டு எதற்காக இப்படி இவளிடம் வளைந்து போக வேண்டும் என்றும் தோன்றியது. நான் என்ன வேண்டுமென்றே அவளைப் புறக்கணிக்க வேண்டும் என்றா இப்படிச் செய்தேன்... என்று சமாதானப்படுத்திக்கொண்டு, எஸ்எம்எஸ்ஐ அனுப்பாமல் அழித்தேன்.

லோன் பைலில் லீகல் ஒபினியன் இருந்தது. வங்கியின் சட்ட ஆலோசகர் ஆர்.கே. என்டர்பிரைசஸ் நிறுவனத்துக்கு 1200 கோடி ரூபாய் கடன் கொடுப்பதில் ஏராளமான ரிஸ்க் இருக்கிறது என்று எழுதியிருந்தார். அந்த நிறுவனத்தின் பின்புலம் மர்மமானதாக இருக்கிறது என்றும், அதன் பங்குதாரர்களின் விபரங்களை வழங்காமல் அந்த நிறுவனம் இழுத்தடிக்கிறது என்றும், அனைத்து விபரங்களையும் பெற்ற பிறகே லோன் கொடுப்பது குறித்து இறுதி முடிவு எடுக்க வேண்டும் என்றும் எழுதியிருந்தார்.

என்ன இழவு இது? இப்படி ஒரு தெளிவான லீகல் ஒபினியன் இருந்தும் லோன் எப்படிக் கொடுத்தார்கள்... என்று யோசித்துக் கொண்டிருக்கும்போதே, அந்தக் கடிதம் கண்ணில் பட்டது.

4

அந்தக் கடிதத்தை பார்த்து அவன் அதிர்ச்சி அடைந்ததில் ஆச்சர்யமே இல்லை. யார்தான் அதிர்ச்சி அடையமாட்டார்கள்?

மத்திய நிதி அமைச்சர் பழனியப்பன் சிங்காரவேலுவின் கடிதம் அது. மேனேஜர் பாலகிருஷ்ணனுக்கு எழுதப்பட்டிருந்தது.

டியர் மிஸ்டர் பாலகிருஷ்ணன் என்று தொடங்கியது அந்தக் கடிதம். ஆர்.கே. என்டர்பிரைசஸ் என்ற நிறுவனம் கேட்டிருக்கும் தொழில் கடனை, சிறப்பு நிகழ்வாகக் கருதி, தாமதமில்லாமல் உடனடியாகத் தரும்படி அக்கடிதத்தில் எழுதப்பட்டிருந்தது. அதன் கீழே மத்திய நிதி அமைச்சர் பழனியப்பன் சிங்காரவேலு கையெழுத்திட்டிருந்தார்.

அந்த பழனியப்பன் சிங்காரவேலு அப்போதும் நிதி அமைச்சராகத் தான் இருந்தார். எதிர்க்கட்சிகள் ஒருங்கிணைப்பு இல்லாமல் சிதறிக் கிடந்ததால், அவரது கட்சி தொடர்ந்து ஆட்சி நடத்திக்கொண்டிருந்தது. சிங்காரவேலுவைப் பற்றி தொடர்ந்து ஊழல் புகார்கள் வந்த வண்ணம் இருந்தாலும், எந்த ஆதாரமும் வெளிவரவில்லை என்பதால், அவரை யாராலும் எதுவும் செய்ய முடியவில்லை. தமிழ்நாட்டைச் சேர்ந்தவராக இருந்தாலும் மத்திய அரசில் அவரது

செல்வாக்கு கொடிகட்டிப் பறந்தது. தமிழ்நாட்டில் அந்த தேசியக்கட்சிக்கு இருக்கும் கோஷ்டிகளிலேயே இவரது கோஷ்டி சக்திவாய்ந்தது. இவர் மட்டும் இல்லாமல், இவரது மகனும் அந்தக்கட்சியில் பொறுப்பில் இருந்தான்.

ஏறக்குறைய 30 ஆண்டுகளாக அரசியலில் கொடிகட்டிப் பறந்தவர் சிங்காரவேலு. லண்டனில் பொருளாதாரம் படித்தவர். முனைவர் பட்டம் பெற்றவர். மத்திய அரசில் அவர் ஒரு தவிர்க்க முடியாத அங்கம்.

இந்த ஆதாரம் சிங்காரவேலுவை ஆட்டம் காணச்செய்து விடுமே! தொடர்ந்து அந்த ஃபைலை ஆராய்ந்தேன்.

ஆர்.கே. என்டர்பிரைசஸ் நிறுவனத்துக்கு கடன் கொடுக்கக் கூடாது என்ற லீகல் ஒபினியன் வந்த பிறகு இக்கடிதம் வந்திருக்கிறதா அதற்கு முன் வந்திருக்கிறதா என்பதை ஆராய்ந்தேன். லீகல் ஒபினியன் வந்த 28 நாட்கள் கழித்து மத்திய நிதி அமைச்சரின் கடிதம் வந்திருந்தது.

மத்திய அமைச்சரின் கடிதத்துக்கு இரண்டு நாட்கள் கழித்து பாலகிருஷ்ணன் பதில் எழுதியிருந்தார். ஹானரபிள் பினான்ஸ் மினிஸ்டர் என்று தொடங்கி, ஆர்.கே. என்டர்பிரைசஸ் நிறுவனத்துக்கு கடன் கொடுக்கக் கூடாது என்று கொடுக்கப் பட்டிருந்த லீகல் ஒபினியனைப்பற்றிக் கூறிவிட்டு, ஆர்.கே. என்டர்பிரைசஸ் நிறுவனத்துக்குக் கொடுக்கப்படும் கடனை திருப்பி வசூலிக்க அவர்கள் அடமானமாகக் கொடுத்துள்ள சொத்துக்களின் மதிப்பு 50 கோடியைத் தாண்டாது. ஆனால் அவர்கள் கேட்பதோ 1200 கோடி என்றும், அந்த 50 கோடிக்கான சொத்தும்கூட நீதிமன்றத்தில் வழக்கில் சிக்கியுள்ளது என்றும், ஆர்.கே. என்டர்பிரைசஸ் நிறுவனத்தின் பங்குதாரர்கள் குறித்த விபரங்கள் ரகசியமாக வைக்கப்பட்டுள்ளன என்பதையும் எழுதி, லீகல் ஒபினியனின் நகலை இணைத்திருந்தார்.

ஆனால் அதற்குப் பிறகு எந்தக் கடிதப்போக்குவரத்தும் இல்லை. லோன் கொடுக்கக்கூடாது என்று எழுதியிருந்த அதே பாலகிருஷ்ணன், 12 நாட்கள் கழித்து, லோன் கொடுக்கலாம் என்று ஆபீஸ் நோட்டில் எழுதி கையெழுத்துப் போட்டிருந்தார். அவர் தனது கருத்தை மாற்றிக் கொண்டு, லோன் கொடுக்கலாம் என்று முடிவெடுத்ததற்கு ஆதாரமாக எந்தத் தகவலும் அந்த ஃபைலில் இல்லை. ஃபைலின் அடியில் ஒரு உறையில் ஒரு சிடி இருந்தது. சிடியின் மீது எதுவும் எழுதப்படவில்லை. 'சிடியில் என்ன இருக்கும்?' கம்ப்யூட்டரில் உள்ள சிடி ட்ரைவில் சிடியை சொருகினேன். 'லேட்டஸ்ட் எம்.பி.3 சாங்ஸ்' என்று ஒரு போல்டர் இருந்தது. அதை திறந்தேன். அப்போது

வெளியான படங்களின் பாடல்கள் பல்வேறு போல்டர்களில் இருந்தன. சினிமா பாட்டு சிடியை போய் எதுக்கு இந்த ஃபைலில் வைக்கிறார். ச்சே... முதலில் ஃபைலை சாஸ்திரி பவனில் ஒப்படைக்க வேண்டும். அந்த சிடியை ஃபைலை விட்டு வெளியே எடுத்து, டேபிள் ட்ராயரில் போட்டேன்.

'திடீரென்று பாலகிருஷ்ணன் எப்படி தன் முடிவை மாற்றிக் கொண்டார்? ஏன் மாற்றிக் கொண்டார். மிரட்டப்பட்டாரா? இல்லை உண்மையிலேயே அந்த நிறுவனம் சரியான நிறுவனம்தானா...? சரியான நிறுவனமாக இருந்தால் ஏன் கடனைத் திருப்பிச் செலுத்தவில்லை? மொத்தப் பணத்தையும் சுருட்டி விட்டார்களா? மர்மமான ஒரு நிறுவனத்துக்கு நிதி அமைச்சர் ஏன் எழுத்துப்பூர்வமாக ஆதரவு தர வேண்டும்? அவருக்கும் இதில் பங்கு இருக்குமா? அல்லது அவரது பினாமி நிறுவனமா?' என்று பல்வேறு கேள்விகள் சுழன்று கொண்டே இருந்தன. எதற்கும் விடை கிடைக்கவில்லை.

என் உடலில் பதற்றம் தொற்றிக் கொண்டதை உணர்ந்தேன். என்ன செய்வது என்றும் புரியவில்லை. சங்கத்தலைவர் கல்யாணசுந்தரத்தை கலந்தாலோசிக்கலாமா என்றால் தற்போது அவகாசம் இல்லை. சாஸ்திரி பவன் செல்லவேண்டும். எவ்வளவு பெரிய ஊழலாக இருக்கிறது... தேசியமயமாக்கப்பட்ட வங்கியில் இருக்கும் ஒவ்வொரு ரூபாயும் மக்களின் பணமல்லவா? எப்படி இதுபோன்ற தவறுகள் நடக்க முடியும்? வங்கிகளில் வருடத்துக்கு இரண்டு முறை ஆடிட் நடக்குமே...

எப்படி இது நடந்தது?

செல்போன் ஒலித்தது. செல்லை எடுத்துப் பார்த்தால் ஜனனி. எடுத்துப் பேசலாமா வேண்டாமா என்று யோசித்துக் கொண்டிருக்கும்போதே லேண்ட் லைன் அடித்தது. செல்லை சைலென்ட்டில் போட்டுவிட்டு லேண்ட்லைனை எடுத்தேன்.

'வெங்கட்...?'

'யெஸ்.'

'நான் சீப் விஜிலென்ஸ் ஆபிசர் வெற்றிச்செல்வன் பேசறேன். நாலு மணிக்கு வரேன்னு சொன்னீங்களே... இன்னும் கௌம்பாம இருக்கீங்க.'

'சார்.. ஐ ம் அபவுட்டு ஸ்டார்ட் சார். 30 மினிட்ஸ்ல அங்க இருப்பேன் சார்'

பரபரப்பு தொற்றிக்கொண்டது. மணி நான்கு ஆகிவிட்டிருந்தது. யோசித்துக்கொண்டே நேரத்தை கவனிக்காமல் விட்டுவிட்டோமே... ச்சே..

ஃபைலை எடுத்துக்கொண்டு அறையை விட்டு வெளியே வந்தேன். சம்பத்தை அழைத்தேன்.

‘சம்பத். சாஸ்திரி பவன்ல இருக்க விஜிலென்ஸ் ஆபீசுக்கு போயிட்டு வந்துடறேன். அந்த ஃபைலை கேட்ருக்காங்க. பாத்துக்கங்க’ என்று சொல்லிவிட்டு, வெளியே வந்து பைக்கை எடுத்தேன். முதுகில் இருந்த பையில், அந்த ஃபைலை பத்திரமாக வைத்தேன். பைக்கை எடுத்து நேராக சாஸ்திரி பவனை நோக்கிச் சென்றேன்.

வண்டியை நிறுத்திவிட்டு, தரைத்தளத்தில் உள்ள அறிவிப்புப் பலகையில் பேங்க் விஜிலென்ஸ் ஆபீஸ் எந்தத் தளத்தில் இருக்கிறது என்று தேடியபோது, நான்காவது தளத்தில் இருந்தது தெரியவந்தது. லிஃப்ட் கூட்டமாக இருந்தது. படியேறி மூன்றாவது தளத்தை அடைந்தபோது லேசாக மூச்சிறைத்தது.

‘இந்த சிகரெட்டைக் குறைக்கவேண்டும். 32 வயதுதான் ஆகிறது. இப்போதே இப்படி மூச்சிழுத்தால் என்ன செய்வது... எப்படியாவது சிகரெட்டை குறைக்கவேண்டும். ஃபைலை வாங்கிக்கொண்டு என்ன கேட்பார்கள்? எனக்கு இது குறித்து எந்த விபரமும் தெரியாது என்பதுதானே உண்மை. அதைச் சொல்லலாம். அவர்களுக்கும் தெரியும் அல்லவா. நான் இப்போதுதானே இந்த ப்ராஞ்சிற்கே வந்தேன். பாலகிருஷ்ணன் இருக்கும்போதுதானே இந்தக் கடனே வழங்கப்பட்டிருக்கிறது. அவரை விசாரணைக்கு அழைப்பார்களா? அவர் இப்போது சென்னையில் இருப்பாரா? சொந்த ஊருக்குப் போயிருப்பாரா... எங்கே இருந்தால் என்ன? நம்மைத் தொல்லை செய்யாமல் விட்டால் போதும்’ என்று யோசித்துக் கொண்டிருக்கும் போதே... திடீரென்று மின்னல் போல ஒரு எச்சரிக்கை உணர்வு தோன்றியது.

‘இந்த ஃபைலை எந்த நகலும் எடுக்காமல் அப்படியே கொடுத்து விட்டால் நாளை நமக்கு ஏதாவது பிரச்னை வந்தால் எப்படி சமாளிப்பது. இவர்களிடம் இந்த ஃபைலின் ஒரிஜினலை அப்படியே கொடுத்தால் நமக்கு என்ன பாதுகாப்பு இருக்கிறது? இவர்கள் ஒழுங்காக நடவடிக்கை எடுப்பார்கள் என்று என்ன நிச்சயம்? இவர்களிலும் ஒரு கருப்பு ஆடு இருந்தால்?’

'இந்த ஃபைலை கேட்டு வாங்குவதே சிங்காரவேலுவிடம் கொடுப்பதற்காக இருந்தால்? மத்திய நிதியமைச்சராக இருக்கும் நபருக்கு இருக்கும் செல்வாக்கு கொஞ்ச நஞ்சமா? டாடா, அம்பானி, மிட்டல் என்று அத்தனை தொழிலதிபர்களும் சிங்காரவேலுவின் பாக்கெட்டில் அல்லவா இருப்பார்கள்? ஒட்டுமொத்த ஆதாரத்தையும் இவர்களிடம் கொடுத்துவிட்டால் நாளை என்ன சொன்னாலும் நம்பமாட்டார்களே.'

மூன்றாவது தளத்திலிருந்து அப்படியே கீழிறங்கினேன். மணியைப் பார்த்தேன். நாலேமுக்கால் ஆகியிருந்தது. லேட் ஆனது ஆகிவிட்டது. மொத்த கோப்பையும் ஒரு நகல் எடுத்துக்கொள்வோம். அப்படியே கொடுப்பது நாளை நமக்கும் ஆபத்தாக முடியலாம் என்று முடிவு செய்து, சாஸ்திரி பவன் அருகில் இருந்த ஜெராக்ஸ் கடைக்குச் சென்றேன்.

சாஸ்திரி பவனில் ஐம்பதுக்கும் மேற்பட்ட மத்திய அரசு அலுவலகங்கள் இருக்கின்றன. ஏராளமான பொதுமக்கள் வந்து போகும் இடம் என்பதால், ஜெராக்ஸ் கடையில் கூட்டம் நிறைய இருந்தது. எப்படியும் பதினைந்து நிமிடங்கள் ஆகும். 'ஆனால் என்ன?'

'மொத்த ஃபைலையும் ஒரு காப்பி போடுப்பா.'

'எத்தனை காப்பி சார்?'

'ஒரு காப்பி போதும்பா'

அவன் அந்தக் கோப்பை வாங்கி ஓரமாக வைத்துவிட்டு, எனக்கு முன்னால் வந்தவர்களுக்கு காப்பி போட்டுக்கொண்டு இருந்தான். ஓரமாகச் சென்று ஒரு தம் அடிக்கலாம் என்று தோன்றினாலும், அந்த ஃபைலை அவன் பொறுப்பில் விட்டுவிட்டுச் செல்ல மனம் வரவில்லை. பொறுமையாக அனைவருக்கும் அவன் ஜெராக்ஸ் போட்டு முடித்துவிட்டு, எனது ஃபைலை எடுத்துப் போடும்வரை காத்திருந்தேன்.

செல்போன் அடித்தது. மீண்டும் ஜனனி. செல்போனை எடுத்துப் பார்க்கும்போது, ஜெராக்ஸ் கடைப்பையன் 'சார் ஒன் காப்பி வாங்கிக்கங்க' என்றான். போன் பேசிக்கொண்டிருந்தால் ஃபைலை சரிபார்க்க முடியாது என்று, சைலென்ட்டில் போட்டு விட்டு, 'குடுப்பா' என்று அவனிடம் அவற்றை பெற்றுக்கொண்டேன்.

அவன் கேட்ட தொகையைக் கொடுத்துவிட்டு, ஜெராக்ஸ் காப்பிகளை எடுத்து எனது பையில் தனியாக வைத்தேன். ஓரிஜினலை

வாங்கி அனைத்துப் பக்கங்களும் சரியாக இருக்கிறதா என்று பார்த்தேன். அனைத்தும் சரியாக இருந்தது.

‘ஒரு முக்கியமான விஷயத்தை டீல் செய்யும்போது, மனது ஏன் பார்ப்பவர்களையெல்லாம் சந்தேகப்படுகிறது? அந்தப் பையனைப் பார்க்கும்போது அவன் அந்த ஜெராக்ஸ் கடையில் வேலை பார்க்கிறான் என்பது நன்றாகத் தெரிகிறது. ஆனாலும் ஏன் இந்த சந்தேக புத்தி? சந்தேகம் என்பதே மனித இயல்பா? இல்லை எனக்கு மட்டும் சந்தேகம் அதிகமாக இருக்கிறதா?’

மூன்றாவது தளத்தை அடைந்தேன். இடது புறமாக பேங்க் விஜிலென்ஸ் அலுவலகம் இருந்தது. உள்ளே நுழைந்ததும் கடைசி அறையின் வெளியே வெற்றிச்செல்வன், சீஃப் விஜிலென்ஸ் ஆபீசர் என்ற பெயர்ப்பலகை இருந்தது. செல்போனை சைலென்டில் போட்டுவிட்டுச் செல்லாம் என்று எடுத்தபோது, ஜனனியிடமிருந்து மெசேஜ் வந்திருந்தது.

‘ஐ வோன்ட் டிஸ்டர்ப் யு’.

ஏற்கெனவே ஒரு மணிநேரம் தாமதமாகி விட்டது. பதிலனுப்ப நேரம் இல்லை. பிறகு அனுப்பிக்கொள்ளலாம்.

நேராக அந்த அறைக்குச் சென்று கதவைத் தட்டினேன். ‘கம் இன்’ என்று குரல் வந்ததும் உள்ளே நுழைந்தேன்.

வெற்றிச்செல்வன், ஒரு அதிகாரிக்கே உரிய தோரணையோடு இருந்தார். முன்பக்கம் லேசான வழுக்கை. மேஜையில் முருகன் படம வைத்திருந்தார். ஐம்பதுக்கு மேல் இருப்பார். வெளிர் நீலச் சட்டைக்கு அவர் கரு நீலத்தில் அணிந்திருந்த டை பொருத்தமாக இருந்தது.

‘வாங்க வெங்கட். சிட் டவுன்.’

‘வாட் டூ யு வான்ட் டு ஹேவ். காபி ஆர் டீ’

‘நத்திங் சார். ஜஸ்ட் நவ் ஹேட்.’

என் பையைத் திறந்து ஆர்.கே. என்டர்பிரைசஸ் ஃபைலை எடுத்து அவரிடம் கொடுத்தேன். பாக்கெட்டில் இருந்த கண்ணாடியை எடுத்து மாட்டிக்கொண்டு, ஃபைலைத் திறந்து பார்த்தார்.

அப்ளிகேஷனைப் பார்த்துவிட்டு, லீகல் ஒபினியனைப் பார்த்ததும் அவர் புருவங்கள் உயர்ந்தன. அடுத்த பக்கத்தில் இருந்த நிதி அமைச்சரின் கடிதத்தைப் பார்த்ததும் கண்கள் வியப்பில் விரிந்தன.

கடைசிப்பக்கம் வரை பார்வையிட்டு விட்டு, பைலிலிருந்து தலையை உயர்த்தி என்னைப் பார்த்து, 'இந்த ஃபைல் வேற காப்பி இருக்குதா?' என்றார்.

'நோ காப்பி சார். நான் கூட காப்பி எடுக்கலை. எப்படியும் நீங்க ஃபைல் வாங்கினதுக்கு அக்னாலெட்ஜ்மென்ட் தருவீங்கன்னு காப்பி எடுக்காம வந்துட்டேன் சார். ஷூட் ஐ ரீட்டெயின் யா காப்பி சார்?'

'நோ.. நோ.. ஜஸ்ட் கேட்டேன். பேங்க்ல காப்பி இருக்குமே?'

'அங்கயும் காப்பி இல்ல சார். இந்த ஒரிஜினலே ரொம்ப அர்ஜென்சியில தேடிக் கண்டுபிடிச்சோம்.'

அவர் டேபிளில் இருக்கும் பெல்லை அழுத்தி உதவியாளரை வரச்சொன்னார். வெள்ளைச் சீருடை அணிந்த ஒருவர் உள்ளே வரவும், அவர் டேபிளில் இருந்த லெட்டர் பேடில், சர சரவென்று நான்கு வரிகளை கிறுக்கி, வந்தவரிடம் கொடுத்து, 'ஹேமாகிட்ட இதக் குடுத்து, ப்ரான்ச் மேனேஜருக்கு அட்ரஸ் பண்ணி, நான் எழுதியிருக்கற மாதிரி அக்னாலெட்ஜ்மென்ட் அடிச்சு எடுத்துட்டு வரச்சொல்லுங்க.' என்று அவரை அனுப்பிவிட்டு என்னைப் பார்த்தார்.

'ம்ம்... தென்... ஆர் யூ மேரிட்?'

'நாட் யெட் சார்'

'ஹவ் ஓல்ட் ஆர் யு?'

'32 சார்.'

'தென் கெட் மேரிட் மேன்... வீட்ல சிஸ்டர்ஸ் இருக்காங்களா?'

'ஜஸ்ட் ஒன் சிஸ்டர் சார். ஷி ஈஸ் அல்ரெடி மேரிட். நான்தான் தள்ளிப்போட்டுகிட்டு இருக்கேன் சார்.' என்று நான் சொல்லி முடிக்கையில், அந்த உதவியாளர் டைப் அடித்த கடிதங்களோடு வந்தார்.

உரையாடலை அப்படியே நிறுத்தியவர் அந்தக் கடிதத்தை வாங்கி படித்துப் பார்த்துவிட்டு, கையெழுத்திட்டார்.

'இந்தாங்க. ஓ.சியில கையெழுத்துப் போட்டுட்டு எடுத்துக்கங்க. ஓ.கே.' என்று எழுந்து கை கொடுத்துவிட்டு, தொலைபேசியை எடுத்தார்.

நான் அந்தக் கடிதத்தை வாங்கிப் பார்த்தேன். ஆர்.கே. என்டர்பிரைசஸ் தொடர்பான கோப்பை பெற்றுக்கொண்டதற்கான ஒப்புகை இருந்தது.

வெளியே வந்ததும் திடீரென்று களைப்பாக இருப்பதுபோலத் தோன்றியதால் நேராக வீட்டிற்குச் சென்றேன்.

அதுவரை ஆர்.கே. என்டர்பிரைசஸ் என் நினைவுகளை ஆக்ரமித்துக் கொண்டிருந்தது. படுக்கையில் விழுந்தவுடன் ஜனனி நினைவு வந்தது. 'ஐ யம் சாரி. ஐ வாஸ் வெரி பிசி.' என்று எஸ்எம்எஸ் அனுப்பினேன். 10 நிமிடங்கள் ஆனபின்னும் பதில் வரவில்லை. 'ப்ளீஸ் அன்டர்ஸ்டான்ட். ஐ ஹேட் டு கோ டு விஜிலென்ஸ் ஆபீஸ். ரியல்லி வெரி டைட் டுடே' என்று மீண்டும் அனுப்பினேன்.

அவளிடமிருந்து எஸ்எம்எஸ் வரும் என்று எதிர்பார்த்துக்கொண்டே, எப்போது உறங்கினேன் என்று தெரியவில்லை.

காலையில் எழுந்து செல்போனைப் பார்த்தபோதும், ஜனனியிடமிருந்து எந்த பதிலும் வரவில்லை. ஆபீசுக்குள் நுழையும்போது ஆர்.கே. என்டர்பிரைசஸ் என்ற தொல்லை ஒழிந்தது போல ஒரு உணர்வு ஏற்பட்டது. பார்ப்போம் ஏதாவது நடவடிக்கை எடுக்கிறார்களா இல்லையா என்று.

டேபிளின் மீது ஒரு கடிதம் இருந்தது. 'மணி 10.10தான் ஆகிறது. அதற்குள் காலையில் என்ன கடிதம் இது...'

'ட்யூ டு பெர்சனல் ரீசன்ஸ், ஐ மே கைன்ட்லி பி ட்ரான்ஸ்பார்ட் டு, ஹெட் ஆபீஸ்.' என்று எழுதி ஜனனி கையெழுத்திட்டிருந்தாள்.

௫

அதிர்ச்சி... கோபம்... எரிச்சல்... ஆகிய உணர்வுகள் ஒரு சேர ஏற்பட்டன. 'இந்த சிச்சுவேஷனை இன்னும் சரியாக கையாண்டிருக்கலாமோ? நம்மீதுதான் தவறோ? நம்மீது உள்ள கோபத்தில்தான் இப்படி செய்துவிட்டாளோ... இல்லை அவளுக்கு வேறு பிரச்னைகள் காரணமாக இருக்குமோ? எப்படி ஒரு இக்கட்டான நிலையில் இருந்தேன்? இதைக்கூட புரிந்துகொள்ள மாட்டாளா?'

மேசையில் இருந்த மணியை அடித்து ஜனனியை வரச்சொன்னேன். கதவைத் திறந்தவள் உள்ளே நுழைந்ததும் தலையைக் குனிந்து கொண்டாள்.

'உக்காருங்க ஜனனி.'

'பரவாயில்லை சார். சொல்லுங்க'

'உக்காருங்க ஜனனி... ப்ளீஸ்.'

அமர்ந்தாள்.

'எதுக்கு ஹெட் ஆபீசுக்கு ட்ரான்ஸ்பர் கேக்கறீங்க? என்ன ப்ராப்ளம்?'

'லெட்டர்லேயே எழுதியிருக்கேனே சார் பர்சனல் ப்ராப்ளம்னு.'

வேள்வி | 41

‘ஜனனி. டோன்ட் ப்ளே கேம்ஸ். என்ன ரீசன்னு சொல்லுங்க. திடீர்னு ஏன் இப்படி ட்ரான்ஸ்பர் கேக்கறீங்க? ஹெட் ஆபீஸ்ல இங்க இருக்கற மாதிரி ஃப்ரீயா இருக்க முடியாது. வேலை ரொம்ப கஷ்டம். அதை நீங்க சமாளிச்சுடுவீங்கன்னு தெரியும். பட் எதுக்கு இப்போ ட்ரான்ஸ்பர் கேக்கறீங்க.’

‘சார் எங்கிட்ட எதுவும் கேக்காதீங்க. தயவு செய்து அதை ஃபார்வேர்ட் பண்ணுங்க. லெட் மி லிவ் இன் பீஸ் (peace).’

‘நான் ஃபார்வேர்ட் பண்ணிடறேன் ஜனனி. பட் வொய் டோன்ட் யூ (reconsider) என் மேல ஏதாவது கோபத்தால ட்ரான்ஸ்பர் கேட்டா அது நியாயம் இல்லை. ஐ வில் எக்ஸ்ப்ளெய்ன்.’

‘சார். உங்க மேல கோபம்னு நான் சொல்லவேயில்லையே. தயவு செய்து லெட்டரை ஃபார்வேர்ட் பண்ணுங்க. ப்ளீஸ். நீங்க எனக்கு ஏதாவது ஹெல்ப் பண்ணணும்னு நெனச்சீங்கன்னா, இந்த லெட்டரை ஹெட் ஆபீசுக்கு அனுப்புங்க.’

‘ஆல்ரைட் ஜனனி. இன்னைக்கே ஃபார்வேர்ட் பண்ணிடறேன். இவ்ளோ தூரம் கேட்டும் எந்தக் காரணத்தையும் சொல்ல மாட்டேன்னு அடம்பிடிக்கறீங்கன்னா ஐ டோன்ட் நோ வாட் டு டூ (I don't know what to do)’

குனிந்த தலையை நிமிராமல் இருந்தாள்.

‘என் கண்ணைப் பார்க்க அச்சப்படுகிறாளா. அல்லது பார்க்கவே பிடிக்கவில்லையா? பெண்கள் மனதில் என்ன இருக்கிறது என்று உலகில் யாராவது ஒருவராவது கண்டுபிடித்திருக்கிறார்களா? இவ்வளவு தூரம் கெஞ்சியும் முகத்தைக்கூட பார்க்காமல் இப்படி அமைதியா உட்கார்ந்திருக்கிறாளே. இவளுடைய உலகம் இவள் மட்டுமே. ஊரில், உலகத்தில் என்ன நடக்கிறது என்பதைப்பற்றி ஏன் யோசிக்க மாட்டேன் என்கிறாள்? இவளைப் புறக்கணிப்பதற்காகவே நேற்று வரவில்லை என்று நினைத்துக் கொண்டுதானே இப்படிச் செய்கிறாள். நேற்று நான் இவளைப் பார்க்கச் சென்றிருந்தால் என்ன ஆகியிருக்கும்? என் நிலைமையை யோசித்துப் பார்க்க முயலக்கூட மாட்டேன்கிறாளே.’

‘சரி கெளம்புங்க ஜனனி.’

‘தேங்க்ஸ் சார்’

ஜனனி மீது எனக்கு இருந்தது காதலா? அவளும் என்னைக் காதலித்திருப்பாளோ? நான்தான் ஒரு வேளை எனக்கு வசதியாக

இருப்பதால் காதலித்திருப்பாள் என்று நினைத்துக்கொள்கிறேனோ? அவள் என்னைக் காதலித்திருப்பாள் என்று சொல்வதால், ஆண் என்கிற எனது திமிர் சந்தோஷமடைகிறதோ? எவ்விதமான எண்ணமும் இல்லாமல் வெறும் உயர் அதிகாரி என்று மட்டுமா என்னை நினைத்திருப்பாள்? வெறும் உயர் அதிகாரி என்று நினைத்தால் ஏன் நான் அனுப்பிய எஸ்எம்எஸ்களுக்கு உடனுக்குடனே பதில் அனுப்பினாள்?

பதில் அனுப்பாவிட்டால் உயர் அதிகாரியின் கோபத்துக்கு ஆளாக நேரிடுமே என்றுகூட பயந்துகொண்டு அனுப்பியிருக்கலாமே? ச்சே... ச்சே... அவள் அனுப்பிய பதில்களில் அதுபோல இருந்ததற்கான அறிகுறியே இல்லை. தவிரவும் அப்படியெல்லாம் பயப்படுகிற பெண்ணா அவள்? அப்படி பயப்படுகிற பெண்ணாக இருந்தால், ட்ரான்ஸ்பர் கோரிக்கையை வாபஸ் வாங்கு என்று நான் சொன்னவுடன் கேட்டிருக்க வேண்டுமே?

அவளுக்கும் என் மீது ஒரு ஈர்ப்பு இருந்திருக்கத்தான் வேண்டும். ஈர்ப்பு இல்லாமல் எப்படி உரிமையோடு என்னை வீட்டுக்கு வரச்சொன்னாள்? இந்த ப்ரான்ச்சிலேயே ஜொள்ளு வழிந்துகொண்டு எப்போது அவள் பேசுவாள் என்று அலையும் ஆட்களுக்கா பஞ்சம்? அத்தனை பேரையும் விட்டு என்னை அவள் அழைத்ததே அவளுக்கு என் மீது உள்ள ஈர்ப்பின் காரணமாகத்தானே?

அவள் அழைத்ததும் வீட்டுக்குப் போயிருந்தால் என்ன ஆயிருக்கும்? நானும் அவளும் காதல் சிறகை காற்றினில் விரித்து வான வீதியில் பறந்திருப்போமோ?'

பல்வேறு எண்ணங்கள் சுழன்றன.

நான்கு மாதங்கள் கழித்து ஜனனிக்கு மாறுதல் உத்தரவு வந்தது. இடைப்பட்ட காலத்தில், பல முறை ஜனனியிடம் பேச முயன்றும், அலுவல் ரீதியாக பேசினால் மட்டுமே பதில் சொல்லுவாள். மற்ற எல்லாக் கேள்விகளுக்கும் மௌனம் மட்டுமே பதிலாக இருந்தது. என்னை அவள் வேண்டுமென்றே தவிர்த்தது தெரிந்தது. இனி நான் செய்வதற்கு ஒன்றும் இல்லை என்பது புரிந்தது. நானும் அவளோடு பேசுவதற்கான எனது முயற்சிகளை கை விட்டேன்.

இரண்டுமுறை சங்கத் தலைவர் கல்யாண சுந்தரத்தை சந்தித்துப் பேசினேன். இரண்டுமுறையும் ஆர்.கே. என்டர்பிரைசஸ் தொடர்பாக பேசமுடியாத அளவுக்கு அவர் பிசியாக இருந்தார். இன்று வரச்சொல்லியிருக்கிறார். ஞாயிற்றுக்கிழமை என்பதால் மாலை சென்று பார்க்கலாம் என்று உத்தேசித்திருந்தேன்.

மாலை 4 மணிக்கு அவர் தங்கியிருக்கும் வங்கி ஊழியர் சங்க அலுவலகம் சென்றேன். ஒரு சில நாட்கள் சங்க அலுவலகத்தில் தங்கியிருப்பார் அல்லது கட்சி அலுவலகத்தில் தங்கியிருப்பார். வங்கியின் தொழிற்சங்கத்தை எடுத்துக் கொண்டால் மிகப்பெரிய தலைவர் கல்யாணசுந்தரம்தான். கல்யாணசுந்தரம் பேசுகிறார் என்றால் சங்கத்தின் கொள்கைகளில் ஈடுபாடு இல்லாத ஊழியர்கள் கூட வந்து கேட்பார்கள். தொழிற்சங்க பிரச்னைகளைத் தவிர்த்து, தங்கள் சொந்த பிரச்னைகளையும் எடுத்து வந்து கல்யாண சுந்தரத்திடம் தீர்வு கேட்பார்கள். அனைவரது பிரச்னைகளையும் காது கொடுத்து பொறுமையாகக் கேட்டு ஆலோசனை சொல்வார். கல்யாண சுந்தரத்தின் பெயரில் கல்யாணம் இருக்கிறதே தவிர, அவர் கல்யாணமே செய்துகொள்ளவில்லை. ஏன் திருமணம் செய்து கொள்ளவில்லை என்று கேட்டால், 'நாந்தான் சங்கத்தையும் கட்சியையும் கல்யாணம் பண்ணிக்கிட்டேனே. எனக்கு எதுக்கு வேற கல்யாணம்' என்று நகைச்சுவையாகச் சொல்வார்.

அவரை என்னுடைய குரு என்று தாராளமாகச் சொல்லாம். ஒரு குருவிடம் உள்ள மரியாதையும் பக்தியும் அவரிடம் எனக்கு உண்டு. புதிதாக வங்கியில் வேலைக்குச் சேர்ந்த புதிதில், அவரது அறிமுகம் கிடைத்தபோது, பெரிய தலைவர் என்ற பயம் மட்டுமே இருந்தது. வங்கி வேலைக்கு வருவதற்கு முன்னால் ஊழியர் சங்கங்கள் என்றால், ஊதிய உயர்வு கேட்டுப் போராடுவார்கள் என்ற கருத்து எனக்கும் இருந்ததால், எனக்கும் பொதுவாக சங்க நடவடிக்கைகளில் பெரிய அளவில் பிடிப்பு இல்லை. இரண்டு நாட்கள் நடந்த ஒரு கருத்தரங்கத்தில் ஒரு நாள் கலந்து கொண்டபோது, இந்திய சுதந்திரப் போராட்டத்தில் கம்யூனிஸ்டுகளின் பங்கு குறித்து அவர் பேசியபோது அவரின் பேச்சு பிரமிப்பை ஏற்படுத்தியது.

1946ம் ஆண்டு பிரிட்டிஷ் இந்தியாவின் கடற்படையில் பணிபுரிந்த இந்தியர்கள் திடீரென்று மேற்கொண்ட வேலை நிறுத்தத்தால் பிரிட்டிஷ் சாம்ராஜ்யமே நடுநடுங்கியது.

பம்பாய் கப்பல்தளத்தில் பணியில் இருந்த கடற்படையினர், உணவு சரியில்லை என்ற காரணத்தால் முதலில் வேலை நிறுத்தம் செய்யத் தொடங்கி, அது பிரிட்டிஷாருக்கு எதிரான வேலை நிறுத்தமாக மாறியது. பம்பாய் துறைமுகத்தில் அந்த வேலைநிறுத்தம் தொடங்கியது. வேலை நிறுத்தத்திற்கென ஒரு போராட்டக்குழு, எம்.எஸ்.கான் மற்றம் மதன் சிங் என்பவரால் உருவாக்கப்பட்டது. வேலை நிறுத்தம் முதலில் அக்பர் என்ற கப்பலில் தொடங்கியது. அதையடுத்து பகதூர் என்ற கப்பலும் வேலைநிறுத்தத்தில்

ஈடுபட்டது. சுபாஷ் சந்திர போஸின் வீர தீரச் செயல்கள் வானொலிச் செய்திகள் மூலமாகவும், கப்பலின் ஒயர்லெஸ் மூலமாகவும் பரவி, கடற்படையினரை கிளர்ந்தெழச் செய்தன. வேலை நிறுத்தத்துக்கு எதிர்ப்புத் தெரிவித்து பிரிட்டிஷாருக்கு ஆதரவு தெரிவித்த கடற்படை அதிகாரிகள் கப்பலிலிருந்து வெளியேற்றப்பட்டனர்.

கப்பலின் வயர்லெஸ் மூலம் கராச்சி, கொச்சின், விசாகப்பட்டினம் ஆகிய துறைமுகங்களுக்கு செய்தி பறந்ததும், அங்கேயும் வேலை நிறுத்தம் தொடங்கியது. பம்பாயில் இருந்த மில் தொழிலாளர்கள், அச்சுத் தொழிலாளர்கள், சுரங்கத் தொழிலாளர்கள் கடற்படை யினருக்கு ஆதரவாக பம்பாய் நகர வீதிகளில் இறங்கிப் போராடினர். கப்பலில் இருந்து ஒரு சில பிரிட்டிஷ் அதிகாரிகள் தாக்கப்பட்டு விரட்டியடிக்கப்பட்டனர். கப்பலில் பறந்து கொண்டிருந்த பிரிட்டிஷ் கொடி இறக்கப்பட்டு காங்கிரஸ், முஸ்லீம் லீக் மற்றும் இந்தியக் கம்யூனிஸ்ட் கட்சியின் கொடிகள் பறக்கவிடப்பட்டன. கராச்சி துறைமுகத்தில், வேலை நிறுத்தம் செய்யும் கடற்படையினரை நோக்கிச் சுடுமாறு பணிக்கப்பட்ட ராணுவத்தின் கூர்க்கா படையினர் பிரிட்டிஷ் அதிகாரிகளின் உத்தரவுக்கு கீழப்படிய மறுத்து துப்பாக்கிகளைக் கீழே போட்டனர். நாடு முழுவதும், இந்து முஸ்லீம் என்று பிளவுபட்டிருந்த போராட்டம், பம்பாய்க் கடற்படையில் பாகுபாட்டை உடைத்து நடந்ததைப் பார்த்த பிரிட்டிஷார் கலங்கினர்.

இந்தியா மற்றும் அப்போது இணைந்திருந்த பாகிஸ்தான் மக்களும் ஒட்டுமொத்த ஆதரவை அளித்தும், காந்தியும், ஜின்னாவும் இந்த வேலைநிறுத்தத்தை ஆதரிக்கவில்லை. கம்யூனிஸ்ட் கட்சி மட்டுமே ஆதரித்தது. பெரிய தலைவர்களின் ஆதரவு இல்லாததால், ஒரே வாரத்தில் அந்த வேலை நிறுத்தம் முடிவுக்கு வந்தது. வேலை நிறுத்தத்தில் ஈடுபட்டிருந்த அத்தனை பேரும் பணி நீக்கம் செய்யப்பட்டனர்.

இந்த வேலை நிறுத்தத்தையடுத்து, நெருக்கடியான காலகட்டங் களில் இந்திய ராணுவத்தையோ, கடற்படையையோ நம்பமுடியாது என்று பிரிட்டிஷ் அரசாங்கம் முடிவெடுத்தது.

இந்தியாவை ஆண்டு கொண்டிருந்த பிரிட்டிஷ் அரசு, நெருக்கடியான நேரத்தில் போராட்டத்தில் ஈடுபடும் இந்தியர்களை அடக்குவதற்கு இந்தியர்களைப் பெரும்பான்மையாகக் கொண்ட ராணுவம் மற்றும் காவல்துறையினரையே பிரிட்டிஷ் அரசு நம்பியிருக்க வேண்டி யிருந்தது. அந்த நம்பிக்கை பொய்யானதாலேயே இந்தியாவை விட்டு வெளியேற வேண்டும் என்ற பிரிட்டிஷ் எண்ணம் முழுமை யடைந்தது. ஆனால், அப்படி ஒரு வீரம் செறிந்த போராட்டத்தில்

ஈடுபட்ட கடற்படையினருக்கு, சுதந்திரத்துக்குப் பிறகு, இந்திய அரசும் வேலை தரவில்லை, பாகிஸ்தான் அரசும் வேலை தரவில்லை என்று கல்யாண சுந்தரம் பேசி முடித்தபோது, அந்த அரங்கில் இருந்த அனைவரது மனதும் கனத்தது. இந்திய சுதந்திரப் போராட்ட வரலாற்றில் இப்படி ஒரு மிகப்பெரிய விஷயம் மறைக்கப்பட்டு விட்டதே என்ற ஆதங்கமும் ஏற்பட்டது. அவர் அந்த விஷயத்தைப் பற்றிப் பேசியவுடன், இந்தியக் கப்பற்படைக் கலகம் தொடர்பான பல்வேறு நூல்களைப் படிக்கவும், மேலும் தெரிந்துகொள்ளவும் அவர் பேச்சு என்னைத் தூண்டியது.

அந்தக் கூட்டம் முதல் கல்யாண சுந்தரம் எந்தக் கூட்டத்தில் பேசினாலும் தவறாமல் ஆஜராகிவிடுவேன். அதன் பிறகு அவரைச் சந்திக்க சந்தர்ப்பம் கிடைத்தபோதெல்லாம் அரசியல் விவாதங்களில் ஈடுபட்டு அவரின் ஆழ்ந்த அறிவைக் கண்டு மலைத்துப் போயுள்ளேன். அவரைப்போலவே அரசியல் அறிவை விசாலப்படுத்திக் கொள்ள வேண்டுமென்ற காரணத்தால்தான் பல்வேறு புத்தகங்களைப் படிக்கும் பழக்கமே ஏற்பட்டது எனக்கு.

விவாதத்தில் பங்கெடுக்கும்போது எனக்கு உள்ள ஆர்வத்தைப் பார்த்து, ஒரு மகனைப்போன்ற வாஞ்சையோடு என்னை பார்த்துக் கொண்டார்.

நான் சென்றபோது அறையில் அமர்ந்து புத்தகம் படித்துக் கொண்டிருந்தார்.

‘வாப்பா வெங்கட். நல்லா இருக்கியா?’

‘நல்லா இருக்கேன் தோழர். நீங்க எப்படி இருக்கீங்க?’

‘எனக்கென்னப்பா.. நல்லா இருக்கேன். என்ன விஷயம் சொல்லு. ரெண்டு வாட்டி நீ வந்தப்போவும் தோழர்கள் பேசிக்கிட்டிருந்தாங்க. நீ என்னமோ சொல்ல வந்துட்டு அப்படியே போயிட்ட. என்ன விஷயம்?’

‘ஆமாம் தோழர்...’ என்று தொடங்கி ஆர்.கே. என்டர்பிரைசஸ் லோன் விபரங்களை முழுமையாகச் சொல்லி முடித்தேன்.

‘யாருக்கும் தெரியாம சம்பந்தப்பட்ட டாக்குமென்ட்ஸை எடுத்து சிபிஐகிட்ட குடுத்துட வேண்டியதுதானே? சிபிஐல யாரையும் தெரியாதா உனக்கு’

‘இல்ல தோழர். பேங்க் விஜிலென்ஸ்ல இந்த லோன் தொடர்பான அத்தனை பேப்பர்ஸையும் வாங்கிட்டாங்க. அந்த பேப்பர்ஸை பாக்கும்போதுதான் பினான்ஸ் மினிஸ்டர் சிங்காரவேலு ஆர்.கே.

என்டர்பிரைசஸ் கம்பெனிக்கு லோன் குடுக்கறதுக்காக ரெக்கமெண்ட் பண்ணி லெட்டர் குடுத்தருக்காருன்னு தெரிய வந்துச்சு. பட் எல்லா பேப்பர்ஸையும் நான் ஹேண்ட் ஓவர் பண்ணிட்டேன்.'

'பேங்க் விஜிலென்ஸ் இதை விசாரிக்கறதுக்குத்தானே வாங்கிருப்பாங்க. அவங்க விசாரிக்கலையா?'

'இல்லை தோழர். அவங்ககிட்ட பேப்பர்ஸ் குடுத்து நாலு மாசம் ஆகுது. ரெண்டு வாட்டி போன் பண்ணிக் கேட்டேன். 'எங்ககிட்ட பேப்பர்ஸை ஹேண்ட் ஓவர் பண்ணிட்டீங்கள்ல? நாங்க பாத்துக்கறோம். யூ டோண்ட் ஓர்ரி'ன்னு சொல்லிட்டாங்க தோழர்'

'இது பெரிய்ய விவகாரம்பா. அந்த பேங்க் விஜிலென்ஸ்ல வேலை பாக்கறவனும் சிங்காரவேலுவுக்கு கீழேதானே வேலை பாக்கறான். அவன் நடவடிக்கை எடுப்பான்னு நாம எப்படி எதிர்ப்பார்க்க முடியும்? சிங்காரவேலு எவ்ளோ பவர்புல்னு உனக்கு தெரியும்ல? ப்ரைம் மினிஸ்டரையே மிரட்டறவன்பா அவன். இதை ஜாக்கரதையாத்தான் ஹேண்டில் பண்ணணும்.

எல்லா பேப்பர்சையும் விஜிலென்ஸ்ல குடுத்துட்டியே... நமக்குன்னு என்ன எவிடென்ஸ்பா இருக்கு? சிங்காரவேலு ரோலை எப்படிப்பா ப்ரூவ் பண்றது?'

'தோழர்.. விஜிலென்ஸ்ல குடுக்கறதுக்கு முன்னாடி, எல்லா பேப்பர்ஸையும் ஒரு காப்பி போட்டு வச்சுட்டேன். எங்கிட்ட பத்திரமா இருக்கு.'

'லோன் குடுத்தப்ப யாருப்பா மேனேஜரா இருந்தது. அவர்கிட்ட பேசினியா? இல்ல அவரும் இதுல இன்வால்வ்டா?'

'தோழர். அவருக்கு இதிலே இன்வால்வ்மெண்ட் இருக்கற மாதிரித் தெரியல. சிங்காரவேலு லெட்டர் வந்ததுக்குப் பிறகு, அவர் பதில் அனுப்பியிருக்கார். இந்த கம்பெனிக்கு லோன் குடுக்க முடியாது. இன்எலிஜிபிள்னு (ineligible) க்ளீனா எழுதியிருக்கார். ஆனா, பத்து நாள் கழிச்சு அவரே லோன் சேங்ஷன் பண்ணிருக்கார். இப்ப அவரு ரிட்டையர் ஆயிட்டார். தஞ்சாவூர்ல செட்டில் ஆயிட்டார். நான் இன்னும் அவரை மீட் பண்ணல.'

'வேற யாருக்கு இந்த விஷயம் தெரியும்?'

'வேற யாருக்கும் தெரியாது தோழர். நேரா உங்ககிட்ட மட்டும்தான் டிஸ்கஸ் பண்றேன். வேற யாரையும் நம்பி டிஸ்கஸ் பண்ண பயமா இருக்கு.'

‘வேற யாருக்கிட்டயும் டிஸ்கஸ் பண்ண வேண்டாம். நீ தஞ்சாவூர் போயி உனக்கு முன்னாடி இருந்த மேனேஜரப் பாத்துட்டு வா. அவர்கிட்ட ஏன் லோன் சாங்ஷன் பண்ணாருன்னு கேளு. அவரைப் பாத்து டிஸ்கஸ் பண்ணிட்டு வா. அடுத்து என்ன பண்றதுன்னு முடிவு பண்ணலாம். அதுவரைக்கும் வேற யார்கிட்டயும் இது பத்திப் பேசாத. என்கிட்ட கூட நேரா வந்து பேசு. போன்ல வேண்டாம்.

சிங்காரவேலு கையில வெறும் பைனான்ஸ் மினிஸ்ட்ரி மட்டும் தான் இருக்குன்னு நெனைச்சுடாத. நிதித்துறை கீழேதான் இன்கம் டாக்ஸ், ரெவின்யூ இன்டெலிஜென்ஸ், அமலாக்கப்பிரிவு, கஸ்டம்ஸ்னு பல துறைகள் வருது. இந்த எல்லாத் துறைகளும், தனித்தனியா புலனாய்வு அமைப்பு வச்சுருக்காங்க. யாருடைய போனை வேணாலும் ஒட்டுக் கேட்கலாம். யாரை வேணாலும் அரெஸ்ட் பண்ணலாம். எங்க வேணாலும் சோதனை போடலாம். பினான்ஸ் மினிஸ்ட்ரியோட பவரை குறைச்சு மதிச்சுடாதே.

இனிமே நீ ரொம்ப ரொம்ப ஜாக்ரதையா இரு. அம்மாகிட்டகூட எந்த ஊருக்குப் போறேன்னு சொல்லாத. யார்கிட்டயாவது சாதாரணமா பேசும்போது போன் ரிப்பேர்னு சொல்லிட்டு, போனை வீட்டுலேயே வச்சுட்டுப் போயிடு. டவர் லொகேஷன் வச்சு கண்டுபிடிச்சுடுவாங்க. நீ தஞ்சாவூர் போறது தெரிஞ்சா பழைய மேனேஜரைத்தான் பாக்கப்போறன்னு அங்க வந்துடுவாங்க. ரொம்ப ஜாக்ரதையா டீல் பண்ணணும்பா. போயிட்டு வந்து என்னை நேராப்பாரு. அடுத்த என்ன பண்றதுன்னு யோசிப்போம்’ என்றார்.

அவரிடம் விடைபெற்று வீடு திரும்பினேன். மறுநாள், வங்கியில பாலகிருஷ்ணனின் முகவரியை எடுத்து குறித்துக் கொண்டேன். இரண்டு நாள் விடுமுறை எடுத்துக்கொண்டு, அன்று இரவே தஞ்சாவூர் கிளம்பினேன்.

6

பூதலூர். தஞ்சாவூர் பேருந்து நிலையத்தில் இறங்கி வேறு பேருந்துக்கு மாறி பூதலூரை அடைய வேண்டும். விவசாயம் செழித்த ஊர் அது. சோழ மண்டலத்தில் இருந்த ஊர். ஒரு புறம் ஆனந்தக் காவிரியும், மற்றொரு புறம் வெண்ணாறும், மற்றொரு புறம் புத்தாறும் பாய்ந்து அந்த மண்ணையும் மக்களையும் செழிப்பாக்கி யிருந்தன. 140 வருடங்களுக்கு முன்பே, பிரிட்டிஷார் ரயில் நிலையம் கட்டியதால் தனக்கென வரலாற்றில் அந்த ஊர் ஒரு தனி இடத்தைப் பிடித்திருந்தது. தஞ்சைக்கும் திருச்சிக்கும் இடையில் அமைந்திருந்தது.

'பாலகிருஷ்ணன் வீடு எங்கே இருக்கிறது?' என்று கேட்டதும், 'பேங்கில வேல செஞ்சி ஓய்வாயிட்டாரே அவரா?' என்று கேட்டு, கூடவே வந்து பாலகிருஷ்ணன் வீட்டில் விட்டார் ஒரு முதியவர். பாலகிருஷ்ணன் வீடு போய்ச் சேர்வதற்குள், நீங்கள் யார், எதற்காக அவரைப் பார்க்க வந்துள்ளீர்கள், உங்களுக்கும் அவருக்கும் என்ன உறவு என்று ஏகப்பட்ட விசாரணைகள். நகரத்துக்கும் கிராமத்துக்கும் இதுதான் வேறுபாடு. சென்னையில் ஒரு அடுக்குமாடி குடியிருப்புக்குள் நுழைந்து, ஒருவரின் வீட்டு முகவரியை கேட்டால், ஒன்று தெரியாது என்று சொல்லுவார்கள். இல்லையென்றால், அந்த கட்டிடம் என்று கையைக் காண்பித்துவிட்டுச் சென்றுவிடுவார்கள். ஆனால்

வேள்வி | 49

கிராமங்களில் இப்படியல்ல. குலம் கோத்திரம்வரை கேட்பார்கள். அது அடுத்தவர் விவகாரங்களில் மூக்கை நுழைக்கும் நடவடிக்கை என்றும் பார்க்கலாம். நம்ம ஊர்க்காரரைத் தேடி வந்திருக்கிறாரே. என்ன ஏது என்று விசாரித்துத் தெரிந்து கொள்வோம் என்பதாகவும் இருக்கலாம். அந்தப் பெரியவர் ஒரு கிராமத்து மனிதருக்கே உரிய இயல்போடுதான் விசாரித்தார் என்பதைப் புரிந்து கொள்ள முடிந்தது.

பாலகிருஷ்ணனின் வீடு பாதி தளமாகவும், பாதி ஓடாகவும் இருந்தது. பாலகிருஷ்ணன், சியாமளா என்று இரண்டு பெயர்கள் பொறிக்கப்பட்ட கல்வெட்டு காம்பவுன்ட் சுவற்றில் பதிக்கப் பட்டிருந்தது. கிராமத்தினருக்கே உரிய கலரில், சுண்ணாம்பு அடிக்கப் பட்டிருந்தது. வந்தவர்களை அமரவைத்துப் பேச திண்ணை இருந்தது. ஒரு காலத்தில் பச்சை நிற பெயின்ட்டோடு இருந்த கதவு, தன் நிறத்தை இழந்து வெளுத்துப் போயிருந்தது.

‘இதுதாம்பா வீடு’ என்று காண்பித்துவிட்டு அந்தப் பெரியவர் சென்று விட்டார். கதவு லேசாகத் திறந்திருந்தது. கதவை ஒருமுறை தட்டி விட்டு ‘சார்’ என்று அழைத்தேன்.

வேட்டி கட்டியபடி ஒரு உருவம் வந்தது. அவர்தான் பாலகிருஷ்ணனாயிருக்க வேண்டும். வங்கியில் ஃபேர்வெல் பார்ட்டியில் எடுத்த புகைப்படத்தில் இருந்ததைவிட முதுமையடைந் திருந்தார். ‘ஓய்வு பெற்று ஒரு வருடம்கூட ஆகியிருக்காதே. அதற்குள் ஏன் இத்தனை தொய்வு இவரிடம்?’

‘சார் வணக்கம்’

‘வணக்கம் தம்பி. உக்காருங்க’

‘சார் என் பேரு வெங்கட். உங்களுக்குப் பிறகு அந்த ப்ரான்ச்சில மேனேஜரா ஜாயின் பண்ணிருக்கேன்.

‘ரொம்ப சந்தோஷம் தம்பி. நான் ரிட்டயர் ஆயி ரெண்டு வருஷம் ஆகுது. அவ்ளோ நாளாவா இருக்கீங்க?’

‘ஆமாம் சார். ரொம்ப நாளா வேகன்ட்டாவே வச்சுருந்தாங்க. அப்புறம்தான் நான் ஜாயின் பண்ணேன்.’

‘என்ன சாப்ட்றீங்க தம்பி... இருங்க வர்றேன்’ என்று என் பதிலுக்குக் காத்திராமலேயே உள்ளே எழுந்து சென்றார். இரண்டு நிமிடங்களில் வெளியே வந்தார்.

'சொல்லுங்க தம்பி. என்ன விஷயமா இவ்வளவு தூரம் வந்துருக்கீங்க... நான் ரிட்டயர் ஆகும்போதே எல்லா பேப்பர்ஸையும் ஒப்படைச்சுட்டேனே. ஏதாவது மிஸ் ஆகுதா?'

இது அரசு ஊழியர்களுக்கே உரிய இயல்பான குணம். ஓய்வு பெற்ற பிறகு, அனைவரும் மறந்துவிடுவார்கள் என்ற எண்ணம் மனதிலேயே பதிந்திருக்கும். அப்படி தேடி வந்தால், அய்யய்யோ, ஏதோ தப்பு செய்துவிட்டோம். நமது பென்ஷனுக்கு ஆபத்து என்றுதான் உடனடியாகத் தோன்றும்.

'அய்யய்யோ அதெல்லாம் ஒண்ணும் இல்ல சார்.' என்று சொல்லி விட்டுத் தொடர்ந்தேன்.

'முதல்ல உங்ககிட்ட மன்னிப்பு கேட்டுக்கறேன் சார். உங்க அனுமதி இல்லாம உங்க பெர்சனல் லாக்கரை திறக்க வேண்டியதாப் போச்சு.'

லாக்கர் என்றதுமே அவர் முகத்தில் இருள் கப்பியது. சற்றே மருண்டு என்னைப் பார்த்தார்.

நானே தொடர்ந்தேன். 'திடீர்னு ஆர்.கே. என்டர்பிரைசஸ் லோன் ஃபைல் வேணும்னு விஜிலென்ஸ் ஆபீஸ்லேர்ந்து கேட்டாங்க சார். எல்லா இடத்துலேயும் தேடிப்பார்த்தேன். கிடைக்கலை. அப்புறம் தான் உங்களுக்கு ஒரு பர்சனல் லாக்கர் இருக்குதுன்னு சொன்னாங்க. வேற வழியே இல்லாம அதை ஓப்பன் பண்ண வேண்டியதாப் போச்சு. அதுல அந்த ஃபைல் தவிர வேற எதுவுமே இல்லை சார்.'

எதுவுமே பேசாமல் அமைதியாக இருந்தார். 'அதான் உங்களுக்கு வேற ஏதாவது டீடெயில்ஸ் தெரியுமான்னு கேட்டுட்டுப் போகலாம்னு வந்தேன் சார்.'

'அதான் ஃபைல் கிடைச்சுடுச்சுல்ல. அப்புறம் ஏன்பா என்னைத் தேடி வந்தே? நான் ரிட்டையர் ஆகித்தான் ரெண்டு வருஷம் ஆயிடுச்சே'

'அய்யா அந்த ஃபைல்ல நீங்க எடுத்துருக்கற நடவடிக்கைகள் எல்லாமே நியாயமாத்தான் இருக்கு. ஆனா, அப்ஜெக்‌ஷன் தெரிவிச்சுட்டு திடீர்னு நீங்களே லோன் சாங்‌ஷன் பண்ணிருக்கீங்க. அதுல பினான்ஸ் மினிஸ்டர் லெட்டரையும் பாத்தேன். அப்புறம் உங்க அப்ஜெக்‌ஷனையும் பார்த்தேன். ஏன் திடீர்னு மனசு மாறினீங்கன்னு புரியலைங்க. யாராவது உங்களை மிரட்டினாங்களான்னு தெரிஞ்சுக் கிட்டுப் போகலாம்னுதான் வந்தேன்.'

'எனக்கு ஒண்ணும் தெரியாதுப்பா. எல்லாம் அந்த ஃபைல்ல இருக்கு. பாத்துக்கோ. ரிட்டையர் ஆன பின்னாடியும் ஏம்ப்பா பழைய கதையெல்லாம் விசாரிச்சு தொந்தரவு பண்ற?'

'அய்யா உங்களை தொந்தரவு பண்ணணுங்கறது என் நோக்கம் இல்லை. இந்த விஷயத்துல என்ன நடந்துச்சு, என்ன உண்மைன்றது தெரியணும். 1200 கோடிங்கறது சின்ன தொகை இல்லிங்கய்யா. மக்களோட வரிப்பணம். அந்த ஆர்கே எண்டர்பிரைசஸ்காரன், ஒரு தவணை கூட கட்டலை. இதை எப்படி சும்மா விட்றதுன்னு நீங்களே சொல்லுங்கையா?'

'நீ என்னப்பா சங்கத்துல இருக்கியா?'

'ஆமாங்கய்யா. இப்போ வட சென்னை மாவட்டத் தலைவரா இருக்கேன்.'

'அப்போ உனக்கு கல்யாணசுந்தரத்தைத் தெரியுமா?'

கல்யாண சுந்தரம் என்ற பெயரைக் கேட்டதும் என்னை அறியாமல் உற்சாகம் தொற்றிக்கொண்டது.

'அவருதாங்க உங்களப் பாக்கச் சொல்லி அனுப்புனாரு. கல்யாண சுந்தரம் எனக்கு குரு. எனக்கு இந்த அளவுக்கு விஷயம் தெரிஞ்சுருக்குன்னா, அதுக்கு கல்யாண சுந்தரம்தான் காரணம். ரொம்ப நல்ல தோழர்யா அவரு.'

கல்யாண சுந்தரத்தோடு நான் இத்தனை நெருக்கம் என்பதை அறிந்ததும் அவர் முகத்தில் ஒரு மாற்றம் தெரிந்தது. ஏதோ ஒரு நம்பிக்கை வந்ததற்கான அறிகுறி தெரிந்தது. 'கொஞ்சம் இருப்பா வர்றேன்' என்று சொல்லிவிட்டு உள்ளே செல்ல அவர் கிளம்புகையில், அவர் மனைவி காப்பி தம்ளர்களோடு வந்தார்.

'காப்பி குடிச்சுட்டு இருப்பா. வந்துடறேன்' என்று உள்ளே சென்றார். அவர் வர ஆகிய ஐந்து நிமிடத் தாமதத்தில் காபியைக் குடித்து முடித்தேன்.

'வாப்பா... ஒரு நடை போயிட்டு வரலாம்.' என்று அழைத்து என் பதிலுக்குக் காத்திராமல், நடக்கத் தொடங்கினார். நானும் இறங்கி அவரோடு நடந்தேன்.

அவர் பேசுவது என்ற தீர்மானத்தோடு வந்திருக்கிறார் என்று தோன்றியது. அவராகவே பேசட்டும் என்று அமைதியாக இருந்தேன்.

சாலையைக் கடந்ததும் பிரிந்த சிறிய மண் சாலையில் நடக்கத் தொடங்கினார். சிறிது தூரத்தில் வெண்ணாறு ஓடிக் கொண்டிருந்தது.

ஆர்.கே. என்டர்பிரைசஸைப் பற்றியோ, எங்களைப் பற்றியோ எந்தக் கவலையும் இல்லாமல் தன் பாட்டுக்கு ஓடிக் கொண்டிருந்தது. மரணத்தை நோக்கி வேக வேகமாகப் பயணிக்கும் மனிதர்களைப் போலவே, கடலில் கலந்து மரணத்தைத் தழுவ அந்த நதியும் வேகவேக மாக ஓடுவதாகவே தோன்றியது. சில இடங்களில் குறுகியும், சில இடங்களில் அகன்றும் ஓடினாலும் வேகத்தில் குறைவில்லை.

மனித வாழ்வில் ஏற்படும் பல்வேறு தடைகளைப்போல, தடையேதும் இல்லாமல் நதி மட்டும் ஓடுகிறதே என்ற பொறாமை உணர்வு காரணமாக மனிதன் அணைகளைக் கட்டி நதியை சிறைப்பிடித்திருப்பானோ?

‘கல்யாண சுந்தரத்தை எனக்கு 20 வருஷமா தெரியும்பா. நான் பேங்குல வேலைக்கு சேந்தபோது அவர் நான் வொர்க் பண்ற ப்ரான்சிலதான் வேலை பார்த்தார். அப்போல்லாம் அவர் வளர்ந்து வர்ற தொழிற்சங்கத் தலைவர். பேங்குல எல்லா ஸ்டாஃப்பும் மெடிக்கல் க்ளெய்ம் போடும்போது, அதக்கூட அவர் போடமாட்டார். எப்போ பாத்தாலும் சங்கம் சங்கம்னே இருப்பார். யாருக்கு என்ன கஷ்டம்னாலும் முதல் ஆளா வந்து நிப்பார். நான் அவரைப் பாத்தே பல வருஷம் ஆச்சு. அவருக்கு என் பேர் கூட நியாபகம் இருக்காது. ரொம்ப நேர்மையான ஆளு. இந்தக் காலத்துல அவர மாதிரி ஆளுங்கள பாக்கறது ரொம்ப அபூர்வம்பா.’ என்றவர் சடாரென்று லோன் மேட்டருக்கு மாறினார்.

‘எவ்வளவோ ப்ரான்ச் இருக்கும்போது நம்ப ப்ரான்ச்சை எதுக்காக லோன் வாங்கறதுக்கு தேர்ந்தெடுத்தாங்கன்னு எனக்கு புரியவே யில்லைப்பா’ என்றவர் தொடர்ந்து பேசினார்.

‘சிட்டியில மட்டும் இல்லாம இந்தியா முழுக்கவே ஆயிரக்கணக்கான ப்ரான்ச்சஸ் இருக்கு.. ஆனா நம்ப ப்ரான்ச்லதான் லோன் கேக்கணும்னு ஏன் தேர்ந்தெடுத்தாங்கன்னு எனக்குத் தெரியல. மத்த ப்ரான்ச்சஸை கம்ப்பேர் பண்ணும்போது நம்ப ப்ரான்ச்சுல நான் பெர்ஃபார்மிங் அசெட்ஸ் பர்சென்டேஜ் ரொம்பக் குறைவு. நல்லா பெர்ஃபார்ம் பண்ற ப்ரான்ச்சஸ் லிஸ்ட்டுல அஞ்சு வருஷமா முதல் பத்து இடத்துக்குள்ள வர்றோம். அதனாலயான்னு தெரியல.

நான் ரிட்டயர் ஆகறதுக்கு ஒரு வருஷம் முன்னாடி ரெண்டு பேர் வந்தாங்க. ‘நாங்க ஃபினான்ஸ் மினிஸ்டரோட ரிலேட்டீவ்ஸ்னு சொன்னாங்க. புது வென்ச்சர் ஸ்டார்ட் பண்ணப்போறோம். அதுக்காக 1200 க்ரோர்ஸ் லோன் வேணும்னு’ சொன்னாங்க. ‘லோன் சாங்ஷன் பண்றதுல எந்தக் கஷ்டமும் இல்லை. எல்லா டாக்குமென்ட்ஸையும் கரெக்டா சப்மிட் பண்ணீங்கன்னா ஒரு

மாசத்துல சாங்ஷன் ஆயிடும்'னு சொன்னேன். உடனே, 'இதுல ஃபினான்ஸ் மினிஸ்டர் இன்ட்ரஸ்டட்'னு சொன்னாங்க.

'சார் டாக்குமென்ட்ஸ் கரெக்டா இருந்துச்சுன்னா, எதுக்கு சார் ஃபினான்ஸ் மினிஸ்டர்'னு சொன்னேன்.

ரெண்டு நாள் கழிச்சு அவங்க அப்ளிகேஷன் வந்துச்சு. அதை பார்த்ததுமே இது தேறாதுன்னு எனக்கு புரிஞ்சு போச்சு. *1200* க்ரோர்ஸ் லோனுக்கு வெறும் *50* கோடி பெறுமானமுள்ள ப்ராப்பர்டிய கொலாட்டரலா (collateral) கொடுத்துருந்தாங்க. நான் உடனே அப்ளிகேஷனை லீகல் ஒபினியனுக்கு அனுப்பிட்டேன்.

மறுநாளே என்னை அதே ரெண்டு பேர் வந்து பாத்தாங்க. 'எதுக்கு லீகல் ஒபினியனுக்கு அனுப்புனீங்க. உங்களுக்கே பவர்ஸ் இருக்கே'னு சொன்னாங்க. 'இது ஹை வேல்யூ லோன். லீகல் ஒபினியன் இல்லாம எதுவும் செய்ய முடியாது'ன்னு சொன்னேன். அவங்களுக்கு சாதகமா, லீகல் ஒபினியன் வரும்னுதான் நெனைச்சேன். ஆனா, லீகல் செல்லுலையும் நியாயமான ஆளுங்க இருந்தாங்க. இன்எலிஜிபிள்னு (ineligible) ஒபினியன் குடுத்துட்டாங்க.

ரொம்ப சந்தோஷமாப்போச்சுன்னு, லோன் ரிஜெக்டட்னு போட்டு ஃபைலை க்ளோஸ் பண்ணிட்டேன். அதுக்கப்புறம் கொஞ்ச நாளைக்கு ஒரு டெவலப்மென்டும் இல்லை.

கொஞ்ச நாள் கழிச்சு, ஃபினான்ஸ் மினிஸ்டர் சிங்காரவேலுவோட லெட்டரோட வந்தாங்க. அதுல அவர் லோன் அப்ளிகேஷனை கன்சிடர் பண்ணி சாங்ஷன் பண்ணச் சொல்லி எழுதியிருந்தார். இதுக்கு மேல என்னங்க வேணும்? ரெண்டு நாள்ல சாங்ஷன் பண்ணுங்கன்னு சொன்னாங்க. இந்த வாட்டி அவங்க பேசுனதுல பெரிய வித்தியாசம் தெரிஞ்சுச்சு. அதுவரை பவ்யமா பேசிக் கிட்டிருந்தவங்க குரல் தொனியே மாறிப்போச்சு.

'ஆனாலும், நான் லோன் தர முடியாதுன்னு மினிஸ்டர்கே பதில் அனுப்பிட்டேன்' என்று சொல்லிவிட்டு சிறிது நேரம் அமைதியானார்.

அவராகப் பேசட்டும் என்று அமைதியாக இருந்தேன்.

'எனக்கு ரெண்டு பொண்ணுங்க தம்பி. பெரிய பொண்ணுக்கு அஞ்சு வருஷம் முன்னாடியே கல்யாணம் ஆயிடுச்சு. அவ ரொம்ப சாதுவான பொண்ணு. ஆனா சின்னவ ரொம்ப வாலுப்பா. மெட்ராஸ்லதான் படிப்பேன்னு ஒத்தக்கால்ல நின்னு காலேஜும், பிஜியும் அங்கதான் படிச்சா.

காலேஜ் முடிச்சுட்டு வந்ததும் யாரோ ஒருத்தனை லவ் பண்றேன்பான்னு வந்து சொன்னா. அவன் ரயில்வேஸ்ல வேலை பாக்கறான். அவன் ஊரு லால்குடி. அங்க எங்களுக்கு இருக்கற சொந்தக்காரங்க மூலமா விசாரிச்சேன். அவனுக்கு ஏற்கெனவே கல்யாணம் ஆகி டைவர்ஸ் ஆயிருக்கு. ரெண்டாவதா ஒரு பொண்ணைக் கல்யாணம் பண்ணி, அது அவங்க வீட்டுத் தண்ணித் தொட்டியில விழுந்து செத்துப்போச்சாம். மூணாவதா அவனைக் கல்யாணம் பண்ணி வையுங்கன்னு சொல்றா. முடியவே முடியாதுன்னுட்டேன். ரெண்டு நாள் அழுதா. சாப்டாம இருந்தா. அப்புறம் நீங்களே பாத்து கல்யாணம் பண்ணி வையுங்கப்பான்னு சொல்லிட்டா.

சென்னையிலேயே காலேஜ்ல லெக்சரரா வேலை பார்க்கற ஒரு மாப்பிள்ளையப் பாத்து பேசி முடிச்சுட்டேன் தம்பி. இவளுக்கும் அந்த மாப்பிள்ளைய புடிச்சுப் போச்சு. சந்தோஷமாத்தான் இருந்தா. கல்யாணத்துக்கு 25 நாள் இருக்கறப்போ, அந்த லோன் கேட்டு வந்த ரெண்டு பேரு திரும்பி வந்தாங்க தம்பி' என்று நிறுத்தினார்.

திடீரென்று அவர் மூச்சு விடும் வேகம் அதிகரித்தது. நன்றாக ஒரு முறை மூச்சை இழுத்தவர், 'அவனுங்க ரெண்டு பேரும் வந்து ஒரு சிடியைக் கொடுத்தாங்க. லோன் என்ன சார் ஆச்சுன்னாங்க. நான் மினிஸ்டர்க்கு ரிப்ளை அனுப்பிட்டேன். என்னால எதுவும் செய்ய முடியாதுன்னேன்'

'லோன் சம்பந்தமா இதுல இம்பார்ட்டன்ட் டாக்குமென்ட்ஸ் இருக்குன்னு ஒரு சிடிய குடுத்துட்டு போயிட்டாங்க. நான் அந்த சிடியை ஓபன் பண்ணிப் பாத்தா ஒரே ஒரு ஆடியோ ஃபைல் இருந்துச்சு.

ப்ளே பண்னேன். என் பொண்ணோட குரல்பா. ஒரு பொறுக்கியை லவ் பண்ணாளே. அவன்கூட பேசிக்கிட்டிருந்தா. ஒரு தகப்பன் என்னவெல்லாம் கேக்கக் கூடாதோ அதெல்லாம் கேட்டேன். இதை யாருக்கிட்டயும் சொல்லி பொலம்பக் கூட என்னால முடியல. நிச்சயதார்த்தம் முடிஞ்சு இன்னும் ஒரு மாசத்துல கல்யாணம். வேற ஒருத்தன்கூட இப்படி சல்லாபமா கொஞ்சி பேசிக்கிட்டு இருக்கறது மாப்பிள்ளை வீட்டுக்கு தெரிஞ்சா என்னப்பா ஆகும்? நகை நட்டு, துணி மணி, எல்லாம் வாங்கியாச்சு. மண்டபம், தவிசுப் புள்ளை (சமையல் செய்பவர்) எல்லாருக்கும் அட்வான்ஸ் குடுத்தாச்சு. என் ரிட்டயர்மென்ட் பணம் மொத்தத்தையும் முதலீடு பண்ணிட்டேன்ம்பா. இந்த நேரத்துல கல்யாணம் நின்னா என்னய்யா பண்ண முடியும் என்னால? என் பொண்டாட்டி கண்டிப்பா தூக்குல தொங்கிடுவா.

அவ செத்த பிறகு நான் மட்டும் இருந்து என்ன பண்றது? என் பொண்ணா இதுன்னு என்னால நம்பவே முடியலப்பா. அது அவ குரல்தான்றதும் எனக்கு உறைக்குது. என் பொண்ணா இப்படின்னு நம்பவே முடியலை. அதைக் கேட்டப்போ என்னால அருவருப்பு தாங்க முடியலப்பா. குமட்டிக்கிட்டு வந்துச்சு கொஞ்ச நேரம் கேட்டுட்டு நிறுத்திட்டேன்.

அரை மணிநேரத்துல ஃபினான்ஸ் மினிஸ்டர் சிங்காரவேலு போன்ல வந்தாரு.

7

'ஏற்கெனவே நான் அந்த சிடி ஆடியோ கேட்ட அதிர்ச்சியிலேர்ந்து மீளல. அதுக்குள்ள ஃபினான்ஸ் மினிஸ்டர் லைன்ல வந்ததும் எனக்கு என்ன பேசறதுன்னே தெரியல.

அவர் லைன்ல வந்ததும், 'இந்த மாதிரி நெறையசிடி இருக்கு. அதை நாங்க பயன்படுத்தணுமா, வேண்டாமான்னு எடுக்கப்போற முடிவு உங்க கையிலதான் இருக்கு. உங்களை அஸ்ஸாமுக்கு மாத்திட்டு, வேற மேனேஜரைப் போட்டு இந்த வேலையை நான் செஞ்சிருக்க முடியும். ஆனா ஏன் மாத்தனும்? எனக்குக் கீழே வேலை செஞ்சிக்கிட்டு நான் சொல்றதைச் செய்யாம மறுக்கறதை என்னால அனுமதிக்க முடியாது' ன்னு சொன்னாருப்பா. அதுக்கப்புறம் நான் என்னப்பா செய்ய முடியும்?' என்று கேட்டு விட்டு அமைதியானார்.

பாவம், மனிதர்! எப்படி இத்தனை அதிர்ச்சியையும் தாங்கிக்கிட்டு உயிரோட இருக்கார்? பொதுவாக ஆரம்பிக்கலாம் என்று, 'சார் உங்க டாட்டர் மேரேஜ்?' என்று இழுத்தேன்.

'அதெல்லாம் நல்லபடியா முடிஞ்சுச்சுப்பா. இந்த விஷயம் உன்னைத் தவிர வேற யாருக்கும் தெரியாது. என் பொண்ணுக்கிட்ட தெரிஞ்ச

மாதிரியே காட்டிக்கலை. வயசுக் கோளாறு... ஏதோ பேசிட்டா. அவன் பொறுக்கிங்கற விஷயம் கடைசிவரைக்கும் அவளுக்கு தெரிஞ்ச மாதிரியே இல்லை. அவகிட்ட இதைப் பத்திக் கேட்டு என்ன ஆகப்போகுது? அப்பாவுக்கு இந்த விஷயம் தெரிஞ்சுடுச்சுன்னு அவளுக்கு தெரிஞ்சா அவ எப்படி இதைத் தாங்கிக்குவா? ஒண்ணு கெடக்க ஒண்ணு ஏதாவது செஞ்சுகிட்டான்னா?'

'அப்பாவுக்கு எதுவுமே தெரியாதுன்னு நெனைச்சுகிட்டு சந்தோஷமா கல்யாணம் பண்ணிக்கிட்டு போயிட்டா. கல்யாணத்துக்கு முன்னாடி, அவகிட்ட, 'பழசு எல்லாத்தையும் மறந்துடும்மா'ன்னு சொன்னேன். 'எல்லாத்தையும் அப்போவே மறந்துட்டேன்பா'ன்னு சொன்னா. இப்போ நல்லா இருக்கா தம்பி. முழுகாம இருக்கா.

நான் வேற ஏதாவது செஞ்சுருந்தேன்னா என்னை இப்போ நீ உயிரோட பாத்துருக்க முடியாது தம்பி. நான் மறுத்துப் பேசியிருந்தா, என் குடும்பத்த நாசம் பண்றதோட நின்னுருக்க மாட்டாங்க. எனக்குப் பதிலா வேற ஆளப்போட்டு நிச்சயமா அந்த லோனை வாங்கிருப்பாங்க. அட்லீஸ்ட் நான் இப்போ உயிரோடவாவது இருக்கேன். என் பொண்ணும் சந்தோஷமா இருக்கா.'

அவருக்கு நான் என்ன ஆறுதல் சொல்ல முடியும்? நீங்கள் செய்தது சரி என்று சொல்லவா? இல்லை உங்கள் வாழ்க்கையே நாசமாகப் போனாலும் பரவாயில்லை என்று நீங்கள் 1200 கோடியைப் பாதுகாத்திருக்க வேண்டும் என்று சொல்லவா?

உயிரே போனாலும் நீங்கள் லட்சியத்தில் உறுதியாக இருந்திருக்க வேண்டும் என்று சொல்லவா? என்ன சொல்வது அவரிடம்?

பேய்களல்லவா அரசாண்டு கொண்டிருக்கின்றன? பெற்ற மகளின் அந்தரங்கத்தை தகப்பனிடம் வெளியிடும் மனிதன் என்ன மனிதனாக இருப்பான்? கடவுள் இருந்தால் இதை எப்படி அவன் அனுமதிக்கிறான்? எப்படிப் புழுங்கியிருப்பார் இந்த மனிதர். யாரிடம் இந்த விஷயத்தை விவாதிக்க முடியும்? இப்படியும் கொடுமைக்கார மனிதர்கள் இருப்பார்களா உலகில்?

'இது போக வேற ஏதாவது எவிடென்ஸ் இருக்கா சார்?'

'எல்லா எவிடென்ஸையும் அந்த ஃபைல்லதான் வச்சுருந்தேன்பா. இவ்வளவு சுயநலத்தோட நடந்துக்கிட்டோமேன்னு என் மனசாட்சி உறுத்திச்சு. அதுக்காகத்தான் என்னைக்காச்சும் ஒரு நாள் விசாரணை நடந்துச்சுன்னா யூஸ் ஆகுமேன்னுதான் என் பர்சனல் லாக்கர்ல

வச்சேன். நான் போன பிறகு எல்லாத்தையும் அழிச்சுடுவாங்கன்னு எனக்குத் தெரியும்.'

'அய்யா... நீங்க பண்ணது ரொம்ப ரொம்ப சரி. வேற யாராயிருந்தாலும் இதைத்தான் செஞ்சுருப்பாங்க. ஃபினான்ஸ் மினிஸ்டர் சொல்லியும், அவருக்கே லோன் தர முடியாதுன்னு பதில் எழுதறதுக்கே ரொம்ப ரொம்ப துணிச்சல் வேணும். அதுவும், சிங்காரவேலு மாதிரி ஒரு ஆளைப் பத்தி தெரிஞ்சும் அப்படி எழுதுனும்னா ஒரு அசாத்தியமான மன தைரியம் வேணும். நீங்க வேற எந்த முடிவும் எடுத்துருக்கவே முடியாது. சரியான முடிவைத்தான் எடுத்தீங்க. நான் இங்க வந்து உங்களைப் பாக்குற வரைக்கும், இந்த விஷயத்தை அவ்வளவு தீவிரமா ஆராய்ச்சி பண்றதா இல்லை. ஆனா இப்போ நான் முடிவெடுத்துட்டேன் சார். சிங்காரவேலுவ அம்பலப் படுத்தாம விடமாட்டேன்.'

'என்னவோ பண்ணுங்க தம்பி. என்னால முடிஞ்சத நான் பண்ணிட்டேன்.'

பேசிக்கொண்டே திரும்பினோம். அவரிடம் விடை பெற்றுக் கொண்டு கிளம்பினேன்.

பேருந்து நிலையம் வந்தேன். சென்னைக்கான டிக்கெட் இருந்தது வாங்கிக் கொண்டு மணியைப் பார்த்தபோது பேருந்து கிளம்புவதற்கு இன்னும் இரண்டு மணி நேரங்கள் இருந்தன.

பேருந்து நிலையத்திற்கு அருகிலேயே தஞ்சை பெரிய கோயில் இருந்தது. சென்று பார்த்துவிட்டு வரலாம் என்று புறப்பட்டேன். பேருந்து நிலையத்தின் அருகே பிரம்மாண்டமான கட்அவுட்டில் சிங்காரவேலு சிரித்துக்கொண்டிருந்தார். அருகே அவர் மகனும் சிரித்துக் கொண்டிருந்தான்.

பேனர்களில், தங்கள் தலைவரின் கரத்தை வலுப்படுத்தி, வலுவான இந்தியாவை உருவாக்க ஒத்துழைப்பு தருமாறு கேட்டுக் கொண்டிருந்தார்கள். அவ்வாறு அவர்கள் மக்களை அழைப்பதற்கு உதவியாக ப்ளெக்ஸ் போர்டை வைத்தவர்கள், அந்த போர்டின் கீழே சிறியதாக சிரித்துக்கொண்டிருந்தனர். அவர்கள் சின்னதாக சிரிக்கவில்லை என்றால், சிங்காரவேலுவை தஞ்சை பேருந்து நிலையம் அருகே யார் சிரிக்க வைத்தது என்று தெரியாமல் போய் விடுமே? அதற்காக அவர்களும் சிரித்தார்கள்.

என்னையறியாமல் ஆத்திரம் பீறிட்டது. ப்ளெக்ஸ் போர்டில் உயிரில்லாமல் அவன் சிரித்தாலும், என்னைப் பார்த்து நேரடியாக

சிரித்ததுபோலவே பட்டது. குடும்பங்களை அழித்து நாட்டைக் கொள்ளையடித்துவிட்டு, 'என்னடா செய்து விடுவாய் என்னை?' என்று ஏளனமாகச் சிரிப்பது போலவே இருந்தது. ஒரு பஞ்ச மாபாதகத்தைச் செய்துவிட்டு அதன் அறிகுறியே இல்லாமல் கள்ளம் கபடம் இல்லாமல் வசீகரிக்குமாறு சிரித்த அவன் முகத்தில் எனக்கு நஞ்சு தெரிந்தது. ஆனால் பாலகிருஷ்ணனுக்கு அவன் செய்த அநியாயங்களைத் தெரியாதவர்களுக்கு அந்த நஞ்சு எப்படித் தெரியும்?

சிங்காரவேலுவை சும்மா விடக்கூடாது என்று கருவினேன். பாலகிருஷ்ணன் போன்ற நல்ல மனிதருக்காகவாவது சிங்கார வேலுவை சும்மா விடக்கூடாது. சிங்காரவேலு என்ன கடவுளா? கடவுளை மகிமைப்படுத்தும் இதிகாசங்களிலேயே கடவுளைக் கேள்வி கேட்ட வரலாறு உண்டே. அதிகபட்சம் என்ன உயிர் போகுமா? உயிரையே இழக்கத் துணிந்தவனை என்ன செய்துவிடுவார் சிங்காரவேலு? அரசியலில் ஊறி அரசியலையே சுவாசிக்கும் திராவிடக் கட்சியின் தலைவர்களே பலமுறை அம்பலப்படுத்தப்பட்டுள்ளார்கள். சிங்காரவேலு மட்டும் என்ன விதிவிலக்கா?

சாமர்த்தியமாக செயல்பட்டால் நிச்சயமாக சிங்காரவேலுவை ஒரு வழி பண்ண முடியும் என்றே தோன்றியது.

பிரம்மாண்டமான அந்த தஞ்சை பெரிய கோவிலின் நுழைவாயிலுக்குள் நுழைந்து இடது புறமாக இருந்த புல்வெளியில் அமர்ந்தேன். குடும்பம் குடும்பமாக அமர்ந்து குழந்தைகளை விளையாட விட்டு வேடிக்கைப் பார்த்துக் கொண்டிருந்தார்கள். எவ்விதக் கவலையும் இன்றி, அந்தப் புல்வெளியில் குழந்தைகள் துள்ளிக் குதித்து விளையாடிக் கொண்டிருந்தன. கள்ளம் கபடமின்றி இப்படி இருக்கும் குழந்தைகள்தானே பின்னாளில் சிங்காரவேலுவாகவும் மாறுகிறார்கள்? பாலகிருஷ்ணன் போன்ற ஒரு தந்தையை இப்படி ஒரு துர்பாக்கிய மான நிலைக்கு ஆளாக்குவதும் ஒரு காலத்தில் இப்படி இருந்த குழந்தைதானே? சமூகம் இந்தக் குழந்தைகளை எப்படி மாற்றி விடுகிறது? கொடுமைக்காரர்களாக, பாலியல் வன்முறையாளர் களாக, திருடர்களாக, கொலைகாரர்களாக, சிங்காரவேலுக்களாக...

மனிதன் வளராமல் குழந்தையாகவே இருந்துவிட்டால் இத்தனை சிக்கல்களுக்கு வாய்ப்பில்லாமல் போய்விடுமோ?

இரண்டு நாட்கள் விடுமுறையில் ஒரு நாள் பாக்கி இருந்தது. இரவு முழுவதும் பேருந்துப் பயணத்தில் பல்வேறு யோசனைகள். எப்படி இந்த விஷயத்தைக் கையாளலாம் என்று. எல்லா யோசனைகளுமே

முதலில் அற்புதமான யோசனைகளாகத் தோன்றினாலும், சிறிது நேரம் கழித்து, குழந்தைத்தனமாகத் தெரிந்தது.

மாலையில் கல்யாண சுந்தரத்தைப் பார்க்கலாம் என்று முடிவெடுத்து, காலையில் உணவருந்திவிட்டுப் படுத்து நன்றாக உறங்கினேன்.

மாலை நாலு மணிக்கு பைக்கை எடுத்துக்கொண்டு சங்க அலுவலகம் சென்றேன்.

கல்யாண சுந்தரம் அறையில் யாரோ இருவர் அமர்ந்து பேசிக் கொண்டு இருந்தார்கள். நான் உள்ளே நுழைந்ததைப் பார்த்ததும் சற்று நேரம் காத்திருக்குமாறு கூறினார். வெளியே வந்து பேப்பரை படித்துக் கொண்டு இருந்தேன். ஒரு பதினைந்து நிமிடம் கழித்து அவர் அறையில் இருந்த இருவரும் வெளியேறினார்கள். என்னை அழைத்தார்.

'வாப்பா வெங்கட். என்ன சொன்னார் பாலகிருஷ்ணன்?'

'தோழர் அவர் ரொம்பப் பாவம் தோழர்' என்று தொடங்கி நடந்த அத்தனையையும் விவரித்தேன். தலையாட்டியவாறே அனைத்தையும் கேட்டார்.

'அந்த ஃபைல் காப்பியை எங்க வச்சுருக்க?'

'வீட்லதான் தோழர் இருக்கு'

'அதை எடுத்து ரெண்டு காப்பி போடு. ஒரு காப்பியை என்கிட்ட குடு. இன்னொரு காப்பியை பத்திரமான ஒரு இடத்துல வை. எங்க வைக்கிறன்னு என்கிட்ட சொல்லு.

என் நண்பர் லிங்கேஸ்வரன்னு ஒரு பத்திரிக்கை ஆசிரியர் இருக்கார். கதிரொளி பத்திரிக்கையோட ஆசிரியர். நீ வருவேன்னு அவர்கிட்ட சொல்றேன். நேரா அவரப்போய் பாரு. நாளைக்கு சாயங்காலம் போயிப் பாரு. நான் இன்னைக்கு அவரைப் போயிப் பாத்துட்டு விஷயத்தை சொல்லிட்டு வந்துடறேன். நீ அவர்கிட்ட இதப்பத்தி பேசு. இதுல ஏதாவது மாற்றம் இருந்தா நான் உன்னை வரச்சொல்றேன்.'

லிங்கேஸ்வரனைப் பற்றி ஏற்கெனவே கேள்விப்பட்டிருக்கிறேன். ஒரு செய்தி ஏஜென்சி வைத்து நடத்திக்கொண்டிருந்தவர். டெல்லியில் பல காலம் பணியாற்றியவர். டெல்லியில் பணியாற்றியதால், பெரும் பாலான அரசியல்வாதிகளைப் பெயர்சொல்லி அழைக்கும் அளவுக்கு செல்வாக்கு. நல்ல எழுத்தாளர். நேர்மையான மனிதர். பத்திரிக்கைத் துறையில் நீண்ட அனுபவம் மிக்கவர். தேசியமயமாக்கப்பட்ட

வங்கிகளை நஷ்டத்துக்குள்ளாக்கி, அவற்றை தனியார் மயப்படுத்துவது குறித்து நான் எழுதிய கட்டுரை கதிரொளியில் பிரசுரமாகியிருக்கிறது. ரியல் எஸ்டேட் தொழிலில் இருக்கும் ஒரு தொழிலதிபர், பத்திரிக்கை ஆர்வத்தின் காரணமாக கதிரொளி பத்திரிக்கையை தொடங்கினார். எந்தக் காரணத்தைக் கொண்டும், பத்திரிக்கை சுதந்திரத்தில் தலையிட மாட்டேன் என்ற உறுதிமொழி பெற்றுக்கொண்ட பிறகே லிங்கேஸ்வரன் கதிரொளியின் ஆசிரியர் பொறுப்பை ஏற்றுக்கொண்டார்.

கல்யாண சுந்தரத்திடம் விடை பெற்றுக்கொண்டு கிளம்பினேன்.

நேராக வீட்டுக்குச் சென்று அந்த ஃபைலை எடுத்துக்கொண்டு, அருகில் இருந்த ஜெராக்ஸ் கடைக்குச் சென்று இரண்டு நகல்கள் எடுத்தேன். பக்கத்தில் இருந்த ப்ரவுசிங் சென்டருக்குச் சென்று, மொத்தக் கோப்பினையும் ஸ்கேன் செய்தேன். ஸ்கேன் செய்த கோப்புகளை, ஒரு பென் ட்ரைவில் காப்பி செய்து, அத்தனை நகல்களையும் ஒரு புதிய மெயில் ஐ.டி ஓபன் செய்து, ட்ராப்டாக சேமித்து வைத்தேன்.

ஒரு கவர் வாங்கி, அதில் கோப்பின் ஒரு நகலை வைத்து, பெங்களூருவில் உள்ள எனது நண்பனுக்கு கொரியர் அனுப்பினேன். பொதுத் தொலைபேசியில் இருந்து நண்பனை அழைத்து அவன் பெயருக்கு கொரியர் வரும், அதை வாங்கி வைக்குமாறு கேட்டுக் கொண்டேன். அவன் ஏதோ ஒரு வேலையாக இருந்தான் போலிருக்கிறது. உடனே சரி என்று கூறிவிட்டு அழைப்பினை துண்டித்தான்.

எத்தனையோ முறை ஜெராக்ஸ் எடுத்திருந்தாலும், இந்தக் கோப்பை ஜெராக்ஸ் எடுக்கும்போது, என்னையறியாமலேயே ஒரு பரபரப்பு தொற்றிக் கொண்டது. சாதாரணமாக ஜெராக்ஸ் எடுக்கும் ஒரு வேலை, ஏதோ ஒரு ஹீரோ செய்யும் சாகசச் செயலாகப் பட்டது. ‘இது சாகச் செயல்தான். அதிலென்ன சந்தேகம்? சிங்காரவேலுவுக்கு நான் செய்து கொண்டிருக்கும் காரியம் தெரிந்தால் சும்மாவா விடுவார்? லாரி ஏற்றிக் கொல்லக்கூடத் தயங்கமாட்டோனே... இத்தனை ரிஸ்க்கோடு ஜெராக்ஸ் எடுப்பதே ஒரு சாகச் செயல்தானே...’ என்று என்னை நானே பாராட்டிக் கொண்டேன்.

ஜெராக்ஸ் எடுத்து முடித்த கையோடு கல்யாண சுந்தரத்தை சந்தித்து, அவரிடம் ஒரு நகலை ஒப்படைத்தேன். ஒரு பெரிய வேலையை முடித்த திருப்தி இருந்தது. லிங்கேஸ்வரனைச் சந்தித்து விபரங்களைக்

சொல்லி விட்டதாகவும், நாளை மாலை அவரைச் சந்திக்குமாறும் கூறினார்.

காலை அலுவலகம் சென்றதும், இரண்டு நாட்களாக தேங்கிக் கிடந்த வேலைகளை முடித்தேன். மதியம் உணவு முடித்துவிட்டு ஒரு தம் அடித்துக்கொண்டே யோசித்துக் கொண்டிருந்தபோது, கல்யாண சுந்தரம் லாக்கரில் வைத்திருந்த பைலில் இருந்த சிடி நினைவுக்கு வந்தது.

'அடடா... அதைப்பற்றி அவரிடம் கேட்காமல் விட்டு விட்டோமே...' உடனடியாக எனது அறைக்குச் சென்று அந்த சிடியை ட்ரைவில் சொருகி என்ன இருக்கிறது என்று பார்த்தேன். ஏற்கெனவே பார்த்த புதிய படங்களின் எம்.பி.3 பாடல்கள்தான் எல்லா போல்டர்களிலும் இருந்தது.

ஒவ்வொரு போல்டராக திறந்து பார்த்தாலும் பாடல்கள் மட்டுமே இருந்தன. இந்த சிடியை தவறுதலாக இவர் லாக்கரில் வைத்திருக்க வாய்ப்பே இல்லை. 'எல்லா எவிடென்ஸையும் அந்த ஃபைல்லதான் வச்சுருந்தேன்பா' என்று அவர் சொல்லியது நினைவுக்கு வந்தது. எல்லா எவிடென்சும் என்று தெளிவாகச் சொல்பவர், இந்த சிடியை ஏன் அந்த பைலில் வைக்க வேண்டும்?

கன்ட்ரோல் ஏவை அழுத்தி சிடியில் மொத்தம் எத்தனை ஃபைல்கள் இருக்கிறது என்று பார்த்தேன். 168 ஃபைல்கள் இருந்தன. மறைத்து வைக்கப்பட்ட ஃபைல்களைப் பார்க்க, ஷோ ஹிட்டன் ஃபைல்ஸ் (Show hidden files) என்ற ஆப்ஷனை செலக்ட் செய்து, மீண்டும் எத்தனை ஃபைல்கள் இருந்தன என்று பார்த்தேன்.

172 ஃபைல்கள் இருந்தன.

௮

சிடியில் இருந்த மொத்த ஃபைல்களையும் ஒவ்வொன்றாகப் பார்த்தேன். எவிடென்ஸ் என்ற பெயரில் ஒரு ஃபோல்டர் மங்கலாக இருந்தது. அந்த ஃபோல்டரைத் திறந்தேன். மூன்று ஃபைல்கள் இருந்தன. இரண்டு ஏஎம்ஆர் பார்மேட்டில் இருந்தன. ஒரு ஃபைல் டெக்ஸ்ட் ஃபைல். செல்பேசியில் உரையாடல்களை பதிவு செய்தால் ஏஎம்ஆர் பார்மேட்டில்தான் இருக்கும். ஏஎம்ஆர் பார்மேட்டில் உள்ள ஃபைலை ப்ளே செய்வதற்கு ஒரு ப்ளேயரை டவுன்லோட் செய்தேன்.

முதல் ஃபைலை திறந்தேன்.

‘ஹலோ..’
‘பேங்க் மேனேஜரா பேசறது?’

‘ஆமாங்க நான் மேனேஜர் பாலகிருஷ்ணன்தான் பேசறேன். நீங்க யாரு பேசறது?’

‘சார்... ஆர்.கே. என்டர்பிரைசஸ்க்கு லோன் கேட்டு ரெண்டு நாள் முன்னாடி வந்தேனே...’

‘ஆமாம் சார். சொல்லுங்க’

'உங்க வீடு எங்க மேனேஜர் சார்?'

'அதெல்லாம் உங்களுக்கு தேவையில்லாத விஷயம். உங்களுக்கு என்ன வேணுமோ அதை மட்டும் சொல்லுங்க. தேவையில்லாத விஷயத்தையெல்லாம் கேக்காதீங்க..'

'என்ன சார். ஒரு பேங்க் மேனேஜர் வாடகை வீட்டில இருக்கீங்களா, சொந்த வீட்டுல இருக்கீங்களான்னு நாங்க தெரிஞ்சுக்கிட்டு உங்களுக்கு உதவி பண்ணலாம்னு கேட்டோம். இதுக்குப் போயி இப்படி கோவப்படறீங்களே...

'மிஸ்டர்... நான் அதையெல்லாம் உங்ககிட்ட டிஸ்கஸ் பண்ணணும்னு அவசியம் இல்ல. உங்களுக்கு என்ன வேணும்னு சொல்லுங்க. என் டைமை வேஸ்ட் பண்ண முடியாது.'

'உங்க டைம் மாதிரியே எங்க டைமும் முக்கியம்தான் மேனேஜர் சார். டிலே பண்ணாம லோன் சாங்ஷன் பண்ணுவீங்கன்னு பாத்தா, எங்க ஃபைலை லீகல் ஒபினியன்க்கு அனுப்பியிருக்கீங்களாமே.'

'ஆமாங்க... அது ரொட்டீன் ப்ரொசிஜர். லீகல் ஒபினியன் இல்லாம எப்படி லோன் குடுக்க முடியும்?'

'என்ன சார். ஃபினான்ஸ் மினிஸ்டர் இன்ட்ரஸ்டேட்னு சொல்றேன். அப்புறமும் ப்ரொசிஜர், பொடலங்கான்னு பேசிக்கிட்டிருக்கீங்க.. நாங்க பேசுனா செய்ய மாட்டீங்களா.. மினிஸ்டரையே பேசச் சொல்லவா?'

'சார் நீங்க பேசுனாலும் சரி, மினிஸ்டர் பேசுனாலும் சரி... ரூல்சை மீறி என்னால எதுவும் செய்ய முடியாது. இது மினிஸ்டருக்கே தெரியும்.'

'ரொம்ப சட்டம் பேசாதீங்க மேனேஜர் சார். எங்களுக்கும் சட்டம் தெரியும். நீங்க ஒழுங்கா சொன்னா வழிக்கு வர மாட்டீங்கன்னு நெனைக்கறேன். விடுங்க நான் மினிஸ்டர்கிட்ட பேசிக்கறேன்.'

இணைப்பைத் துண்டித்த ஒலியோடு அந்த உரையாடல் முடிந்தது.

அடுத்த ஃபைலை திறந்தேன்.

'ஃபினான்ஸ் மினிஸ்டர் பேசனும்ன்றார்' என்று பாதியில் தொடங்கியது அந்த உரையாடல்.

'ஆமாங்க நான் பாலகிருஷ்ணன்தான் பேசறேன்.'

'என்ன பாலகிருஷ்ணன். நீங்கதான் இந்த ப்ரான்ச் மேனேஜரா?'

சிங்காரவேலுவின் குரல். தமிழறிஞர்போல அழகான தமிழில் அரசியல் பேசும் அதே சிங்காரவேலுவின் குரல். தன்னையும் தன் கட்சியையும் தவிர உலகில் யாருமே யோக்கியர்கள் இல்லை என்று பொய்யுரை பேசும் அதே குரல். இவனைப்போல நல்லவன் உண்டா என்று கேட்போரை நம்பவைக்கும் குரல். தன் ஒருவனால்தான் இந்தியப் பொருளாதாரம் தூக்கி நிறுத்தப்படுகிறது என்று ஏமாற்றும் குரல்.

'ஆமாம் சார்.'

'அடுத்த மாசம் பொண்ணுக்கு கல்யாணம் வச்சுருக்கீங்க போலருக்கே' சிங்காரவேலுவின் குரலில் எள்ளல் தொனி இருந்தது.

சற்றுத் தயக்கத்துடன். 'ம்ம். ம்ம்.. ஆமாம் சார்.'

'மாப்பிள்ளை நல்ல இடமாமே.. லெக்சரரா இருக்காராமே'

'.......'

'மண்டபத்துக்கெல்லாம் அட்வான்ஸ் குடுத்துருப்பீங்க. பத்திரிக்கை வச்சுக்கிட்டு இருப்பீங்க.'

'....'

'உங்க பொண்ணைப் பத்தி மாப்பிள்ளைக்கிட்ட எல்லாம் சொல்லிட்டீங்களா.' சிங்காரவேலுவின் குரலில் கிண்டலோடு ஆணவமும் தொனித்தது.

'.........'

'பாலகிருஷ்ணன்....' என்று குரலை உயர்த்தினார் சிங்காரவேலு.

'நான் மினிஸ்டர் பேசறேன்றது தெரியுதா இல்லையா.. நான் பாட்டுக்கு பேசிக்கிட்டே இருக்கேன். எதுவும் பேசாம இருந்தா என்ன அர்த்தம்? ம்ம்'

'.........'

'யோவ் மிஸ்டர்... ஏதாவது பேசுய்யா... நான் இங்க ஒருத்தன் கத்திக்கிட்டு இருக்கேன். கம்முனு இருந்தா...? நான் பாட்டுக்கு கத்திக்கிட்டு இருக்க பைத்தியக்காரனா?'

சிங்காரவேலு உச்சபட்ச கோபத்தில் இருந்தது குரலில் தெரிந்தது. நான் ஒரு மத்திய மந்திரி. இந்தியாவின் நிதியாதாரத்தை

நிர்வகிப்பவன். நான் பேசுகையில் ஒரு பவ்யமோ, பயமோ இன்றி அமைதியாக இருப்பதன் மூலம் அலட்சியப்படுத்த உனக்கு என்ன துணிச்சல்?' என்ற ஆணவம் தெரிந்தது.

'..................'

'எங்க ஆளுங்க வந்து சி.டி. குடுத்தாங்களாய்யா..?'

'ம்ம்.. வந்து.. சார்...'

'என்ன சார்.. வந்து... குடுத்தாங்களா இல்லையா?'

'ம்ம்... குடுத்தாங்க சார்...' பாலகிருஷ்ணன் குரலில் ஏராளமான தடுமாற்றம்.

சிங்காரவேலு தொடர்ந்தார். 'இது மாதிரி இன்னும் எத்தனை சிடி இருக்கு தெரியுமா? நீ கேட்ட சிடிய ஊரே கேக்கனுமா? டிவில... இன்டெர்நெட்ல...ன்னு போட்டு நாறடிச்சுடுவேன். சந்தி சிரிக்க வெச்சுடுவேன் உன்னை...'

பாலகிருஷ்ணன் பதிலேதும் பேசவில்லை. ஆற்றாமையிலும், வேதனையிலும் துடித்திருப்பார். அழுதிருப்பாரோ?

'நாளைக்குள்ள ஆர்.கே. என்டர்பிரைசஸ் ஃபைலை க்ளியர் பண்ணணும். டிலே பண்ணா இன்டெர்நெட் பூரா சந்தி சிரிச்சுடும். புரியுதா?'

'ம்ம்... ம்.... புரியுது சார்'

'சரியான அழுத்தக்காரன்தான்யா நீ. என்கிட்டயே இவ்வளவு அழுத்தமா இருக்கன்னா என் ஆளுங்ககிட்ட என்னென்ன பேசியிருப்ப? அஞ்சு நிமிஷம் ஆகாதுய்யா. உன்ன அஸ்ஸாமுக்கு ட்ரான்ஸ்ஃபர் பண்ணிட்டு வேற ஆளை போட்டு இந்த வேலையை முடிக்க. ஆனா அப்பிடி என்ன திமிரு உனக்கு? என் ஆளு போன் பண்ணும்போது திமிரா பேசிருக்க? எனக்கு கீழ வேலப் பாத்துக்கிட்டு, என்கிட்டயே இவ்ளோ திமிரா பேசுறன்னா நீ எப்படிப்பட்ட ஆளா இருப்ப...? நடுத்தெருவுக்கு கொண்டு வந்துருவேன். ஞாபகம் வச்சக்க...

நாளைக்கு ஆர்.கே. என்டர்பிரைசஸ் வேலை முடியணும். புரிஞ்சுதா... என்னைத் திரும்ப பேச வைக்காத...'

இரண்டாவது உரையாடல் முடிந்தது. சிங்காரவேலு கடுமையான கோபத்தோடு பேசினார். டிவியிலும் ரேடியோவிலும் தோன்றும்

அவரது சாந்தமான முகம் அல்ல இது. இது அவரது மறுபக்கம். அரசியல்வாதிகளுக்கே உரிய கோரமான மறுபக்கம். பார்ப்பவர்களை மிரள வைக்கும் மறுபக்கம்.

டெக்ஸ்ட் பைலாக இருந்த மூன்றாவது ஃபைலை திறந்தேன். இரண்டு உரையாடல்களும் எந்தத் தேதியில் எந்த எண்ணிலிருந்து எந்த எண்ணுக்கு வந்தது என்ற விபரங்கள் அடங்கியிருந்தது. பாலகிருஷ்ணனை நினைத்தால் மலைப்பாக இருந்தது. எப்படிப் பட்ட மனிதர் அவர்? சிங்காரவேலு கொடுத்த அந்த நெருக்கடியிலும், எவ்வளவு கவனமாக உரையாடல் விபரங்களை டெக்ஸ்ட் பைலாகவும், மொத்த ஃபைல்களை ஒளித்து வைத்தும், எப்படி ஒரு ஆதாரத்தை தயார் செய்துள்ளார்? பார்த்தால் இவருக்கும் கணிப்பொறிக்கும் சம்பந்தமே இல்லை என்று தோன்றியது. இவருக்கா இப்படி ஒரு கம்ப்யூட்டர் அறிவு? ஆளைப் பார்த்து யாரையுமே எடை போடக் கூடாது. இந்த வயதான மனிதருக்கு கம்ப்யூட்டரைப் பற்றி எதுவுமே தெரியாது என்ற எண்ணம், அவரை சந்தித்த பின்னர், என்னை அறியாமலேயே என் மனதில் குடியேறியிருந்தது ஏன் என்று புரிந்துகொள்ள முடியவில்லை.

மற்ற இரண்டு ஃபைல்களும் சிஸ்டம் ஃபைல்கள். அவசியம் இல்லாதவை.

அந்த இரண்டு உரையாடல்களையும் மீண்டும் ஒரு முறை கேட்டேன். உடம்பில் ரத்தம் வேகமாகப் பாய்வதாக உணர்ந்தேன். பரபரப்பு தொற்றிக்கொண்டது. மிகப்பெரிய ஆயுதம் கையில் கிடைத்திருப்பதாக உணர்ந்தேன். ஒழித்துக் கட்டலாம் சிங்காரவேலுவை என்ற நம்பிக்கை பிறந்தது. உடனே கிளம்பி கல்யாண சுந்தரத்தை பார்க்கவேண்டும் என்ற பரபரப்பு தோன்றியது. ஆனால் இரண்டு நாட்களாக தேங்கிக் கிடந்த வேலைகளை முடிக்கவேண்டும் என்ற நெருக்கடியைத் தவிர்க்க முடியவில்லை.

'வெங்கட் காம் டவுன்' என்று எனக்கு நானே சொல்லிக்கொண்டேன். பொறுமையாக நிலுவையில் இருந்த வேலைகளை முடித்தேன். அந்த சிடியை மற்றொரு நகல் எடுத்தேன். ஒரிஜினலை என்னோடு எடுத்துக் கொண்டு, நகலின் மேல், எம்.பி3 சாங்ஸ் என்று எழுதினேன். அந்த பைலின் நகல்களை எடுத்துக்கொண்டேன். மாலையில் வங்கி வேலைகள் முடிந்த பிறகு, ஐந்து மணிக்கு கிளம்பி, நேராக கல்யாணசுந்தரத்தைப் பார்க்கச் சென்றேன். அவர் வேறு ஏதோ வேலையாக வெளியே சென்றிருந்தார்.

நேரத்தை வீணடிக்க வேண்டாம் என்று, கதிரொளி அலுவலகம் சென்றேன். ரியல் எஸ்டேட் அதிபர் தொடங்கிய பத்திரிக்கை என்பது, அந்த அலுவலகத்தின் வடிவமைப்பிலேயே தெரிந்தது. பளபள வென்று இருந்தது கட்டிடம். ஐந்து மாடிக் கட்டிடம் அது. முதல் இரண்டு தளங்களில் ஒரு இன்ஷ்யூரன்ஸ் நிறுவனமும் ஒரு தனியார் அலுவலகமும் இயங்கிக் கொண்டிருந்தது. நான்கு மற்றும் ஐந்தாவது மாடியில் கதிரொளி அலுவலகம்.

வாசலில் இருந்த செக்யூரிட்டியிடம் ஆசிரியரை பார்க்க வேண்டும் என்று சொல்லியதும், உள்ளே அழைத்தார்.

'ஒரு பத்து நிமிஷம் வெயிட் பண்ணுங்க. எடிட்டோரியல் முடிச்சுட்டு வந்துடறேன்' என்றார்.

லிங்கேஸ்வரன். கதிரொளியின் ஆசிரியர். ஐம்பது வயதுக்கும் மேல் இருக்கும். நெற்றியில் விபூதிப் பட்டை. கண்ணாடி அணிந்திருந்தார். அந்தக்காலத்து கட்டைப் பேனாவில் தன் முன்பு இருந்த தாளில் ஏதோ திருத்திக் கொண்டிருந்தார். வெளியே வந்து காத்திருக்கலாம் என்று அறையைவிட்டு வெளியே வந்தேன்.

பெரிய ஹாலில் ஒரு பத்து எல்.சி.டி டிவிக்கள் பொருத்தப் பட்டிருந்தன. அனைத்து டிவிக்களிலும், ஆங்கில மற்றும் தமிழ் செய்திச் சேனல்கள் ஓசையின்றி ஓடிக்கொண்டிருந்தன. தனியார் மென்பொருள் அலுவலகத்தில் இருப்பதுபோல நீளமாக கேபின்கள் அமைக்கப்பட்டு. கணிப்பொறியின் முன்னால் பல்வேறு ஊழியர்கள் வேலையில் ஈடுபட்டிருந்தார்கள். ஒரு பக்கம் பெரிய ஜெராக்ஸ் இயந்திரம்போல் இருந்த ஒரு இயந்திரம் அடுத்த நாளுக்கான செய்தித்தாளின் ஒரு பக்கத்தை அச்சிட்டு வெளியேற்றியது. அதை எடுத்துக்கொண்டு ஒருவர் ஆசிரியர் அறைக்குள் சென்றார்.

மற்றொருவர், நாற்காலியில் சாய்வாக அமர்ந்துகொண்டு அவர் முன் குவிக்கப்பட்டிருந்த கடிதங்களை ஒவ்வொன்றாக படித்துக் கொண்டிருந்தார்.

ஒரு மணி நேரத்துக்கும் மேலாக ஆனது. சற்றே எரிச்சல் வந்தது. இன்னும் எவ்வளவு நேரம்தான் காத்திருப்பது என்று யோசித்துக் கொண்டிருக்கும்போதே, உதவியாளர் ஒருவர் வந்து, 'சார் கூப்புடறார்' என்றார். உள்ளே சென்றேன்.

'வாங்க. கல்யாண சுந்தரம் அனுப்புன ஆள் தானே நீங்க? பேர் என்ன?' என்றார்.

'வெங்கட் சார்' என்றேன்.

'ம்ம்... சாரி. கொஞ்சம் லேட் ஆயிடுச்சு. கல்யாண சுந்தரம் விபரம் சொன்னார். பேப்பர்ஸ் கொண்டு வந்துருக்கீங்களா?'

'இருக்கு சார்' என்று ஃபைலை அப்படியே எடுத்துக் கொடுத்தேன்.

ஃபைலை முழுவதுமாக புரட்டிப் பார்த்தார். 'ம்ம்.. சிங்காரவேலு கையெழுத்தேதான். எப்படி இந்த மாதிரி ஒரு லெட்டர அனுப்புனான்? ரொம்ப கவனமான ஆளாச்சே அவன். கட்சியில எத்தனை பேரை ஒழிச்சு கட்டிட்டு இந்த எடத்துக்கு வந்துருக்கான் தெரியுமா?. பட் வெரி இன்ட்ரஸ்டிங். இதை வச்சு அந்த ஆளுக்கு தொந்தரவு குடுக்க முடியும். ஆனா அவன் அரசியல் வாழ்க்கையை முடிச்சுட முடியுமான்னு தெரியல. ரொம்ப ஈசியா என் கையெழுத்த யாரோ ஃபோர்ஜ் பண்ணிட்டாங்கன்னு சொல்லிடுவான். நான் இந்த மாதிரி ஒரு லெட்டர் எழுதவேயில்லைனு சொல்லிடுவான். ம்ம்... பார்ப்போம்.' என்று அந்த ஃபைலை மீண்டும் ஒருமுறை பார்வையிட்டார்.

'சார்... இன்னொரு எவிடென்ஸ்.. '

'ம் சொல்லுங்க.. '

'சிங்காரவேலுவோட ஆடியோ ரெக்கார்டிங் இருக்கு சார்.. '

'ஆடியோ ரெக்கார்டிங்கா... யார்கிட்ட பேசுன ரெக்கார்டிங்..?'

'லோன் குடுக்க முடியாதுன்னு லெட்டர் எழுதியிருக்காரே சார் மேனேஜர். அவர் கூட பேசுன கான்வர்ரேஷன் சார். '

'ஃபென்டாஸ்டிக்.. அத மொதல்ல குடுக்க வேண்டாமா? என்ன வெங்கட் நீங்க... கல்யாண சுந்தரம் கூட இதைப் பத்தி எதுவுமே சொல்லலையே...?'

'அவருக்கேத் தெரியாது சார். நானே இன்னைக்குத்தான் ஆக்சிடென்டலா கண்டுபிடிச்சேன்' என்று சொல்லிவிட்டு அந்த சிடியை எடுத்து அவரிடம் கொடுத்தேன். அதை வாங்கி அவர் டேபிளின் அருகே இருந்த லேப்டாப்பில் இணைத்தார். லேப்டாப்பை எடுத்து மேசை மேல் வைத்துக்கொண்டு, அதில் ஹெட்போனை மாட்டி சிடியில் உள்ள ஃபைல்களைத் திறந்து அந்த உரையாடல்களை ஒவ்வொன்றாகக் கேட்டார்.'

சிங்காரவேலுவின் உரையாடலைக் கேட்ட போது அவர் முகத்தில் ஆழ்ந்த கவனம் தெரிந்தது. பிறகு, மீண்டும் ஒருமுறை அந்த உரையாடல்களை கேட்டார்.

'Fabulous! I think we can nail him. குட் வொர்க் வெங்கட். நீங்க போங்க. நான் இதைப் பாத்துக்கறேன். இதைப் பத்தி வேற யார்கிட்டயும் டிஸ்கஸ் பண்ண வேண்டாம். கல்யாண சுந்தரத்துக் கிட்ட நீங்களே தகவல் சொல்லிடுங்க. I will think how and when to break this' என்றார்.

'சரி சார்' என்று அவரிடம் விடை பெற்றுக்கொண்டு கிளம்பினேன்.

கதிரொளி பத்திரிக்கையை எப்போதாவதுதான் வாசிப்பேன். பத்திரிக்கை நன்றாகத்தான் இருக்கும் என்றாலும், வீட்டில் இரண்டு ஆங்கில நாளிதழ்களை வாங்குவதால், கதிரொளியை வாங்கியதில்லை.

லிங்கேஸ்வரனை சந்தித்து வந்த முதல் ஒரு வாரத்திற்கு காலை ஐந்து மணிக்கே எழுந்து சென்று, பேப்பர்களை பிரிக்கும் பாயிண்ட்டி லேயே சென்று வாங்கி வந்தேன். ஆனால், எனக்கே இது பைத்தியக் காரத்தனமாக இருந்தது. அதனால், வீட்டில் பேப்பர் போடும் பையனிடம் தினமும் கதிரொளி போடுமாறு சொல்லி விட்டேன். ஒரு வாரம், இரண்டு வாரம் என்று இருந்த காத்திருப்பு ஒரு மாதம் கடந்தவுடன் எல்லை மீறியது. ஒரு மாதமாக இப்படிப்பட்ட ஒரு ஆவணத்தை வைத்துக் கொண்டு என்ன செய்கிறார் லிங்கேஸ்வரன்? சிங்காரவேலுவின் நீண்ட ஆக்டோபஸ் கரங்கள் லிங்கேஸ்வரனையும் வளைத்திருக்குமோ?

லிங்கேஸ்வரனுக்கும் ஒரு விலை உண்டோ...? கல்யாண சுந்தரம் சொல்லியும் லிங்கேஸ்வரன் விலை போயிருப்பாரோ... அவசரப் பட்டு விட்டோமோ?

உலகத்தில் யாரையுமே நம்ப முடியாதா? என் பொறுமை எல்லை கடந்து விட்டது. நேருக்கு நேர் கேட்டு விடுவது என்ற முடிவோடு கதிரொளி அலுவலகத்துக்கு கிளம்பினேன்.

௯

கதிரொளி அலுவலகத்துக்குள் நுழைந்தேன். எடிட்டரைப் பார்க்க வேண்டும் என்று சொல்லி விட்டு உள்ளே சென்றேன். எடிட்டர் உள்ளே வரச்சொன்னார்.

‘வணக்கம் சார்’

‘வாப்பா. வெங்கட். எப்படி இருக்க?’

‘நல்லா இருக்கேன் சார்.’

‘சொல்லுப்பா என்ன விஷயம்?’

‘சார் அந்த சிங்காரவேலு மேட்டர்’ என்று இழுத்தேன்.

‘ஏம்ப்பா அவசரப்படற? என்கிட்ட குடுத்துட்டல்ல... நான் பாத்துக்கறேன் விடு’

‘இல்ல சார். ஒரு மாசம் ஆச்சே... இன்னும் வெளில வரலயேன்னு தான்...’

‘தம்பி.. எவ்வளவு பெரிய முக்கியமான செய்தியா இருந்தாலும், டைமிங்னுஒண்ணுஇருக்கு. அந்த டைமிங்க புரிஞ்சுக்காம நியூஸ்

ப்ரேக் பண்ணா அந்த நியூசுக்கே வேல்யூ இல்லாமப் போயிடும். ஜர்னலிசத்துல டைமிங் ரொம்ப ரொம்ப முக்கியம்'

புரிந்தது போலவும் இருந்தது, புரியாதது போலவும் இருந்தது. என் முகபாவனையை வைத்துப் புரிந்துகொண்டவர், தொடர்ந்தார்.

'ஒரு பெரிய ஸ்கேம் பத்தி எவிடென்ஸ் கெடச்சுருக்குன்னு வெச்சுக்கயேன். அது பப்ளிஷ் ஆகுது. அந்த நியூஸை எல்லாரும் கேரி பண்ணணும். அந்த நியூஸ் பப்ளிஷ் ஆனதுனால ஏதாவது ஒரு எஃபெக்ட் இருக்கணும். ரிசல்ட் வரணும். நானும் பப்ளிஷ் பண்றேன்னு அவசரப்பட்டு பண்ணிட்டா, அதுக்கு வேல்யூ இல்லாமப் போயிடும்.'

'ஓ.கே சார்' என்றேன்.

இவரிடம் என்ன பேசுவது? கல்யாண சுந்தரம் இவரை அப்படி இப்படி என்று புகழ்ந்தார். கல்யாண சுந்தரத்தைத் தவிர ஊரில் எல்லோரும் அப்படித்தான் சொல்கிறார்கள். ஒரு உலகமகா அயோக்கியனைப் பற்றி அற்புதமான ஆதாரத்தை எடுத்துக் கொடுத்திருக்கிறேன். ஆனால், டைமிங் அது இதுவென்று ஏதேதோ சொல்லுகிறார்.

'சரி நான் கெளம்பறேன் சார்.'

'சரிப்பா. போயிட்டு வா. நான் உனக்கு ஏற்கெனவே சொன்னதுதான். ஜாக்ரதையா இரு. ரொம்ப எமர்ஜென்சியா இருந்தாலே ஒழிய என்னைப் பாக்க வராத. இப்ப வரும்போது பைக்ல வந்தியா?'

'ஆமாம் சார். '

'இனிமே என்னை எப்பயாவது பாக்க வந்தாலும், வண்டியை எங்கயாவது நிறுத்திட்டு நடந்து வா. கதிரொளி ஆபிஸ் வாசல்ல எப்பவும் இன்டெலிஜென்ஸ் ஆளுங்க இருப்பாங்க.'

'சரி சார்.'

வெளியே வந்ததும், அவர் மீது நம்பிக்கை இருப்பதுபோலவும் இருந்தது. இல்லாததுபோலவும் இருந்தது. அவரை முழுமையாக சந்தேகப்படவும் மனது வரவில்லை. கல்யாண சுந்தரம் யாருக்கும் அப்படி நற்சான்றிதழ் வழங்கி விட மாட்டார். இன்னும் ஒரு வாரம் பத்து நாள் பார்க்கலாம். அப்போதும் வரவில்லையென்றால், கல்யாண சுந்தரத்திடம் சொல்லவேண்டியதுதான். ஏன் ஒரு வாரம் காத்திருக்கவேண்டும் என்று நினைத்துக்கொண்டு, உடனே கல்யாண சுந்தரத்தைப் பார்க்கக் கிளம்பினேன்.

அவர் ஊரில் இல்லை. கல்கத்தாவில் நடக்கும் தொழிற்சங்க மாநாட்டுக்கு கிளம்பிப் போயிருந்தார். வருவதற்கு நான்கு நாட்கள் ஆகும் என்றார்கள். வந்தபிறகு பார்க்கலாம்.

அடிக்கடி மேனேஜர் பாலகிருஷ்ணனின் நினைவு வந்து சென்றது. அவரைப் பற்றி நினைக்கும்போதெல்லாம், சிங்காரவேலுவை ஒரு வழி பண்ண வேண்டும் என்ற வெறி ஏற்பட்டது. பார்ப்போம் கதிரொளி ஆசிரியர் என்ன செய்கிறார் என்று.

ஒரு வாரம் கடந்தது. தினமும் காலையில் கதிரொளியைப் பார்த்துப் பார்த்து சலித்துவிட்டது. சிங்காரவேலு என்று சிறிய செய்தி இருந்தாலும் சிங்காரவேலுவின் வீழ்ச்சியை எதிர்பார்க்கும் மனது, இது அந்த செய்தியாகத்தான் இருக்குமோ என்று பரபரத்தது. ஆனால் வந்த செய்திகள்,

'வங்கி வட்டி விகிதங்கள் குறைக்கப்படும்' - சிங்காரவேலு அறிவிப்பு.

'கட்சியில் கோஷ்டி பூசல்கள் அறவே இல்லை' - சிங்காரவேலு பேட்டி.

'தமிழகத்திற்கு கூடுதல் நிதி ஒதுக்கீடு - சிங்காரவேலு அறிவிப்பு

- என்று சிங்காரவேலு புகழ்பாடும் செய்திகளாகவே இருந்தன. இன்றைய கதிரொளியிலும், சிங்காரவேலுவின் படத்தை பெரியதாகப் போட்டு 'மழைக்காலக் கூட்டத்தொடரில் பெண்கள் இட ஒதுக்கீடு மசோதா நிறைவேற்றப்படும்' - மத்திய நிதி அமைச்சர் சிங்காரவேலு அறிவிப்பு. 'இன்று தொடங்கவிருக்கும் பாராளுமன்றத்தின் மழைக்காலக் கூட்டத்தொடரில் மகளிருக்கான இட ஒதுக்கீட்டு மசோதா நிச்சயம் நிறைவேற்றப்படும் என்று மத்திய நிதி அமைச்சர் சிங்காரவேலு அறிவித்தார். இது தொடர்பாக எதிர்க்கட்சிகளுடன் தீவிர ஆலோசனையில் ஈடுபட்டிருப்பதாகவும், எதிர்க்கட்சிகள் ஒத்துழைத்தால் இந்தக் கூட்டத்தொடரிலேயே இம்மசோதா நிறைவேற்றப்படும் என்றும் சிங்காரவேலு அறிவித்தார்' என்று கதிரொளி கூறியது.

இதை யோசித்துக்கொண்டே மற்ற செய்திகளை ஆர்வக் குறைவோடு பார்த்துவிட்டு அலுவலகம் கிளம்பினேன். அன்று சனிக்கிழமை என்பதால் மாலை சினிமாவுக்குச் செல்லலாம் என்றும் நண்பரிடம் பேசுவோம் என்று நினைத்துக்கொண்டேன். சிங்காரவேலுவைப் பற்றியே நினைத்து நினைத்து, என் மனம் சிங்காரத்தையும் சிருங்காரத்தையும் இழந்து விட்டதாக உணர்ந்தேன்.

காலை வங்கிக்குச் சென்றதும் வழக்கம்போலக் கோப்புகளைப் பார்வையிட்டுக்கொண்டிருந்தபோது கண்ணாடி வழியே ஜனனி அலுவலகத்துக்கு வந்து யாருடனோ பேசிக்கொண்டிருந்தது தெரிந்தது.

ஜனனியைப் பார்த்ததுமே மனது சுறுசுறுப்படைந்தது. இத்தனை நாள் யோசித்து, தான் செய்தது தவறு என்று உணர்ந்து நம்மிடம் பேசத்தான் வந்திருக்க வேண்டும். கண்ணாடியில் முகம் எப்படி இருக்கிறது என்று பார்க்க வேண்டுமென்றால் அவசரத்துக்கு கண்ணாடி இல்லை... ச்சே... இந்தப் பெண்கள் மட்டும் எவ்வளவு கவனமாக ஹேண்ட்பேக்கி லேயே கண்ணாடியோடு சுற்றுகிறார்கள். சீப்பை எடுத்து குத்து மதிப்பாக தலையைச் சீவினேன். செல்போனை எடுத்து அதில் தெரிந்த பிம்பத்தில் பார்த்தேன். எப்போதும்போல அதே முகத்தின் சாயல்தான் தெரிந்தது. கர்சீப்பை எடுத்து முகத்தை துடைத்துக் கொண்டேன்.

காத்திருந்தேன். ஆனால் ஜனனி வரவில்லை.

ஜனனியின் மகனுக்கான ஸ்காலர்ஷிப் தொடர்பான கோப்பினை எடுத்து வந்தார் உதவியாளர். அவள் மகன் பத்தாம் வகுப்பில் மாவட்டத்திலேயே முதல் மாணவனாக வந்திருந்தான். வங்கி ஊழியர்களின் பிள்ளைகள் மாவட்ட அளவிலோ மாநில அளவிலோ முதல் மூன்று இடங்களுக்குள் வந்தால், அடுத்த இரண்டாண்டு களுக்கு அவர்களின் கல்விச் செலவை ஏற்றுக்கொள்ளும் திட்டத்துக்காக விண்ணப்பித்திருந்தாள். ஏற்கெனவே வேலை பார்த்த ப்ரான்ச்சில் அவள் இந்த உதவியைப் பெறவில்லை என்பதற்கான சான்று கேட்கப்பட்டிருந்தது.

இந்தக் கோப்பில் நான்தான் கையெழுத்திடவேண்டும் என்பது அவளுக்குத் தெரியும். ஒருமுறை என்னை வந்து பார்த்தால் என்ன குடியா முழுகி விடும்? கையெழுத்துப் போடமாட்டேன் என்று மறுத்து விடுவேனா? இல்லை அவளைக் கடித்து விடுவேனா?

ச்சை... இப்படி உதாசீனப்படுத்துகிறாளே... இந்த லிங்கேஸ்வரனை நம்ப முடியவில்லை. கல்யாண சுந்தரம் ஊரில் இல்லை. இந்த நேரத்தில் இவள் வேறு வந்து அவள் பங்குக்கு மனசைக் குழப்பி விட்டுப்போகிறாள். எரிச்சல் எரிச்சலாக வந்தது.

யாரிடமாவது விவாதித்தால் நன்றாக இருக்கும்போலத் தோன்றியது.

நண்பருக்கு போன் அடித்தேன். ரிங் போனது.

வேள்வி | 75

நாசர் ஒரு பிரபல திரைப்பட இயக்குநரிடம் அசோசியேட்டாக பணியாற்றிக் கொண்டிருந்தார். நல்ல திரைப்படங்களை தேடித் தேடிப்பார்ப்பார். பல வருடப் பழக்கம். சினிமா, இலக்கியம், அரசியல் என்று மணிக் கணக்கில் விவாதிப்போம்.

'நாசர்.. வெங்கட் பேசறேன். ஈவ்னிங் ஃப்ரியா? படத்துக்கு போலாமா?'

'படத்துக்கா... என்ன பிரச்னை சொல்லுங்க...'

'ம்ம்... பிரச்னை ஒண்ணும் இல்லை. ரொம்ப நாள் ஆச்சுல்ல... அதான் சினிமாவுக்கு போகலாமேன்னு. நீங்க ஃப்ரீயா...?'

'முந்தாநாள்தான் பர்ஸ்ட் ஷெட்யூல் முடிச்சுட்டு வந்தோம். அடுத்த வெள்ளிக்கிழமைவரை எந்த வேலையும் இல்லை. போலாமே... என்ன படம்?'

'ஆடுகளம் போலாமா? நான் இன்னும் பாக்கல...'

'ஓ எஸ். ஷூட்டிங்ல இருந்ததால நானும் பாக்கல. இன்டஸ்ட்ரியில எல்லாரும் நல்ல இருக்குன்னு சொல்றாங்க. சத்யம் வந்துடறியா?'

'நாசர். உனக்குத் தெரியாதா... இந்த சத்யம், ஐநாக்ஸ்னு மல்டிப்ளெக்ஸுக்கெல்லாம் நான் வரமாட்டேன்னு தெரியாதா?'

'வெங்கட்... உடனே அதெல்லாம் பூர்ஷ்வா தியேட்டர்னு ஆரம்பிக்காத. பூர்ஷ்வான்ற வழக்கொழிஞ்சு போன வார்த்தையை எனக்குத் தெரிஞ்சு நீ மட்டும்தான் யூஸ் பண்ற. இன்னும் கொஞ்ச நாள்ல மல்டிப்ளெக்ஸ் தவிர வேற தியேட்டரே இருக்காது வெங்கட். அப்புறம் என்ன பண்ணுவ?'

'இல்ல நாசர். தேவில பாக்கலாம். மவுண்ட் ரோட் வந்துடுங்க. ஈவ்னிங் ஏழு மணிக்கு. நான் டிக்கட்ஸ் புக் பண்ணிடறேன்'

திரைப்படம் தொடங்க இன்றும் ஒரு மணி நேரம் இருக்கையிலேயே இருவரும் வந்து விட்டோம். குழப்பத்தை சற்றே பகிர்ந்து கொள்ளலாம் என்று நாசரிடம் சொன்னேன்.

'என் ப்ரான்ச்சில ஜனனின்னு ஒரு லேடி வேலை பாத்தாங்க நாசர்...' என்று தொடங்கி மொத்த கதையையும் சொன்னேன். ஜனனியைப் பார்க்க முடியாத அளவுக்கு ஏற்பட்ட நெருக்கடியையும் சொன்னேன்.

‘வெங்கட். பெண்களும் ஆண்களும் வேற வேற. பெண்களின் பார்வை வேற. அவங்க சிந்தனைப் போக்கு வேற. அவங்க உலகமே வேற. ஜனனிக்கு உன் மேல காதல் வந்துருக்கு. என்னமோ கெமிஸ்ட்ரி வொர்க் அவுட் ஆயிருக்கு. உன்னோட நடவடிக்கைகள், உனக்கும் அவங்க மேல காதல் இருக்குன்ற உணர்வை ஏற்படுத்தியிருக்கு. அவங்களுக்கு ஒரு நெருக்கடி வந்தப்போ நீ உடனே வந்து பாக்கணும்னு அவங்க எதிர்பார்த்துதான் உன்னைக் கூப்பிட்டுருக்காங்க. உன்னோட நெருக்கடி அவங்களுக்குத் தெரியல.

சாதாரணமா திருமணமாகாம இருக்கற பெண்கள் காதலிக்கறதுக்கும், கல்யாணமாகி, கணவன் இல்லாம ஒரு பையனோட வாழ்ந்துக் கிட்டுருக்க பொண்ணு காதலிக்கறதுக்கும் பெரிய வித்யாசம் இருக்கு. மற்ற பொண்ணுங்க நீ வரலன்னா, நீ சொல்ற காரணத்தை ஏத்துக்குவாங்க. பட் ஜனனி மாதிரி பொண்ணுங்களுக்கு, நம்ப தகுதிக்கு மீறி ஆசைப்படறோமோ, நம்பளை சீப்பா நெனச்சுடுவாங் களோன்ற ஜாக்கிரதை உணர்வு எப்பவும் இருக்கும். என்னதான் இருந்தாலும், நாம ஏற்கெனவே திருமணம் ஆனவள்தானேங்கற கழிவிரக்கம் அவங்ககிட்ட அதிகமா இருக்கும். நீ அன்னைக்கு போகாம இருந்ததும்... நீ அவங்களை அவாய்ட் பண்றன்னும், அவங்க ஏதோ பெரிய தப்பு பண்ணிட்டாங்கன்னும் எவ்வளவோ எண்ணங்கள் ஏற்பட்டிருக்கும். உன்னை தெனம் தெனம் பாக்கும் போது, அவங்க தான் தப்பு பண்ணிட்டதா ரொம்ப ஃபீல் பண்ணிருப் பாங்க. அதனாலதான் மே பி, அவங்க ட்ரான்ஸ்பர் கேட்டுட்டே போயிருப்பாங்க.’

‘பட் என்னால ஒண்ணுமே பண்ண முடியாத சிச்சுவேஷன் நாசர்...’

‘ஐ அன்டர்ஸ்டேன்ட் வெங்கட். எனக்கு நல்லாப் புரியுது. ஆனால் நீயும் அவங்களைப் புரிஞ்சுக்கவும், அவங்க முடிவை மதிக்கவும் முயற்சி செய் வெங்கட்.’

‘அதனாலதான் ரெண்டு மூணு தடவை பேசிப் பாத்தேன். ஆனா அவ என்னை கம்ப்ளீட்டா அவாய்ட் பண்ணா. அத்தோட விட்டுட்டேன். அதுக்கப்புறம், நோ கால்ஸ், நோ மெசேஜஸ். கம்ப்ளீட்லி கட் ஆஃப்.’

‘அவங்களை மறந்துட்டு வேற வேலையைப் பாரு வெங்கட். அது ஒரு அன்நெசஸ்சரி ஹேங் ஓவர். இதனால் உன்னோட மூடுதான் ஸ்பாயில் ஆகும். மறக்கறது கஷ்டமா இருந்தாலும் வேற வழியில்லை, உன் கவனத்தை வேற பக்கம் திசை திருப்பு.’

‘இல்ல நாசர்.. நான் முயற்சி பண்ணியிருந்தாலும் என்னால ஜனனியைப் பத்தியே தொடர்ந்து நெனச்சுகிட்டு இருக்க முடியாத மாதிரி சில ப்ராப்ளம்ஸ். உன்னைப் பாத்ததும் உன் கிட்ட பேசனும்னு தோணுச்சு. தட்ஸ் ஆல்.’

நாசரிடம் பேசியதும் ஜனனி விவகாரத்தில் நான் ஏதோ தப்பு செய்து விட்டேன் என்றார்போல் மனதில் இருந்த குற்ற உணர்வு விலகியது. திரைப்படம் பார்த்து விட்டு வீடு திரும்பினேன். ஜனனியின் நினைவுகளோடே உறங்கிப் போனேன்.

மறுநாள் சோம்பலோடு எழுந்து, வாசலில் கிடந்த கதிரொளி பேப்பரை கையில் எடுத்தேன்.

‘சிக்கலில் நிதி அமைச்சர் சிங்காரவேலு’ பெரிய எழுத்தில் கதிரொளி தலைப்புச் செய்தி அலறியது. சிறிய தலைப்பாக 1200 கோடி ரூபாய் மோசடி. நடுவில் சிங்காரவேலு தலையில் கை வைத்து இருப்பது போல வண்ணப்படம். படத்துக்கு இருபுறமும் செய்திகள் வழிந்தன. செய்தி தொடங்கும் முன் சிவப்பு நிறத்தில் பட்டையடித்து ‘பிரத்யேகச் செய்தி’ என்று இருந்தது. ‘

> மத்திய நிதி அமைச்சராக இருந்து வருகிறார் பழனியப்பன் சிங்காரவேலு. இதற்கு முன் சிங்காரவேலு நிதித் துறையின் இணை அமைச்சராக இருந்தார்.
>
> சென்னை மைலாப்பூரிலுள்ள இந்தியன் வங்கிக் கிளையில் ஆர்.கே. என்டர்பிரைசஸ் என்ற நிறுவனம் 1200 கோடி ரூபாய் தொழிற் கடனாக பெற்றுள்ளது. இக்கடனுக்கான உத்தரவாதமாக இந்நிறுவனம் 50 கோடி ரூபாய் மதிப்பிலுள்ள நிலத்தின் பத்திரங்களை அளித்திருந்தது. இந்நிறுவனம் தொழிற் கடன் கேட்டு விண்ணப்பித்தபோது வங்கியின் சட்ட ஆலோசகர், இந்நிறுவனத்துக்கு கடன் வழங்கக் கூடாது என்று உறுதிபட கருத்து கூறியுள்ளார். சட்ட ஆலோசகர் தனது கடிதத்தில் ஐம்பது கோடி ரூபாய்க்கான நிலம் நீதிமன்ற வழக்கில் உள்ளது என்பதாலும், இந்நிறுவனத்தின் பங்குதாரர்கள் குறித்த விபரங்கள் மர்மமாக உள்ளதாலும், இந்நிறுவனத்துக்கு கடன் கொடுக்க வேண்டியதில்லை என்று கடிதம் எழுதியுள்ளார்.
>
> இந்தக் கடிதம் வந்த சில நாட்களிலேயே மத்திய நிதி அமைச்சர் சிங்காரவேலு, வங்கி மேலாளருக்கு எழுதிய கடிதத்தில், ஆர்.கே. என்டர்பிரைசஸ் நிறுவனத்துக்கு ‘சிறப்பு தேர்வாக’ கருதி 1200 கோடி ரூபாய் கடன் வழங்குமாறு குறிப்பிட்டுள்ளார். (கடித நகல் கதிரொளியிடம் உள்ளது.)

மத்திய அமைச்சரின் இந்தக் கடிதத்துக்குப் பிறகு ஆர்.கே. என்டர்பிரைசஸ் நிறுவனத்துக்கு 1200 கோடி ரூபாய் கடன் வழங்கப் பட்டுள்ளது. கடன் பெற்ற பிறகு அந்நிறுவனம் ஒரு தவணையைக்கூட திருப்பிச் செலுத்தவில்லை.

வங்கியின் வருடாந்திர நிதி தணிக்கையின் போதும் இந்த நிறுவனத்தின் வாராக்கடன் குறித்து எந்தக் குறிப்பும் இடம்பெறவில்லை என்பது குறிப்பிடத்தக்கது. சட்ட ஆலோசகரின் கருத்துரையை மீறி இந்நிறுவனத்துக்கு கடன் கொடுக்கப்பட்டதும், வருடாந்திர தணிக்கையில் இந்த விவகாரம் வெளிவராமல் மறைக்கப்பட்டதும், மத்திய நிதி அமைச்சர் சிங்காரவேலு கொடுத்த நெருக்கடியின் காரணமாகவே இருக்கும் என்று கூறப்படுகிறது.

மத்திய அரசில் மிக முக்கிய அமைச்சராக இருந்து வரும் சிங்காரவேலுவுக்கு இந்த ஊழல் புகார் கடும் நெருக்கடியை கொடுக்கும் என்று எதிர்பார்க்கப்படுகிறது. பாராளுமன்றம் நடைபெற்றுக் கொண்டிருக்கும் வேளையில் எழுந்துள்ள இந்தக் குற்றச்சாட்டு பாராளுமன்றத்தில் புயலைக் கிளப்பும் என்று எதிர்பார்க்கப்படுகிறது. பல்வேறு ஊழல் குற்றச்சாட்டுகளை உதறித் தள்ளிய சிங்காரவேலு, ஆதாரங்களோடு வெளியாகியுள்ள இந்தக் குற்றச்சாட்டில் சிக்கியுள்ளதால் அவரது பதவி தப்புமா என்ற கேள்வி எழுந்துள்ளது.'

என்று முடிந்தது அந்தச் செய்தி.

செய்தியின் நடுவே பாக்ஸ் செய்தியாக, 'ஆவணமும் போலி' என்று ஒரு செய்தி இருந்தது. அதில் 'கடன் பெறுவதற்காக ஆர்.கே. என்டர்பிரைசஸ் நிறுவனம் உத்தரவாதமாகக் கொடுத்திருந்த 50 கோடி மதிப்புள்ள நிலத்துக்கான ஆவணமே போலியான ஆவணம் என்று கதிரொளி விசாரணையில் தெரிய வந்துள்ளது. அந்த ஆவணத்தில் உள்ள பதிவு எண்ணில் வேறு ஒரு சொத்து பதியப்பட்டுள்ளது தெரியவந்துள்ளது.' என்று இருந்தது.

முகத்தில் ஜிவு ஜிவென்று ரத்தம் பரவியதாக உணர்ந்தேன். கதிரொளியின் முதல் பக்கத்தில் வந்த அந்த செய்திக்கு மூல காரணம் நான்தான் என்பதை நினைக்கும்போது, பெருமையாக இருந்தது. எதிர்க்கட்சிகள் இந்தப் பிரச்னையை பாராளுமன்றத்தில் கிளப்புமோ கிளப்பாதோ, ஆனால் கிளப்பும் என்று இவர் எழுதியது லிங்கேஸ்வரனின் அனுபவத்தைக் காட்டியது. பேப்பரை எடுத்துக் கொண்டு ஆடவேண்டும்போல இருந்தது. உடனே கல்யாண சுந்தரத்துக்கு போன் போட்டுச் சொல்ல வேண்டும்போல இருந்தது. ஆனால், அவர் காலையிலேயே அனைத்துப் பேப்பர்களையும் படித்து விடுவார் என்பது உறைத்தது. 'ஆஹா... எப்படிப்பட்ட சாதனை...'

வேள்வி | 79

என்னையே நான் மெச்சிக்கொண்டேன். ஒழிந்தான் சிங்காரவேலு என்று வாய்விட்டு சொல்லிப் பார்த்துக்கொண்டேன்.

கதிரொளி ஆசிரியரை அவசரப்பட்டு சந்தேகப்பட்டு விட்டோம். இந்த ஒரு மாதகாலத்தில் அவர் தனியாக ஒரு விசாரணை நடத்தியிருக்கிறார். அந்த ஆவணம் போலி என்ற விபரத்தை நம்மால் கண்டுபிடிக்க முடியவில்லை. சிறப்பாகத்தான் வேலை பார்த்திருக்கிறார். அனுபவசாலி அனுபவசாலிதான். அதெல்லாம் சரிதான். அந்த டேப் பற்றி ஏன் எந்தச் செய்தியும் வரவில்லை?

முதலில் பாலகிருஷ்ணனிடம் சொல்லவேண்டும். அவர் செல்போனுக்கு அழைத்தேன்.

'நீங்கள் தொடர்பு கொள்ளும் செல்பேசி எண் அணைத்து வைக்கப் பட்டுள்ளது'

10

கதிரொளி செய்தியைப் பார்த்ததும் ஏற்பட்ட உற்சாகம் பதற்றமாக மாறியது. என்ன ஆகியிருக்கும்? வம்பில் மாட்டிவிட்டு விட்டோமோ... அவர் பாட்டுக்கு நிம்மதியா இருந்திருப்பாரே... உடனே பூதலூர் கிளம்பலாமா? பற்பல எண்ணங்கள். தஞ்சாவூர் மாவட்டத்தில் உள்ளவர்கள் யாரையாவது தொடர்பு கொண்டு போய்ப் பார்த்து வரச் சொல்லலாமா? உடனே யாரால் செல்ல முடியும்?

கல்யாண சுந்தரத்திடம் பேசலாமா? போனில் பேச வேண்டாம் என்று சொல்லியிருக்கிறார். காலை ஏழு மணிதான் ஆகிறது. 10 மணிக்கு மேல் யோசிக்கலாம். பாலகிருஷ்ணனுக்கு ஒன்றும் நடந்திருக்காது. தேவையில்லாமல் பதற்றப்படுகிறோம். செய்தி வெளியாகி ஒரு மணி நேரம் கூட ஆகவில்லை. இதற்கு பாலகிருஷ்ணன்தான் காரணம் என்று எப்படிக் கண்டுபிடித்திருக்க முடியும்?

எந்த வேலையும் ஓடவில்லை. பரபரப்பாக இருந்தது. பத்திரிகையைப் புரட்டினாலும் மற்ற செய்திகளின் மேல் கவனம் செலுத்த முடியவில்லை. எழுந்து வெளியே சென்று ஒரு சிகரெட் பிடித்து விட்டு, மீண்டும் திரும்பி வந்தேன். மணி ஒன்பது ஆகியிருந்தது.

டிவியை இயக்கினேன். ஆங்கிலச் செய்திச் சேனல்களை சர சரவென்று மாற்றினேன். ஒரு சேனலில் புதிதாக வந்திருக்கும் இன்னோவா காரை வாங்கச் சொல்லி வலியுறுத்திக் கொண்டிருந்தது விளம்பரம். அடுத்த சேனலை மாற்றினேன். லூப்தான்சா ஏர்லைன்ஸில் பயணிப்பது போன்ற சுகம் வேறு எதிலும் கிடைக்காது என்று அங்கே சொல்லிக் கொண்டிருந்தார்கள்.

ஒன்பது மணிக்கு செய்தி புல்லட்டின் தொடங்கியது. டைம்ஸ் நவ் சேனலை வைத்தேன். ட்ரபிள் ஃபார் சிங்காரவேலு என்று ஸ்க்ரோல் ஓடிக்கொண்டிருந்தது. செய்தி தொடங்கட்டும் என்று காத்திருந்தேன். யூனியன் மினிஸ்டர் ஃபார் ஃபினான்ஸ் சிங்காரவேலு அப்பியர்ஸ் டு பி இன் டீப் ட்ரபிள் (Union Minister for Finance Singaravelu appears to be in deep trouble) என்று தொடங்கி இயற்கையை மீறிய கருமையான முடியோடு இருந்த அந்தப் பெண் கண்கள் விரிய விரிய செய்தியைப் படித்துக்கொண்டிருந்தார்.

மத்திய நிதி அமைச்சர் சிங்காரவேலு பெரிய ஊழல் புகாரில் சிக்கியுள்ளார் என்றும், டெல்லியிலிருந்து வெளிவரும் இந்துஸ்தான் டைம்ஸ் பத்திரிக்கையும், தமிழகத்திலிருந்து வெளிவரும் கதிரொளி பத்திரிக்கையும் பிரத்யேகச் செய்திகளாக சிங்காரவேலு மீதான ஊழல் புகார்கள் குறித்து ஆதாரங்களோடு செய்தி வெளியிட்டிருப்பதாகவும், பாராளுமன்றம் நடந்துகொண்டிருப்பதால், இது அவையில் பெரிய புயலைக் கிளப்பும் என்றும் சொல்லிக் கொண்டிருந்தார். அந்தச் சேனலின் பொலிடிக்கல் எடிட்டர் நாவிகா குமார் இப்போது பேசுவார் என்று அறிவித்தனர்.

சற்றே குண்டாக இருந்தார் நாவிகா குமார். கணீரென்ற குரலில், மத்திய அமைச்சர் இது நாள்வரை பல புகார்களில் தப்பியுள்ளார். ஆனால் இம்முறை மிகப்பெரிய ஊழலுக்கான ஆதாரங்களை இந்துஸ்தான் நாளேடு வெளியிட்டுள்ளது. எதிர்க்கட்சிகள் அவர் தலையைக் காவு கேட்கத் தவறாது. அவர் பதவி தப்புவது கடினம் என்றும் கூறினார்.

தொலைபேசியில் பேசிய எதிர்க்கட்சி எம்.பி ஒருவர், இந்த ஊழல் புகாரைப் பற்றிக் கேட்டவுடன் நெஞ்சம் பதைபதைக்கிறது என்றார். சிங்காரவேலுவின் ராஜினாமா நிச்சயம் கோரப்படும் என்றும், இது குறித்து சிபிஐ விசாரணை நடத்தவேண்டும் என்றும் பேசினார். மேற்கு வங்கத்தைச் சேர்ந்த சிங்காரவேலுவின் கூட்டணிக் கட்சி எம்.பி ஒருவர், மிகக் கவனமாக, இவ்விஷயத்தில், முழுமையான விபரங்கள் தெரிய வரவில்லை என்றும், விபரங்கள் தெரிந்த பிறகு,

அடுத்த கட்ட முடிவு என்ன என்பதை கட்சி கூடி முடிவெடுக்கும் என்றார்.

தமிழகத்தைச் சேர்ந்த சிங்காரவேலுவின் கூட்டணிக் கட்சி எம்.பி, பாராளுமன்றத்தில் கட்சியின் நிலைபாடு என்ன என்பது, பாராளுமன்றம் தொடங்கிய பிறகுதான் தெரிவிக்கப்படும் என்று தெரிவித்தார்.

ஆளுங்கட்சி அணியா, எதிர்க்கட்சி அணியா என்பதை சமயத்திற் கேற்றார் போல மாற்றும் உத்தரப்பிரதேசக் கட்சியைச் சேர்ந்த ஒரு எம்.பி, சட்டம் தன் கடமையைச் செய்யும் என்றார். நடந்தது என்ன என்பதை சிங்காரவேலு விளக்குவார் என்று தான் நம்புவதாகவும் தெரிவித்தார்.

ஒரு செய்திக்கு பல்வேறு அரசியல் கணக்குகள் காரணமாக எத்தனை விதமான அவதானிப்புகள்? ஒரு அமைச்சர் ஊழல் புகாரில் சிக்கியிருக்கிறார். அதற்கான ஆதாரங்கள் வெளியாகியிருக்கின்றன. விசாரணை நடத்தப்படவேண்டும். அந்த விசாரணை முடியும்வரை சம்பந்தப்பட்ட அமைச்சர் பதவி விலகியிருப்பதுதானே முறை? ஆனால் ஆளாளுக்கு ஒவ்வொரு விதமான கருத்துக்களைத் தெரிவிப்பது வெறும் கருத்து பேதமா? அல்லது கணக்கு பேதமா?

சிங்காரவேலுவுக்கு சிக்கல் தொடங்கி விட்டதாகவே தோன்றியது. மணி 9.30. மீண்டும் ஒருமுறை பாலகிருஷ்ணனுக்கு முயற்சி செய்யலாம் என்று அவர் எண்ணுக்கு டயல் செய்தேன். இப்போது ரிங் போனது. சற்றே நிம்மதியாக இருந்தது. திடீரென்று செய்தி வெளியான அதே நாளில், இச்செய்தியில் சம்பந்தப்பட்ட இருவர் பேசுவது சரியாக இருக்குமா என்ற சந்தேகம் எழுந்தது. யோசித்துக் கொண்டிருக்கும்போதே பாலகிருஷ்ணன் போனை எடுத்து ஹலோ என்றார். உடனே இணைப்பை துண்டித்தேன்.

அப்பாடி. நல்லபடி இருக்கிறார். நாம் பயந்ததுபோல எதுவும் இல்லை என்ற நிம்மதி ஏற்பட்டது.

செய்திச் சேனலில் சொல்லியதுபோலவே பாராளுமன்றம் ஸ்தம்பிக்கத்தான் செய்தது. எதிர்க்கட்சி எம்.பிக்கள் 'சிங்காரவேலு ராஜினாமா செய்' என்று தொடர்ந்து கோஷங்கள் எழுப்பியதால் அவை நாள் முழுவதும் ஒத்தி வைக்கப்பட்டது. சிங்காரவேலு அன்று பாராளுமன்றத்துக்கு வரவில்லை.

கதிரொளி ஆசிரியர் லிங்கேஸ்வரனின் அனுபவத்தையும் சரியான நேரத்தில் இதை வெளியிட்டு, பாராளுமன்றத்தையே ஸ்தம்பிக்க

வைத்த அவரது சாதுர்யமும் அவர் மீதான மரியாதையை பல மடங்கு கூட்டியது. தமிழகத்தில் கதிரொளியில் மட்டும் வெளிவந்தால், உரிய அதிர்வு ஏற்படாதோ என்று டெல்லியிலிருந்து வெளிவரும் ஆங்கில நாளிதழிலும், அதிலும் அதிக விற்பனையாகும் இந்துஸ்தான் டைம்ஸிலும் வெளிவரச் செய்த அவரது சமயோசிதமும் வியப்பைத் தந்தன. அனுபவம், அனுபவம்தானே! டேப் விவகாரத்துக்கும் எப்படியும் ஒரு திட்டம் வைத்திருப்பார். நாம்தான் அவசரப்பட்டு விட்டோம்.

காலையில் நடந்ததைவிட, இரவில், தொலைக்காட்சியில் அனல் பறந்தது. எல்லா செய்திச் சேனல்களிலும் சிங்காரவேலுதான். தமிழ்ச் சேனல்களில் விவாதங்கள் இல்லையென்றாலும், இந்துஸ்தான் டைம்ஸ் நாளிதழையும் கதிரொளி நாளிதழையும் காண்பித்து இச்செய்தியை திரும்பத் திரும்ப வெளியிட்டார்கள். ஆங்கிலச் சேனல்களின் விவாதங்களில், சிங்காரவேலு கட்சியின் செய்தித் தொடர்பாளர்கள், எப்படியெல்லாம் மழுப்ப முடியுமோ அப்படி யெல்லாம் மழுப்பினார்கள். விசாரணைக்கு சிங்காரவேலு அஞ்சவில்லை என்றார்கள். சிபிஐ விசாரணைக்குத் தயாரா என்றால், எடுத்த எடுப்பில் சிபிஐ விசாரணைக்கு உத்தரவிட முடியாது என்றார்கள். குற்றம் சொல்லும் எதிர்க்கட்சிகள் ஆட்சியில்கூட ஊழல் நடந்திருக்கிறது என்று சொன்னார்கள். எதிர்க்கட்சியினர் ஆட்சி நடத்திய சமயத்தில் ஒரு வங்கி திவாலானதை சுட்டிக் காட்டினார்கள்.

டைம்ஸ் நவ் எடிட்டர் அர்னப் கோஸ்வாமி, 'வேர் ஆர் யு மிஸ்டர் சிங்காரவேலு? இதுபோல இன்னும் எத்தனை ஊழல்கள் புரிந்துள்ளீர்கள்?. மக்களுக்கு பதில் சொல்லுங்கள்' என்று நேரடியாக சிங்காரவேலுவிடம் பேசுவதுபோலவே பேசினார். ஹெட்லைன்ஸ் டுடேவில் ராகுல் கன்வல், 'மைன்ட் பாக்லிங் ஸ்காம் (Mind boggling scam)' என்றார். ஐபிஎன் தொலைக்காட்சியில் ராஜ்தீப் சர்தேசாய், 'ஹவ் மெனி மோர் ஸ்காம்ஸ் வில் தி நேஷன் விட்னஸ் (How many more scams will this nation witness?)' என்று கேள்வி எழுப்பினார். என்டிடிவியில் பர்கா தத், நடுநிலையாக இருப்பதாகக் காட்டிக் கொள்ள வேண்டும் என்பதற்காகவோ என்னமோ... விசாரணை நடத்தாமலேயே ஒருவரை கழுவில் ஏற்றக்கூடாது என்றார். ஒரு நிதியமைச்சரின்மீது பொறுப்பில்லாமல் சொல்லப்படும் குற்றச்சாட்டு, நாட்டின் பொருளாதார ஸ்திரத்தன்மையை பாதிக்கும் என்றார்.

மறுநாள் அனைத்துச் செய்தித்தாள்களையும் சிங்காரவேலுவே ஆக்ரமித்துக் கொண்டிருந்தார். தமிழ் ஆங்கிலம், இந்தி, உருது, மலையாளம் என்று ஒட்டு மொத்த இந்தியா முழுவதும் சிங்காரவேலுவின் பெயரை உச்சரித்துக் கொண்டிருந்தன.

அன்றும் பாராளுமன்றத்தில் கூச்சல் குழப்பமே நிலவியது. இறுதியாக பிற்பகலில் நிதி அமைச்சர் பாராளுமன்றத்தில் அறிக்கை படிப்பார் என்று அறிவிக்கப்பட்டது. மதியம் சிங்காரவேலு அவையில் நுழைந்தார். நேரடி ஒளிபரப்பில் பார்க்கும்போதே சிங்காரவேலு முகத்தில் வழக்கம்போல இருக்கும் தெம்பு இல்லை என்பது நன்றாகத் தெரிந்தது. சிங்காரவேலு அறிக்கை படிக்க முயற்சித்தாலும், எதிர்க்கட்சிகள் அவரைப் படிக்கவிடவேயில்லை. தொடர்ந்து 'சிங்காரவேலு சலே ஜாவோ' என்று தொடர்ந்து கோஷம் போட்ட வண்ணம் இருந்தனர். முதல் நாளை விட, இன்றைக்கு கூச்சல் அதிகமாக இருந்தது.

வேறு வழியின்றி அன்றும் பாராளுமன்றம் ஒத்தி வைக்கப்பட்டது. மாலை நாலு மணிக்கு செய்தியாளர்களைச் சந்தித்தார் சிங்காரவேலு. இறுக்கமான முகத்தோடு பேசினார். ஆர்.கே. என்டர்பிரைசஸ் நிறுவனத்துக்கும், தனக்கும் எந்தவிதமான சம்பந்தமும் இல்லை என்றார். தான் எழுதியதாகக் கூறப்படும் கடிதத்தை தான் எழுதவேயில்லை என்றார். தன் கையெழுத்தை யாரோ போர்ஜரி செய்திருக்கிறார்கள் என்றார். தனக்கு எதிராக எதிர்க்கட்சிகள் செய்யும் சதி என்றார். இந்த போர்ஜரி குறித்து டெல்லி காவல்துறையிடம் புகார் அனுப்பியுள்ளதாகத் தெரிவித்தார். புகாரின் நகலை பத்திரிக்கை யாளர்களிடம் வழங்கினார். பல்வேறு முனைகளிலிருந்து அவரை நோக்கி வீசப்பட்ட கேள்விகளை திறமையாக சமாளித்தார். டெல்லி காவல்துறையினரின் விசாரணை நிலுவையில் இருப்பதால், அவர் எழுதியதாகக் கூறப்படும் கடிதம் குறித்து எதுவும் கூற முடியாது என்று கூறினார். தன் நேர்மையின்மீது ஏற்படுத்தப்பட்டுள்ள சந்தேகம், தன் இதயத்தில் கத்தியைப் பாய்ச்சுவதுபோல உள்ளது என்றார். தான் பதவி விலகத் தயாராக இருந்ததாகவும், பதவி விலக வேண்டாம் என்று பிரதமர் கூறியதால், வேறு வழியின்றி பதவியில் தொடர்வதாகவும் தெரிவித்தார்.

'எவ்வளவு திறமையான நடிகர் இவர்? அரசியல்வாதி என்றால் அதற்கென தனித்திறமை வேண்டும்தானோ...? எப்படி திறமையாகச் சமாளிக்கிறார்...' என்று சிங்காரவேலு மீது வியப்பு ஏற்பட்டது.

இரண்டு நாட்கள் கழித்து பாராளுமன்றம் செயல்படத் தொடங்கியது. சிங்காரவேலுவின் மீதான ஊழல் புகார்கள், செய்தித் தாள்களின் முதல் பக்கத்திலிருந்து, மூன்றாவது பக்கத்துக்குப் போய், இரண்டு நாட்களில் காணாமல் போயின.

மூன்றாவது நாள் கதிரொளி 'சிங்காரவேலுவுக்கு எதிராக ஆடியோ ஆதாரம். வங்கி மேலாளரை மிரட்டிப் பணிய வைத்தார்' என்று

தலைப்புச் செய்தி வெளியிட்டது. இந்துஸ்தான் டைம்ஸிலும் அந்த உரையாடலின் ஆங்கில வடிவம் வெளியாகியிருந்தது. சிங்காரவேலு பேசியதாகக் கூறப்படும் ஒலிநாடாவில் உள்ள உரையாடல்களை முழுமையாக வெளியிட்டது கதிரொளி. அன்று காலை 10 மணிக்கு மீண்டும் செய்தியாளர்களைச் சந்தித்த சிங்காரவேலு, அதுபோன்ற உரையாடல் நடைபெறவேயில்லை. கதிரொளி செய்தித்தாளின்மீது வழக்கு தொடுக்கப் போவதாக அறிவித்தார்.

அன்று இரவு ஆங்கில டிவி சேனல்களும், தமிழ் சேனல்களும் சிங்காரவேலு மற்றும் வங்கி மேனேஜர் பாலகிருஷ்ணனிடையே நடந்த உரையாடலை சப் டைட்டில்களோடு ஒலிபரப்பின. சிங்காரவேலு ராஜினாமா செய்யும்வரை பாராளுமன்றத்தை நடத்த விட மாட்டோம் என்று அறிவித்தது பிரதான எதிர்க்கட்சி. சிங்காரவேலுவின் கூட்டணிக் கட்சிகளும், அவர் ராஜினாமா செய்ய வேண்டும் என்று கருத்து கூறின.

இரண்டு நாட்கள் கழித்து சிங்காரவேலுவின் ராஜினாமாவை ஏற்றுக்கொண்டதாக பிரதமர் அறிவித்தார். சிங்காரவேலு, அந்த ஆடியோ உரையாடல் போலியானது என்றும், தனக்கெதிராக ஒரு சதித்திட்டம் நடப்பதாகவும், அந்தச் சதித்திட்டத்தின் விளைவாகவே இந்த உரையாடல் வெளியானதாகவும் கூறினார். இருப்பினும், தான் மதித்து வரும் ஜனநாயக பண்புகளின் அடிப்படையில், விசாரணை முடியும் வரை அமைச்சர் பதவியை ராஜினாமா செய்வதாகத் தெரிவித்தார்.

மிகப்பெரிய வெற்றியை அடைந்ததாகத் தோன்றியது எனக்கு. ஒரு மலையை சிறிய உளி கொண்டு உடைத்து எறிந்ததாகத் தோன்றியது. பொங்கி வரும் ஊழிப் பெருவெள்ளத்தை தடுத்து நிறுத்தியதுபோல இருந்தது. உடனே என் மகிழ்ச்சியைப் பகிர்ந்துகொள்ள வேண்டும் என்று தோன்றியது. எனக்கு நானே பாராட்டுக்களைத் தெரிவித்துக் கொண்டு, நேராக கல்யாண சுந்தரத்தைப் பார்க்கச் சென்றேன்.

'வாப்பா வெங்கட்.'

'வணக்கம் தோழர். செய்தியெல்லாம் பாத்தீங்களா தோழர்?'

'பாத்தேன்பா... இது வரைக்கும் நல்லபடியாத்தான் நடந்துருக்கு.'

'நாமதான் ஜெயிச்சுட்டோமே தோழர். சிங்காரவேலுதான் பதவியை ராஜினாமா செய்துட்டாரே... இனிமே என்ன தோழர்...?'

'உனக்கு அரசியல்வாதிகளைப் பத்தி இன்னும் புரியலைப்பா.. அதுவும் சிங்காரவேலு மாதிரி ஆளுங்களைப் பத்தி உனக்கு சரியாத் தெரியல...'

‘பதவி போயிட்டா யாரு தோழர் மதிப்பா அந்த ஆளை? இனிமே அந்த ஆளுக்கு என்ன அதிகாரம் இருக்கு?’

‘அப்படி தப்பா நெனைக்காத வெங்கட். அந்தக் கட்சியோட நிதிகளை இதுவரை மேனேஜ் பண்ணுனது எல்லாமே சிங்காரவேலுதான். நிதியமைச்சரா இருக்கறதால, கட்சிக்கு மட்டுமில்லாம, அவர் கட்சித் தலைவருக்கும் ஏராளமான பணம் இந்த ஆளால போயிருக்கு. ஒவ்வொருமுறை பட்ஜெட் தாக்கல் செய்யும்போதும், எதுக்கு வரி போட்டா பெரிய கம்பெனிகள் தன்கிட்ட கதறிக்கிட்டு வரும்னு சிங்காரவேலுவுக்கு நல்லாத் தெரியும். பட்ஜெட்டுல வரி போட்டுட்டு, பட்ஜெட் விவாதத்தின்போது யாராவது ஒரு எம்.பியை விட்டு, அந்த வரியால மக்களுக்கு பாதிப்புன்னு பேச வைச்சு, அந்த வரியை குறைப்பார் அல்லது நீக்குவார். இந்த மாதிரி வரியை நீக்கறதுக்கும், குறைக்கறதுக்கும் பல நூறு கோடி கைமாறும். சாஃப்ட்வேர் கம்பெனிகள் ரொம்ப நாளா இந்த ஆளோடு கட்டுப் பாட்டுல வரல. அந்த சாஃப்ட்வேர் கம்பெனிகளை தன் கட்டுப் பாட்டுல கொண்டு வரணும்னுதான் போன பட்ஜெட்டுல, ஃப்ரின்ஜ் பெனிபிட் டாக்ஸ்னு (Fringe Benefit Tax) ஒரு புதிய வரியைப் போட்டார் ஞாபகம் இருக்கா?’

‘ஆமாம் தோழர். சாஃப்ட்வேர் கம்பெனிகள், தங்கள் தொழில் வளர்ச்சி குறையும்னு கூப்பாடு போட்டாங்க தோழர்.’

‘ஒரே மாசத்துல அந்த வரியை பத்தில ஒரு பங்கா குறைச்சுட்டார் தெரியுமா? இது ஒரு சாம்பிள். இந்தியாவோடு ஒட்டுமொத்த சாஃப்ட்வேர் கம்பெனியும் ஆளுக்கு ஐஞ்சு கோடி கொடுத்தா எவ்வளவு வரும்னு கணக்கு போட்டுக்கோ. ஒவ்வொரு சாஃப்ட்வேர் கம்பெனியும் பல நூத்துக்கணக்கான கோடி லாபம் சம்பாதிக்குது. பல வருஷத்துக்கு வரி கட்டுறக்கு பதிலா, இந்த ஆளுக்கு ஒரே ஒரு தடவை ஐஞ்சு கோடி குடுக்கறது பல மடங்கு லாபம்ன்றது அந்த நிறுவனங்களுக்கு நல்லாத் தெரியும்’

‘ஆமா...ஆனா பொதுமக்களுக்குத் தெரியாது தோழர்.’

‘அமலாக்கத்துறை இந்த ஆளு கையில இருந்ததால, வெளிநாட்டு வங்கிகள்ல யாருக்கு எவ்வளவு பணம் இருக்குன்ற விபரம் இந்த ஆளுக்கு அத்துப்படி. இந்த ஆளை பகைச்சுக்கிட்டா பல ரகசியங்கள் வெளியில வரும்னு இந்த ஆளை ரொம்ப நாளைக்கு ஓரங்கட்டி வைக்க மாட்டாங்க. சிங்காரவேலு கொஞ்சம் பின்வாங்கியிருக்காரு. அவ்வளவுதான். இத்தனை நாள் இருந்ததை விட, இனிமேத்தான் நீ ரொம்ப ஜாக்ரதையா இருக்கணும்.’ என்றார்.

கல்யாண சுந்தரம் சொல்லிய தகவல்கள் புதிய கோணத்தில் சிங்காரவேலுவைப் பார்க்க வைத்தது. ஒட்டுமொத்த அரசியலும், அரசு நிர்வாகமும் இடியாப்பம்போல பின்னிப் பிணைந்திருப்பதைக் காண முடிந்தது. ஒருவித பயம் ஏற்பட்டது. 'எப்படிச் சமாளிக்கப் போகிறோம்? இது நம்மால்தான் என்று எப்படித் தெரியும்? நாம் பாட்டுக்கு நமது வேலையைப் பார்த்துக் கொண்டிருப்போம். என்ன உயிரையா எடுத்துடுவாங்க?' என்று எனக்கு நானே தைரியம் சொல்லிக்கொண்டேன்.

சிங்காரவேலு ராஜினாமா செய்து மூன்று மாதங்கள் ஆகி விட்டன. ராஜினாமா செய்த ஒரே வாரத்தில் அவர் தமிழ்நாட்டின் கட்சித் தலைவராகவும், மேலும் இரண்டு மாநிலங்களுக்கு பொறுப்பாளராக வும் நியமிக்கப்பட்டார். கல்யாண சுந்தரம் சொல்லிய விஷயங்களின் தாக்கம் உறைத்தது.

நான் என் வாழ்வில் எந்த மாற்றமும் ஏற்படாதது போல என் பணியைச் செய்துகொண்டிருந்தேன். 'சிங்காரவேலு ராஜினாமா செய்ததே பெரிய வெற்றி.. நம்மால் இதையாவது செய்ய முடிந்ததே. இதுவும் நடக்காவிட்டால் சிங்காரவேலு இன்னும் யோக்கியன் வேஷமல்லவா போட்டுக்கொண்டிருப்பார். குறைந்தபட்சம் பொது மக்கள் மத்தியில் அந்த ஆளுக்கு கெட்ட பெயர் ஏற்பட்டிருப்பதே பெரிய சாதனை அல்லவா?'

அந்த மூன்று மாதங்களில் அடிக்கடி பாலகிருஷ்ணனுக்கு போன் செய்து விசாரித்துக் கொள்வேன். முதல் மாதத்தில் இருந்த பதற்றமும் ஜாக்கிரதை உணர்வும் கொஞ்ச கொஞ்சமாகக் குறைந்தது. வாரத்திற் கொரு முறை அவரிடம் பேசி நன்றாக இருக்கிறீர்களா என்று கேட்டுக் கொள்வேன்.. அவரில்லாவிட்டால் என்ன செய்திருக்க முடியும்? அவர் மட்டும் தலையாட்டி பொம்மையாக இருந்திருந்தால்...?

அலுவலகத்துக்குச் சென்ற பிறகு அவரிடம் பேசுவதற்காக அவர் செல்பேசியை அழைத்தேன்.

ரிங் போனது. 'ஹலோ..'

'ஹலோ சொல்லுங்க சார்... யார் பேசறீங்க?'

பாலகிருஷ்ணனுக்குப் பதில் வேறு யாரோ பேசினார்கள்.

'சார் வணக்கம். நான் சென்னையிலேர்ந்து வெங்கட் பேசறேன். சார் இல்லையா நான் அவரோட ஃப்ரெண்ட்.'

'சார் நான் அவரு மருமகன் பேசறேன். அவரு இன்னைக்கு காலையிலே இறந்துட்டாரு.'

11

'அதிர்ச்சி... பயம்... இரண்டும் சேர்ந்தார்ப்போல ஏற்பட்டன. அடுத்தது என்ன என்ற பயம் எழுந்தது. ஆபத்து இருக்கிறது என்பதைப் புரிந்து வைத்திருந்தாலும் அது பாலகிருஷ்ணனின் மரணத்தில் சென்று முடியும் என்பதை நான் நிச்சயம் எதிர்ப்பார்க்க வில்லை. பாலகிருஷ்ணனின் மரணம் என்னை உலுக்கிவிட்டது. எங்கோ ஒரு ஊரில் பூதலூரில் இருக்கும் ஒருவரை இவ்வளவு எளிதாக காலிபண்ண முடிகிறதென்றால், சென்னையின் மையப்பகுதியில் இருக்கும் நான் எவ்வளவு எளிதான இலக்கு.

சிங்காரவேலு மோசமானவன்தான். ஆனால் இப்படிக் கொலை செய்யும் அளவுக்கு இறங்குவான் என்பது சற்றே அதிர்ச்சியாகத்தான் இருந்தது. மனது பதைபதைத்தது. என்ன பாவம் செய்தார் அவர்? எப்படித் தாங்கிக்கொள்வார்கள் அவர் குடும்பத்தினர்? இது சிங்காரவேலு வேலைதான் என்பதை எப்படி நிரூபிப்பது? யார் நம்புவார்கள்? அடுத்து அவன் என்னென்ன செய்யத் திட்டமிட்டிருக்கிறானோ...

உதவி மேலாளரை அழைத்து, நான் தஞ்சாவூர் செல்வதால் விடுப்பில் செல்கிறேன் என்று தகவல் தெரிவித்துவிட்டு, லீவ் லெட்டர் எழுதி, ஹெட் ஆபிசுக்கு அனுப்பிவிட்டுக் கிளம்பினேன். அம்மாவிடம்,

நண்பர் ஊரில் இறந்து விட்டார் என்ற தகவலைச் சொல்லிவிட்டு போக வேண்டும் என்று அப்படியே சொன்னேன். அம்மா பல நாட்கள் பாலகிருஷ்ணனோடு பழகியவள் போலவே சோகமானாள். 'என்ன வயசுடா அவருக்கு? எத்தனை பசங்க? ஹார்ட் அட்டாக்கா? ரொம்ப நாள் சீக்கா இருந்தாரா?' என்று பல்வேறு கேள்விகளைக் கேட்டு விட்டு, 'சிகரெட்ட நிறுத்துடா. நெறையபேருக்கு சிகரெட்டாலதான் ஹார்ட் அட்டாக் வருதாம். உன் நல்லதுக்குத்தான்டா சொல்றேன்..' என்று அவள் பங்குக்கு வருத்தப்பட்டாள்.

'சரிம்மா' என்று பொத்தாம் பொதுவாக சொல்லிவிட்டு, கோயம் பேட்டுக்குச் சென்று தஞ்சாவூர் வண்டி பிடித்தேன். இரவு ஏழரை மணிக்கு தஞ்சாவூர் சென்றேன். அங்கிருந்து மற்றொரு பஸ் பிடித்து, பூதலூர் சென்றடைந்தேன்.

வாசலில் பந்தல் போடப்பட்டிருந்தது. உடல் வீட்டுக்குள்ளே வைக்கப்பட்டிருந்தது. தஞ்சாவூர் பேரூந்து நிலையத்தில் வாங்கிய மாலையை அவர் உடலுக்குப் போட்டுவிட்டு வெளியே வந்தேன். நான் பார்த்தேபோது இருந்தது போலவேதான் இருந்தார். வாயோடு சேர்த்து தலையில் கட்டு கட்டியிருந்தது. தலைமாட்டில் விளக்கு எரிந்து கொண்டிருந்தது. அவர் உடலருகே பெண்கள் அமர்ந்து மௌனமாக அழுதுகொண்டிருந்தனர். பாலகிருஷ்ணனின் மனைவி தலைமாட்டில் அமர்ந்து அழுதுகொண்டிருந்தார். அவர் தோள் மேல் சாய்ந்து அழுதுகொண்டிருந்தது அவரது மகள்களாகத்தான் இருக்க வேண்டும். தலை கலைந்து முகத்தில் கண்ணீர் ஓடிய தடத்தோடு இருந்தனர்.

'இதில் இளைய மகள் யார்? போனில் பேசி மாட்டியது யார்? ச்சே. என்ன புத்தி எனக்கு... சாவு வீட்டில் வந்து இப்படி ஒரு எண்ணம் என்று என் மீதே எனக்கு எரிச்சல் வந்தது. யாராக இருந்தால் என்ன... தெரிந்து என்ன செய்யப்போகிறேன்?'

வீட்டை விட்டு வெளியே வந்து பந்தலில் அமர்ந்தேன். மௌனமாக வீதியை வெறித்துப் பார்த்துக்கொண்டு அமர்ந்திருந்த ஒருவர், என்னைப் பார்த்ததும் நாற்காலியை அருகே போட்டுக்கொண்டு வந்து அமர்ந்தார்.

'நீங்க மாமாவோட வேலை பாக்கறீங்களா சார்?' மருமகனாக இருக்க வேண்டும்.

'ஆமாம் சார்... நீங்க?'

'அவரோட பெரிய மருமகன் சார்.'

'எப்படி சார் இறந்தார்?'

‘ஆக்சிடென்டாத்தான் சார் இருக்கணும். காலையில வாக்கிங் போனவர் காலையில 9 மணிவரை திரும்பவேயில்லை. போனையும் எடுக்கலை. அத்தை பயந்து போயி என் வைஃப்புக்கு போன் பண்ணிருக்காங்க. அவளும் நானும் தொடர்ந்து மாமா போனுக்கு ட்ரை பண்ணிக்கிட்டே இருந்தோம். காலையில பத்தரை மணிக்கு யாரோ ஒருத்தர் எடுத்தார். ‘யாரு சார் நீங்க? இது எங்க மாமா போனாச்சே’ன்னு கேட்டப்போ, ‘நான் போலீஸ் இன்ஸ்பெக்டர்’னு சொன்னவர், எங்களை தஞ்சாவூர் ஜி.ஹெச்சுக்கு வரச்சொன்னார். ‘என்ன ஆச்சு சார்?’னு கேட்டோம். ஆக்சிடென்ட்டுல மாமா இறந்துட்டதைச் சொன்னார். ஹிட் அன்ட் ரன்னுன்னு சொன்னார். அப்புறம் மார்ச்சுவரிக்கு போயி பாடியை வாங்கிக்கிட்டு வந்தோம்.’

‘எந்த வண்டி இடிச்சுச்சுன்னு கண்டுபிடிச்சுட்டாங்களா சார்?’ என்று எனக்கே நம்பிக்கை இல்லாமல்தான் கேட்டேன்.

‘அந்த ரோட்டுல நெறையஹிட் அன்ட் ரன் ஆக்சிடென்ட் நடக்கும்னு சொன்னார் இன்ஸ்பெக்டர். அதிகாலையில ஏகப்பட்ட ஸ்பீட்ல வருவாங்களாம் லாரிக்காரனுங்க. கண்டு பிடிக்கறது ரொம்ப கஷ்டம்னு சொல்லிட்டார்’.

‘எங்க அடிபட்டிருந்துச்சு சார்?’

‘தலையில மட்டும்தான் சார் காயம். வேற எங்கயும் இல்ல. இன்ஸ்பெக்டர் என்ன சொன்னாருன்னா, லாரில ஏதாவது நீட்டிக்கிட்டு இருந்து தலையில அடிச்சுருக்கும்னு சொல்றார். லாரிக்காரன் போன ஸ்பீடுல ஆளு அடிபட்டதுகூட அவனுக்கு தெரிஞ்சுருக்காதுன்னு சொன்னார்.

‘அவர் விதி அவ்வளவுதான் சார். போய்ச் சேந்துட்டார். வாக்கிங் போகும்போதெல்லாம் ஆக்சிடென்ட் நடக்கப் போகுதுன்னு யாருக்குத் தெரியும்? மேல இருக்கறவனோட விளையாட்டு அப்படி சார். அவனுக்கு ரொம்ப புடிச்சவங்கள சீக்கிரமா கூப்பிட்டுக்குவான்.’

அவர் பேசியது எரிச்சலை ஏற்படுத்தியது. இந்த ஆள் தற்கொலை செய்துகொண்டு ஏன் கடவுளுக்குப் பிடித்தவனாக மாறக் கூடாது... பேசுகிறான் பார் வெட்டியான் நியாயம். அவரைச் சொல்லி என்ன பயன். கடவுள் என்ற ஒன்று இருப்பதால்தானே வசதியாக அவன் பேரில் எல்லாப் பழிகளையும் சுமத்திவிட்டு நம்பிக்கையோடு வாழ்கிறார்கள். அந்த நம்பிக்கை இல்லாவிட்டால் மனிதன் காலம் தள்ளுவது கடினமோ? நடுக்கடலில் தத்தளித்துக் கொண்டிருப்பவனுக்கு துடுப்புபோல உயிர் வாழ கடவுள் பலருக்கு ஆதாரமாக இருக்கிறார். அப்படியேதான் இருந்து விட்டுப் போகட்டுமே.

பாலகிருஷ்ணன் சிங்காரவேலு விவகாரத்தை அவர் மனைவி உட்பட யாரிடமும் விவாதிக்கவில்லை என்பது தெரிந்தது. என்ன வேலையைச் செய்திருந்தார், அவருக்கு எவ்வளவு ஆபத்து இருந்தது என்பதன் சிறு அறிகுறிகூட அவர் வீட்டில் உள்ளவர்களுக்குத் தெரியவில்லை. தெரியாததும் ஒருவகையில் நல்லதுதானே. விபத்தில் இறந்தார் என்பதால், தங்களுக்குத் தாங்களே அவர் விதி முடிந்து விட்டது என்று சமாதானப்படுத்திக் கொள்கிறார்கள். இது கொலை என்று அறிவதால் ஏற்படும் தேவையற்ற சஞ்சலம் அவர்களுக்கு எதற்கு?

காலை 10 மணிக்கு உடலை எடுப்பதாகச் சொன்னார்கள். சற்று நேரம் அந்த நாற்காலியிலேயே அமர்ந்தபடி உறங்கினேன். காலையில் உடலை எடுப்பதற்கு முன்பாகவே கிளம்பினேன். இவர்கள் யாருக்கும் பாலகிருஷ்ணனின் மரணத்தில் சந்தேகம் இருப்பதாகத் தோன்றவில்லை. அவர்களுக்கு என்ன விபரம் தெரியும்? பஸ்ஸில் சென்னை திரும்பும்போது பல்வேறு எண்ணங்கள். அதிர்ச்சி, குழப்பம், பயம் மாறி மாறி வந்து மனதைக் கலைத்த வண்ணம் இருந்தன.

சென்னை திரும்பியதும் நேராக கல்யாண சுந்தரத்தைச் சந்தித்தேன். விபரத்தைச் சொன்னதும்,

‘இது நிச்சயமா சிங்காரவேலு வேலைதாம்ப்பா. எனக்குச் சந்தேகமே இல்லை. அவன் கொலைக்கு அஞ்சமாட்டாம்ப்பா. போன வாரம் ஒரு க்ரூப் சிங்காரவேலு மேல விசாரணை நடத்தணும்னு கேஸ் போட்றதுக்காக லிங்கேஸ்வரனைப் பாத்து எவிடென்சையெல்லாம் வாங்கிட்டுப் போயிருக்காங்க. அதுல சிங்காரவேலு மேல விசாரணை நடத்தணும்னு ஆர்டர் ஆயிடுச்சுன்னா பாலகிருஷ்ணன் முக்கியமான விட்னெஸ் இல்லையா?

அதைக் கேள்விப்பட்டதும் எனக்கு பாலகிருஷ்ணன் ஞாபகம் வரலை. உன் ஞாபகம்தான் வந்துச்சு. உன்னை ஜாக்கிரதையா இருக்கச் சொல்லி சொல்லனும்னு நெனைச்சுக்கிட்டு இருந்தேன். ஆனா பாலகிருஷ்ணனை காலி பண்ணிட்டான்.’

‘எனக்கும் ஏதாவது பிரச்னை வருமா தோழர்?’

’நீ இதுல இன்வால்வ்டுன்னு யாருக்குத் தெரியும்? லிங்கேஸ்வரன் சொல்ல மாட்டாரு.’

’தோழர், பேங்க் விஜிலென்ஸ்ல போயி டாக்குமென்ட்ஸை நான்தானே குடுத்துட்டு வந்தேன்.’

'சிங்காரவேலுவுக்கு இருக்கற தொடர்புகளுக்கு அந்த விஷயத்தைக் கண்டுபிடிக்கறது ஒண்ணும் பெரிய கஷ்டம் இல்லைப்பா. சாதாரணமா கண்டுபிடிச்சுடுவான். அவன் அமைச்சர் பதவியை ராஜினாமா பண்ணாலும், பார்ட்டியில நல்ல போஸ்டிங்லதானே இருக்கான். இந்த விஷயத்தை பார்ட்டி கையில எடுத்தா இஷ்யூ இன்னும் பொலிட்டிக்கலா ஆகும். நான் சென்ட்ரல் கமிட்டியில பேசறேன். ஆனா, நம்ப பார்ட்டியிலயே பல பேர், திரை மறைவுல பல பேரங்கள் பண்றவங்க. பட் நான் ட்ரை பண்றேன்.'

'ஆமாம் தோழர். நானும் சிங்காரவேலு மேல விசாரணை நடக்கும்னு எதிர்பார்த்தேன். ஆனா அந்த ஆளு ராஜினாமா பண்ணதுக்குப் பிறகு எந்த விசாரணையும் நடக்கலை. எதிர்க்கட்சிகளும் இதை அப்படியே கண்டுக்காம விட்டுட்டாங்க.'

'எதிர்க்கட்சிகள் மட்டும் யோக்கியமாப்பா? அவங்களும் இதே மாதிரி பண்றவங்கதானே... அவங்களுக்கு அப்பப்போ ஒரு இஷ்யூ வேணும். சிங்காரவேலு ராஜினாமா பண்ணதும் மறந்துட்டாங்க.'

'இனிமே நாம டிஃபென்சிவா இருக்க முடியாது வெங்கட். கொலை பண்றதுக்குக் கூட அவன் துணிஞ்ச பிறகு, எது வேணாலும் பண்ணுவான். சிங்காரவேலு மேல வழக்கு பதிவு பண்ணனும்னு நானே பிஐஎல் போடறேன். திருப்பி அடிச்சாத்தான் அவன் அடங்குவான். லிங்கேஸ்வரனையும் தொடர்ந்து எழுதச் சொல்றேன். நம்பக் கிட்ட இருக்கற டாக்குமென்ட்ஸை வைச்சு கேஸ் போடறேன். நீ இதுல இன்வால்வ் ஆகாத.'

'சரி தோழர். நான் ஏதாவது ஹெல்ப் பண்ணணுமா தோழர்?'

'நான் போன் பண்ணி பேசிடறேன். நீ நம்ப பார்ட்டி அட்வகேட் வைகறைச் செல்வன் ஆபீசுக்குப் போயி, டாக்குமென்ட்ஸை குடுத்துட்டு வந்துடு. அந்த ஆடியோ சிடியையும் குடுத்துடு. காலையில 11.30 மணிக்குப் போ. அதுக்குள்ள நான் அவர் கிட்ட பேசிடறேன்.'

'சரி தோழர்'

கல்யாண சுந்தரம் சொன்னபடியே காலை பதினொன்றரை மணிக்கு வழக்கறிஞர் அலுவலகம் சென்றேன். புரசைவாக்கத்தில் இருந்தது அவர் அலுவலகம். பெரிய அலுவலகமாக இருந்தது. இடது புறமும், வலது புறமுமாக இரண்டு அலுவலகங்கள் இருந்தன. இடது புறம் இருந்த அலுவலகத்தில் ஜுனியர் வழக்கறிஞர்கள் அமர்ந்து வேலை பார்த்துக் கொண்டிருந்தார்கள். வலது புறம் இருந்த அறையில் வைகறைச் செல்வன் என்று பெரிய போர்டு வைக்கப்பட்டிருந்தது.

இடது புறம் உள்ள அறையில் நுழைந்து 'சாரைப் பாக்கணும். பார்ட்டியிலேர்ந்து கல்யாணசுந்தரம் அனுப்பிச்சார்.'

'உக்காருங்க சார். சார்கிட்ட கேட்டுட்டு வந்துடறேன்' என்று சொல்லி விட்டுச் சென்றார். அவரும் ஜூனியராகத்தான் இருக்க வேண்டும். இரண்டு பெண்கள் கருப்பு வெள்ளையில் சுடிதார் போட்டுக்கொண்டு அமர்ந்து ஏதோ படித்துக்கொண்டிருந்தார்கள்.

இரண்டு பெண்களும் என் குரல் கேட்டதும் தலையை நிமிர்த்தி என்னை அலட்சியமாக ஒரு பார்வை பார்த்துவிட்டு, மீண்டும் புத்தகத்தில் ஆழ்ந்தனர். சுருட்டையான கேசம், முகத்துக்கேற்றார் போன்ற கண்ணாடி, காதில் உற்றுப்பார்த்தால் மட்டுமே தெரியும் படியான காதணி. மெலிதாக ஒரு செயின். மாநிறத்துக்கும் கம்மியான நிறம். கருப்பு என்றே சொல்லலாம். இன்னொருத்தி, சிகப்பாக வெளிர் நிறத்தில் இருந்தாள். படிக்கும்போது கண்களை அடிக்கடி சுருக்கிக் கொண்டாள்.

இருவரையும் பார்த்தபடி அமர்ந்திருந்தாலும் இருவரும் என்னைச் சட்டை கூட செய்யாதது வருத்தமாக இருந்தது. நான் வந்த வேலை முக்கியமான வேலை. அதுவும், கல்யாணசுந்தரம் எனது உயிருக்கே ஆபத்து நேரலாம் என்று கூறியுள்ளார். ஆனால், இரண்டு இளம் பெண்கள் என்னை இரண்டாவது முறை பார்க்கவில்லையே என்ற வருத்தம் வந்தது வியப்பாக இருந்தது.

உள்ளே சென்ற அந்த ஜூனியர் வெளியே வந்து, 'வசந்தி மேடம்! உங்களை சார் கூப்பிடறார்' என்று பொத்தாம் பொதுவாக சொன்னார்.

இதில் யார் வசந்தியாக இருக்கும் என்று ஆர்வமாகப் பார்த்துக் கொண்டிருந்தேன். கண்ணாடி அணிந்திருந்தவள் எழுந்து உள்ளே சென்றாள்.

சற்று நேரத்தில் வெளியே வந்தவள், 'சார் உங்களை கூப்பிடறார்' என்று என்னிடம் சொல்லிவிட்டு, மீண்டும் அந்தப் புத்தகத்தை எடுத்துக் கொண்டு அமர்ந்தாள்.

வைகறைச் செல்வனுக்கு அறுபது வயது இருக்கும்.

'உக்காருங்க' என்றார்.

'தேங்க்ஸ் சார்' என்று சொல்லிவிட்டு அமர்ந்தேன்.

'பேப்பர்ஸ் கொண்டு வந்திருக்கீங்களா?'

ஆதாரங்களை எடுத்து அவரிடம் கொடுத்தேன். அவற்றை வாங்கி ஒவ்வொன்றாகப் பார்த்தவர், 'நீங்க கௌம்புங்க. ஆபீஸ்ல உங்க நம்பர் குடுத்துட்டுப் போங்க. தேவைப்பட்டா நான் கூப்பிடறேன்' என்று சொல்லிவிட்டு தலையைக் குனிந்துகொண்டு அந்த ஆவணங்களை பார்வையிடத் தொடங்கினார்.

வெளியே வந்து பார்த்தபோது வசந்தி இல்லை. 'எங்கே போயிருப்பாள்?' என்று யோசித்துக்கொண்டே என் மொபைல் எண்ணைக் கொடுத்து விட்டுக் கிளம்பினேன்.

அந்த வசந்தியிடம் ஒரு வசீகரம் இருந்தது. பார்த்தவுடன் திமிர் பிடித்தவள் என்று தோன்ற வைக்கும் தன்மை கொண்டிருந்தது அவள் முகம். அந்தத் திமிரே அவளுக்கு அழகு சேர்ப்பது போலவும் இருந்தது. உலகில் என்னை விடப் பெரிய ஆள் யாரும் இல்லை என்றும் எனக்கு எதைப்பற்றியும் கவலையில்லை என்ற அலட்சி யத்தையும் கண் பார்வையிலேயே வெளிப்படுத்தினாள்.

'அதிகம் படித்திருப்பாளோ? அதனால் இந்தத் திமிர் வந்திருக்குமோ? நம்மைச் சட்டைகூட செய்யவில்லையே. நாம் பார்ப்பதற்கு அழகாக இல்லையோ? நான் பார்ப்பதற்கு அவ்வளவு மோசமும் இல்லையே... திரும்பித் திரும்பி பார்க்க வைக்காவிட்டாலும், முகத்தைச் சுளிக்கவைக்கும் அளவுக்கு நம் தோற்றம் இல்லையே. அவள் வேறு யாரையாவது காதலித்துக் கொண்டிருப்பாளோ...'

'என்ன எண்ணம் இது. எவ்வளவு பெரிய விஷயத்தைச் செய்து கொண்டிருக்கிறோம். இதில் ரொமான்ஸ் வேறு... ச்சை!' என்று என்னை நானே திட்டிக்கொண்டு, அடுத்த வேலையைப் பார்க்கலாம் என்று தீர்மானித்துக்கொண்டேன்.

வைகறைச் செல்வன் அலுவலகத்தில் ஆவணங்களைக் கொடுத்து விட்டு வந்து ஒரு வாரம் ஆகியும் எந்தத் தகவலும் இல்லை. என்னையும் அவர்கள் அழைக்கவில்லை. வழக்கு தயார் செய்வதற்கு அதிக நேரம் பிடிக்கும் போலிருக்கிறது என்று எண்ணிக்கொண்டு என்னை நானே சமாதானப்படுத்திக் கொண்டேன்.

இரவு 12 மணி இருக்கும். வீட்டு அழைப்பு மணி ஒலித்தது. யாராயிருக்கும்? லுங்கியோடு எழுந்து கதவைத் திறந்தேன். சபாரி அணிந்து இரண்டுபேரும், சாதாரண பேண்ட் சட்டையோடு ஐந்தாறு பேரும் இருந்தார்கள். வீடு மாறி வந்திருப்பார்கள்.

'யார் சார் வேணும்?'

'பேங்க் மேனேஜர் மிஸ்டர் கோட்டைச்சாமி வெங்கட்?' வந்தவர்கள் காவல்துறையினர் என்பது அவர்கள் தோற்றத்தில் வெளிப்படையாகத் தெரிந்தது.

'நான்தான் சார். என்ன விஷயம்'

'உங்களை அரெஸ்ட் பண்றோம்.'

12

திடீரென்று தலையில் இடி இறங்கியது போலிருந்தது. என்னதான் தொழிற்சங்கம், போராட்டம் என்று பழக்கம் இருந்தாலும் கூட்டமாக போலீசைச் சந்திப்பதற்கும், தனியாக சந்திப்பதற்கும் நிறைய வேறுபாடு. யாருக்குத் தகவல் சொல்வது, தகவல் சொல்ல விடுவார்களா? வீட்டில் வேறு ஏதாவது ஆதாரங்கள் வைத்திருக்கிறோமா? அம்மா இச்செய்தியை எப்படித் தாங்கப் போகிறார்கள் என்று ரிமோட்டில் சேனலை மாற்றுவதுபோல எண்ணங்கள் மாறி மாறி வந்தன.

'என்ன விஷயமா சார் அரெஸ்ட் பண்றீங்க?'

'பாலகிருஷ்ணன்கிற பேங்க் மேனேஜரோட பர்சனல் லாக்கரைத் திறந்து 12 லட்ச ரூபாயை நீங்க கையாடல் பண்ணிட்டதா புகார் வந்துருக்கு. அதுலதான் உங்களைக் கைது பண்றோம். நான் சிபிஐ டிஎஸ்பி ஷ்யாம் சுந்தர். இது என்னோட டீம்' என்று இந்திய கிரிக்கெட் டீமை அறிமுகம் செய்வதுபோலச் செய்தார்.

'ட்ரெஸ் மாத்திட்டு வந்துடறேன் சார்.'

'நான் கூட வர்றேன்' என்று ஒரு சபாரி அனுமதி இல்லாமலேயே உள்ளே நுழைந்தார்.

விளக்கைப் போட்டேன். 'அடிப்பார்களோ, விலங்கு போடுவார்களோ?'

சபாரி, ஷூவைக் கழற்றி வைத்துவிட்டு உள்ளே நுழைந்தார். நேராக படுக்கையறைக்குள் என்னோடு நுழைந்தார். நான் உள்ளாடை மாட்டும்போது தயங்கியதைப் பார்த்துவிட்டு திரும்பிக் கொண்டார். உடைகளை மாற்றினேன்.

'சார், பேஸ்ட், ப்ரஷ், லுங்கியெல்லாம் எடுத்து வச்சுக்கங்க. செல்போன், பர்ஸ் எல்லாம் வச்சுட்டு வந்துடுங்க.'

'சார் நம்ப மட்டும் போயிடலாமா... இல்ல அம்மாவை எழுப்பணுமா?'

'அம்மாவை எழுப்புங்க தம்பி. அவங்ககிட்ட கையெழுத்து வாங்கணும். அது ஒரு ஃபார்மாலிட்டி.'

அம்மாவை எழுப்பினேன். தூக்கக் கலக்கத்தில் 'என்னடா இந்த நேரத்துல, தூங்காம என்ன பண்ணிக்கிட்டு இருக்க' என்றவாறே எழுந்து வந்தாள்.

நான் பேசுவதற்கு முன்பாகவே சபாரி பேசினார். 'அம்மா நாங்க சிபிஐ அதிகாரிங்க. உங்க பையனை ஒரு விசாரணைக்காக அழைச்சுட்டுப் போறோம். நாளைக்கு கோர்ட்டுல வந்து பாருங்கம்மா. இதுல ஒரு கையெழுத்துப் போடுங்க' என்று அவர் முடிப்பதற்குள்ளாகவே அம்மா அலறத் தொடங்கினாள்.

'அய்யய்யோ... என்னடா ஆச்சு. ஏன்டா போலீஸ் கூட்டிட்டுப் போறாங்க. அய்யா என் பையன் நல்லவங்கையா. அவன ஒண்ணும் பண்ணிடாதீங்கய்யா.' என்று அழத் தொடங்கினாள்.

அவளைக் கட்டிப்பிடித்துக் கொண்டேன். 'ஒண்ணும் இல்லம்மா. அழாத. வந்துடறேன். நாளைக்கு காலையில தோழர் கல்யாண சுந்தரத்தைப் போயிப் பாரு. விவரம் சொல்லுவாரு. கவலைப் படாதே' என்று நான் பேசிக்கொண்டிருந்தாலும் அவள் அழுகை நிற்கவில்லை. அழுதுகொண்டே அவர்கள் நீட்டிய படிவத்தில் கையெழுத்துப் போட்டாள்.

ஒரு பையில் துணிகளை எடுத்துக்கொண்டு அவர்களோடு கிளம்பினேன். வெள்ளை நிற இன்னோவா கார் நின்று கொண்டிருந்தது. அதில் என்னை ஏற்றி என் இரண்டு புறமும் இருவர் அமர்ந்துகொண்டனர். கார் நேராக சாஸ்திரி பவனுக்குச் சென்றது. இரண்டாவது தளத்துக்கு

என்னை அழைத்துச் சென்றனர். செல்லும்போது என் கைகளை இருவரும் பிடித்துக்கொண்டனர்.

ஒரு அறைக்குள்ளே என்னை அழைத்துச் சென்று என் பேன்ட் சட்டையில் இருந்தவற்றை எடுத்து தனியே வைக்கச் சொன்னார்கள். நான் பேனாவைத் தவிர எதையும் எடுத்து வரவில்லை. பேனாவை மட்டும் எடுத்து டேபிளில் வைத்தேன்.

சற்று நேரத்தில் டிஎஸ்பி ஷ்யாம் சுந்தர் உள்ளே வந்தார். அருகில் இருந்தவரிடம் 'ஒரு பெட்ஷீட் எடுத்துட்டு வாப்பா' என்றார். சற்று நேரத்தில் அவர் பெட்ஷீட்டை எடுத்து வந்தார்.

'சார் இங்க படுத்துக்கங்க. நானும் இங்கதான் படுக்கப்போறேன். நாளைக்கு காலையில ரிமாண்ட் பண்ணிடுவோம்.'

'சார். யாரு சார் கம்ப்ளெய்ன்ட் குடுத்துருக்கா? நான் அந்த மாதிரி பணத்தையெல்லாம் எடுக்கலை சார்.'

'உங்ககூட வேலை பாக்கற அசிஸ்டன்ட் மேனேஜர் சம்பத் தான் கம்ப்ளெயின்ட் குடுத்துருக்கார். உங்க ஆர்க்யூமென்ட்சையெல்லாம் கோர்ட்டுல சொல்லுங்க.'

லுங்கி மாற்றிக் கொள்ளவா என்று கேட்க நினைத்து கேட்காமலேயே படுத்தேன். அந்த அறையில் ஏசி ஓடிக் கொண்டிருந்தது. ஒரு அரை மணி நேரம் கழித்து குளிரத் தொடங்கியது.

'சார் குளுருது சார்' என்றேன்.

எழுந்து ஏசியை அணைத்துவிட்டு ஃபேனைப் போட்டு விட்டு படுத்தார்.

நடப்பவை எல்லாம் கனவில் நடப்பது போலவே இருந்தது. தூக்கத்தில் இருந்தவனை திடீரென்று எங்கோ வாக்கிங் அழைத்துச் செல்வதுபோல இருந்தது. நடப்பவற்றை நம்ப முடியாவிட்டாலும், படுத்திருக்கும் இடம் இது உண்மைதான் என்பதை உணர்த்தியது. அம்மாவின் நினைவு அழுத்தியது. இந்நேரம் தூங்காமல் அழுது கொண்டிருப்பாள். அவளை நினைத்தால் எனக்கும் அழுகை முட்டியது. அதே நேரத்தில் இவ்வளவு ஆபத்து இருக்கிறது என்பதை தெரிந்துதானே இறங்கினோம் என்பதும் உறுத்தியது.

சம்பத்தைப்போல பேசாமல் நமக்கென்ன என்று இருந்திருக் கலாமோ? அவசரப்பட்டு விட்டோமோ? இந்த அவமானம்

தேவையா? எவ்வளவு வசதியான வங்கி மேனேஜர் வேலை. யாருக்காவது கிடைக்குமா, நானே கெடுத்துக் கொண்டேனோ?'

காலையில் அவர்களாகவே கேட்டு டாய்லெட் போக அனுமதித்தார்கள். டாய்லெட் கதவை திறந்து வைக்கச் சொன்னார்கள். பல் விளக்கிய பிறகு, இட்லி வாங்கிக் கொடுத்தார்கள்.

மதியம் உணவுக்குப் பின், இரண்டரை மணிக்கு ஒரு வழக்கறிஞர் வந்தார்.

'தோழர் என் பேர் ராஜன். ஹை கோர்ட்டுல அட்வகேட்டா இருக்கேன். தோழர் கல்யாண சுந்தரம் அனுப்பினார். எல்லா விபரத்தையும் சொன்னார். சாப்பாடு குடுத்தாங்களா?'

ம்... என்று தலையாட்டினேன்.

'ஏதும் டார்ச்சர் பண்ணாங்களா? தேர்ட் டிகிரி?'

'இல்லை தோழர். மரியாதையா நடத்துனாங்க.'

'இன்னைக்கே பெயில் போட்டுடறேன். பட் லோயர் கோர்ட்டுல கிடைக்கறது ரொம்ப கஷ்டம். ஹைகோர்ட்லதான் கிடைக்கும். ஐ வில் ட்ரை மை பெஸ்ட்.' என்று கூறிவிட்டு அவர் கிளம்பினார்.

மாலை நாலு மணிக்கு எழும்பூரில் உள்ள நீதிமன்றத்தில் நீதிபதி முன்பு ஆஜர்படுத்தினார்கள். பெண் நீதிபதி. சிபிஐ கொடுத்த அறிக்கைகளைப் பார்த்துவிட்டு, என்னை நிமிர்ந்துகூட பார்க்காமல் 'எனி கம்ப்ளெயின்ட்ஸ்?' என்று கேட்டார்.

'இல்லை' என்றதும், 'உங்களை அடுத்த 15 நாளைக்கு காவல்ல வைக்க உத்தரவு போடறேன்.' என்று கூறினார்.

மீண்டும் அதே இன்னோவா. வண்டி எழும்பூரிலிருந்து புழல் சிறை நோக்கிச் சென்றது. செல்லும் வழியில் வண்டியை நிறுத்தி ப்ரெட் பாக்கெட்டும், வாழைப்பழமும் வாங்கினார்கள்.

'இந்தாங்க சார். இன்னைக்கு நைட் உங்களுக்கு சிறையில சாப்பாடு இருக்காது. நாளைலேர்ந்துதான் குடுப்பாங்க.' என்று கொடுத்தார்.

புழல் சிறைக்குள் வண்டி நுழைந்ததும், இறக்கி நடத்திக் கூட்டிச் சென்றார்கள். இருபது அடிக்கும் மேலான உயரத்தில் பெரிய இரும்பு கேட் இருந்தது. என்னை அந்தப் பெரிய கேட்டின் கீழே இருந்த ஒரு சிறிய கேட்டின் உள்ளே அழைத்துச் சென்றனர்.

அங்கே இருந்த பதிவேட்டில் கையெழுத்து போட்டுவிட்டு, சிபிஐயிலிருந்து வந்தவர்கள், 'சார்... நாங்க வர்றோம்...' என்று கிளம்பினார்கள்.

எனக்கு முன்னால் வரிசையாக கைதிகள் நின்றுகொண்டிருந்தனர். ஒவ்வொருவரும் கையில் வைத்திருந்த பை தலைகீழாகக் கொட்டப் பட்டு, கலைக்கப்பட்டு சோதனையிடப்பட்டது. 'சட்டையை கழட்டிட்டு நில்லுங்க' என்று ஒருவர் குரல் கொடுத்துக் கொண்டே இருந்தார். எனக்கு முன்னால் நின்றிருந்தவர் சட்டையைக் கழற்றியவுடன் நானும் கழற்றினேன். 'பனியனையும் கழட்டுங்க' என்ற குரல் வந்தவுடன் பனியனையும் கழற்றினேன்.

பேன்ட்டையும் கழற்றச் சொல்வார்களோ...?

வரிசையில் நின்றுகொண்டிருந்த கைதிகளில் ஒருவன், நீளமாக தலைமுடி வைத்திருந்தான். அவன் போட்டிருந்த லுங்கியை அவிழ்க்கச் சொன்னார் காவலர். அவன் லுங்கியை அவிழ்த்து எறிந்தான். 'ஜட்டியை இழுடா' என்றார். அவன் சட்டென்று ஜட்டியையும் அவிழ்த்தான். அனைவரும் சிரித்தனர். எனக்கு சிரிப்பு வரவில்லை. என் பயம் கூடியது. 'டேய் ஜட்டியப் போடுறா. வெக்கங்கெட்டவனே' என்றார். அவனும் சிரித்துக்கொண்டே ஜட்டியைப் போட்டான். அவன் வாயைத் திறக்கச் சொன்னார். தலைமுடிக்குள் கையைவிட்டு கலைக்கச் சொன்னார். இரண்டு காதுகளையும் முன்னோக்கி மடக்கிப் பார்த்தார். செருப்பை கழற்றச் சொன்னார். 'துணியை எடுத்துட்டுப் போயி ஓரமா நில்லு' என்றார். அவன் அகன்றான்.

அடுத்து வந்தவனுக்கும் அதேபோல உத்தரவுகள் பிறப்பிக்கப் பட்டன. அவன் பேன்ட் அணிந்திருந்தான். ஜட்டியை விலக்கச் சொன்னதும் அவன் தயங்கினான். அந்தக் காவலர் 'டேய் சொன்னாக் கேக்க மாட்டியா' என்று அடிக்கக் கையை ஓங்கினார். அவர் அடியிலிருந்து விலகி அவன் உடனே ஜட்டியை விலக்கினார்.

'கழட்டுடான்னா பெரிய இவன்மாதிரி பண்ற. என்ன கேசு...? என்று கேட்டார். அவன் சொன்னது யார் காதிலும் விழவில்லை. 'சத்தமா சொல்றா' என்று மறுபடியும் அடிக்கக் கையை ஓங்கினார். அவன் 'போர்ஜரி கேஸ்' என்றான். 'போர்ஜரி பண்ணிட்டு வந்து திமிரப் பாரு' என்று கூறிவிட்டு அவன் முதுகில் கை வைத்துத் தள்ளிவிட்டார்.

அடுத்து நான். 'என்னா கேசு..'

'பேங்க்...'

‘பேங்கை கொள்ளையடிச்சியா?’ என்று கேட்டுவிட்டுச் சிரித்தார்.

‘இல்லை இன்னொருத்தர் லாக்கரத் தொறந்து பணத்தை எடுத்துட்டேன்னு...’

‘அப்படிப் போடு... நீ பேங்குல என்னவா இருக்க?’

‘நான் மேனேஜர்.’

‘உங்களையெல்லாம் நம்பி பேங்குல பணத்தைப் போட்டா வெளங்கின மாதிரிதான். உன் பேங்க்லேயே திருடுனியா. சரியான ஆளுதான் நீ’ என்று சொல்லிவிட்டு எனக்கு முன்னால் சென்றவனிடம் நடந்த சோதனையைப் போலவே என்னையும் சோதனையிட்டார்.

இவனுக்கெல்லாம் எப்படிச் சொல்லி புரிய வைப்பேன்? நான் திருடனில்லை என்று உரக்கக் கத்தவேண்டும்போல இருந்தது. சிறைக்கு வருபவர்கள் அத்தனை பேரும் உண்மையிலேயே குற்றம் செய்தவர்கள்தான் என்று எப்படி முடிவு செய்கிறார்கள்? அவன் முடிவு செய்வதிலும் என்ன தவறு? மக்கள் பணத்தைக் காப்பாற்ற வேண்டும் என்று சிங்காரவேலு போன்ற முதலைகளிடம் மோதி வாழ்க்கையை இழப்பவர்கள் ஆயிரத்தில் ஒருவர்? லட்சத்தில் ஒருவர்? கோடிகளில் ஒருவர்? என்னைப்போன்ற பைத்தியக்காரன்தானே இந்த வேலையைச் செய்வான்? அவன் நினைப்பதில் என்ன தவறு?

எனக்கு என்ன தலையெழுத்தா? 1200 கோடி ஊழலைப் பற்றித் தெரிந்த பேங்க்கின் விஜிலென்ஸ் ஆபீசர், மௌனமாக சிங்காரவேலுவோடு கூட்டணி சேர்ந்துகொள்ளவில்லையா? அவரா இப்படிச் சிறையில் அவமானப்படுகிறார்? ஏ.சி. அறையில் அவர் இந்நேரம் மகிழ்ச்சியாக இருப்பார். இப்படிக் கஷ்டப்படுவதால் சரிந்துவிழும் இந்தியாவை முட்டுக் கொடுத்து நிறுத்திவிட்டேனா? பாராட்டுவார்கள். நீ பெரிய சாதனை செய்துவிட்டாய் என்று சொல்லுவார்கள். சிங்காரவேலுவை வீழ்த்திவிட்டாய் என்று வாழ்த்துவார்கள். அழும் என் தாயை எப்படித் தேற்ற முடியும்? இந்தப் பாராட்டுகள் அவள் கண்ணீரைத் துடைத்து விடுமா? அவளுக்கு நான்தானே உலகம். 1200 கோடி மக்கள் பணம் பெரிதா என்ன? பத்தாயிரம் கோடிகள் கொள்ளையடிக்கப்பட்டாலும், அவளுக்கு அவள் மகன்தானே பெரிது? பாசமாக வளர்த்து வங்கியில் மேனேஜராக இருக்கும் மகனுக்கு கல்யாணம் செய்து வைக்க வேண்டும் என்ற கனவோடு இருந்தவளின் வாழ்வே தகர்ந்து விட்டதே...

சோதனை முடிந்தவுடன் மற்றவர்களோடு கூட்டமாகச் சென்று நின்றேன். அனைவரையும் வரிசையாக ஆட்டு மந்தைபோல அழைத்துச் சென்றனர்.

ஆங்கிலத்தில் 'க்வாரன்டைன்' என்றும் தமிழில் 'பிணி நீக்கும் பிரிவு' என்றும் எழுதியிருந்த ஒரு வளாகத்துக்குள் அனைவரும் அழைத்துச் செல்லப்பட்டோம். ஒரு பெரிய ஹாலுக்குள் அனைவரையும் உள்ளே போகச் சொல்லி வெளியே கதவைப் பூட்டினர்.

அந்த ஹாலில் ஒரு ஐம்பது பேர் படுத்திருந்தனர். இரண்டு மூன்று இடங்களில் தரையில் கோடு கிழித்து ஆடுபுலி ஆட்டம் ஆடிக் கொண்டிருந்தனர். உள்ளே இருந்தவர்கள் புதிதாக வந்தவர்களை பார்வையாலே அளந்தனர். அந்த அறையின் மூலையில் இடுப்பு உயரத்துக்கு தடுப்புச் சுவர் இருந்தது. உள்ளேயிருந்து ஒரு ஆள் எழுந்து, லுங்கியால் பின்புறத்தை துடைத்துக்கொண்டே வெளியே வந்தபோது அது டாய்லெட் என்பது புரிந்தது.

இத்தனை பேர் முன்பு எப்படி டாய்லெட் வரும் என்பதை நினைத்தால் குமட்டியது. அவசரப்பட்டு விட்டோமோ... தவறு செய்து விட்டோமோ...

புதிதாக வந்தவர்களில் சிலர் லுங்கி மாற்றினார்கள். நான் எதுவும் மாற்றவில்லை. கொண்டுவந்த பையை தலைக்கு வைத்துப் படுத்தேன். விளக்கு எரிந்துகொண்டே இருந்தது.

'அம்மா என்ன செய்வாள். இன்னும் அழுதுகொண்டிருப்பாளோ. அவள் உடல்நிலை என்ன ஆகும்? அம்மாவை நினைத்ததும் கண்ணீர் வந்தது. கண்ணீரைத் துடைக்கக்கூடத் தோன்றவில்லை. எப்படிச் சமாளிக்கப் போகிறாள் இந்த அதிர்ச்சியை? இது இன்றோடு முடிகிற விஷயம் இல்லையே. எப்போது முடியும் என்பதற்கான அறிகுறியே இல்லையே.

இந்த சம்பத்துக்கு அத்தனை விவகாரங்களும் தெரியுமே... அந்த ஆள் எப்படி இதுபோன்ற ஒரு பொய்ப் புகாரை கொடுத்தார்.

பாலகிருஷ்ணனுக்கு நேர்ந்த கதிதான் உனக்கும் என்று மிரட்டினால் என்ன செய்வார் சம்பத் பாவம்! சிபிஐ இப்படியா விசாரிக்காமல் கைது செய்வார்கள். யாரிடம் விசாரித்திருந்தாலும் உண்மை என்ன என்பது தெரிந்திருக்குமே.

ஜனனிக்குத் தெரிந்தால் என்ன நினைப்பாள். அவளும் இந்தக் கதையை நம்புவாளோ. அவள் நம்பமாட்டாள். நல்லவேளை இவனிடமிருந்து தப்பித்தோம் என்று நினைத்துக்கொள்வாளோ. அவன் மீண்டும் மீண்டும் பேச முயற்சித்தும் தவிர்த்தது நல்லதாகப் போய்விட்டது. நல்லவேளை தப்பித்தோம் என்று நினைப்பாளோ.

வேள்வி | 103

எல்லோரையும்போல நானும் ஏன் என் வேலையை மட்டும் பார்க்கவில்லை? திமிரா? ஹீரோ ஆக வேண்டும் என்ற ஆசையா?

இந்நேரம் வீட்டில் அம்மா கொடுக்கும் உணவை சாப்பிட்டுவிட்டு, டிவி பார்த்துக் கொண்டிருந்திருக்கலாமே. அவசியமா எனக்கு இது? எனக்கு மட்டும் ஏன் இந்த அக்கறை? என்னைச் சுற்றி இருப்பவர்கள் அத்தனை பேரும் இதே தேசத்தில்தானே வாழ்கிறார்கள்? 1200 கோடியைப்பற்றி யாருமே கவலைப்படாதபோது நான் ஏன் கவலைப்பட்டேன். எனது அந்தக் கவலை என்னை இப்படி புழல் சிறையின் தரையில் படுக்க வைத்திருக்கிறதே. செயின் அறுத்தவர்கள், கொலை செய்தவர்கள், வீட்டை உடைத்துத் திருடுபவர்கள், கற்பழிப்பில் ஈடுபடுபவர்கள், பொறுக்கிகள், இவர்களோடு படுத்து உறங்க வேண்டியவனா நான்? இவர்களோடு வாழ வேண்டியவனா நான்?

ஒரு முடிவுக்கு வந்தேன்.

13

'சிங்காரவேலு சார்பில் பேசிய அந்த ஆர்.கே. என்டர்பிரைசஸ் காரனின் போன் நம்பர் வீட்டில் இருக்கிறது. வெளியில் போனதும் அவனிடம் பேசி, 'நான் உங்கள் வழிக்கே வரவில்லை, என்னை விட்டு விடுங்கள்' என்று சொல்லி விடலாமா?'

ச்சே! என்ன நினைப்பு இது? இதற்காகவா இப்படி ஒரு போராட்டம்? சிங்காரவேலு காலிலேயே விழுந்திருக்கலாமே... நான் படித்த மார்க்ஸும் சே குவாராவும் இதையா சொல்லிக் கொடுத்தார்கள்? பாரதி, கோழையாகவா கற்றுக் கொடுத்தான்? இச்சகத்துள்ளோ ரெல்லாம் எதிர்த்தாலும் அஞ்சக்கூடாது என்றல்லவா சொல்லியிருக் கிறான்? சிங்காரவேலுதான் உலகமா என்ன? ச்சீ... அந்த நினைவு வந்தது அருவருப்பாக இருந்தது.

பூகம்பத்தில் சிக்கிய பூச்செடிபோல ஆகிவிட்டது என் வாழ்க்கை. இதோ என்னோடு படுத்திருக்கும் அத்தனை பேரும் என்னை சந்தேகத் தோடு அல்லவா பார்க்கிறார்கள்? ஒவ்வொருவரும் ஏதோ ஒரு குற்றத்தைச் செய்துவிட்டு சிறைக்கு வருகையில், வரும் அத்தனை பேரும் குற்றம் செய்துவிட்டுத்தான் வருவார்கள் என்று நினைப்பது இயல்புதானே?

இங்கே என்னோடு படுத்திருக்கும் ஒவ்வொருவரும் ஏதோ ஒரு சூழ்நிலையில் இச்சிறைக்கு வந்திருக்கிறார்கள். ஆனால் நான்...? ஒரு உயரிய நோக்கத்துக்காக அல்லவா வந்திருக்கிறேன்... நான் செய்யா விட்டால் சிங்காரவேலு பதவியை ராஜினாமா செய்திருப்பாரா? வேறு யாராவது சிங்காரவேலுவை எதிர்த்து இப்படிச் செய்யத்தான் துணிந்திருப்பார்களா... இதனால் ஏற்பட்ட விளைவுகள் நான் எதிர்பாராதது என்றாலும், இதற்காக வருத்தப்பட என்ன இருக்கிறது? பெண்ணைச் சீரழித்தேனா... தாலியறுத்தேனா... அல்லது இவர்கள் சொல்வதுபோல வங்கிப் பணத்தைக் கையாடினேனா? அல்லது சிங்காரவேலுபோல மக்கள் பணத்தைக் கொள்ளையடித்தேனா? சிங்காரவேலுவே வெட்கப்படாதபோது நான் எதற்காக வெட்கப்பட வேண்டும்? வெட்கப்பட்டு புழுங்கும் அளவுக்கு என்ன செய்து விட்டேன்?'

ஓரளவுக்கு தெளிவு பிறந்ததுபோல இருந்தபோது மணி என்ன என்று பழைய ஞாபகத்தில் தலைமாட்டில் கைகள் செல்போனைத் தேடின. தலையணைக்குப் பதிலாக தரையில் கை பட்டவுடன் இது சிறை என்பது உறைத்தது. எப்போது உறங்கினேன் என்று தெரியவில்லை.

காலையில் ஆறு மணிக்கு எனது அறையில் இருந்தவர்கள் ஒவ்வொருவர் பெயராக அழைத்தான் ஒரு சக கைதி. எனக்கு முன்னால் இருந்தவர்கள் அவர்கள் பெயரை அழைத்ததும் கையை உயர்த்தினார்கள். நானும் என் பெயர் அழைக்கப்பட்டபோது கையை உயர்த்தினேன். பெயர் அழைத்தவனை 'ஆல்ட்டி' என்று அழைத்தார்கள். ஒவ்வொரு ப்ளாக்குக்கும் ஒரு ஆல்ட்டி இருப்பானாம். அவன் ஏறக்குறைய பள்ளியில் உள்ள வகுப்பு லீடர் போல. ஆசிரியருக்கு உதவி செய்யும் வகுப்பு லீடர்போல, அந்த ஆல்ட்டி சிறைக் காவலர்களுக்கு உதவி செய்தான். இது என்ன ஆல்ட்டி என்பது புரியவில்லை? எப்படி வந்திருக்கும் இந்தப் பெயர்?

சிறிது நேரத்தில் கதவைத் திறந்துவிட்டார்கள். நானும் துண்டை எடுத்துக்கொண்டு, பேஸ்டையும் ப்ரஷையும் எடுத்துக்கொண்டு வெளியே வந்தேன். வாயிலில் நின்றிருந்த காவலர், 'என்ன கேசு' என்றார். அதே பதிலைச் சொன்னேன். இவர் பணியில் மூத்தவர் போலிருக்கிறது. வயதானவராக இருந்தார். இவர் மற்றவர்களைப் போல கருத்து சொல்லவில்லை. என்னைப் பரிதாபமாகப் பார்த்தார். அவரைக் கடந்து வெளியே சென்றேன். பெரும்பாலானோர் இடது பக்கமாகச் சென்றதால் நானும் அந்தப் பக்கம் சென்றேன். வரிசையாக கழிப்பறைகள் கட்டப்பட்டிருந்தன. பேருந்து நிலையங்களில் குமட்டல் வரவைக்கும் கழிப்பறைகளை மனதில் வைத்துக் கொண்டே கழிப்பறையை அணுகினேன். ஆச்சரியமாக சுத்தமாக இருந்தது.

காலையில் பொங்கல் உணவு என்றார்கள். ஒரு பெரிய ட்ராலியில் பிணத்தைப் படுக்க வைப்பது போன்று துணி போர்த்தப்பட்டிருந்தது. எனக்கு ஒரு தட்டு கொடுத்தார்கள். அதை எடுத்துக்கொண்டு வரிசையில் நின்றேன். அந்த ஆல்ட்டி அந்த ட்ராலி அருகே நின்று மற்றொரு கைதிக்கு உத்தரவுகள் பிறப்பித்துக் கொண்டிருந்தான். துணியைத் திறந்தபோது கவிழ்த்து வைத்த கிண்ணத்தைப்போல பொங்கல் இருந்தது. அதன் மேலே ஒரு ரூபாய் நாணயம் அளவுக்கு ஆரஞ்சு வண்ணத்தில் ஏதோ இருந்தது. அது என்ன என்று கேட்க பயமாக இருந்தது.

என் தட்டில் வைக்கப்பட்டதும் எடுத்து மோந்து பார்த்தேன். சட்னி. இவ்வளவு பொங்கலுக்கு ஒரு ஸ்பூனில் சட்னி வைத்தால் எப்படிச் சாப்பிட முடியும்? கைதிக்கு கல்யாணச் சாப்பாடா போடுவார்கள்? என்று என்னை நானே கேட்டுக் கொண்டு ஒரு வாய் எடுத்துவைத்ததும் அப்படியே துப்பினேன். தாங்க முடியாத அளவுக்கு உப்பு. என்னைச் சுற்றி பார்த்தேன். சிலர் கொட்டிக் கொண்டிருந்தார்கள். சிலர் அதில் தண்ணீரை ஊற்றி கரைத்துக் குடித்துக்கொண்டிருந்தார்கள். அப்படியே நானும் கொட்டினேன். பசித்தது. நேற்று இரவு கொடுக்கப்பட்ட ப்ரெட்டை எடுத்து சாப்பிட்டேன். எனக்கு அருகில் இருந்தவர் இதைத் தொட்டுக்கங்க என்று ஜாம் கொடுத்தார்.

'என்ன கேஸ் சார்?' என்று ஆரம்பித்தார். விபரத்தைச் சொன்னேன். எனக்காக பரிதாபப்படவில்லை. 'நீங்க மேனேஜர்... நான் ப்ரொபசர்' என்றதும் அதிர்ச்சியாக அவரைப் பார்த்தேன்... நான் கேட்பதற்கு முன் அவரே சொன்னார்.

'டௌரி கேஸ் சார்.'

'என் பையன் விருப்பத்தை மீறி அவனுக்கு கல்யாணம் பண்ணி வைச்சேன். அவன் ஒருநாள்கூட வாழலை. ரெண்டு பேரும் தனித்தனியாக இருந்தாங்க.

ஒரு மாசம் பொறுத்தா என் மருமக. மொத்த குடும்பத்து மேலயும் டௌரி கேஸ் குடுத்துட்டா. என் பையனும் வொய்ஃபும் ஊருக்குப் போயிருந்தாங்க. என்னை காலேஜுலையே வெச்சு ஸ்டூடன்ட்ஸ் முன்னாடியே அரெஸ்ட் பண்ணிட்டாங்க'

நானே பரவாயில்லை போலிருக்கிறதே. தான் பாடம் சொல்லிக் கொடுக்கும் மாணவர்கள் முன்பாகக் கைதாவதைவிட வேறு என்ன கொடுமை இருக்கிறது...?

பேராசிரியர் என்பதால் அவரையும் மரியாதையாக நடத்தியிருப்பார்கள். 'ஸ்டேஷன்ல மரியாதையா நடத்தினாங்களா சார்...?'

‘அதை ஏன்பா கேக்குற... பொம்பளைங்களா அவளுங்க. பொம்பளைகளுக்காகன்னு ஆல் வுமன் போலீஸ் ஸ்டேஷன் உருவாக்குனாலும் உருவாக்குனாங்க. என்ன பேச்சு பேசறாளுங்கப்பா. என் பையன் பண்ணதுக்கெல்லாம் சேத்து என்னை பேசறாளுங்கப்பா. கூனிக் குறுகி உக்காந்துருந்தேன். இந்த ஜெயில் எவ்வளவோ பரவால்லப்பா.’

‘உடனே நம்மை அதுபோல யாரும் பேசவில்லை என்று ஆறுதலாக இருந்தது. பேசினால் மட்டும் என்ன செய்துவிட முடியும்? அவரைப் போல கேட்டுவிட்டு இங்கே வந்து புலம்பியிருக்க முடியும். வேறு என்ன செய்துவிட முடியும்?’

அன்று மாலை க்வாரன்டைன் ப்ளாக்கிலிருந்து வேறு ப்ளாக்குக்கு குற்றத்தின் தன்மைக்கு ஏற்றார்ப்போல மாற்றினார்கள். என்னை ஐந்தாம் ப்ளாக்குக்கு மாற்றினார்கள். அந்தப் பேராசிரியர் என்னோடு வருவார் என்று பார்த்தேன். அவரை நான்காம் ப்ளாக்குக்கு மாற்றியிருந்தார்கள். எல்லோரையும் ஆடு மாடுகள்போல விரட்டியதால் அவரிடம் சொல்லிக்கொண்டு கூட வரமுடியவில்லை.

ஐந்தாம் ப்ளாக்கில் தரைத்தளமும் மேல்தளமும் இருந்தது. என்னை தரைத்தளத்தில் அடைத்தார்கள். ஒரு கட்டில் இருந்தது. என்னோடு அறையில் வேறு யாரும் இல்லை. சற்று நிம்மதியாக இருந்தது. இரண்டு நாட்கள் கவலையோடு கழிந்தது. மூன்று வேளையும் உணவு கொடுத்தாலும் நேரத்தைக் கழிப்பது மிக மிகச் சிரமமாக இருந்தது. யாரிடமும் அதிகம் பேச்சுக் கொடுக்கவில்லை. இரண்டு நாட்கள் கழித்து என் அறையில் ஒரு இருபத்து ஐந்து வயது இளைஞனைப் போட்டார்கள். மூன்று கொலைகள் செய்தவனாம். அவன் என்னிடம் அதிகம் பேசவில்லை. நீங்கள் கட்டிலில் படுத்துக் கொள்ளுங்கள் என்றான். நான் எனக்கு கட்டில் வேண்டாம் என்று சொல்லிவிட்டு தரையில் படுத்துக்கொண்டேன். என்ன கேஸ் என்பதை மட்டும் விசாரித்துவிட்டு அமைதியாக படுத்துவிட்டான்.

காலை பதினோரு மணிக்கு ஜெயிலர் அழைப்பதாகச் சொன்னார்கள். என் அறையில் இருந்தவனிடம், ‘ஜெயிலர் எதற்காகக் கூப்பிடுகிறார்’ என்று கேட்டேன். ஜெயிலர் ரூம்னா குண்டாஸ் ஆக்ட்ல ஒரு வருஷம் போடுவாங்க. அதுவும் ரெண்டு மூணு கேஸ் இருந்தாத்தான் போடுவாங்க. உனக்கு ஒரு கேஸ்தானே சார். போயிட்டு வா. பாத்துக்கலாம் என்று அந்த சிறைக்கே அவன்தான் அதிகாரி போலப் பேசினான்.

ஜெயிலர் ரூம் எங்கே இருக்கிறது என்று விசாரித்து விட்டுச் சென்றால், உள்ளே கல்யாண சுந்தரம் அமர்ந்திருந்தார். அவரைப் பார்த்ததும் என்னையறியாமல் மகிழ்ச்சி ஏற்பட்டது. நான் குற்றமற்றவன்

என்பதை அறிந்த ஒருவரைப் பார்த்தால் ஏற்படும் மகிழ்ச்சி இருக்கிறதே.... அதை விவரிக்கவே முடியாது.

'வணக்கம் தோழர்' என்றேன். ஜெயிலர் எதிரிலேயே இருந்ததால் முக்கியமான விஷயங்கள் பேச முடியாதே என்ற கவலை ஏற்பட்டது. ஆனால் கல்யாண சுந்தரம் எதைப்பற்றியும் கவலைப்படாமல் ஆரம்பித்தார். 'பார்ட்டிலேர்ந்து விலகிட்டேன்பா!'

அதிர்ச்சியாக இருந்தது. கட்சிக்காக தன் வாழ்க்கையை அர்ப்பணித்தவர். கட்சிக்காக திருமணம் செய்துகொள்ளாமல், கம்யூனிசமே என் வாழ்வு என்று வாழ்ந்தவரா இப்படிப் பேசுவது?

நடந்ததை விவரித்தார்.

நான் கைது செய்யப்பட்ட அன்று கட்சியின் அவசர செயற்குழுக் கூட்டத்தை கூட்டியுள்ளார். வங்கி ஊழியர் சங்கம், அரசு ஊழியர் சங்கம், ரயில்வே சங்கம் போன்ற எல்லா சங்கங்களையும் இயக்குவது இடது வலது என்று பிரிந்து கிடக்கும் இரண்டு கம்யூனிஸ்ட் கட்சிகளே. வெளிப்பார்வைக்கு தொழிற்சங்கம் என்று நடந்தாலும், தொழிற் சங்கத்தின் நிர்வாகிகளைத் தேர்ந்தெடுப்பது, போராட்டங்கள் தொடர்பான முக்கிய முடிவுகளை எடுப்பது எல்லாமே கட்சியே. கட்சியை மீறி தொழிற்சங்கம் எந்த முக்கியமான முடிவையும் எடுக்க முடியாது.

'வெங்கட் தோழரை எல்லாருக்கும் தெரியும். கட்சி உறுப்பினர். தொழிற்சங்கத்துல ஆக்டீவான ஆளு' என்று தொடங்கி நடந்த அனைத்தையும் விவரித்துள்ளார். எந்த ஆதாரமாக இருந்தாலும் அதை கட்சி மூலமாக வெளியிடாமல் தனிப்பட்ட முறையில் வெளியிட்டது தவறு. தனிப்பட்ட முறையில் செயல்பட்ட நபர்களுக் கெல்லாம் கட்சி சப்போர்ட் செய்ய முடியாது என்று பலர் பேசியுள்ளனர்.

'வெங்கட் எவ்வளவு வேலைகள் கட்சிக்காக செஞ்சுருக்காருன்னு எல்லாருக்கும் தெரியும். நான் சொல்ல வேண்டியதில்லை. அப்படிப்பட்ட தோழருக்கு ஒரு நெருக்கடின்னா நம்ப தலையிடலன்னா வேற யாரு உதவி பண்ணுவா? அது தவிரவும், நம்ப தோழர் சிங்காரவேலு ராஜினாமா பண்ணதுக்கு காரணமா இருந்தாருன்னா அது கட்சிக்குத்தானே பெருமை?'

'எல்லாரும்தான் கட்சிக்காக உழைக்கறோம். அதுக்காக பேங்க் பணத்தை கையாடல் பண்ணதுக்கெல்லாம் கட்சி சப்போர்ட் பண்ண முடியுமா?' என்று ஒரு குரல்.

'நான் என் வாழ்க்கையையே கட்சிக்காக குடுத்தவன். கட்சியும் சங்கமும்தான் என் வாழ்க்கை. நான் பொய்யா சொல்லுவேன்?

நடந்தது எல்லாத்தையும் நான் சொன்ன பிறகும் கையாடல் பண்ணான்னு பேசறது ஒரு கம்யூனிஸ்டுக்கு அழகா? எனக்கு என்ன மரியாதை இருக்கு?'

'நீங்க மூத்த தோழர்தான். ஒத்துக்கறோம். அதுக்காக நீங்க சொல்றதுக் கெல்லாம் ஆட முடியாது தோழர். நம்ப கட்சிக்குன்னு ஒரு பேரு இருக்கு. அதைக் கெடுக்கற மாதிரி வேலையிலயெல்லாம் கட்சி இறங்க முடியாது என்றார் அதே நபர். மற்றவர்கள் அவரை ஆமோதிப்பதுபோலவே பேசியிருக்கிறார்கள்.

'கட்சிக்குன்னு என்ன பேரு இருக்கு? ட்ரேட் யூனியன் நடத்திக்கிட்டு முதலாளிகிட்ட பொறுக்கித் தின்றதா? தொழிலாளி முதுகுல குத்திட்டு முதலாளிகிட்ட வாங்கித் தின்ற தோழர்கள் பேரைச் சொல்லவா? எனக்குத் தெரியாதா? கட்சியில எல்லாரும் யோக்கியமா? ஆனா வெங்கட் யோக்கியன். எனக்குத் தெரியும். உங்க எல்லாரையும்விட அவன் யோக்கியன். அவனை சப்போர்ட் பண்ணாத இந்தக் கட்சி என் மயிருக்கு சமானம். இன்னைக்கே ராஜினாமா பண்றேன்.' என்று கத்திவிட்டு வெளியேறியிருக்கிறார்.

சங்க அலுவலகத்தை காலி செய்துவிட்டு, திருவல்லிக்கேணியில் அறை எடுத்துத் தங்கியிருக்கிறார்.

அவர் செய்த காரியத்தை நினைத்து பெருமையாகவும் இருந்தது. வருத்தமாகவும் இருந்தது. தான் உயிருக்கு உயிராக நேசித்த கட்சியை எனக்காக தூக்கி எறிந்துவிட்டு வந்திருக்கிறாரே. அப்படி என்ன செய்து விட்டேன் இவருக்காக?

'அவசரப்பட்டு முடிவெடுத்துட்டீங்களா தோழர்?'

'அவசரமெல்லாம் படலைப்பா... இவனுங்க பண்ற எத்தனையோ அயோக்கியத்தனத்தையெல்லாம் பொறுத்துக்கிட்டு இருந்தேன். எத்தனையோ தகவல்கள் என் காதுக்கு வந்துருக்கு. போனஸ் பேச்சுவார்த்தையில எத்தனை பேர் போயி முதலாளிகிட்ட காசு வாங்கிருக்கான் தெரியுமா? எத்தனை பேர் ஸ்டேட் கவர்மென்ட் மினிஸ்டர்ஸ்கிட்ட ட்ரான்ஸ்பர்க்கு ரெக்கமன்ட் பண்ணி காசு பண்ணியிருக்கான் தெரியுமா? இந்தக் கட்சியை விட்டா வேற பெட்டர் ஆப்ஷன் இல்லையேன்னுதான் பொறுமையா இருந்தேன். உன் விஷயத்துல எனக்கு பொறுமை சுத்தமா போயிடுச்சுப்பா. நான் ப்ரெஸ்ஸைக் கூப்பிட்டு எல்லாத்தையும் சொல்லிடலாம்னு இருக்கேன். இனிமே வேற வழியில்லை.

நீ கவலைப்படாதே. தைரியமா இரு. சமாளிக்கலாம். காலை விட்டாச்சு. இனிமே போராடினாத்தான் வெளிய வர முடியும். இனிமே என்ன ஆனாலும் பின் வாங்கக் கூடாது.'

'நானும் அந்த முடிவுலதான் இருக்கேன் தோழர். அம்மா வந்தாங்களா தோழர்?'

'நீ அரெஸ்ட் ஆன மறுநாள் காலையில ஆறு மணிக்கே வந்தாங்கப்பா. அவங்கள அட்வகேட் ஆபீசுக்கு அனுப்பினேன். பாத்துட்டு வந்து மறுபடியும் என்னைப் பாத்தாங்க. அட்வகேட் பெயில் கிடைக்க எப்படியும் ஒரு வாரம் ஆயிடும்னு சொல்லிருக்கார். நானும் அட்வகேட் கிட்ட பேசினேன். அம்மாவ நான் பாத்துக்கறேன்.' என்று சொல்லிவிட்டு அவர் எடுத்து வந்திருந்த புத்தகங்களை கொடுத்தார்.

அவர் புத்தகங்களைக் கொடுத்தவுடன் ஜெயிலர் கையை நீட்டி அந்தப் புத்தகங்களை வாங்கிப் பார்த்தார். மக்சீம் கார்க்கியின் தாய். அலெக்சாந்தர் குப்ரினின் செம்மணி வளையல்.

'சார் ஒண்ணும் அப்ஜெக்ஷனா இல்லையே' என்றார் ஜெயிலர்.

'உலக இலக்கியம் சார். சந்தேகமா இருந்தா படிச்சுட்டு குடுங்க' என்றார் கல்யாண சுந்தரம்.

'ச்சே ச்சே... இது ப்ரொசிஜர் சார்.'

'தோழர் அம்மாவை பாக்க வரவேண்டாம்னு சொல்லுங்க தோழர். எனக்கும் கஷ்டமா இருக்கும். அம்மாவுக்கும் கஷ்டமா இருக்கும்.'

'நான் சொல்லிட்டேன்பா... ஆனா அவங்க பாக்கணும்னு கண்டிப்பா சொல்லிட்டாங்க. நானே கூட்டிட்டுப் போறேன்னு சொல்லிருக்கேன்... நான் வரேன்பா...'

'சரி தோழர்' என்று விடைபெற்று என் அறைக்குத் திரும்பினேன். வழியில் ஐந்து இடங்களில் உடல் முழுவதும் தடவி சோதனையிட்ட பிறகு, புத்தகங்களை பிரித்து, உதறி, உலுக்கி சோதனையிட்டார்கள்.

அடுத்த ப்ளாக்கின் வாசலில் ஒரு கைதியை மூன்று காவலர்கள் சேர்ந்து லத்தியால் அடித்துக்கொண்டிருந்தார்கள். 'அய்யோ... சார் விட்டுடுங்க சார். வலிக்குது அய்யா...' என்று அவன் கதறினான். பூட்ஸ் காலால் அவன் கால் முட்டிக்குக் கீழே உதைத்தார் ஒரு காவலர். அவன் சுருண்டு விழுந்தான்.

'என்கிட்டயே திமிரா பேசறியா நாயே...' என்று சொல்லிவிட்டு மீண்டும் அடித்தார். 'இவனைப் போயி சாலிட்டரில போடு' என்று சொல்லிவிட்டு போய்விட்டார். மீதம் இருந்த இரண்டு காவலர்களும் அவனைத் தர தரவென்று இழுத்துக்கொண்டு போனார்கள்.

அறைக்குத் திரும்பியதும், அந்த இளைஞனிடம் கேட்டேன். 'சாலிட்டரின்னா என்னப்பா?'

'ஏன் சார் கேக்கறீங்க...?'

'இல்ல... மூணு காவலருங்க சேந்து ஒருத்தனை போட்டு மாடு அடிக்கற மாதிரி அடிச்சாங்க... அடிச்சுட்டு அவனை சாலிட்டரில போடுன்னு சொன்னாங்க. அதான்...'

'இது ஜெயில் சார்... இங்க அவங்க வைக்கறதுதான் சட்டம். வாயை மூடிக்கிட்டு இருந்தா ஜெயில்ல காலத்த ஓட்டலாம். அப்படித்தான் அடிப்பானுங்க... இங்க நடக்கறது வெளியில யாருக்குத் தெரியும். அடி வாங்குனவன் அவங்க வக்கீல்கிட்ட சொல்லலாம்னு நெனைக்கக் கூட கூடாது. அதுக்குத்தான் சாலிட்டரி. சாலிட்டரின்னா யாரையுமே பாக்க முடியாதபடி தனியா அடைச்சிடுவாங்க. படி மட்டும் வரும்.'

'படி'ன்னா?' என்றேன்.

'படி'ன்னா சோறு சார்'

'யாரையுமே பாக்க முடியாம ரெண்டு நாள்லேயே ஆளு கதறிடுவான். ஜெயில் நிர்வாகத்துக்கு அடிமையாயிடுவான். சாலிட்டரின்னா இங்க எல்லாருமே அலறுவாங்க' என்று கூறிவிட்டு, அவன் எழுந்து வெளியே சென்றுவிட்டான்.

'இது வேறு உலகம். இங்கே கைதிகள் விலங்குகள். இந்த விலங்குகளை அடைத்து வைத்துப் பழக்கப்படுத்துபவர்கள் சிறைக் காவலர்கள். படியாத மிருகத்துக்கு நேரும் கதிதான் இங்கே நேருகிறது. மிருகத்தை வதை செய்தால் யார் குரல் கொடுப்பார்கள்...? அல்லது அந்த மிருகம்தான் வாய் திறந்து பேசுமா?'

இரண்டு நாட்கள் கழித்து மீண்டும் ஜெயிலர் அழைக்கிறார் என்றார்கள். கல்யாண சுந்தரத்தைப் பார்க்கும் மகிழ்ச்சியோடு கிளம்பினேன்.

'ப்ரெஸ் மீட் வைக்கிறேன் என்று சொன்னாரே.. அதில் ஏதாவது சிக்கலா... இல்லை என்னிடம் கூடுதல் விபரங்களை கேட்பதற்காக வந்திருக்கிறாரா... எனக்குத் தெரிந்த அத்தனை விபரங்களும் அவருக்கும் தெரியுமே...!'

ஜெயிலர் அறையில் அந்த சிபிஐ அதிகாரி ஷ்யாம் சுந்தர் உட்கார்ந்திருந்தார்.

14

'உங்களை நாலு நாள் கஸ்டடியில விசாரிக்கறதுக்கு கோர்ட் பர்மிஷன் குடுத்துருக்கு வெங்கட்.' என்றார் ஷ்யாம் சுந்தர்.

'வழக்கே பொய்.. இதில் விசாரிப்பதற்கு என்ன இருக்கிறது? சட்டத்தையும் நீதிமன்றத்தையும் எப்படியெல்லாம் வளைக்கிறார்கள்? நடக்காத ஒரு சம்பவத்தைப்பற்றி எப்படி விசாரிப்பார்கள்? அல்லது இவர்கள் உண்மையிலேயே அப்படி ஒரு சம்பவம் நடந்திருக்கிறது என்று நம்புவார்களா? நான் தவறு செய்யவில்லை என்று சொல்வதற்கு இருந்த முக்கியமான சாட்சியைக் கொன்று விட்டார்கள். பாலகிருஷ்ணன் இறக்காமல் இருந்திருந்தால் இது நடந்திருக்குமா? இந்நேரம் உண்மையைச் சொல்லியிருப்பாரே. எவ்வளவு வசதியாக பாலகிருஷ்ணனைக் கொன்று விட்டு என்னை கொஞ்சம் கொஞ்சமாகக் கொல்கிறார்கள்.'

வழக்கமான சோதனைகளுக்குப் பிறகு, வண்டியில் ஏற்றி சிபிஐ அலுவலகத்துக்குக் கொண்டு சென்றார்கள்.

ஏற்கெனவே இருந்த அறையில் அடைக்காமல் வேறு அறைக்கு அழைத்துச் சென்றார்கள். அது ஒரு சிறிய அறை. அங்கே இரண்டு

நாற்காலிகளும் ஒரு டேபிளும் இருந்தன. நாற்காலியில் அமரச் சொன்னார்கள். இரண்டு மணி நேரம் கழித்து இரவு உணவு வந்தது. இரண்டு மணி நேரமாக தனியாக அமர்ந்திருந்தேன். எந்த விசாரணையும் நடக்கவில்லை. பிறகு ஷ்யாம் சுந்தர் வந்தார்.

'சார். என்னை இந்த கேசுல இருந்து மாத்திட்டாங்க. இனிமே நான் உங்கள பாக்க மாட்டேன். எனக்கு எல்லா உண்மையும் தெரியும். யாரு சொல்லி இது நடக்குதுன்னும் எனக்குத் தெரியும். இப்பக்கூட உங்களை இங்கே அழைச்சுட்டு வந்துருக்கறது டார்ச்சர் பண்றதுக்காகத்தான். என்னால டார்ச்சர் பண்ண முடியாதுன்னு சொல்லிட்டேன். நான் உங்களை நடத்துன மாதிரி இனிமே நடத்த மாட்டாங்க. டார்ச்சர் பண்றதுக்காக லோக்கல் போலீஸ்லேர்ந்து ஆட்களை கூட்டிட்டு வந்தாலும் வருவாங்க. நான் வெளியில போயி உங்க அட்வகேட்டுக்கு தகவல் சொல்லிடறேன். என்னால அவ்வளவுதான் சார் பண்ண முடியும். ஐ யம் ரியல்லி சாரி.'

அவருக்கு பதில் சொல்லக்கூடத் தோன்றவில்லை. டார்ச்சர் என்றதும், சினிமாவில் போலீஸ் தலைகீழாகக் கட்டித் தொங்கவிட்டு அடிக்கும் காட்சிகள் நினைவுக்கு வந்தன. நான் பேங்க் மேனேஜர் அல்லவா. அப்படியா அடிப்பார்கள்? பேங்க் மேனேஜரென்பதால் அல்லவா இது வரை என்னை மரியாதையாக நடத்தினார்கள் என்று நினைத்து வந்தேன். இந்த ஆள் போய்விட்டால் நம்மை என்ன பாடுபடுத்துவார்கள்? பயம் உடல் முழுக்க பரவியது. யாரையும் தொடர்புகொள்ளவும் முடியாததால் ஒருவரிடமும் இதைச் சொல்லி புலம்பக்கூட முடியாதே.

ஷ்யாம் சுந்தர் கிளம்பிப்போய்விட்டார். அவர் போன அரை மணி நேரத்தில், அந்த அறையில் இருந்த இரண்டு ஏ.சி.க்களும் இயங்கத் தொடங்கின. இந்த நேரத்தில் எதற்கு ஏ.சி?

சிறிது நேரத்தில் பெரிய மீசை வைத்த ஒருவர் உள்ளே வந்தார்.

'நீதான் வெங்கட்டா?'

'ஆமாம் சார்...'

சாலரி லோன் வேணும் சார் என்று என்னிடம் கெஞ்சிய காவல் துறையினரின் நினைவு வந்தது. அப்போது நான் கொடுப்பவன். இப்போது பெறுபவன்.

'பேன்ட் சட்டையெல்லாம் கழட்டு'

டார்ச்சர் என்று ஷ்யாம் சுந்தர் சொன்னது நினைவுக்கு வரவும், மறு பேச்சு பேசாமல் கழற்றினேன். நான் ஜட்டியோடு நிற்பதை உறுதி செய்ததும், என் பேன்ட் சட்டையை கையில் எடுத்துக்கொண்டு அறையை விட்டு வெளியேறினார் அந்த மீசை.

பத்து நிமிடத்தில் குளிர் தாக்கத் தொடங்கியது. விளக்கும் அணைக்கப் பட்டது. விளக்கை அணைத்ததும் குளிர் அதிகமானது போல இருந்தது. டேபிளுக்கு அடியில் சென்றேன். அங்கேயும் அதிகமாக குளிர்ந்தது. தரை முழுவதும் சில்லென்று மாறியது. அந்த சிறிய அறையில் இரண்டு ஸ்ப்ளிட் ஏசிக்களை பொறுத்தியது இதற்காகத் தானோ? உடல் நடுங்கியது. ஏ.சிக்கு நேர் கீழே உட்கார்ந்தால் எதிர்ப்பக்கத்திலிருந்த ஏசி காற்றை நேராக வீசியது. எந்தப்பக்கம் நகர்ந்தாலும் குளிர் அதிகமாகிக்கொண்டே போயிற்று.

அறை முழுவதும் நகர்ந்துகொண்டே இருந்தேன். உடல் நடுக்கம் நிற்காமல் அதிகமாகிக்கொண்டே இருந்தது. ஏசியை கட்டுப் படுத்தலாம் என்று பார்த்தால் எட்ட முடியாத உயரத்தில் இருந்தது. கை விரல்கள் விரைத்துப் போனதுபோல மடக்குவதே சிரமமாக இருந்தது. மேசையை இழுத்து அதை எட்டலாம் என்றால் மேசையை நகர்த்த முடியாத அளவுக்கு குளிர் நடுக்கியது. மேசையின் கால்களை கையால் பிடிக்க முடியவில்லை. அதைப் பிடிக்க முயற்சி செய்யும் போதே கை நடுங்கியது. குளிர் அதிகமாக அதிகமாக சிந்தனையே மரத்துப் போனதுபோல இருந்தது. சிந்தனை செய்ய மூளை நிறைய சிரமப்படுவதுபோல இருந்தது. எவ்வளவு நேரம் நகர்ந்துகொண்டே இருந்தேன் என்பது தெரியவில்லை. நகர முடியாமல் சோர்ந்து ஒரு மூலையில் சாய்ந்தேன்.

வெளிச்சம் வந்ததுபோல இருந்தது. கதவைத் திறந்துகொண்டு இன்னொருவர் வந்தார்.

‘ரஞ்சித்’ என்று யாரையோ அழைத்தார். ‘யாருய்யா இப்படிப் பண்ணது... ட்ரெஸ்ஸைக் குடுய்யா...’ என்றார். அவசர அவசரமாக ட்ரெஸ் என் மேல் வீசப்பட்டது. ‘போட்டுக்கங்க சார். டாய்லெட் போயிட்டு வாங்க. ப்ரஷ் பண்ணிக்கங்க. ப்ரேக் பாஸ்ட் கொண்டு வரச் சொல்றேன்’ என்றார். பேசியதிலேயே போலித்தனம் தெரிந்தது. அவர் உண்மையாகப் பேசவில்லை என்பதும் தெரிந்தது.

ட்ரெஸ்ஸை மாட்டிக்கொண்டு உணவும் அருந்தி முடித்த ஒரு மணி நேரத்தில் வழக்கறிஞர் வந்தார். வழக்கறிஞர் வந்தபோது வேறு அறைக்கு அழைத்துச் சென்றனர். நடந்தது அத்தனையையும் சொன்னேன்.

‘நான் இம்மீடியட்டா உங்களுக்கு கஸ்டடி கொடுத்த ஜட்ஜ்கிட்ட பெட்டிஷன் போடறேன். அங்க ரெஸ்பான்ஸ் இல்லன்னா, ஹைகோர்ட்டுல ஹேபியஸ் கார்ப்பஸ் மூவ் பண்றேன். இன்னும் மூணு நாள்தான். அதுக்குள்ள ஏதாவது ஆர்டர்ஸ் கிடைக்குதான்னு பாக்கறேன். நான் கௌம்பணும்’ என்று சொல்லிவிட்டு அவர் எழுந்தபோது, எனக்கு காலை உணவு வழங்குகிறேன் என்று சொல்லிய நபர் வந்தார்.

வக்கீல் அவரைப்பார்த்து கோபமாக, ‘என்ன சார் இப்படி டார்ச்சர் பண்றீங்க? அவர் பேங்குல ஒரு சீனியர் மேனேஜர் தெரியுமா? யார் குடுத்தா உங்களுக்கு இந்த அதிகாரத்தை? கஸ்டடியில துன்புறுத்த மாட்டோம்னு சொல்லித்தானே ஆர்டர்ஸ் வாங்கனீங்க? நான் இதை சும்மா விடமாட்டேன் சார். இது பெரிய ஹ்யூமன் ரைட்ஸ் வயலேஷன். (human rights violation). யு வில் ஃபேஸ் தி கான்சிக்வென்சஸ்’ (You will face the consequences) என்று சொல்லி விட்டு கிளம்பிவிட்டார்.

வக்கீல் அப்படிப் பேசியது தெம்பாக இருந்தது. அவர் போனதும் மீண்டும் பழைய அறையிலேயே அடைத்தனர். ஆடைகளை களையச் சொல்லவில்லை. வக்கீல் பேசியது வேலை செய்திருக்கிறது என்று நினைத்து சற்று மகிழ்ச்சியாகத்தான் இருந்தது. ஒரு மணி நேரம் கழித்து அதே நபர் திரும்ப வந்தார். ‘சார் ட்ரெஸ்ஸைக் கழட்டி குடுக்கறீங்களா’ என்று கேட்டார்.

‘வக்கீல் டார்ச்சர் பண்ணக்கூடாதுன்னு சொன்னாருல்ல சார்...’ என்று சன்னமான குரலில் சொன்னேன்.

‘கழட்டறீங்களா... இல்லை வேற ஆளை வரச் சொல்லவா?’

எதுவும் பேசாமல் கழற்றினேன். இரவு முழுவதும் குளிர் நடுக்கத்தோடு கழிந்தது. நேரம் என்ன ஆகிறது என்பதே தெரியவில்லை. முதல் நாள் நடந்த அதே சடங்குகள் காலையிலும் நடந்தன.

விடிந்த ஒரு மணி நேரம் கழித்து, பரபரப்பு தொற்றிக்கொண்டது போல அதிகாரிகள் என் அறைக்குள் நுழைந்தார்கள். ஏய், வா போ என்ற பேசிக்கொண்டிருந்த அதே அதிகாரி ‘சார் கொஞ்சம் ட்ரெஸ் பண்ணிக்கங்க சார்’ என்றது வித்தியாசமாக இருந்தது. நேற்று வக்கீல் வந்தபோது இந்த மரியாதை இல்லையே... சீனியர் வக்கீல் யாராவது வருகிறார்களா? எதற்காக இந்த திடீர் மரியாதை?

சற்று நேரத்தில் வேனில் ஏற்றினார்கள். வாகனம் நேரே உயர்நீதிமன்றம் சென்றது. வண்டியை உயர்நீதிமன்றத்தின் உள்ளே

இருந்த பழைய காவல்நிலையம் அருகில் நிறுத்தினார்கள். வெளியே கருப்பு கவுன் அணிந்த வழக்கறிஞர்கள் பரபரப்பாக ஓடிக்கொண்டிருந்தார்கள். அருகே மற்றொரு போலீஸ் வேன் நின்று கொண்டிருந்தது. அதில் இருந்த கைதிகளிடம் உறவினர்கள்போலத் தோற்றமளித்தவர்கள் கீழே நின்று பேசிக்கொண்டிருந்தார்கள். அவர்கள் அருகே ஆயுதம் தாங்கிய காவலர்கள் பாதுகாப்புக்காக நின்று கொண்டிருந்தார்கள்.

பத்து வருடங்களுக்கு முன்பு நீதிமன்றம் வந்திருக்கிறேன். ஒரு நண்பர் அழைத்தார் என்பதற்காக. அப்போதெல்லாம், இதே நீதிமன்ற வளாகத்தில் ஒரு கைதியாக வருவேன் என்று சற்றும் நினைத்துப் பார்க்கவில்லை. ஒரு மணி நேரம் கழிந்தது.

திடீரென்று என்னை வாகனத்தை விட்டு கீழே இறங்கச் சொன்னார்கள். என்னை ஆடைகளை அவிழ்க்கச் சொன்ன அதிகாரி என் அருகே வந்தார். 'சார் உங்களுக்காக கல்யாண சுந்தரம்னு ஒருத்தர் ஹேபியஸ் கார்ப்பஸ் தாக்கல் பண்ணிருக்கார். அதுக்காகத்தான் உங்களை ப்ரொட்யூஸ் பண்ணச் சொல்லிருக்காங்க. உங்களை டார்ச்சர் பண்றோம்னு அலிஜ் (allege) பண்ணிருக்காங்க. எதையும் மனசுல வச்சுக்காதீங்க சார்.' என்றார்.

'இரவு முழுவதும் ஜட்டியோடு குளிரில் நடுநடுங்க படுக்க வைத்து விட்டு... .... எப்படி மனசு வருகிறது?'

அந்த ஆளுக்கு பதில் சொல்லாமல் முறைத்தேன். அவன் முகத்தை திருப்பிக்கொண்டான். சிவப்பு நிறக் கட்டிடங்களாக இருந்தன. என்னைச் சுற்றி நான்கு பேர் நடக்க நான் நடுவில் அழைத்துச் செல்லப்படுவதை அனைவரும் வித்தியாசமாக பார்த்தனர். இரண்டு மாடிகள் ஏற்றி 4 என்று எண்ணிட்ட நீதிமன்றத்தின் முன்பு நிறுத்தினார்கள்.

என்னை முன்தினம் சந்தித்த வழக்கறிஞர் அருணன் வெளியே வந்து என்னைப் பார்த்தார். 'சார். ஜட்ஜ் வீட்டில போயி மென்ஷன் பண்ணினோம். உடனே இன்னைக்கு மேட்டரை எடுத்துக்கிட்டாங்க. இன்னும் பத்து நிமிஷத்துல வந்துடும். ஒரு வேளை ஜட்ஜஸ் உங்களை கூப்பிட்டுக் கேட்டாங்கன்னா, என்ன நடந்ததோ அதை பயம் இல்லாமல் சொல்லுங்கள்.'

'சார் இன்னும் ரெண்டு நாள் கஸ்டடி இருக்கு சார். நான் அவங்க கூடத்தான் போகணும்.'

'பயப்படாதீங்க சார். அதுக்குத்தானே இந்த பெட்டிஷனே. டோன்ட் ஒர்ரி. நம்ப சீனியர் பாத்துக்குவார். இந்த ஜட்ஜூம் நல்ல ஆளு.

ஹ்யூமன் ரைட்ஸ் வையலேஷனை ரொம்ப சீரியஸா பாக்கிறவர். இந்த மாதிரி டார்ச்சர் பண்ண பல பேர் மேல ஆக்ஷன் எடுக்க உத்தரவு போட்டுருக்கார். உங்களைப் பண்ண டார்ச்சரை கண்டிப்பா சீரியஸா எடுத்துக்குவார். நிச்சயம் ரிலீஃப் கிடைக்கும்' என்று அவர் சொன்னது ஆறுதலாக இருந்தது.

ஐந்து நிமிடத்தில் உள்ளே அழைத்துச் சென்றார்கள். அந்த பெரிய ஹால் இரண்டாக தடுக்கப்பட்டிருந்தது. பின்புறத்தில் பார்வையாளர் களுக்காக பெஞ்ச் போடப்பட்டிருந்தது. முன்பக்கத்தில் குதிரை லாட வடிவில் மேசை இருந்தது. அதைச் சுற்றி போடப்பட்டிருந்த நாற்காலிகளில் வழக்கறிஞர்கள் அமர்ந்து இருந்தார்கள்.

வழக்கறிஞர் அருணன் நின்று கொண்டிருந்தார். அவருக்கு முன்பாக இருந்த நாற்காலியில் தலை நரைத்த வயதான ஒருவர் இருந்தார். என்னை ஓரமாக நிற்க வைத்தார்கள். என்னோடு மிக நெருக்கமாக வந்து கொண்டிருந்த போலீஸ்காரர்கள் தள்ளி நின்றனர்.

நீதிமன்றத்தில் இருந்த அத்தனை கண்களும் என்னைத் துளைப்பதை உணர முடிந்தது. அத்தனைப் பேரும் என்னை வங்கிப் பணத்தை கையாடல் செய்தவன் என்றுதானே கருதுவார்கள்? இவர்களில் எத்தனை பேருக்கு நான் சென்று புரிய வைப்பேன். ஒரே நாளில் என்னை சிறுமைப் படுத்தி விட்டார்களே.....

வழக்கறிஞர்கள் பேசுவது மட்டுமே ஒலித்துக்கொண்டிருந்தது. துல்லியமான நிசப்தம்.

'ஐடெம் நம்பர் 25. ராஜராஜன்' என்று ஒரு பெண் அழைத்தார். அவர் அழைத்ததும், அருணன் முன்பாக உட்கார்ந்திருந்த வழக்கறிஞர் எழுந்தார். ஒருவர் கூட தமிழில் பேசவில்லை. ஆங்கிலம் மட்டுமே பேசக்கூடிய ஒரு தேசத்தில் வந்திறங்கியதுபோல இருந்தது.

'மை லார்ட்... திஸ் ஈஸ் ய கேஸ் ஆஃப் ப்ரூட்டல் டார்ச்சர்' (My Lord. This is a case of brutal torture) என்று கணீரென்ற குரலில் தொடங்கினார். என் கட்சிக்காரரின் நண்பர் ஒரு வங்கியில் மேனேஜராக வேலை பார்த்து வருகிறார். அவர் மீது சிபிஐ பொய்யான ஒரு வழக்கை தாக்கல் செய்து விசாரணை என்ற பெயரில், மனிதத் தன்மையற்ற முறையில் சித்திரவதை செய்து வருகிறார்கள். அவரின் அடிப்படை உரிமைகள் பறிக்கப்பட்டுள்ளன.' என்றார்.

கண்ணாடி அணிந்து தலை வழுக்கையாக இருந்த ஒரு நீதிபதி, 'வாட் ஈஸ் தி அலிகேஷன் அகெய்ன்ஸ்ட் ஹிம்?' (What is the allegation against him) என்று கேட்டார்.

'அவர் பணியாற்றிய வங்கியில் இருந்த ஒரு லாக்கரில் இருந்து 12 லட்ச ரூபாயை கையாடல் செய்துவிட்டார் என்று குற்றச்சாட்டு' என்றார்.

இதைக் கேட்டதும், நீதிபதி முகத்தில் எரிச்சல் தெரிந்தது.

'இது போன்ற நபர்களை என்ன செய்யவேண்டும் என்று நினைக்கிறீர்கள்? வங்கியில் பணம் பத்திரமாக இருக்கும் என்று நினைத்து மக்கள் பணத்தைப் போடுகிறார்கள். இது போன்ற நபர்கள் பணத்தை கையாடல் செய்துவிட்டு, சித்திரவதை செய்கிறார்கள் என்று நாடகமாடி நீதிமன்றத்தை ஏமாற்றுவார்கள். அதை நாங்கள் பார்த்துக் கொண்டு இருக்கவேண்டுமா? நீங்கள் இதுபோன்ற வழக்குகளை எடுத்துவந்து, எங்கள் நேரத்தை வீணடிக்கிறீர்களா? இதுபோன்ற நபர்களுக்கு கடுமையான தண்டனை கொடுக்கவேண்டாமா?'

என் வக்கீல் அருணனின் முகம் இருண்டது.

நம்பிக்கையோடு வந்த எனக்கு உள்ளுக்குள் ஏதோ தகர்ந்தது.

வேள்வி | 119

15

'நாம் அடைத்து வைக்கப்பட்டு சித்திரவதை செய்யப்படுவதை நீதிமன்றம் கண்டிக்கும் என்று பார்த்தால், இப்படிப் பேசுகிறார்களே... உயர்நீதிமன்ற நீதிபதிகளே என்மீது போடப்பட்ட பொய் வழக்கை நம்புகிறார்களே! நான் விடுதலை ஆகவே முடியாதா? இப்படியே சிறையில் கிடந்து சாக வேண்டுமா?'

நீதிபதி பேசி முடித்ததும் ராஜராஜன் மீண்டும் தொடங்கினார். 'நாங்கள் இந்த நீதிமன்றத்தின் முன் வந்திருப்பது, அவரை விடுதலை செய்ய வேண்டும், அவர்மீது வழக்கு பதிவு செய்யக்கூடாது என்பதற்காக இல்லை. அவர்மீது சட்டத்தில் உள்ளபடி என்ன தண்டனை வேண்டுமானாலும் வழங்கட்டும். ஆனால் அது சட்டம் ஏற்படுத்தியுள்ள வழிமுறைகளின்படி இருக்கவேண்டும். அதற்காக அவரை அடைத்து வைத்து துன்புறுத்தக் கூடாது. இந்த நீதிமன்றத்தின் முன் நாங்கள் சொல்லியுள்ள புகார் அவர் சித்திரவதை செய்யப்படுகிறார் என்பது மட்டுமே. அது சரியா இல்லையா, அவரது மனித உரிமைகள் மீறப்படுகிறதா என்பதை மட்டுமே இந்நீதிமன்றம் பார்க்கவேண்டும். பெரிய குற்றத்தில் ஈடுபட்டுள்ள குற்றவாளிகள் இதுபோல சித்திரவதை செய்யப்படலாம் என்றால் பிறகு அரசியல் அமைப்புச் சட்டம் எதற்கு? நீதிமன்றங்கள் எதற்கு?

நாகரீகத்தின் வளர்ச்சி காரணமாகத்தான் இன்று நாம் ஜனநாயகம், நீதிமன்றம் போன்ற அமைப்புகளை ஏற்படுத்தி வாழ்ந்து கொண்டிருக் கிறோம். 12 லட்ச ரூபாயைக் கையாடல் செய்துவிட்டார் என்று குற்றம் சாட்டப்பட்ட ஒரு நபரை உள்ளாடைகளோடு இரவு முழுவதும் 14 டிகிரி குளிரில் அடைத்து வைத்து சித்திரவதை செய்வதை இந்த நீதிமன்றம் சரி என்று சொல்லுமேயானால், அது ஜனநாயகத்திற்கு அடிக்கப்படும் சாவு மணி என்பதை மிகுந்த வருத்தத்தோடு இந்நீதிமன்றம் முன் பதிவு செய்ய விரும்புகிறேன்.' என்று அடை மழைபோல கொட்டித் தீர்த்துவிட்டு அமர்ந்தார்.

முழுமையாக கேட்டுக்கொண்டிருந்த நீதிபதிகள் அமைதியாக அவர்கள் முன்பு இருந்த பேப்பர்களைப் பார்ப்பதுபோல குனிந்து கொண்டார்கள். வழக்கறிஞர் ராஜராஜனின் வாதம் உறங்கிக் கொண்டிருந்த அவர்கள் மனசாட்சியை உலுக்கியது அவர்கள் முகத்தில் தெரிந்தது. அவசரப்பட்டதற்காக அவமானப்பட்டிருக்க வேண்டும். பட்டார்களா என்பது தெரியவில்லை.

'வாட் டூ யு சே பி.பி.?' (What do you say PP?) என்று அரசு வழக்கறிஞரைப் பார்த்து கேட்டார்கள். சிபிஐக்கு ஆஜரான வழக்கறிஞர் எழுந்து,'மை லார்ட். அக்யூஸ்ட் மீது தீவிரமான குற்றச்சாட்டுகள் உள்ளன. அவரை சிபிஐ எவ்விதமான சித்திரவதைக்கும் ஆளாக்கவில்லை. நல்ல முறையில், மரியாதையாக நடத்தப்பட்டார். மூன்று வேளையும் உணவு வழங்கப்பட்டுள்ளது. அவர் கையாடல் செய்த பணத்தை எங்கே வைத்திருக்கிறார் என்பது குறித்து தீவிரமான விசாரணை நடத்த வேண்டியுள்ளது. அதனால் மேலும் அவரை சிபிஐ கஸ்டடியில் வைத்து விசாரிக்க மனுத் தாக்கல் செய்ய உள்ளோம்.' என்றார்.

'ப்ரிங் ஹிம் ஹியர்' (Bring him here) என்றார் நீதிபதி.

கருப்பு கோட்டு போட்டுக்கொண்டு நீதிபதியின் கீழே அமர்ந்திருந்த நீதிமன்றப் பணியாளர், என்னை அழைத்து வருமாறு சைகை செய்தார். சிபிஐ போலீஸ்காரர்கள் என் கையைப் பிடித்து முன்னே இழுத்துச்செல்ல முயன்றபோது, நீதிபதி 'லீவ் ஹிம். ஹி வில் கம் ஆன் ஹிஸ் ஓன்' (Leave him. He will come on his own) என்றார்.

நீதிபதி அருகே சென்றேன். 'உங்களை துன்புறுத்தினார்களா?'

'இரவு முழுவதும் ஜட்டியோடு ஏ.சி குளிரில் படுக்க வைத்திருந்தார் கள்' என்றேன்.

'உணவு கொடுத்தார்களா?'

‘ஒரு நாளைக்கு ஒருவேளைதான் உணவு கொடுத்தார்கள்.’ என்று கூசாமல் பொய் சொன்னேன். இது என் நேரம். என் எதிரி என்னை பத்து அடி அடிக்கும்போது நான் அவனை ஒரு முறை திருப்பி அடிக்க கிடைத்த ஆயுதம். அடி வாங்கிக்கொண்டே இருக்க நான் துவைக்கும் கல் அல்ல. என்னால் என்ன செய்யமுடியும் என்பதை அவர்களுக்கு உணர்த்த கிடைத்த ஒரு வாய்ப்பு. இதை விடமாட்டேன்.

‘என்ன விசாரித்தார்கள்?’

‘என்னிடம் ஒரு கேள்விகூட கேட்கவில்லை.’

‘நீங்க போங்க... பி.பி... அக்யூஸ்ட் சேஸ் ஹி வாஸ் நாட் இன்டராகேட்டட். தென் ஒய் சிபிஐ கஸ்டடி?’ (PP. Accused says he was not interrogated. Then why CBI custody?) என்று சிபிஐ வழக்கறிஞரைப் பார்த்துக் கேட்டார்.

உடனே சிபிஐ வழக்கறிஞர், அவர் அருகே இருந்த சிபிஐ அதிகாரியின் காதில் ஏதோ சொன்னார்.

‘நோ மை லார்ட். அக்யூஸ்ட் வாஸ் இன்டராகேட்டட் பை த்ரி அஃப்பிஷியல்ஸ்.’ (No my lord. Accused was interrogated by three officials)

‘ஓ.கே.. ப்ரொட்யூஸ் தி ஸ்டேட்மென்ட் ரெக்கார்டட் ஃப்ரம் தி அக்யூஸ்ட் அட் 2.15’ (Okay. Produce the statement recorded from the accused at 2.15) என்றார் நீதிபதி.

அந்த பி.பி, சிபிஐ அதிகாரியிடம் பேசிவிட்டு, ‘அக்யூஸ்டை விசாரிக்கையில் குறிப்புகள் எடுத்துக்கொள்ளப்படும். வாக்குமூலம் பின்னர் தனியே தயார் செய்யப்படும்’ என்றார்.

‘அந்தக் குறிப்புகளை 2.15க்கு சமர்ப்பியுங்கள்’ என்று கூறிவிட்டு, ‘கால் தி நெக்ஸ்ட் ஐடெம்’ என்று நீதிமன்றப் பணியாளரிடம் கூறினார்.

சிபிஐ வழக்கறிஞர் உடனே வெளியே வந்தார். என்னையும் போலீசோடு வெளியே கூட்டி வந்தார்கள். என்னை ஒரு ஓரமாக நிற்க வைத்துவிட்டு, அவர்களுக்குள் பேசிக்கொண்டார்கள். சிபிஐ வழக்கறிஞர் கோபமாக சிபிஐ அதிகாரிகளைப் பார்த்துக் கத்தினார். ராஜராஜனும், அருணும் வெளியே வந்தனர். என் அருகே வந்து, ராஜராஜன், ‘டோன்ட் ஒர்ரி யங் மேன். கல்யாண சுந்தரம் டோல்ட் எவ்ரிதிங். யு ஹேவ் டன் ய க்ரேட் ஜாப். நாட் ஒன்லி க்ரேட். வெரி ப்ரேவ் ஆல்சோ.(Don't worry young man. Kalyanasundaram told everything. You have done a great job. Not only great. Very brave also)' என்று கூறினார்.

நீதிமன்றத்தில் எனக்கு சாதகமாக ஏதாவது செய்கிறார்களோ இல்லையோ. அவர் வாதாடிய திறமைக்காகவே கையெடுத்துக் கும்பிட்டேன். அவரும் பதிலுக்கு வணக்கம் வைத்துவிட்டு தன் ஜூனியரோடு கிளம்பினார்.

மதிய உணவு இடைவேளைக்குப் பின், மீண்டும் வழக்கு தொடங்கியது.

நீதிபதி பி.பியைப் பார்த்து 'எஸ்...' என்றார்.

'மை லார்ட்ஸ்... ஒரு வாரம் இவ்வழக்கை தள்ளி வையுங்கள். அக்யூஸ்டிடம் எடுக்கப்பட்ட குறிப்புகள் வாக்குமூலங்களாக தயார் செய்யப்பட்டு வருகின்றன. அவை நீதிமன்றத்தில் சமர்ப்பிக்கப் படும்.' என்றார்.

நீதிபதியின் முகத்தில் கோபம். 'அக்யூஸ்டுக்கு மூன்று வேளைக்குப் பதில் ஒருவேளை உணவுதான் வழங்கியிருக்கிறீர்கள். இரவு முழுவதும் குளிர் அறையில் அடைத்து சித்திரவதை செய்யப் பட்டதாக அவர் சொல்லுகிறார். ஆனால் எதுவுமே விசாரிக்கவில்லை. நான்கு நாட்கள் கஸ்டடிக்கான ஆணை பெற்று இரண்டு நாட்களாக எதுவுமே விசாரிக்கவில்லை என்றால் எதற்காக கஸ்டடி கேட்டீர்கள்?'

'மை லார்ட். இன்னும் பல விபரங்களை அக்யூஸ்டிடம் வாங்க வேண்டி உள்ளது.' என்றார்.

'நாங்கள் விரும்பினால் எஞ்சியுள்ள இரண்டு நாட்கள் கஸ்டடியை ரத்து செய்ய முடியும். ஆனால், அது காவல்துறையின் புலனாய்வு அதிகாரத்தில் தலையிடுவதாக இருக்கும் என்பதால் அதைச் செய்யாமல் விடுகிறோம்.

மேலும் இரண்டு நாள் சிபிஐ காவலில் அக்யூஸ்ட் இருக்கலாம். ஒவ்வொரு நாளும் காலை 10, 1.30, 4.30 மற்றும் இரவு 9.30க்கு வழக்கறிஞர் அக்யூஸ்டை சந்திக்கலாம். ஒவ்வொரு சந்திப்பும் அரை மணி நேரத்திற்கு மிகாமல் இருக்கவேண்டும். அக்யூஸ்ட் உறங்கும் அறையில் சிசிடிவி கேமரா பொருத்தி, இரவு முழுவதும் படமெடுத்து அடுத்த வாரம் நீதிமன்றத்தில் சமர்ப்பிக்கவேண்டும். தினமும் இரவு 7.30 மணிக்கு அரசு மருத்துவர் அக்யூஸ்டை பரிசோதிக்கவேண்டும். சிபிஐ இணை இயக்குநர், அக்யூஸ்ட் சொல்லும் சித்திரவதை குறித்த புகார்களை விசாரிக்கவேண்டும்' என்று உத்தரவிட்டனர்.

இரண்டு நாட்களாக இரவு உறங்காமல், குளிரில் மனதும் உடலும் விரைத்துப்போயிருந்த எனக்கு, இன்று நீதிமன்றத்தில் நடந்தது, பனிப்பிரதேசத்தில் எரியும் தீ போல ஆறுதலாக இருந்தது. நன்றியோடு வழக்கறிஞர்களைப் பார்த்துக் கும்பிட்டேன். அவர் பதிலுக்கு தலையாட்டிவிட்டு கிளம்பினார்.

கல்யாண சுந்தரம் வந்திருப்பார் என்று எதிர்பார்த்துத் தேடினேன். அவரைக் காணவில்லை. மீண்டும் போலீஸ் வாகனத்தை நோக்கி அழைத்துச் சென்றபோது, வண்டியிலும் சிபிஐ அலுவலகத்திலும் அடிப்பார்களோ என்ற பயம் தோன்றியது. 'அடித்தால்தான் என்ன? இரவு முழுவதும் ஜட்டியோடு குளிரில் படுப்பதை விடவா அது சித்திரவதையாக இருக்கப் போகிறது?

மீண்டும் போலீஸ் வாகனத்தில் ஏற்றியதும், என்னை ஆடையைக் களையச் சொன்ன அதிகாரி, என் அருகில் அமர்ந்தார். 'உங்களை என்னமோன்னு நெனச்சேன். நீங்க சாதாரணமான ஆளு இல்ல சார்.'

நான் பதிலேதும் பேசாமல் அமைதியாக இருந்தேன்.

'சார்... என்ன சார்? மூணு வேளையும் சாப்பாடு கொடுத்தோம். ஒரு வேளைதான்னு கோர்ட்ல சொல்லிட்டீங்களே சார்...?'

'ஜட்டியோடு ஏ.சி ரூம்ல படுக்க வச்சிட்டு எதுவுமே பண்ணலைன்னு நீங்க சொல்லலையா? எதுவுமே விசாரிக்காம விசாரிச்சோம்னு சொல்லலையா?' என்று சற்று கோபமாகவே சொன்னேன். அந்த நபர் எதுவும் பேசாமல் அமைதியானார்.

நான் தங்கியிருந்த அறையில் கேமரா பொருத்தப்பட்டது. கட்டில் போடப்பட்டது. தலையணையும், போர்த்திக்கொள்ள போர்வையும் கொடுக்கப்பட்டது. இரவு விளக்கை அணைக்காமல் அப்படியே விட்டுவிட்டார்கள். சிபிஐ அதிகாரி இரவு வந்து பார்த்தார். 'சார், கோர்ட் ஆர்டர் படி கரெக்டா பண்ணிட்டோம் சார். வேற எதுனா வேணும்னா சொல்லுங்க சார்' என்றார்.

இது என் நேரம் அல்லவா? இதைப் பயன்படுத்தாமல் விடுவேனா?

'சார் நேத்து அளவுக்கு வேணாம். ஒரு 25 டிக்ரீஸ்ல வைச்சுடுங்க. அப்போதான் கூல்நெஸ் நல்லா இருக்கும்!' என்றேன்.

'என்ன சொன்னீங்க?' என்றான்.

'நேத்து அளவுக்கு வேணாம்... 25 டிகிரில ஏ.சிய செட் பண்ணுங்க சார்.' என்றேன் சற்று சத்தமாக.

அவன் எதுவும் பேசாமல் போய் விட்டான்.

நான்கு நாட்கள் முடிந்ததும் சிபிஐ நீதிமன்ற நீதிபதி முன்னிலையில் என்னை ஆஜர்படுத்தினார்கள். அந்த நீதிபதியும், 'கஸ்டடி முடிஞ்சுச்சா? திரும்ப ஃப்ரெஷ் கஸ்டடி கேப்பீங்களா?' என்று சிபிஐ அதிகாரிகளைப் பார்த்துக் கேட்டார். 'சிபிஐகாரர்களே எதுவும் பேசாமல் கம்மென்று நிற்கிறார்கள். இந்த நீதிபதிக்கு என்ன அக்கறை?' மற்ற நீதிபதிகளைப்போலவே தலையை குனிந்து கொண்டே, 'எனி கம்ப்ளெயின்ட்ஸ்?' என்றார்.

'வாட் ஐ சே மே ப்ளீஸ் பி ரெக்கார்டட்...'(What I say may please be recorded) என்று நான் சொன்னதும், நீதிபதி நிமிர்ந்தார். நான் சித்திரவதை செய்யப்பட்ட விபரங்களையும், உயர்நீதிமன்றத்தில் நடந்ததையும் சொன்னேன். எந்த உணர்வையும் பிரதிபலிக்காமல் நடந்ததை பதிவு செய்துகொண்டார்.

மீண்டும் புழல் சிறைக்கு வண்டி சென்றது. வழியில் சிபிஐ அதிகாரிகள் என்னிடம் ஒரு வார்த்தைகூட பேசவில்லை.

புழல் சிறையில் என் அறைக்குச் செல்லும் முன் அதே சோதனைகள் நடந்தன. இம்முறை சோதனை நடந்தபோது முதல் முறை இருந்த நடுக்கம் இல்லை. பயம் தெளிந்திருந்ததை உணர முடிந்தது. அடுத்து இதுதான் நடக்கும் என்பதும் தெரிந்ததாலா? அவர்கள் சொல்லும் முன்பாக நானே சட்டையைக் கழற்றினேன். முதல் முறை சோதனை போட்ட அளவுக்கு கடுமை இல்லாமல் பெயருக்கு சோதனை போட்டதுபோல இருந்தது.

உயர் நீதிமன்றத்தில் ஜாமீன் தாக்கல் செய்யப்பட்டிருக்கிறது என்று வக்கீல் சொன்னார். ஆனால் எப்போது கிடைக்கும் என்பது பற்றி எதுவும் சொல்லவில்லை. ஏற்கெனவே வந்து பத்து நாட்கள் கடந்து விட்டன. இன்னும் எவ்வளவு நாள் என்பது புரியாததால் சற்றே மனக்கலக்கம் இருக்கத்தான் செய்தது. அம்மாவின் நினைவும் அவ்வப்போது வந்து போனது.

முதல் நாள் ருசி பார்த்த பிறகு அந்தப் பொங்கலைத் தொடுவதே யில்லை. காலையில் கொடுக்கும் டீயோடு பிஸ்கட்டைத் தின்று காலை உணவை முடிப்பது வழக்கமாகிவிட்டது. மதியம் டிபன் பாக்ஸைக் கவிழ்த்து வைத்ததுபோல குழைந்த சோறு. கருப்புக் கலரில் தண்ணீர்போல குழம்பு. ஏதாவது ஒரு கூட்டு அல்லது பொரியல். இரவும் அதே சோறு. மாலை ஆறு மணிக்கு சிறையை அடைப்பதற்கு முன்பாக உணவை வாங்கி வைத்துக்கொள்ள

வேண்டும். தவற விட்டால் அன்று இரவு பட்டினிதான். ஆனால், சிறைக் கைதிகளுக்குள்ளாக ஒரு நட்புறவு வளர்ந்துவிடுகிறது. கூட இருப்பவர் உணவு வாங்கத் தவறினால், வாங்கி அறையில் வைத்து விடுகிறார்கள். இது எல்லா அறைகளிலும் நடப்பதை பார்க்க முடிந்தது. நானும் என்னுடன் இருப்பவன் தாமதமாக வந்தால் வாங்கி வைக்கத் தொடங்கினேன்.

பத்து நாட்கள் ஆனதால் தாடி வளர்ந்து அரிக்கத் தொடங்கியது. வாரம் ஒருமுறை நான் இருந்த வளாகத்திற்கு சவரம் செய்பவர்கள் வருவார்கள். வரிசையில் நின்று சவரம் செய்துகொள்ள வேண்டும். முடியும் வெட்டிக்கொள்ளலாம். இரண்டு பீடியோ, 10 ரூபாய் பணமோ கொடுத்தால் புது ப்ளேடு போடுவார்கள். இல்லை யென்றால் பழைய ப்ளேடுதான். என் அறையில் இருந்தவனிடம் ஏராளமான பீடிகள் இருந்தன. எப்போது வேண்டுமானாலும் எடுத்துக்கொள்ளுங்கள் என்று சொல்லியிருந்தான். பீடிதான் சிறையின் பொருளாதாரத்தை நிர்ணயிக்கிறது. சட்டப்படி தடை செய்யப்பட்ட பொருளாக இருந்தாலும், பீடி இல்லாவிட்டால் சிறையை நடத்தவே முடியாது என்பது அனைவருக்கும் தெரிந்த ஒரு விஷயம். பீடி இல்லாதவர்கள், தங்கள் சுயமரியாதையை இழந்து, பீடி பிடித்துக்கொண்டிருப்பவரிடம் ஒரு இழுப்பு கொடுங்கள் என்று கெஞ்சுவது சிறையில் சாதாரணமான காட்சி.

இரண்டு பீடிகளை எடுத்துக்கொண்டு சவரம் மட்டும் செய்து கொண்டேன். பீடியில்லாதவர்கள், பழைய ப்ளேடுகளில் எவ்வித தயக்கமும் இல்லாமல் ஷேவிங் செய்துகொண்டார்கள்.

முடி திருத்த வருபவர்களும் கைதிதான். அவர்கள் சிறை ஊழியர்கள் அல்ல. ஏதாவதொரு குற்றம் புரிந்துவிட்டு சிறைக்குள் வந்தால், இந்த வேலையைச் செய்வதால் அவர்களுக்கு பீடி கிடைக்கிறது. அவர்களும் பீடி கிடைக்கும் மகிழ்ச்சியில் ஒரு மணி நேரத்தில் எட்டு பேருக்கு ஷேவிங் செய்கிறார்கள். ஒரு ஷேவிங்குக்கு நாற்பது ரூபாய் வாங்குபவர்கள் ஒரு ரூபாய் பெறுமானமுள்ள பீடிக்காக ஷேவ் செய்கிறார்கள்.

'சிறைதான் மனிதனை எப்படியெல்லாம் மாற்றிவிடுகிறது.? வெளியில் இருந்தால், முடி வெட்டும் கடையில் பழைய ப்ளேடை போட விடுவோமா? எந்தவொரு பேச்சும் பேசாமல், எத்தனை பேருக்கு ஷேவிங் செய்த ப்ளேட் என்பதுகூட தெரியாமல், அமைதியாக முகத்தைக் காட்டிவிட்டுச் செல்கிறார்கள். சூழல் மனிதனை எப்படி பக்குவப்படுத்தி விடுகிறது?'

என் ரூம் மேட் முடி வெட்டும் இடத்துக்கு வந்து சும்மா வேடிக்கைப் பார்த்துக்கொண்டிருந்தான். அங்கே ஒருவன் தினத்தந்தி வைத்து படித்துக்கொண்டிருந்தான். 'கொஞ்சம் படிச்சுட்டு தர்றீங்களா' என்று கேட்டேன்.

'இந்தாங்க' என்று சப்ளிமென்ட்டை எடுத்துக் கொடுத்தான். சற்று நேரத்தில் 'அண்ணா பீடி இருக்கான்னா?' என்றான். என்னிடமிருந்த இரண்டில் ஒன்றை எடுத்துக் கொடுத்தேன். என் ரூம் மேட் என்னைப் பார்த்து முறைத்தான்.

'நீயே ஓசி... நீ இன்னொருத்தனுக்கு ஓசி குடுக்கறியா...' என்று கேட்பதுபோல எனக்குத் தோன்றியது. ஒன்றும் பேசிக்கொள்ள வில்லை.

பேப்பர் படிப்பவனுக்கு கேட்காத குரலில் என் ரூம் மேட், 'நீங்க பாட்டுக்கு பீடிய ஓசி குடுக்கறீங்க. டிமான்ட் வந்துச்சுன்னா என்ன ஆகும் தெரியுமா?'

நான் அவனை அமைதியாகப் பார்த்தேன்.

'திடீர்னு கைதி யாராவது தகராறு பண்ணான்னா, இல்லை ஏதாவது பிரச்னை வந்துச்சுன்னா, ஜெயிலுக்குள்ள பீடி வர்றதை கட் பண்ணிடுவாங்க. நீங்க குடுத்த அந்த பீடி பத்து ரூபா ஆயிடும் தெரியுமா? இப்படித்தான் வந்து கேப்பாங்க. இனிமே கேட்டா குடுக்காதீங்க...' என்று விட்டு பாக்கெட்டிலிருந்து இரண்டு பீடிகளை எடுத்துக் கொடுத்தான்.

இப்படி ஒரு நல்ல மனது படைத்தவன் எப்படி கொலை செய்திருக்க முடியும்? முன் பின் தெரியாத ஒருவன் நான். என்னால் இவனுக்கு எதுவுமே ஆகப்போவதில்லை. ஆனால், சிறையிலேயே அதிக மதிப்புள்ள பொருளான பீடியை சர்வ சாதாரணமாகக் கொடுக்கிறானே.

திடீரென்று, பேப்பர் படித்துக் கொண்டிருந்தவன், 'சார்... உங்க போட்டோ பேப்பர்ல வந்துருக்கு சார்' என்றான்...

16

பரபரப்பாக ஆளுக்கு ஒரு பக்கம் பேப்பரை வாங்கிக்கொண்டார்கள். எனக்கு இருந்த ஆர்வத்தை அவர்கள் புரிந்துகொள்ளவில்லை. என் ரூம் மேட், ‘சார் ஜெயிலர் ரூம்ல எல்லா பேப்பரும் இருக்கும். அங்க போய் படிங்க’ என்றான். வாயிலில் இருந்த காவலரிடம் சொல்லி விட்டு, ஜெயிலரை பார்க்கச் சென்றேன்.

‘வாங்க வெங்கட்...’ என்றார். இத்தனை நாள் என்னை நடத்தியதற்கும், இன்று என்னை நடத்துவதற்கும் வித்தியாசம் தெரிந்தது. திடீரென்று மரியாதை கூடியதுபோல இருந்தது.

‘ஒன்றும் புரியவில்லையே.. அப்படி என்ன செய்தி வந்திருக்கும்?’

‘இந்தாங்க வெங்கட்... உங்களப் பத்திதான் எல்லாப் பேப்பர்லயும் நியூஸ்... பாருங்க!’ என்று சொல்லிவிட்டு அவர் எழுந்து போய்விட்டார்.

டைம்ஸ் ஆப் இந்தியாவில் முதல் பக்கத்திலேயே செய்தி வந்திருந்தது. ‘ப்ளோன் விசில் ப்ளோவர்’ என்று தலைப்பிட்டு செய்தி வெளியாகியிருந்தது. டெக்கான் க்ரானிக்கிள் என் படத்தை போட்டு ‘த மேன் ஹூ சின்க்ட் சிங்காரவேலு’(The man who sinked

Singaravelu) என்றது. அது இரண்டு வருடத்திற்கு முன் எடுக்கப்பட்ட படம். அம்மாவிடம் வாங்கியிருப்பார்கள். தினமலர், 'சிக்கவைத்தவர் சிக்கினார்!' என்றது.

கதிரொளி எப்படி இருக்கிறது என்று பார்க்க வேண்டும்.

'சிங்காரவேலு மீதான ஊழல் குற்றச்சாட்டுக்குக் காரணமானவரை சிபிஐ பொய் வழக்கில் கைது செய்திருப்பதாக பரபரப்புக் குற்றச்சாட்டு எழுந்துள்ளது. செய்தியாளர்களைச் சந்தித்த வங்கி ஊழியர் சங்கத் தலைவர் கல்யாண சுந்தரம்' என்று தொடங்கி நடந்தவற்றை விரிவாக எழுதியிருந்தது கதிரொளி.

வங்கியில் லாக்கரை அனைவர் முன்னிலையிலும் திறந்தது. அதற்காக உரிய பதிவேடுகளில் பதிவு செய்தது. நான் இல்லாவிட்டால் இந்த ஊழல் வெளி வந்திருக்காது என்பதுடன், சிபிஐயில் எனக்கு நடந்த சித்திரவதை என்ற விபரங்கள் உள்ளிட்டவை விரிவாக வந்திருந்தன. நான் படித்து முடிக்கையில் ஜெயிலர் வந்துவிட்டார்.

'ரொம்ப பெரிய விஷயம் பண்ணிருக்கீங்க சார். நான்கூட முதல்ல உங்களைத் தப்பா நெனச்சேன். எவ்ளோ பெரிய விஷயம் பண்ணிருக்கீங்க... ஒரு மலையையே சாச்சுறுக்கீங்க சார்.' என்றார்.

'அதெல்லாம் ஒண்ணும் இல்லை சார்' என்றேன்.

'உங்களுக்கு ஏதாவது வேணும்னா எப்போ வேணாலும் என்னை வந்து பாக்கலாம்.'

'தேங்க்ஸ் சார். ஒரே ஒரு ரெக்வெஸ்ட் சார்' என்றேன்.

'என்ன சொல்லுங்க...' என்றார்

'என் செல்லுக்கு கதிரொளி பேப்பர் வந்துச்சுன்னா ஹெல்ப்ஃபுல்லா இருக்கும் சார்...'

'கண்டிப்பா போடச் சொல்றேன்... பட் உங்க வீட்டுல வர்ற மாதிரி காலையில ஏழு மணிக்கெல்லாம் வந்துடும்னு எதிர்பாக்காதீங்க. பதினோரு மணிக்குத்தான் வரும்.'

'ஏன் சார் இங்க பேப்பர் லேட்டா வருமா?'

'நோ... நோ... காலையில ஆறு மணிக்கே வந்துடும். ஜெயில் ரூல்ஸ் படி, எல்லாப் பேப்பரையும் படிச்சு, கைதிகள் பாக்கக்கூடாத பகுதிகளை கருப்பு மையில அழிச்சுட்டுத்தான் தருவோம்.'

'ஏன் சார் அப்படி?'

'அதெல்லாம் தெரியாது சார். வெள்ளைக்காரன் காலத்துல போட்ட ரூல்ஸ். சுதந்திரப் போராட்டம் நடந்தப்போ பெரும்பாலான தலைவர்கள் ஜெயில்லதான் இருந்தாங்க. வெளியில நடக்குற போராட்டம் அவங்களுக்கு தெரியக்கூடாதுன்னு போட்ட ரூல்ஸ் அது. அதை இன்னைக்கும் ஃபாலோ பண்றோம்.'

வெள்ளைக்காரன் நாட்டை விட்டுப்போய் எத்தனை ஆண்டுகள் ஆகி விட்டன. இன்னும் காலனியாதிக்கத்தின் எச்சங்களாகத்தானே வாழ்ந்துகொண்டிருக்கிறோம். நூறு ஆண்டுகளுக்கு முன்பு போட்ட சட்டத்தை இன்னும் பிடித்துத் தொங்கிக்கொண்டிருக்கிறோமே... இதை யாருமே கேட்க மாட்டார்களா... வாய் கிழியப் பேசும் ஒரு அரசியல்வாதிகூட இதைப்பற்றிப் பேசமாட்டேன் என்கிறார்களே.

'ஜெயிலர் என்னை 'சார்' என்று அழைத்தது வித்தியாசமாக இருந்தது. ஒரே நாளில் எப்படி எல்லாம் தலைகீழாக மாறிவிட்டது?'

வெளியில் வந்தபோது வழக்கமாக என்னைச் சோதனையிடும் காவலர்கள், 'நீங்க போங்க சார்' என்றனர். செல்லுக்குத் திரும்பினேன். ரூம் மேட் சிரித்தபடி வரவேற்றான். 'சார்.. என்னா சார் இவ்ளோ பெரிய வேலை பண்ணிருக்கீங்க... ஜெயில் பூரா உங்களப்பத்திதான் பேச்சு... கலக்கிட்டீங்க சார்.' என்றான்.

மதியம் மூன்று மணிக்கு ஒருவர் என் செல்லுக்கு வந்தார். 'வணக்கம் தோழர்' என்றார்.

'வணக்கம்' என்றேன்.

'என் பேர் சுந்தரமூர்த்தி. போன மாசம் ஜார்கண்ட்ல அரெஸ்ட் ஆனேன். தமிழகத்தைச் சேர்ந்த மாவோயிஸ்ட் ஜார்கண்டில் கைதுன்னு பேப்பர்ல பாத்துருப்பீங்களே. அது நான்தான். 15 வருஷமா அமைப்புல இருக்கேன். மாவோயிஸ்ட் பார்ட்டி உருவாகறதுக்கு முன்னாடி, PWGயில இருந்தேன்.' என்றார். புகைப்படத்தைப் பார்க்காமல், செய்திகளை மட்டும் படிக்கும்போது, மனதில் ஏற்படும் பிம்பங்களுக்கும், நேரில் பார்க்கும் உருவங்களுக்கும் தொடர்பே இருப்பதில்லை.

இந்த சுந்தரமூர்த்தி கைதானபோது, மூன்று வாரங்களுக்கு இவரைப் பற்றிய செய்திகள் தொடர்ந்து வந்துகொண்டிருந்தன. இவர் கொரில்லா யுத்தத்தில் நிபுணர். பல்வேறு நாடுகளில் ஆயுதப்பயிற்சி எடுத்திருக்கிறார். உலக நாடுகளில் உள்ள நக்சலைட் இயக்கங்

களோடு நெருங்கிய தொடர்பு வைத்திருக்கிறார் என்று தொடர்ந்து வந்த செய்திகள், இவரை கிங் காங் போல எண்ண வைத்திருந்தன.

ஆள் பார்க்க சாதாரணமாக இருந்தார். சாலையில் பார்த்தால் இரண்டாவதுமுறை திரும்பிப் பார்க்க மாட்டோம்.

'நீங்க சிபிஎம்.ல இருக்கீங்களா?'

'ஆமாம் தோழர்..'

'சிபிஎம்ல இருந்துக்கிட்டு எப்படி இப்படி ஒரு வேலையைச் செய்தீங்க? ஆச்சரியமா இருக்கு? நாங்க செய்யற வேலைக்கும் நீங்க செய்ததுக்கும் பெரிய வித்யாசம் இல்லை.'

'இதுக்கும் பார்ட்டிக்கும் சம்பந்தம் இல்லை தோழர்!'

'சம்பந்தம் இருக்காதுன்னு எனக்கும் தெரியும். சிங்காரவேலுவைப் பத்தி இப்படி ஒரு இன்பர்மேஷன் கிடைச்சுதுன்னா, இந்த இன்பர்மேஷனை வைச்சு, அடுத்த எலெக்ஷன்ல சிபிஎம்முக்கு கூடுதலா சீட் கேக்க இதை யூஸ் பண்ணிருப்பாங்க. வெளியிட்டிருக்க மாட்டாங்க. அதான் நீங்க எப்படி இதைப் பண்ணீங்கன்னு கேட்டேன்.'

கல்யாணசுந்தரத்தின் பங்கைப் பற்றிச் சொல்லலாமா வேண்டாமா? அவரையும் வம்பில் சிக்கவைத்துவிடுவோமோ... சிறையில் இருப்பவரிடம் சொல்வதால் என்ன ஆபத்து வந்துவிடப் போகிறது.

கல்யாண சுந்தரத்திடம் இவ்விஷயத்தை முதலில் சொன்னதையும், விஷயத்தை வெளியில் கொண்டுவர எடுக்கப்பட்ட முயற்சிகளையும் விளக்கினேன்.

'உங்கள மாதிரி, கல்யாண சுந்தரம் மாதிரி ஆட்களெல்லாம் ஏன் இன்னும் சிபிஎம்ல இருக்கீங்கன்னுதான் எனக்குப் புரியவே மாட்டேங்குது தோழர்.'

'என் அரெஸ்டைப் பத்தி கட்சி எதுவும் நடவடிக்கை எடுக்காதுன்னு சொன்னதும், கல்யாண சுந்தரம் வெளில வந்துட்டார் தோழர்.'

'நீங்களும் வெளியில வாங்க. ரொம்ப சந்தோஷம் தோழர் உங்களை சந்திச்சதுல. நீங்க சீக்கிரம் வெளியில போயிடுவீங்க. நானெல்லாம் சிறையைவிட்டு வெளியில வரவே மாட்டேன். நீங்க இருக்கற நாளை எப்படி உபயோகமா பயன்படுத்தறதுன்னு பாருங்க. நெறைய படிங்க. என்ன வேணும்னாலும் என்னைக் கேளுங்க. சிறை நிர்வாகத்தி லேர்ந்து ஏதாவது தொந்தரவுன்னா சொல்லுங்க. தட்டக் கவுத்திடறேன்.' என்றார்.

வேள்வி | 131

‘தட்டக் கவுக்கறதுன்னா?’

‘சிறை மொழியில அதுக்கு உண்ணாவிரதம்னு பேரு தோழர். உண்ணாவிரதப் போராட்டம் காந்தியோட செத்துப் போச்சு. வெளியில உண்ணாவிரதம் இருந்தா யாருமே கண்டுக்கப் போறதில்லை. ஆனா, சிறையைப் பொறுத்தவரைக்கும் உண்ணாவிரதம் ஒரு பலமான ஆயுதம். உண்ணாவிரதம்னு சொன்னா அதிகாரிங்க நடுங்குவாங்க. நீங்க கவலைப்படாம இருங்க. என்ன வேணாலும் கேளுங்க’ என்று சொல்லிவிட்டு, ‘ஒரு பொருளாதார அடியாளின் ஒப்புதல் வாக்குமூலம்’ என்ற புத்தகத்தைத் தந்தார்.

‘இதைப் படிங்க. முடிச்சுட்டு சொல்லுங்க, வேற புக் தர்றேன். பீடி இருக்கா?’

‘இருக்கு தோழர்.’

விடை பெற்றுக்கொண்டு கிளம்பினார். நான் சிறைக்கு வந்ததிலேயே மகிழ்ச்சியான விஷயம் என்றால் அது சுந்தரமூர்த்தியை சந்தித்ததுதான். மக்களுக்காக போராடுகிறோம் என்று பறைசாற்றிக் கொண்டு, ஏ.சி கார்களில் பவனி வந்து, நட்சத்திர ஹோட்டல்களில் உணவருந்தி, சொகுசு வாழ்க்கை வாழ்பவர்கள் ஒரு பக்கம். உணவில்லாமல், தங்க இடமில்லாமல், காடு மேடுகளில் மக்களோடு மக்களாக வாழ்ந்து, அரசாங்கத்தின் துப்பாக்கிகளை எதிர்கொண்டு, இந்த மக்களுக்காக தங்கள் வாழ்வையே பணயம் வைக்கும் நக்சலைட்டுகள் இன்னொரு பக்கம்.

இம்மாதிரி நக்சலைட்டுகளை நேரில் சந்திக்கவே முடியாது என்று நினைத்துக் கொண்டிருந்த எனக்கு, சுந்தரமூர்த்தியை சந்தித்தது பெரும் மகிழ்ச்சியைக் கொடுத்தது. மக்களின் நன்மைக்காக தங்கள் உயிரையும் இழக்கத் துணியும் இவர்களை எது தூண்டுகிறது? ஹீரோ ஆக வேண்டும் என்ற எண்ணம் என்றும் எடுத்துக்கொள்ள முடியாதே. இவர்கள் இருப்பதே வெளி உலகத்துக்கு தெரியப்போவதில்லையே. வெளியில் தெரிந்தால்தானே ஹீரோ ஆக முடியும்?

வசதியான பார்சி குடும்பத்தில் பிறந்து, ராஜீவ் காந்தி போன்ற செல்வந்தர்கள் படிக்கக்கூடிய டூன் ஸ்கூலில் படித்து, பின்னர் இந்தியாவின் மிகச் சிறந்த கல்லூரிகளில் ஒன்றான மும்பையின் செயின்ட் சேவியர் கல்லூரியில் படித்து, இங்கிலாந்து சென்று, சார்ட்டர்ட் அக்கவுண்டன்டாக வேலை பார்த்த பின்னர், நக்சலைட்டாக மாறியவர் கோபட் காந்தி. சக நக்சலைட்டான அனுராதாவை திருமணம் செய்து, அவருக்கு மலேரியா காய்ச்சல்

வந்து சிகிச்சை அளிக்க முடியாமல், தண்டகாரன்யா காடுகளில் கண் முன்னால் அவர் உயிர் பிரிவதை பார்த்தவர்தான் கோபட் காந்தி. புற்றுநோய்க்காக சிகிச்சை எடுக்க வருகையில் டெல்லியில் கைது செய்யப்பட்டார்.

இவர் ஏன் தன்னுடைய செல்வச் செழிப்பையும், தன் கல்வியையும் பயன்படுத்தி மேலும் பணக்காரனாகாமல், உணவில்லாமல், தங்க இடமில்லாமல் காடுகளில் திரிந்துகொண்டிருந்தார் என்பதை என்னால் புரிந்துகொள்ளவே முடியவில்லை.'

'எல்லாரையும்போல, உண்டு, உடுத்தி, உறங்கி, திருமணம் செய்து, பிள்ளை பெற்று, பொருளாதார முன்னேற்றத்தையே வாழ்வின் லட்சியமாகக் கருதி ஏன் இவர்களால் வாழ முடியவில்லை? சிங்காரவேலுவின் ஊழலை நான் ஏன் வெளியிட்டேன்? இதில் உள்ள ஆபத்து எனக்கு மட்டும் தெரியாதா என்ன? இந்த ஊழல் வெளியே வந்தே ஆக வேண்டும் என்ற முடிவில்தானே இந்த ரிஸ்க்கை நான் எடுத்தேன்? ஆனால், இவ்வளவு ரிஸ்க் இருக்கிறது என்பது எனக்குத் தெரியாது என்பதுதானே உண்மை!!!

'சிறை செல்வோம், சித்திரவதை செய்யப்படுவோம் என்பது முன்பே தெரிந்திருந்தால் ஒருவேளை நான் இதைச் செய்திருக்க மாட்டேனோ...?' என்னால் தெளிவான விடை காண முடியவில்லை.

மறு நாள் செய்தித்தாள்களில், பாராளுமன்றத்தில் கல்யாணசுந்தரம் எழுப்பிய குற்றச்சாட்டுகள் எதிரொலித்தன. சிபிஐ விசாரணை கோரி, எதிர்க்கட்சிகள் அமளி என்று வந்திருந்தது. மூன்றாவது பக்கத்தில், சிங்காரவேலுமீது சிபிஐ விசாரணைக்கு உத்தரவிடுமாறு கோரி பொது நல வழக்கு என்று செய்தி வெளியாகியிருந்தது. அடுத்த ஒரு வாரத்திற்கு சிங்காரவேலு பற்றிய செய்திகள் தொடர்ந்து வந்து கொண்டிருந்தன.

இரண்டு வாரங்கள் கழித்து, 'சிங்காரவேலு மீதான ஊழல் புகார் குறித்து விசாரிக்க விசாரணை ஆணையம்! மத்திய அரசு அறிவிப்பு!!' என்று செய்தி வெளியாகியது. ஓய்வு பெற்ற உச்ச நீதிமன்ற நீதிபதி வேலாயுதம் என்பவர் தலைமையில் ஒரு நபர் விசாரணை ஆணையம் இயங்கும். முன்னாள் மத்திய அமைச்சர் சிங்காரவேலு மீதான குற்றச்சாட்டுகள் எழுந்த பின்னணி, அதன் உண்மைத் தன்மை, இதில் ஏதாவது சதித்திட்டம் இருக்கிறதா என்பதை ஆராய்ந்து அந்த ஆணையம் ஆறு மாதத்துக்குள் அறிக்கை அளிக்கும் என்று மத்திய அரசு உத்தரவிட்டிருந்தது.

சிபிஐ விசாரணை கோரி பொது நல வழக்குகளை விசாரித்த சென்னை உயர் நீதிமன்றம், 'மத்திய அரசு, ஓய்வு பெற்ற உச்சநீதிமன்ற நீதிபதி தலைமையில் ஒரு விசாரணை ஆணையத்தை அமைத்துள்ளதால், இந்த வழக்கை மேற்கொண்டு விசாரணை நடத்தத் தேவையில்லை என்பதால், தள்ளுபடி செய்கிறோம்' என்று உத்தரவிட்டனர்.

பதவியில் இல்லாவிட்டாலும் சிங்காரவேலுவுக்கு இருந்த செல்வாக்கு பிரமிக்க வைத்தது. எவ்வளவு சாதுர்யமாக சிபிஐ விசாரணையை தவிர்த்துவிட்டார்.. சிபிஐ மட்டும் என்ன... விசாரித்துக் கிழித்து விடுவார்களா... என்மீது வழக்கு போட்டதும் இதே சிபிஐதானே...

ஆனாலும் சிங்காரவேலுவுக்கு சிபிஐ என்றால் ஏதோ ஒரு பயம் இருந்தது மட்டும் புரிந்தது. இல்லையென்றால் எதற்காக விசாரணைக் கமிஷன் அமைக்கவேண்டும்? என்ற யோசனைக்கு இரண்டு நாட்களில் விடை கிடைத்தது.

தினமும் பதினொரு மணிக்கு வரும் கதிரொளி, மாலை நான்கு மணி வரை வரவில்லை. ஜெயிலர் அலுவலகத்திற்குச் சென்று கேட்டேன்.

'உங்களுக்கு விஷயம் தெரியாதா... கதிரொளி ஆபீஸ்ல என்கொயரி கமிஷன் ரெய்டு. ப்ரெஸ் எல்லாத்தையும் மூடிட்டாங்க' என்று கூறிவிட்டு அன்றைய தினத்தந்தியை எடுத்துக் காண்பித்தார்.

கதிரொளி அலுவலகத்தில் நீதிபதி வேலாயுதம் விசாரணைக் கமிஷன் அதிகாரிகள் சோதனை. இரண்டு நாட்களாக நடந்த சோதனையில் கட்டுக் கட்டாக ஆவணங்களை அள்ளிச் சென்றனர். சிங்காரவேலு மீதான ஊழல் புகார்கள் குறித்து விசாரிக்க அமைக்கப்பட்ட வேலாயுதம் ஆணைய அதிகாரிகள் கடந்த இரண்டு நாட்களாக கதிரொளி பத்திரிகை அலுவலகத்தில் சோதனைகள் நடத்தி வருகின்றனர். விசாரணை ஆணையத்தின் வரம்புகளை நிர்ணயித்த மத்திய அரசு, சிங்காரவேலு மீதான ஊழல் புகார்கள் வெளியான பின்னணி குறித்தும் விசாரிக்க உத்தரவிட்டுள்ளதால், இதற்கான ஆதாரங்களை முதலில் வெளியிட்டது கதிரொளி பத்திரிகை என்பதால், இந்தச் சோதனை கதிரொளி அலுவலகத்தில் நடந்ததாக விசாரணை ஆணைய அதிகாரிகள் தெரிவித்தனர்.

கல்யாண சுநதரத்தின் ப்ரெஸ் மீட்டுக்குப் பிறகு எனக்கு இருந்த நம்பிக்கைத் தளர ஆரம்பித்தது. கதிரொளி ஒரு பிரபலமான பத்திரிகை. குறுகிய காலத்தில் மக்களின் நம்பிக்கையைப் பெற்று இன்று விற்பனையில் மூன்றாவது இடத்தில் இருக்கிறது. அதன் ஆசிரியர், பல்வேறு அரசியல்வாதிகளுக்கு பர்சனலான நண்பர். ஒரு அரசியல்வாதியால் என்னென்ன செய்யமுடிகிறது என்பதை

நினைத்தால் மலைப்பாக இருந்தது. கதிரொளிக்கே இந்த கதி என்றால் என்னை என்ன செய்வார்கள்? என்னையே அறியாமல் ஒரு பய உணர்ச்சி உட்புகுந்ததை உணர முடிந்தது.

மூன்று நாட்கள் கழித்து கதிரொளி மீண்டும் வர ஆரம்பித்தது. ஆனால் ரெய்டு குறித்து எந்தச் செய்திகளும் வரவில்லை. முதல் பக்கத்தில் சிறிய பாக்ஸில், 'தவிர்க்க இயலாத காரணங்களால், கடந்த இரண்டு நாட்களாக கதிரொளி வெளி வர இயலவில்லை. வருந்துகிறோம்' என்று மட்டும் இருந்தது.

கதிரொளியின்மீது நடந்த தாக்குதல் ஏற்படுத்திய அதிர்ச்சி நீங்கவேயில்லை. ஒரு பத்திரிகை அலுவலகத்துக்கே இந்தக் கதி என்றால் நம்மை என்ன செய்வார்கள் என்ற எண்ணம் மீண்டும் மீண்டும் வந்துகொண்டே இருந்தது. சிறைக்கு வந்து 45 நாட்கள் கழித்து, சென்னை உயர் நீதிமன்றம் எனக்கு ஜாமீன் வழங்கியுள்ள செய்தி வந்தது. ஜாமீன் வழங்கினாலும், எனக்காக ஷ்யூரிட்டிகள் நிறுத்தி, அது தொடர்பான அனைத்து வேலைகளும் முடிந்து வெளியே செல்ல இரண்டு மூன்று நாட்களாகுமென்றான் என் ரூம் மேட்.

ஜாமீன் கிடைத்ததில் எனக்கு மகிழ்ச்சியாக இருந்தாலும், அவனுக்கு என்னைப் பிரியப்போகிறோம் என்ற வருத்தம் இருந்தது. வெளில போயிட்டு என்னை ஞாபகம் வச்சுக்கங்க சார்... மறந்துடாதீங்க... எப்பயாவது நேரம் கிடைச்சா மனு போட்டுப் பாருங்க சார்...' என்றான்.

எனக்கு கஷ்டமாக இருந்தது. ரொம்ப கொஞ்ச நாளே பழகியிருந்தாலும்கூட அவன் எனக்கு நெருக்கமாகியிருந்தான்.

அப்போது ஜெயிலர் கூப்பிடுகிறார் என்று அழைத்தார்கள். 'அதுக்குள்ளயா பெயில் ஆர்டர் வந்திருக்கும்? ரெண்டு நாள் ஆகும்னு சொன்னியே?' என்று ரூம் மேட்டிடம் கேட்டேன்.

'பெயிலா இருக்காது சார்... வேற ஏதாவது இருக்கும்... பாத்துட்டு வாங்க... பெயில் ஆர்டர் இன்னைக்கு வந்தாலும், நாளைக்கு காலையிலதான் விடுவாங்க...'

ஜெயிலர் அறையில் இன்னொருவர் அமர்ந்திருந்தார். ஜெயிலரைப் பார்த்து வணக்கம் சொன்னேன். 'உக்காருங்க சார்' என்றார். அவர் முகம் இறுக்கமாக இருந்தது.

என்னிடம் ஒரு பேப்பரை நீட்டிக் கையெழுத்துப் போடச் சொன்னார்.

அது என்னை வேலையை விட்டு நீக்கியதற்கான டிஸ்மிஸ்ஸல் ஆர்டர்!

17

'குடியரசுத் தலைவருக்கு பிரிவு 311 (2) (சி)ன் கீழ் வழங்கப்பட்டுள்ள அதிகாரத்தின்படி, கோட்டைச்சாமி வெங்கட் ஆகிய உன்னை டிஸ்மிஸ் செய்து உத்தரவிடப்படுகிறது.' நான் கையெழுத்திட்டுக் கொடுத்ததும் வந்திருந்த நபர் எழுந்து சென்றார்.

எந்த வித விசாரணையும் நடத்தாமல் எப்படி ஒரு அரசு ஊழியரை பணி நீக்கம் செய்ய முடியும்? எனக்கு உரிய வாய்ப்பு வழங்கப் படாமல் எப்படி என்னை டிஸ்மிஸ் செய்ய முடியும்?

ஜெயிலரிடம் கான்ஸ்ட்டிடியூஷன் புத்தகம் இருக்கிறதா என்று கேட்டு வாங்கிப் பார்த்தேன். 311 (2) (சி)யில் தேசத்தின் பாதுகாப்புக் காரணங்களுக்காக, மாநில ஆளுநரோ, குடியரசுத் தலைவரோ, எவ்வித விசாரணையும் இன்றி ஒரு அரசு ஊழியரை டிஸ்மிஸ் செய்ய அதிகாரம் வழங்கப்பட்டிருந்தது... என் மீது விசாரணை நடத்தினால் தேசப்பாதுகாப்புக்கு ஆபத்தா...? தேசப்பாதுகாப்புக்கா? சிங்காரவேலுவின் பாதுகாப்புக்கா?

என்னைப் போன்ற அப்பாவி ஊழியர்களை பழிவாங்குவதற்காகவா இப்படி ஒரு சட்டப்பிரிவை இயற்றிவைத்தார்கள்? இதற்காகவா

இரவு பகலாக உழைத்து அரசியல் அமைப்புச் சட்டத்தை இயற்றினார்கள்? அரசியல் அமைப்புச் சட்டமே சிங்காரவேலு போன்றவர்களுக்கா? இதற்காகவா அம்பேத்கர் பாடுபட்டார்?

அரசு இயந்திரம் நினைத்தால் எப்படியெல்லாம் ஒரு மனிதனை அலைக்கழிக்க முடிகிறது? எதிர்காலமே இருண்டு போனதுபோல இருந்தது. ஜெயிலரிடம்கூட சொல்லாமல், எழுந்து என் அறைக்குச் சென்றேன்.

85 ஆயிரம் சம்பளம். எப்படி ஈடு செய்யப்போகிறேன்...? பணமில்லாமல் எப்படி வாழ்க்கையை ஓட்டுவது... வீடு சொந்த வீடு. ஆனால் சோற்றுக்கு என்ன செய்வது? அன்றாட செலவுகளுக்கு என்ன செய்வது? செல்போனைக்கூட ரீசார்ஜ் செய்ய முடியாதே! இந்த வயதில் வேறு எந்த வேலைக்குப் போவது!! டிஸ்மிஸ் செய்யப் பட்டதால் எந்த அரசுப் பணியிலும் மீண்டும் சேரக் கூட முடியாதே!!!

நாளைய எதிர்காலம் கேள்விக்குறியாகும்போது ஏற்படும் பயமும், விரக்தியும் மனிதனை புரட்டிப் போட்டு விடுகிறது. சிறைக்கு வந்தது கூட பெரிய தாக்கத்தை ஏற்படுத்தவில்லை. ஆனால் வேலை போனது பயத்தை ஏற்படுத்திவிட்டது. எனக்கு இனி வாழ்க்கையே இல்லை என்ற உணர்வு வந்தது. தப்புப் பண்ணிட்டோமோ என்ற எண்ணம் வந்ததை என்னால் தடுக்க முடியவில்லை.

அடுத்து என்ன செய்வது என்ற திகைப்பு பெரிய குழப்பத்தையும் பயத்தையும் ஏற்படுத்தியது. அடர்ந்த காட்டுக்குள் தனியாக விடப்பட்டதுபோல உணர்ந்தேன். பொருளாதார நெருக்கடி மனிதனின் முதுகெலும்பை உடைத்துவிடும் வல்லமை படைத்தது. அவன் கொள்கை, கோட்பாடு, உறுதி அத்தனையையும் உடைக்கக் கூடியது. இந்த நிலைமைக்கு ஆளாகிவிட்டோமே...

மறு நாள் காலை ஏழு மணிக்கெல்லாம் சிறையைவிட்டு வெளியே வந்தேன். 45 நாட்கள் கழித்து வெளி உலகத்தைப் பார்ப்பது வித்தியாச மாக இருந்தது. இருபத்தைந்து அடி சுவருக்குள் இருக்கும் இன்னொரு உலகத்தில் வாழ்ந்துவிட்டு, திடீரென்று புதிய உலகத்துக்குள் வந்தது போலிருந்தது.

நாற்பத்தைந்து நாட்களுக்குள் பெரிய அளவில் மாற்றம் ஏதும் ஏற்படவில்லை என்றாலும்கூட, வித்தியாசமாக இருந்தது. வழக்கறிஞர் அருண் வந்திருந்தார். வாருங்கள் போகலாம் என்று அவர் சீனியர் அலுவலகத்துக்கு அழைத்துச் சென்றார். உங்கள் போனைக் கொடுங்கள், அம்மாவிடம் பேச வேண்டும் என்றேன். அம்மா சீனியர் அலுவலகத்துக்கு வந்திருப்பார்கள் என்றார்.

அவரோடு பைக்கில் அவர் சீனியர் அலுவலகம் சென்றேன். அம்மா வரவேற்பறையிலேயே அமர்ந்திருந்தாள். பார்த்ததும் கண்ணீர்.

'சாப்டியாடா... என்னடா இப்படி இளைசுப் போயிட்ட?' என்று சரசரவென்று கண்ணீர்விட்டாள். சிறிது நேரம் அழட்டும் என்று அவளை கட்டிப் பிடித்துக்கொண்டு பேசாமல் இருந்தேன். சத்தம் போடாமல் அமைதியாக அழுதாள். பிறகு சூழலைக் கருதியோ என்னவோ, அவளாகவே கண்ணீரைத் துடைத்துக்கொண்டு அமைதியானாள். 'வக்கீலுக்கு பீஸ் கொடுக்கவேண்டும். அம்மா பணம் கொண்டு வந்துருக்கியாம்மா?' தன் ஹேண்ட் பேக்கை திறந்து ஐந்து 100 ரூபாய் கட்டுக்களை எடுத்துக் கொடுத்தாள். 'உள்ள வைம்மா... நான் வாங்கிக்கறேன்.'

சீனியர் ராஜராஜன் அழைப்பதாகக் கூறினார்கள்.

அம்மாவோடு உள்ளே சென்றேன். வேலை நீக்கம் செய்யப் பட்டதற்கான ஆணையை எடுத்துக் கொடுத்தேன்.

'இவ்ளோ மோசமா இருக்கறானுங்களே... லுக் வெங்கட், நாம இதை சேலச்ஞ் பண்ணலாம். பட் டிஸ்மிஸ்ஸல் ஆர்டரை ஸ்டே பண்றதுக்கு கோர்ட்டுக்கு பவர்ஸ் கிடையாது. எப்போ ஆர்டர் சர்வ் (serve) ஆச்சோ, அப்பவே அது எஃபெக்டுக்கு வந்துடுச்சு. இப்போ ரிட் பெட்டிஷன் ஃபைல் பண்ணா கூட, இது டிஸ்போஸ் ஆகறதுக்கு குறைஞ்சது நாலு வருஷம் ஆகும். அப்பவும் பேக் வேஜஸ் (back wages) குடுப்பாங்களான்னு சொல்ல முடியாது. இதை நம்பிக்கிட்டு இருக்காதீங்க.. ட்ரை டு ஃபைண்ட் ய நியூ ஜாப்.

தென், நம்ப ஆபீசையே ரவுன்ட் தி க்ளாக் வாட்ச் பண்றாங்க. உங்க மொபைல், லேண்ட் லைன் ரெண்டும் மானிட்டரிங்ல இருக்கும். நம்ப ஆபீஸ் லைனையும் போட்டுருப்பாங்க. உங்களுக்கும் சர்வெயிலன்ஸ் (surveillance) போட்டிருக்கறதா எனக்கு தகவல் வந்துருக்கு. யு ஹேவ் டு பி வெரி கேர்ஃபுல்.

உங்க கேசுல எப்போ சார்ஜ் ஷீட் ஃபைல் பண்றாங்கன்னு தெரியல. அது வரைக்கும் நமக்கு வேலை இல்லை. சார்ஜ் ஷீட் ஃபைல் பண்ண பிறகு நீங்க வந்தாப் போதும். இந்த டிஸ்மிஸ்ஸல் ஆர்டரை ஒரு காப்பி எடுத்துக்கிட்டு ஒரிஜினலை குடுத்துட்டுப் போயிடுங்க.'

அம்மாவிடம் சைகை காண்பித்ததும் பையில் இருந்து பணத்தை எடுத்துக் கொடுத்தாள்.

'சார்.. உங்க பீஸ் எவ்ளோன்னு தெரியல... பட் இத வெச்சுக்கங்க... மீதிய பின்னாடி தர்றேன்...'

'நான் வாங்கற பீஸை உன்னால தர முடியாது யங் மேன்... நான் உன்கிட்ட பீஸ் கேக்கலையே... பீப்பிள் லைக் யூ ஆர் அசெட்ஸ் டு தி சொசைட்டி... (People like you are assets to the society) ஐ டேக் திஸ் ஆப்பர்சூனிட்டி டு அசோசியேட் மைசெல்ஃப் வித் யு. (I take this opportunity to associate myself with you) கல்யாண சுந்தரம் உன்னைப் பத்தி நெறைய சொல்லியிருக்கார்... ஐ டோன்ட் வான்ட் எனிதிங்... (I don't want anything) நெக்ஸ்ட் என்ன பண்றதுன்னு திங்க் பண்ணு. எனி லீகல் ஹெல்ப், டோன்ட் ஹெசிடேட் டு ஆஸ்க் மி... (Don't hesitate to ask me)'

பணத்தை அம்மாவிடம் கொடுத்துவிட்டு எழுந்து வெளியே வந்தேன். பஸ்ஸில் போகலாம் என்றேன். அம்மா ஆட்டோவில் போகலாம் என்றாள். சின்ன வயதிலிருந்தே, ஆட்டோவில் போவது ஆடம்பரம் என்று ஏனோ பதிந்திருந்ததால் ஆட்டோவில் ஏறுவதேயில்லை. அது அம்மாவுக்கும் தெரியும். ஆனாலும், அவள் ஆட்டோவில் போகலாம் என்று கூறுகிறாள் என்றால், சீக்கிரம் வீட்டுக்குப் போகவேண்டும் என்று அவளுக்குத் தோன்றியதோ, இல்லை காத்திருக்க அலுப்பாக இருந்ததோ தெரியவில்லை.

வீட்டுக்குள் நுழைந்ததும், காபி வைத்துக் கொடுத்தாள். பல நாட்களுக்குப் பிறகு, அம்மாவின் காப்பி வாயில் பட்டதும் புதிய சுவையாக இருப்பது போலிருந்தது. 'அம்மா நான் கொஞ்ச நேரம் தூங்கறேன். அப்புறம் எழுப்பு' என்றேன். 'வக்கீல் என்னடா சொன்னார்?'

'ஒண்ணும் இல்லம்மா... கேஸ் சீக்கிரம் முடிஞ்சுடும்னு சொன்னார்...'

'இங்கிலீஷ்லயே ரொம்ப நேரம் ஏதோ சொன்னாரே...'

'கேஸ் பத்திதாம்மா சொன்னார். வேலையிலேர்ந்து சஸ்பென்ட் பண்ணிட்டாங்க... திருப்பி பேங்க் வேலை கெடைக்கறதுக்கு கொஞ்ச நாள் ஆகும்.. அது வரைக்கும் வெயிட் பண்ணுன்னு சொன்னார்.'

'டிஸ்மிஸ்னு ஏதோ சொன்னாரே...'

'ஏம்மா நொய் நொய்யின்னு பேசி எரிச்சலக் கௌப்புற?' என்று கத்தினேன்.

‘சரிடா... நீ தூங்கு...’ என்று சொல்லிவிட்டுப் போய் விட்டாள்.

‘படிக்காதவள் என்று எவ்வளவு எளிதாக நினைத்துவிட்டோம்.. பேசும் வார்த்தைகளில் அவளுக்குப் புரிந்தவற்றை எப்படி கச்சிதமாக பிடித்துக்கொள்கிறாள்? தேவையில்லாமல் கோபப்பட்டு விட்டோம். அவள்தான் என்ன செய்வாள்? நான் இல்லாவிட்டால் யார் அவளுக்கு விஷயத்தைச் சொல்லமுடியும்? அதுவும் என்னை எரிச்சல் படுத்துவதற்காகவா கேட்கிறாள்? என் மீதுள்ள அக்கறையால் அல்லவா கேட்கிறாள். ச்சை... யார் மீதோ உள்ள எரிச்சலை அம்மாவிடம் காட்டும் நான் என்ன மனிதன்?’

நேராக அம்மாவிடம் சென்றேன். ‘அம்மா... வேலையிலேர்ந்து டிஸ்மிஸ் பண்ணிட்டாங்கம்மா...’

‘தெரியும்டா எனக்கு... வக்கீல் உன்கிட்ட சொன்னது அந்த அளவுக்கா எனக்கு புரியாது...? நான் ஒண்ணும் தற்குறி இல்லடா... ஒண்ணும் கவலைப்படாதடா... என் நகை 40 பவுன் இருக்கு. உன் தங்கச்சி வீட்டுக்காரர் நல்லா சம்பாரிக்கறார். நல்ல மனுஷன். வேற வழியே இல்லன்னா அவர்கிட்ட கேக்கலாம். உன் தங்கச்சியைவிட, அவர்தான் டெய்லி போன் பண்ணி நீ எப்படி இருக்க, ஏதாவது ஹெல்ப் வேணுமான்னு கேட்டுக்கிட்டே இருப்பார். உன்னைப் பாக்க வர்றேன்னு சொன்னார். நான்தான் என்னையே வர வேண்டாம்னு சொல்லிட்டான்னு சொன்னேன்.

எதுக்கும் பயப்படாதடா... சமாளிக்கலாம். உனக்கு இருக்கற டேலன்டுக்கு எந்த வேலைக்கு வேணாலும் போகலாம். பயப்படாத... இந்த வேலை போனா என்னடா... வேற வேலையே கிடைக்காதா... இந்த உலகம் ரொம்ப பெருசுடா... ஒரு வேலை போனதுனால குடியே முழுகிப் போயிடாது... போய் நிம்மதியா தூங்கு...’

‘வியப்பு... மலைப்பு.. ஆச்சர்யம்..... படிக்காதவள் என்று எத்தனை முறை இவளிடம் பல விஷயங்களை விவாதிக்காமல் தவிர்த்திருக் கிறோம்... இவளுக்கு என்ன விபரம் தெரியும் என்று எத்தனை முறை புறக்கணித்திருக்கிறோம். எவ்வளவு தவறான மதிப்பீடு... நான் படித்ததால் வந்த அகந்தைதானே இது... அவளுக்கு இருக்கும் மன தைரியம் எனக்குக்கூட இல்லையே... எவ்வளவு சுலபமாக இந்த பிரச்னையை அணுகுகிறாள். ஏன்டா இப்படிச் செய்தாய் என்று ஒரு வார்த்தைகூட கேட்கவில்லையே. இவளைவிட என்னை வேறு யார் புரிந்துகொள்ள முடியும்? நான்தான் இவளைப் புரிந்துகொள்ளத் தவறிவிட்டேன்.’

ஒரு வாரத்துக்கு வெளியில் எங்குமே செல்லவில்லை. செல்போனைக் கூட ஆன் செய்யவில்லை. யாரிடமும் பேச பிடிக்கவில்லை. அடுத்து எங்கே வேலை தேடுவது என்பதும் புரியவில்லை. வெளியே சென்றால், பழைய வங்கியில் வேலை பார்ப்பவர்களைப் பார்க்க நேர்ந்துவிடுமோ என்று அச்சமாக இருந்தது. அவர்கள் என்னை பரிதாபத்தோடு பார்க்கும் பார்வையை என்னால் சகித்துக்கொள்ள முடியும் என்று தோன்றவில்லை. ஒவ்வொருவரையும் பார்த்ததும், அவர்கள் உச்சு கொட்டி, அய்யய்யோ இப்படி ஆயிடுச்சே... ஏம்பா இப்படிச் செஞ்சே... என்று காட்டும் பரிதாபத்தை நினைத்தால் பயமாக இருந்தது. அந்த பச்சாதாபத்திலிருந்து தப்பிக்கவேண்டும் என்பதற்காகவே எங்கும் செல்லவில்லை.

'கதிரொளி உரிமையாளர் வீட்டில் வருமான வரி சோதனை' என்று ஃப்ளாஷ் செய்தி ஓடியது. கதிரொளி உரிமையாளர் சுரேஷ் நாத் வீட்டில் வருமான வரித்துறை மற்றும் அமலாக்கப்பிரிவு அதிகாரிகள் இன்று அதிகாலை முதல் சோதனை நடத்தி வருகின்றனர். கதிரொளி உரிமையாளர் சுரேஷ் நாத், இந்தியா முழுக்க கட்டுமானத் தொழில் செய்து வருகிறார். இவரது ஆண்டு டர்ன் ஓவர் 2500 கோடியைத் தாண்டும். கட்டுமானத் தொழில் தவிர, போக்குவரத்து நிறுவனங்களும் நடத்தி வருகிறார். இவருடைய அலுவலகங்கள் மற்றும் வீடுகளில் வருமான வரித்துறையினர் மற்றும் அமலாக்கப் பிரிவினர், திடீர் சோதனைகளை நடத்தி வருகின்றனர். இவரது அலுவலகங்கள் தவிர, கதிரொளி அலுவலகத்திலும் சோதனைகள் நடைபெற்று வருகின்றன. ஏற்கெனவே சிங்காரவேலு மீதான ஊழல் புகார்கள் குறித்து விசாரிக்க அமைக்கப்பட்ட வேலாயுதம் விசாரணை ஆணைய அதிகாரிகள் கதிரொளி அலுவலகத்தில் சோதனை நடத்தியது குறிப்பிடத்தக்கது' என்று சிறப்புச் செய்தியாளர் அறிவித்தார்.

'அடுத்த சோதனை நம் வீட்டிலா? தேன் கூட்டில் கை வைத்ததுபோல ஆகி விட்டதே... இன்னும் என்னென்ன நடக்குமோ...?'

கல்யாணசுந்தரத்தைப் போய்ப் பார்ப்போம்.

'என்னப்பா வெங்கட்... ஜெயில் அனுபவம் எப்படி இருந்துச்சு...?'

உற்சாகம் குறையாமல் பேசினார்.

'நல்லா இருந்துச்சு தோழர்... பேங்க்லேர்ந்து டிஸ்மிஸ் பண்ணிட்டாங்க தோழர்.. '

'டொமெஸ்டிக் என்கொயரி இல்லாம எப்படிப்பா பண்ணாங்க... அதுவும் இவ்ளோ சீக்கிரமா...?'

'ஆர்டிக்கிள் 311 (2) தோழர்.. '

'அடப்பாவிகளா... இதுக்காகத்தான் அந்த ஆர்ட்டிக்கிளை ரிமூவ் பண்ணணும்னு பல வருஷமா போராடிக்கிட்டு இருக்கோம்... இப்படி மிஸ்யூஸ் பண்றதுக்குத்தான் அதை இன்னும் வச்சுருக்காங்க. அடுத்து என்னப்பா பண்ணப்போற...?'

'தெரியலை தோழர்.. சுத்தமா ஐடியா இல்ல. என்ன பண்றதுன்னே புரியல.'

'வெங்கட்.. உன் எக்ஸ்பீரியன்ஸ்க்கு உனக்கு ப்ரைவேட் பேங்க்ல வேலை கிடைக்கும். ஆனா, சிங்காரவேலு நெனச்சா ஒரே நாள்ல அதை காலி பண்ணிட முடியும். அது இல்லாம நீ திரும்ப பேங்க் வேலைக்கு போறது சரியா இருக்குமான்னு எனக்குத் தெரியல. உனக்கு ஏற்கெனவே எழுத்து அனுபவம் இருக்கு. கதிரொளில ஜாய்ன் பண்றியா?'

'கதிரொளி இப்போ இருக்கற நெலைமையில என்னை வேலைக்கு எடுப்பாங்களா தோழர்?'

'ட்ரை பண்ணுவோமே. நீ போயி லிங்கேஸ்வரனைப் பாரு. இன்னைக்குப் போகாதே. ரெண்டு நாள் கழிச்சுப் போ. ரெய்டு இன்னும் முடியலைன்னு நெனைக்கறேன். தைரியமா இருப்பா... நாமளே மனசு உடைஞ்சுட்டோம்னா பல சிங்காரவேலுகள் உருவாயிடுவாங்க. சிங்காரவேலுகளை உருவாக்கறது சுலபம். அது மழைக்காளான் மாதிரி தானா உருவாயிடும். உன்னை மாதிரி ஆளுங்களை உருவாக்கறதுதான் கஷ்டம். கவலைப்படாம போப்பா.'

இரண்டு நாட்கள் கழித்து லிங்கேஸ்வரனைப் பார்க்கச் சென்றேன்.

'வா வெங்கட். என்னய்யா தாடியெல்லாம்...'

'வேலையிலேர்ந்து டிஸ்மிஸ் பண்ணிட்டாங்க தோழர்...'

'ம்ம் நான் எதிர்பார்த்ததுதான். சிங்காரவேலு உன்னை உயிரோட விட்டதே பெரிய விஷயம். கதிரொளியை என்ன பண்றான்னு பாத்தியா? சேர்மேன் சாதாரணமான ஆளு இல்லை. பெரிய தொழிலதிபர். இந்தியா பூரா பிசினெஸ் இருக்கு. பல பொலிட்டீஷியன்சை தெரியும். அவருக்கே என்ன கதி பாத்தியா? ஒரு வருஷம்கூட சேர்மேன் டேக்ஸ் இவேஷன் பண்ணது இல்ல. இந்தியாவுல எத்தனை தொழிலதிபருங்க டேக்ஸ் ஏமாத்தறாங்க தெரியுமா? அவங்களையெல்லாம் விட்டுட்டு இவரை ரெய்டு பண்றாங்க.. எல்லாருக்கும் இது சிங்காரவேலுவோட வேலைன்னு

நல்லாத் தெரியும். பட் என்ன பண்ண முடியும்? ரெய்டே பண்ணக் கூடாதுன்னு சொல்ல முடியுமா? இல்ல கோர்ட்டுலதான் ஆர்டர்ஸ் வாங்க முடியுமா?'

'சார். இப்போதைக்கு வேற வேலை இல்லை. கல்யாண சுந்தரம் தோழர் என்னை கதிரொளியில ஜாயின் பண்ணச் சொல்லி உங்ககிட்ட பேசச் சொன்னாரு...'

'வி ஆர் ஷட்டிங் டவுன் (We are shutting down) வெங்கட்...'

18

'**எ**ன்ன சார் சொல்றீங்க...?'

'ஆமாம் வெங்கட். சேர்மேனுக்கு கதிரொளியை தொடர்ந்து நடத்தறதுல விருப்பம் இல்லை. நெறைய ப்ரஷர் இருந்துருக்கும்னு தோணுது. ஹி வான்ட் டு க்விட் ஃப்ரம் ப்ரெஸ். சிங்காரவேலு பத்தி நம்ம மொதல்ல பப்ளிஷ் பண்ணப்பவே அவர்கிட்ட டிஸ்கஸ் பண்ணிட்டுத்தான் ப்ரொசீட் பண்ணேன். ப்ராப்ளம்ஸ் வரும்னு சொன்னேன். பட் அவரோட மெயின் பிசினெஸ்ல கை வைப்பாங்கன்னு நானே எதிர்ப்பார்க்கல. ஐடி, ஈடின்னு கவர்மென்ட்ல இருக்கற அத்தனை டிபார்ட்மெண்ட்சையும் வச்சு ரெய்ட் பண்ணிட்டாங்க. மோஸ்ட் ஆப் தி டாக்குமென்ட்ஸை அள்ளிக்கிட்டுப் போயிட்டாங்க.. ஹி ஈஸ் கார்னர்ட். (He is cornered) அதையெல்லாம் தாண்டி, அவரும் ஒரு முதலாளின்றதை நாம மறந்துடக் கூடாது. நஷ்டத்துக்கு வியாபாரம் பண்றதுக்கு உலகத்துல எந்த முதலாளி இருக்கான்?'

'எப்போ க்ளோஸ் பண்றதா ஐடியா சார்...?'

'அவராலதான் சக்சஸ்புல்லா நடத்திட்டு இருந்த நியூஸ் ஏஜென்சியை க்ளோஸ் பண்ணிட்டு வந்தேன். அவர் இதிலேர்ந்து விலகிட்டா கூட,

கதிரொளி டைட்டில் என் பேர்லதான் ரிஜிஸ்டர் பண்ணிருக்கார். டெய்லியா கன்டினியூ பண்ண முடியலனாலும், அட்லீஸ்ட் வீக்லியா கன்டினியூ பண்ணலாமான்னு திங்க் பண்ணிக்கிட்டு இருக்கேன். ஃப்ரெண்ட்ஸ் கொஞ்சம் பேர் இன்வெஸ்ட் பண்றேன்னு சொல்லிருக்காங்க. எந்தவித பிரதியுபகாரமும் எதிர்பார்க்காத நண்பர்கள். கதிரொளின்னு ஒரு நல்ல ப்ரான்ட் பில்ட் பண்ணிருக்கோம். அதை இப்படியே விட்டுட வேணாம்னு பாக்கறேன்.'

'ஓ.கே சார்.. ஐ அன்டர்ஸ்டான்ட். ஏதாவது டெவலப்மென்ட் இருந்தா கால் பண்ணுங்க சார்.'

'ஐ வில் கால் யு. செலவுக்கு பணம் இருக்கா வெங்கட்...?'

'இருக்கு சார்...'

'இன்னும் பிஎஃப் பணம் கூட வந்திருக்காது. எனக்குத் தெரியும். கொஞ்சம் இரு...' என்று கூறிவிட்டு, இன்டர்காமில் யாரையோ அழைத்து 20 ஆயிரம் பணம் கொண்டு வரும்படி சொன்னார்.

'இந்தா வெங்கட்... இதை வச்சுக்க... இதை தானமா குடுக்கலய்யா... அட்வான்சா வச்சுக்க... கதிரொளிக்கு எவ்வளவு பெரிய ப்ரேக் குடுத்துருக்கன்னு தெரியும். யு டிசர்வ் எனி அமவுன்ட். கமான்...'

தயக்கத்தோடு வாங்கிக்கொண்டேன். சிங்காரவேலு வாழும் இதே உலகில்தான் இவரைப் போன்றவர்களும் வாழ்கிறார்கள். அரிசியில் அங்கொன்றும் இங்கொன்றுமாக இருக்கும் கல் போல, சமுதாயத்தில் மோசமானவர்கள் இருந்த காலம் மாறி, நல்லவர்களை அரிசியில் கல் போல தேட வேண்டியதாகப் போய்விட்டது... கல்லே இல்லாத சுத்தமான அரிசி கிடைப்பதுபோல, நாளை லிங்கேஸ்வரன், கல்யாணசுந்தரம், பாலகிருஷ்ணன் போன்ற நபர்களே இல்லாமல் செய்துவிடக்கூடிய வல்லமை சிங்காரவேலுக்களிடம் இருக்கிறது. ஒரு பாலகிருஷ்ணனை ஒழித்து கட்டிவிட்டார்கள். மீதம் உள்ள லிங்கேஸ்வரன், கல்யாணசுந்தரம் போன்றவர்கள் ஒன்று கூடி உழைத்தால்தான் இந்த குருஷேத்திரத்தில் வெல்ல முடியும்.

இரண்டு வாரங்கள் கடந்தன. லிங்கேஸ்வரனிடமிருந்து எவ்விதமான தகவலும் இல்லை. கல்யாண சுந்தரத்தைச் சென்று பார்த்தேன். இன்னும் கொஞ்ச நாள் காத்திருக்குமாறு கூறினார். கட்சிப் பத்திரிகையான தீக்கதிரில் பணியாற்றுகிறாயா என்று கேட்டார். நீங்களே கட்சியிலிருந்து விலகி விட்டீர்கள். இனி கட்சிப் பத்திரிகை மட்டும் எதற்கு என்று கூறிவிட்டேன். ஆன்லைனில் வேலை

தேடலாமா என்று யோசித்து, ஒரு மாதம் கழித்து முயற்சிக்கலாம் என்று முடிவெடுத்தேன்.

மூன்றாவது வாரம், லிங்கேஸ்வரனிடமிருந்து அழைப்பு வந்தது. அன்று மாலையே வந்து பார்க்கச் சொன்னார்.

'வெங்கட்... இன்னும் ஒரு மாசத்துல கதிரொளியை வீக்லியா கொண்டு வரப்போறோம். நம்ம ப்ளானுக்கு சேர்மேனும் ஓகே சொல்லிட்டார். நாம நடத்திக்கறதுல அவருக்கு எந்த அப்ஜெக்ஷனும் இல்லை. எதிர்பார்த்த இன்வெஸ்ட்மென்ட்ஸ் வந்துடுச்சு... டெய்லிலேர்ந்து வீக்லிக்கு அடாப்ட் பண்றதுக்கு கொஞ்சம் கஷ்டமாத்தான் இருக்கும்.. பட் வி வில் லேர்ன். இப்போ இருக்கற ஸ்டாஃப், வீக்லிக்கு அதிகம். அதனால கட் ஷார்ட் பண்றோம். இப்போதைக்கு இந்த பில்டிங்லயே கன்டின்யூ பண்றோம். நாலு மாசம் கழிச்சு வேற இடம் போகலாம்னு இருக்கேன். நீ எப்போ ஜாயின் பண்ற?'

'நெக்ஸ்ட் மன்த்தானே சார் ஸ்டார்ட்டிங்...?'

'நெக்ஸ்ட் மன்த்னா... இப்போ வேலை இல்லைன்னு அர்த்தமா?' நாலு டம்மி இஷ்யூஸ் கொண்டு வரப்போறோம். யு ஜாயின் டுமாரோ இட்செல்ஃப். ஆர்டர்ஸ் செக்ரட்டரிக்கிட்ட வாங்கிக்க... குட் லக். அன்ட் ஒன் மோர் திங்... நீ பேங்க்ல வாங்கிக்கிட்டு இருந்த சம்பளத்தை இப்போதைக்கு பே பண்ண முடியாது. இப்போதைக்கு 20 ஆயிரம் ஃபிக்ஸ் பண்ணிருக்கேன். இஷ்யூ பிக் அப் ஆச்சுன்னா, ஐ வில் ஹைக் பிஃபோர் யு ஆஸ்க். குட் லக்.'

வாழ்க்கைதான் எவ்வளவு ஆச்சர்யங்களை தன்னுள் ஒளித்து வைத்திருக்கிறது? வங்கிப் பணியில் சேர்ந்த முதல் நாளை நினைத்தால் இன்னும் பசுமையாக நினைவிருக்கிறது. நான் ஜாயினிங் லெட்டர் கொடுத்தபோது அப்போது இருந்த மேனேஜர், சிறிய வயதாக இருப்பதால், ஜெனரல் மேனேஜராக வேண்டும் என்பதை லட்சியமாக வைத்து பணியாற்ற வேண்டும் என்று சொன்னார். ஜெனரல் மேனேஜர் என்பது, வங்கியில் கவர்ச்சிகரமான பதவி என்பதால், எப்படியும் அதை அடைவது என்ற நோக்கத்திலேயே பல ஆண்டுகள் பணியாற்றினேன். அதற்காகத்தான், வங்கிப் பணியில் பாஸ் பண்ண வேண்டிய தேர்வுகளையெல்லாம் சீக்கிரத்தில் பாஸ் பண்ணினேன். நாளாக ஆக, சங்க நடவடிக்கைகளில் தீவிரமாக ஈடுபட ஆரம்பித்ததும், ஜெனரல் மேனேஜர் பதவியின்மீது இருந்த மோகம் சிறிது சிறிதாக குறைந்தது. அதன்மீது இருந்த கவர்ச்சி தனது

சோபையை இழந்தது. வங்கியின் ஜெனரல் மேனேஜர் ஆக வேண்டும் என்ற கனவில் இருந்த நான் ஒரு பத்திரிகையாளராவேன் என்பதை கனவிலாவது ஊகித்திருக்க முடியுமா? இந்தச் சுவையான திருப்பங்கள் வாழ்க்கையில் இருப்பதால்தான், ஒரு விறுவிறுப்பான திரைக்கதை எப்படி பார்வையாளர்களைத் தன்னுள் இழுத்துக் கொள்ளுமோ அது போல வாழ்க்கையும் மனிதர்களை தன்னுள் இழுத்துப்போட்டுக் கொண்டு தன் பாட்டுக்கு போய்க்கொண்டிருக்கிறது.

எடிட்டரின் செக்ரட்டரியைச் சென்று பார்த்தேன். 'கொஞ்சம் உக்காருங்க சார்' என்று சொல்லிவிட்டு, அரை மணி நேரத்தில் அப்பாயின்ட்மென்ட் ஆர்டரை ஒரு கவரில் போட்டு கையில் கொடுத்தார். பிரித்துப் படித்தேன். கதிரொளி வாரப் பத்திரிகையில் சீனியர் கரஸ்பான்டென்டாக நியமிக்கப்பட்டிருந்தேன். வாங்கிக் கொண்டு வெளியே வந்தேன்.

வங்கி வேலையில் முதல் நாள் சேர்ந்தபோதுகூட இப்படி ஒரு மகிழ்ச்சி ஏற்படவில்லை. பத்திரிகையாளர் என்றதும் ஒரு பெருமிதம். மிடுக்கு எல்லாமே ஏற்பட்டது. இத்தனை நாள் மனதை உலுக்கிக் கொண்டிருந்த பொருளாதாரச் சிக்கல்கள் பெரிதாக உறுத்தவில்லை. அதுவரை உலகத்தை சாதாரண பார்வையில் பார்த்துக்கொண்டிருந்த நான், இனி ஒரு பத்திரிகையாளராக உலகத்தைப் பார்க்கப் போகிறேன் என்பதை அறியும்போதே பெருமை ஏற்பட்டது. சிங்காரவேலு மறைமுகமாக நமக்கு ஒரு நன்மை செய்திருக்கிறாரோ...? அவர் அப்படி ஒரு ஊழல் செய்யவில்லை என்றால், நான் பத்திரிகையாளரா யிருக்க முடியுமா? வங்கி வேலையை விட்டுவிட்டு, பத்திரிகை யாளராகலாம் என்று அவ்வளவு பெரிய ரிஸ்க் எடுத்திருப்பேனா. நிச்சயம் எடுத்திருக்க மாட்டேன்! நான் பத்திரிகையாளராவதற்காக 1200 கோடி செலவு செய்ய வேண்டுமா என்ற கேள்வி எழுந்ததும் சிரிப்பு வந்தது. நானே என் பாட்டுக்கு சிரித்துக்கொண்டு நடந்தேன். வழக்கமாக பிடிக்கும் சிகரெட்டை ஸ்டைலாக பிடித்தேன்.

வீட்டுக்குச் சென்றதும் அம்மாவிடம் கவரைக் கொடுத்தேன். என்னடா இது என்றாள். அம்மா... கதிரொளி பேப்பர் வருதுல்ல... அதுல ஜாயின் பண்ணிட்டேன்... இனிமே நான் பேங்கர் இல்ல.. ஜர்னலிஸ்ட் என்றேன்...

'எனக்கு தெரியும்டா... உனக்கு இருக்கற டேலன்ட்டுக்கு நீ ஜம்முனு வருவன்னு.... இந்த டேலன்டோட சேத்து ஒரு கல்யாணம் பண்ணிக்கிட்டன்னா எனக்கு நிம்மதி. எனக்கு என்ன பத்து புள்ளையா. பையன் ஒண்ணு... பொண்ணு ஒண்ணு...'

‘அம்மா நல்ல மூட்ல இருக்கேன் ஸ்பாயில் பண்ணாத. காப்பி போடு டார்லிங்... போ...’

டிவியை போட்டேன். மடை திறந்து பாயும் நதியலைதான் என்று சந்திரசேகர் பாடிக்கொண்டிருந்தார். என் மூடுக்கு ஏற்றார்போல பாட்டு போடுகிறார்கள் என்ன பொருத்தம் என்று நினைத்துக் கொண்டேன்.

மறுநாள் அலுவலகம் சென்றதும், பயோடேட்டாவும் இதர விபரங்களையும் கேட்டுப் பெற்றார்கள். கம்யூனிசம் இறந்து விட்டதா என்று ஒரு கட்டுரை தயார் செய்யச் சொன்னார். அரை நாளில் கூகிளில் தேடி, ஒரு பெரிய கட்டுரையை தயார் செய்து எடிட்டரைப் பார்த்தேன்.

‘வெங்கட்... பத்திரிகைக்குன்னு ஒரு ஒழுங்கு இருக்கு. இப்படி இஷ்டத்துக்கு வார்த்தைகளை விரயமாக்கக் கூடாது. 1000 வார்த்தை அதிகபட்சம் 1500 வார்த்தை. கூகிள்ள தேடித்தானே இந்த ஆர்ட்டிக்கிள ரெடி பண்ண?’

‘ஆமாம் சார்..’

’மெயின்ஸ்ட்ரீம் மீடியாவுல இந்த மாதிரி வேலை பார்க்கக் கூடாது. ஒரு அவுட்லைன் ரெடி பண்ணிட்டு, ரெண்டு கம்யூனிஸ்ட் பார்ட்டிலயும் உள்ள லீடர்ஸ் கிட்ட கோட்ஸ் எடுத்துக்க. ரெண்டு இன்டஸ்ட்ரியலிஸ்ட்ஸ் கிட்ட கோட்ஸ் எடுத்துக்க. லேபர்ஸ் யூனியன் லீடர்ஸ்கிட்ட பேசு. உன் ஆர்டிக்கிளைப் படிக்கும்போது ஹோல்சம்மா, ஒரு கம்ப்ளீட் ஆர்ட்டிக்கிள்ன்ற ஃபீலிங் வரணும். டேக் டூ டேஸ் டைம்’ என்றார்.

இப்படி அவசரக் குடுக்கையாக வேலை செய்து கெட்டபேர் வாங்கி விட்டோமே என்று அவமானமாக இருந்தது. அவர் சொன்னபடி சிறப்பாக இக்கட்டுரையை எழுதி, அவரை வியக்க வைக்கவேண்டும் என்று முடிவு செய்தேன்.

மறுநாள், அடையாள அட்டையும் விசிட்டிங் கார்டும் கொடுத்தார்கள். அடையாள அட்டையில் என் புகைப்படத்தோடு கழுத்தில் மாட்ட கயிறோடு கொடுக்கப்பட்டிருந்தது. விசிட்டிங் கார்டில், கதிரொளியின் லோகோ போடப்பட்டு கீழே கதிரொளி என்று எழுதப் பட்டிருந்தது. கோட்டைச்சாமி வெங்கட். சீனியர் கரெஸ்பான்டென்ட், என்று என் பெயர் கருப்பு நிறத்தில் மின்னியது. என் செல்பேசி எண், மின்னஞ்சல் முகவரி சிறிய எழுத்துக்களில் எழுதப்பட்டிருந்தது. நானே மின்னுவது போல உணர்ந்தேன். இரண்டு டப்பாக்களில்

விசிட்டிங் கார்டுகள் கொடுத்தார்கள். வாங்கி என் மேசையில் வைத்துக்கொண்டு அவற்றிலிருந்து ஒரு இருபது கார்டுகளை எடுத்து பர்சில் வைத்துக் கொண்டேன்.

முதல் அசைன்மென்ட்டுக்கு புறப்பட்டேன். வங்கி மேலாளர்களின் கான்ஃபரன்ஸ் ஒன்றில், ஐசிஐசிஐ பேங்கின் தென்னிந்திய பொது மேலாளரைச் சந்தித்து உரையாடியது நினைவுக்கு வந்தது. அவரிடம் முதல் கோட் கேட்கலாம் என்று அவரைச் சந்திக்கச் சென்றேன். ராஜா அண்ணாமலைபுரத்தில் பத்து மாடிக் கட்டிடத்தில் எட்டாவது மாடியில் அவர் அலுவலகம் இருந்தது. அவர் பி.ஏவிடம் விசிட்டிங் கார்டை கொடுத்த உடனே உள்ளே அழைத்தார். அவருக்கு என்னை நினைவில்லை. நல்லதாகப் போய்விட்டது. ஆங்கிலத்தில் பேசினால் தானே மதிப்பார்கள். 'சார் வி ஆர் டூயுங் அன் ஆர்ட்டிக்கிள் ஆன் தி ரிலவென்ஸ் ஆப் கம்யூனிசம்...(Sir, we are doing an article on the relevance of communism) ஐ வுட் லைக் டு ஹேவ் யுவர் கோட்.. (I would like to have your quote)'

'ஈஸ் திஸ் மேகசின் கமிங் இன் இங்க்லீஷ் ஆர் டமிழ்' என்றார்?

'இனிஷியல்லி வி ஆர் கமிங் இன் டமில்... பட் ஷார்ட்லி வி வில் சேன்ஜ் இன்டு பை லிங்குவல்...' என்று கூசாமல் புளுகினேன். உலகப் பொருளாதாரத்தை மொத்தமாக கரைத்துக் குடித்ததுபோலப் பேசினார். 'கம்யூனிசம் ஈஸ் கம்ப்ளீட்லி டெட்' என்றார். அமெரிக்கா மற்றும் ஐரோப்பாவில் ஏன் இந்த பொருளாதாரத் தேக்கநிலை என்றதற்கு இது ஒரு தற்காலிகமான பின்னடைவு. சில வருடங்களில் எகானமி வில் ஹேவ் ய ரொபஸ்ட் க்ரோத் என்றார். கிளம்பும்போது, தன் பி.ஏவிடம் தன் புகைப்படத்தை சிடியில் வாங்கிக் கொள்ளுமாறு கேட்டுக்கொண்டார். இவர் புகைப்படத்தை வெளியிடுவதாகச் சொல்லவேயில்லையே. மனிதனுக்கு பணத்தைப்போலவே புகழும் போதைதான். எவ்வளவு பெரிய பதவியில் இருந்தாலும், இந்தப் புகழ் போதைக்கு அடிமையாகாதவர்கள் வெகு குறைவே.

தொழிற்சங்க தலைவர்களைச் சந்திப்பதற்கு முன், ஏன் நக்சல் இயக்கத்தைச் சேர்ந்தவர்களைச் சந்தித்து அவர்கள் பார்வை என்ன என்று பதிவு செய்யக் கூடாது? சிறையில் சந்தித்த சுந்தரமூர்த்தி தனது வழக்கறிஞரின் அலுவலகம், எனது வழக்கறிஞர் ராஜராஜனின் அலுவலகத்துக்கு அருகேதான் என்று சொன்னது ஞாபகம் வந்தது. வழக்கறிஞர் பெயர் சுப்புராஜ் என்று சொன்னதாக ஞாபகம். ஏன் வழக்கறிஞர் அலுவலகத்திலேயே கேட்கலாமே.

சுப்புராஜ் அலுவலகம் என் வழக்கறிஞர் அலுவகத்துக்கு அடுத்த கட்டிடம். சாலையில் இருந்து பார்த்தாலே தெரிவதுபோல போர்டு வைத்திருந்தார்கள்.

அலுவலகம் எளிமையாகத்தான் இருந்தது. வெளியே அமர்ந்திருந்த ஒருவரிடம் விசிட்டிங் கார்டை கொடுத்தேன். ஒவ்வொருமுறை விசிட்டிங் கார்டை கொடுக்கும்போதெல்லாம் ஒரு பெருமை உணர்ச்சி... குறுகுறுப்பாக உணர்ந்தேன்...

உடனே உள்ளே அழைத்தார். 'வாங்க உக்காருங்க... என்ன விஷயமா என்னைப் பாக்க வந்துருக்கீங்க..'

'சார்... கம்யூனிசம் பத்தி ஒரு ஆர்ட்டிகள் பண்றேன்... மாவோயிஸ்ட் பார்ட்டிலேர்ந்து யாராவது ஒருத்தர்கிட்ட பேசணும்...'

'அதுக்கு ஏன் சார் எங்கிட்ட வர்றீங்க... எனக்கு அந்த மாதிரி யாரையும் தெரியாதே...'

'சார்... நான் சுந்தரமூர்த்தியை சந்திச்சேன். அவர்தான் உங்க பேரைச் சொன்னார்...'

'அவரை எப்படி சந்திச்சீங்க... அவர் ஜெயில்ல இருக்காரே...?'

'சார்... சிங்காரவேலு மினிஸ்டர் ரிசைன் பண்ணாருல்ல... அது சம்பந்தமா நான் அரெஸ்ட் ஆனேன்... பேங்க்ல வேலை பாத்துக்கிட்டு இருந்தேன் சார். சுந்தரமூர்த்தியை ஜெயில்ல பாத்தேன். உங்களப் பத்தி சொன்னாரு...'

'ஓ.... ஓக்கே ஓக்கே... குட் குட்... இப்போ ஞாபகம் வருது... ஃபென்டாஸ்டிக் வொர்க் சார். நீங்க பேங்க்லதானே வேலை பாத்துக்கிட்டு இருந்தீங்க...?'

'டிஸ்மிஸ்ட் சார்..'

'ம்ம்.., லீவ் இட்... பத்திரிகையில வேலை பாத்தா மக்களுக்கு நெறைய சேவை செய்ய முடியும். ஓ.கே.. உங்க கேள்விகளை எழுதி குடுத்துட்டுப் போங்க. நான் பதில் வாங்கி வைக்கறேன். அவங்க தெரியாத ஆளுங்களை சந்திக்க மாட்டாங்க. ரெண்டு நாள் கழிச்சு நேரா வந்து பாருங்க. போன்ல எதுவும் பேசாதீங்க.'

'தேங்க்யூ சார்... பட் நாளைக்கு ஆர்ட்டிக்கிள் முடிக்கணும் சார்...'

'சரி நாளைக்கு ஈவ்னிங் வாங்க.. வாங்கி வைக்கறேன்..' என்றார்.

கேள்விகளை எழுதிக் கொடுத்துவிட்டு வெளியே வந்தேன். அடுத்து எங்கே செல்வது...

யோசித்துக்கொண்டிருக்கும்போதே, தூரத்தில் சிரித்தப் பேசிக்கொண்டே இரு பெண்கள் நடந்து வந்தனர். 'இவளை எங்கேயோ பார்த்ததுபோல இருக்கிறதே... எங்கே பார்த்திருக்கிறோம்...'

அவள் வைகறைச் செல்வனின் அலுவலகத்தில் ஜுனியராக வேலை பார்க்கும் வசந்தி. அவள் அலுவலகத்தில் இருந்த இன்னொரு பெண்ணோடு சிரித்துப் பேசியபடியே நடந்து வந்து கொண்டிருந்தாள்.

உற்சாகம் என்றால் அவள் முகத்தில் அப்படி ஒரு உற்சாகம். அது குதூகலமா, துள்ளலா, உற்சாகமா, மகிழ்ச்சியா, பூரிப்பா என்று வகைப்படுத்த முடியாத ஒரு மத்தாப்புச் சிதறல். நடக்கிறாளா, துள்ளுகிறாளா என்று இனங்காண முடியாதபடி நடந்து சென்று கொண்டிருந்தாள். வக்கீல் கவுனை ஸ்டைலாக ஒரு கையில் பிடித்தபடி, மற்றொரு கையில் வழக்குக் கட்டுகளை பிடித்தபடி அவள் நடந்த நடையில் அழகோடு சேர்ந்து திமிரும் இருந்தது.

இவள் சீனியரும் கம்யூனிஸ்ட் கட்சியின் வழக்கறிஞர்தானே.. அவரிடம் கோட் எடுத்தா என்ன?

அவள் சீனியர் வைகறைச் செல்வனின் கோட் எடுப்பதை விட, அந்த மத்தாப்புச் சிரிப்பை மீண்டும் காண வேண்டும் என்பதுதானே நோக்கம்... அவர் அலுவலகம் அடுத்த தெரு.

உள்ளே நுழையும்போது சத்தமாக ஏதோ பேசிக்கொண்டிருந்தாள். நுழைந்ததும், என் விசிட்டிங் கார்டை கொடுத்தேன். வாங்கிப் பார்த்து விட்டு சற்று மரியாதையோடு நிமிர்ந்து பார்த்தாள்.

'கோட்டைச்சாமி வெங்கட்... நைஸ் நேம்... கொஞ்சம் வெயிட் பண்ணுங்க கோட்டைச்சாமி...' என்று என்னைப் பார்த்து ஒரு வசீகரப் புன்னகையை வீசிவிட்டுச் சென்றாள். என்னை கோட்டைச்சாமி என்று யாருமே அழைத்ததில்லை. எல்லோருக்கும் வெங்கட்தான். முதன் முதலாக இவள்தான் கோட்டைச்சாமி என்று அழைக்கிறாள்.

என் அப்பாவின் பெயருக்கு இப்படி ஒரு அழகா! மீண்டும் ஒரு முறை கோட்டைச்சாமி என்பதை சொல்லிப்பார்த்துக் கொண்டேன்...

அழகாகத்தான் இருக்கிறது!!!

19

வெளியே வந்தவள், 'உங்களை சார் கூப்பிடறார் கோட்டைச்சாமி!' என்று சொல்லிவிட்டு மீண்டும் ஒரு முறை சிரித்தாள்.

'என்னை கிண்டல் செய்கிறாளா?'

எழுந்து உள்ளே சென்றேன். வைகறைச் செல்வனிடம் பேசியதும், தொழிலாளர்கள் தொடர்பாக அவர் ஆஜரான நூற்றுக்கணக்கான வழக்குகளைச் சொல்லி, தாராளமய பொருளாதாரக் கொள்கைகளுக்கு ஆதரவாக எப்படி தொழிலாளர் சட்டங்கள் திருத்தியமைக்கப் படுகின்றன என்றும், தொழிலாளர் நிலைமை தொடர்ந்து மோசமாகிக் கொண்டே வருவதால், மார்க்ஸ் சொன்னது முன்னெப்போதையும் விட, இப்போது நன்றாகப் பொருந்துகிறது என்றார். அவரிடம் விடை பெற்றுக்கொண்டு, வெளியே வந்தேன்.

வசந்தி யாரிடமோ செல்போனில் தீவிரமாக பேசிக்கொண்டிருந்தாள். நான் வந்ததை கவனிக்கவில்லை. அவள் உரையாடலை இடைமறித்து அவளிடம் சொல்லிக்கொண்டு சென்றால், அது வெளிப்படையாகத் தெரியும் என்று யோசித்துவிட்டு கிளம்பினேன்.

மறுநாள் சுப்புராஜ் அவர் சொன்னபடி கேள்விகளுக்கான பதில்களை வாங்கி வைத்திருந்தார். அவரிடம் பதில்களை வாங்கிக்கொண்டு, ம்யூச்சுவல் பண்டுகளின் இரண்டு அதிகாரிகளைப் பார்த்து, அவர்கள் கருத்தையும் கேட்டுக்கொண்டு அலுவலகம் திரும்பினேன்.

1500 வார்த்தைகளில் கட்டுரையை தயார் செய்து, எடிட்டருக்கு அனுப்பி விட்டு காத்திருந்தேன். மாலை ஏழு மணிக்கு அழைத்தார்.

'குட் வொர்க் வெங்கட். ஆர்ட்டிக்கிள் நல்லா வந்துருக்கு. நல்லா எழுதற. யு ஹேவ் ய ப்ரைட் ப்யூச்சர் இன் ஜர்னலிசம்.'

'தேங்க்யூ சார்.'

'ஆமா... இந்த நக்சலைட்ஸ் வ்யூ போட்டிருக்கியே... இது நெஜம்மாவே அவங்கக்கிட்ட வாங்குனதா... இல்ல உன் மனசுல தோணுனத எழுதினியா?'

'சார் ஐ வில் நெவர் டூ தட் சார்... ஐ ஹேவ் காட் ய குட் சோர்ஸ்.'

'குட் குட்.. மாவோயிஸ்ட்ஸ் இந்த மாதிரி கான்டாக்ட் பண்ற மாதிரி இருக்காங்கன்றதே எனக்கு நியூஸ். டைம் வரும்போது சொல்றேன்.. அவங்களைப் பத்தி ஒரு ஃபுல் ஃப்ளெட்ஜ்ட் ஸ்டோரி பண்ணலாம். கீப் தி கான்டாக்ட்ஸ் அலைவ்!'

'ஷ்யூர் சார்...'

அடுத்த இரண்டு வாரங்களில் லே அவுட் செய்வதைப் பற்றித் தெரிந்து கொண்டேன். அடோப் இன் டிசைன் என்ற சாஃப்ட்வேரில் எளிதாக லே அவுட் செய்து விட முடியும் என்பது வியப்பாக இருந்தது. வங்கியில் வெறும் எண்களை மட்டுமே பார்த்து, கம்ப்யூட்டர் என்பதை ஏறக்குறைய கால்குலேட்டர்போல பயன்படுத்திக் கொண்டிருந்த எனக்கு, இன் டிசைன் செய்த மாயங்கள் வியப்பாக இருந்தன.

அடோப் போட்டோ ஷாப்பும் இன் டிசைன் அளவுக்கு வியப்பை ஏற்படுத்தியது. கம்ப்யூட்டருக்கு எத்தனையோ பயன்கள் இருந்தாலும், அது பற்றி பெரிய அளவுக்கு அறிவு இல்லாமலேயே கால்குலேட்டராக அதை பயன்படுத்தியே வங்கியில் வாழ்க்கை கழிந்திருக்கும்...

அடுத்த இரண்டு வாரங்கள் பரபரப்பாக பல்வேறு விஷயங்களைக் கற்றுக்கொள்வதிலேயே கழிந்தன. மூத்த பத்திரிகையாளர்கள் அசைன்மென்டுக்கு செல்லும்போது அவர்களோடு அனுப்பி வைத்தார். அரசியல்வாதிகளைப் பேட்டியெடுக்கையில் எப்படி

கேள்விகள் கேட்க வேண்டும் என்பதையும், பேட்டிக்குச் செல்லும் முன் பேட்டியெடுக்கப்படும் நபர் பற்றிய அத்தனை விபரங்களையும் தெரிந்து வைத்துக்கொண்டு செல்லவேண்டும் என்பதும் சொல்லிக் கொடுக்கப்பட்டது.

அனைவரையும் அழைத்து ஒரு மீட்டிங் போட்டார் எடிட்டர்.

'அடுத்த வாரம், முதல் இதழ் வருது. எவ்வளவு சிரமத்துக்கு இடையில நாம இந்தப் பத்திரிகையை கொண்டு வர்றோம்னு உங்க எல்லாருக்கும் தெரியும். சிங்காரவேலு கதிரொளி மேல தொடுத்த தாக்குதல் சாதாரணமானது இல்லை. கதிரொளியை ஒழிச்சுக் கட்டணுங்கறது தான் அவங்க எண்ணம். கதிரொளியோட நிலைமையப் பத்தி செய்தி பரவ ஆரம்பிச்ச உடனேயே எனக்கு ஜாப் ஆஃபர் வந்துச்சு. இப்போ வாங்கறதவிட நெறைய சம்பளம். ஆனா, அதிகார மையத்தோடு போராடி ஒரு பத்திரிகை தோத்துப் போறதை என்னால தாங்க முடியலை. அதுனாலதான் நான் அந்த ஆஃபரை ரிஜெக்ட் பண்ணிட்டேன்.

ஒரு ஊழல் மந்திரி, இத்தனை பேரோட வேலையை காலி பண்றான். ஒரு நேர்மையான பத்திரிகையை இழுத்து மூட வைக்கறாங்கறதை என்னால ஜீரணம் பண்ணவே முடியலை. அதுனாலதான் பிடிவாதமா கதிரொளியை வீக்லியாகவாவது கொண்டு வரணும்னு முயற்சி பண்ணேன். சிங்காரவேலு உள்துறை அமைச்சராகப் போறார்னு டெல்லியில பேசிக்கறாங்க. நிதியமைச்சரா இருந்து பதவியை ராஜினாமா பண்ண பிறகே, கதிரொளியை இந்த கதிக்கு ஆளாக்க முடிஞ்சுச்சுன்னா, உள் துறை அமைச்சரானா என்னென்ன பண்ணுவான்னு உங்களுக்கு சொல்ல வேண்டியதில்லை.

சிங்காரவேலு மேல விசாரணை நடத்தற வேலாயுதம் விசாரணை கமிஷன், சிங்கார வேலுவை காப்பாத்தறதுக்கு என்னென்ன பண்ணனுமோ அத்தனையும் பண்ணும். அந்தக் கமிஷன் விசாரணை நியாயமா நடக்கும், கதிரொளிக்கு ஆபத்து இருக்காதுன்னு மட்டும் நெனச்சுடாதீங்க. நம்பளோட இந்த புது முயற்சியையும் காலி பண்றதுக்கு சிங்காரவேலு என்ன வேணாலும் பண்ணுவான்.

நீங்க அத்தனை பேரும், இந்தப் பத்திரிகைக்காக நேர்மையா உழைச்சு, கதிரொளியோடு முன்னேற்றத்துக்கு சேந்து வேலை செஞ்சீங்கன்னா, நம்மளால இன்னும் பல சிங்காரவேலுக்களை சமாளிக்க முடியும். பத்திரிகைத் தொழில் கவர்மென்ட் ஆபீஸ் க்ளெர்க் வேலை இல்ல. கடவுளுக்கு சேவகம் பண்றதைவிட மிக மிக புனிதமான தொழில். நாம நெனைச்சா, இந்த ஜனநாயகத்தை காப்பாத்த முடியும். இதை வலுப்படுத்த முடியும். அதே மாதிரி நாம நெனைச்சா, ஜெர்மனியில

ஹிட்லரை மாதிரி ஒரு ஆளையும் உருவாக்க முடியும். நாம எதை தேர்ந்தெடுக்குறோங்கறது நம்ம கையிலதான் இருக்கு.

ஏற்கெனவே வேலை பாத்துக்கிட்டிருந்த பல பேரை அனுப்பிட்டு, எனக்கு ரொம்ப ரொம்ப நம்பிக்கையான ஆளுங்களை மட்டும்தான் ரீடெயின் பண்ணிருக்கேன். திஸ் ஈஸ் தி க்ரீம் ஆப் மை டீம். ஐ ஹோப் யூ வில் ஆல் கோ ஆப்பரேட் வித் மி. கடவுள் நம்மோடு இருப்பார். தேங்க்யூ.' என்று முடித்துக்கொண்டார்.

சிங்காரவேலு உள் துறை அமைச்சர் என்றதும் மீண்டும் குழப்பம் ஏற்பட்டது. எடிட்டர் சொன்னது போல, அந்த விசாரணைக் கமிஷனில் ஏதாவது நல்லது நடக்கும் என்று நினைத்துக் கொண்டிருந்தேன் என்பது உண்மைதான். விசாரணைக் கமிஷன் என்பதே, ஓய்வு பெற்ற நீதிபதிகளுக்கான முதியோர் இல்லம்தானே? முதியோர் இல்லத்தில் நுழைய போட்டி போடும் நீதிபதிகள் எப்படி நியாயம் வழங்குவார்கள்?

முதல் இதழின் கவர் ஸ்டோரி, மத்திய தொலைத்தொடர்பு அமைச்சர் தொடர்பானது. அதை எடிட்டரே எழுதியிருந்தார். மத்திய தொலைத் தொடர்பு அமைச்சராக இருந்தவர், தமிழகத்தைச் சேர்ந்தவர். அவர் தந்தை இதற்கு முன்பு மத்திய அமைச்சராக இருந்தார். அவர் இறந்த பிறகு, மகனை அமைச்சராக்கினார்கள். அவருடைய சகோதரர் தமிழகத்தில் ஒரு தனியார் தொலைக்காட்சியை 20 ஆண்டுகளுக்கு முன் தொடங்கி இன்று இந்தியா முழுக்க தன் சாம்ராஜ்யத்தை விரிவு படுத்தி நடத்திக் கொண்டிருப்பவர். அரசியல் பலமும், பண பலமும் சேர்ந்ததால், யாராலும் தங்களை அசைக்கவே முடியாது என்ற இறுமாப்பில் இருப்பவர்கள். தமிழகத்தின் முதலமைச்சருக்கு நெருங்கிய உறவினர்கள்.

அந்த மத்திய அமைச்சர், தனக்கு வழங்கப்பட்ட அதிவேக தொலைபேசி இணைப்பை தன் அண்ணனின் தொலைக்காட்சிக்கு வெளிநாட்டிலிருந்து காட்சிகளை இறக்குமதி செய்வதற்காக பயன்படுத்தியதாக ஆவணங்களோடு அம்பலப்படுத்தியது கவர் ஸ்டோரி. இரண்டு ஆண்டுகளாக அப்படி தொலைபேசியை தவறாக பயன்படுத்தியதன் மூலம், பல கோடி ரூபாய் இழப்பு ஏற்பட்டிருந்ததை விளக்கியிருந்தது அந்தக் கட்டுரை. சம்பந்தப்பட்ட அமைச்சரிடம் விளக்கம் கேட்டதற்கு, பொய்ச் செய்தி, பிரசுரித்தால் வழக்கு போடுவேன் என்று மிரட்டியிருந்தார். அதுவும் அப்படியே பிரசுரமாகியிருந்தது.

எடிட்டர் சாதாரணமான ஆள் இல்லை. அவரின் தொடர்கள் மூலம் அவர் வெளியிடும் ஸ்டோரிகள் அத்தனையும் இந்தியாவையே உலுக்கிப் போடும் வகையில் உள்ளன. அவரை விட நாம் சிறந்த பத்திரிகையாளராக வேண்டும் என்பது எனக்கு அந்த நேரத்தில் கனவாகவும், லட்சியமாகவும் உருவாகியது.

நான் கம்யூனிசம் பற்றி எழுதியிருந்த கட்டுரையை டம்மி இஷ்யூவில் வைக்காமல், முதல் இதழில் வெளியிட்டிருந்தார் எடிட்டர். பெருமையாக இருந்தது. எப்படி வரவேற்பு இருக்கிறது என்று பார்ப்போம்.

முதல் இதழை எடுத்துக்கொண்டு வீட்டுக்குப் போனேன். 'அம்மா.. இது என் கட்டுரைமா.. படிச்சுட்டு எப்படி இருக்குன்னு சொல்லு...'

'எங்கடா... குடு..' என்று வாங்கி வேகமாக புரட்டியவள், பை லைனில் கோட்டைச்சாமி வெங்கட் என்று வந்ததைப் பார்த்ததும் பூரித்தாள்.

'என்னடா அப்பா பேரோட சேத்துப் போட்டுருக்காங்க!'

'நான்தாம்மா அப்படிப் போடச் சொன்னேன்...'

'கோட்டைச்சாமி... நைஸ் நேம்' வசந்தியின் நினைவு வந்து போனது. அப்படிப் போடச் சொன்னதற்கு என்ன காரணம் என்பது எனக்கு மட்டும்தானே தெரியும்.'

'அம்மா... கோட்டைச்சாமின்னு அப்பாக்கு ஏம்மா பேரு வச்சாங்க...'

'அது நம்ப குலதெய்வத்தோட பேருடா. நம்ம மெட்ராஸ் வந்ததுலேர்ந்து போனதேயில்ல... உங்க தாத்தாதான் குலதெய்வம் பேரத்தான் வைக்கணும்னு வச்சாராம். ஆமாம், இவ்வளவு நாள் கழிச்சு திடீர்னு ஏன் கேக்கற?'

'இல்லம்மா... பத்திரிகையில அப்பா பேரோட கட்டுரை வந்துருக்கே... அதப்பாத்ததும் கேட்டேன்...'

'அதான் வேலை கெடச்சுடுச்சே... ஒரு கல்யாணத்தை பண்ணிக்கிட்டா எனக்கு நிம்மதியா இருக்குமேடா... எனக்குப் பிறகு உன்னை யாருடா பாத்துக்குவா...'

'அம்மா.. நான் கல்யாணம் பண்ணிக்கறதா இல்லை. எனக்கு இருக்கற பிரச்னைக்கு கல்யாணமெல்லாம் பண்ணிக்கிட்டு நிம்மதியா என்னால இருக்க முடியாது. ஜெயிலுக்குப் போயிட்டு வந்தவனுக்கு யாரும்மா பொண்ணு குடுப்பா? நான் பட்ற கஷ்டம் பத்தாதுன்னு இன்னொரு பொண்ணு வந்து கஷ்டப்படணுமா?'

'உனக்கும் வயசாயிட்டே இருக்குடா... கேசைப் பத்தியெல்லாம் விளக்கிச் சொல்லிட்டு கேக்கலான்டா...'

'பேசாம இரும்மா... இந்தப் பேச்சை இன்னையோட விடு...'

என் படுக்கையில் விழுந்தேன். ஜனனி ஞாபகம் வந்தது. வசந்தி ஞாபகம் வந்தது. திருமணம் எனக்கு சரிப்பட்டு வருமா?

அம்மா கேட்பதில் நியாயம் இல்லாமல் இல்லை. எல்லாக் குடும்பங்களையும்போல, தன் மகனும் திருமணம் செய்துகொண்டு, தன் சந்ததியை நீட்டிக்கவேண்டும் என்று விரும்புகிறாள். இயல்பாக எல்லா தாய்களுக்கும் இருக்கும் எண்ணம்தானே அது? அவளைக் குறை சொல்ல முடியாது.

திருமணம், குழந்தை பெற்றுக் கொள்ளுதல் என்பது என்ன...? நான் இறந்த பிறகும் வாழவேண்டும் என்ற சுயநலத்தின் நீட்சிதானே. என் உருவில் என் மகனைப் பார்க்கவேண்டும் என்ற விருப்பம்தானே... கண்ணாடியில் தன்னையே பார்த்து ரசித்துக்கொள்ளும் நார்சிஸ்டுக்கும் இதற்கும் பெரிய வித்தியாசம் இல்லையே. தவறு செய்பவர்கள், ஊழல் செய்பவர்கள் அத்தனை பேரும் சொல்லும் காரணம், எனக்காக இல்லை, என் குடும்பத்திற்காக என்பதுதானே... நானும் அந்தச் சுழலிலா சிக்கிக்கொள்ள வேண்டும்?

குடும்பம் என்பது பலவீனம் இல்லையா? மொழி வாழ்க, தமிழ் வாழ்க என்று மேடை மேடையாக முழங்கிவிட்டு, தன் பிள்ளையை கான்வென்டில் சேர்க்கும் போலித்தனத்துக்கு நானும் ஆளாகி விட மாட்டேனா? சொந்தமாக வீடு வைத்திருந்தாலும், மேலும் சொத்து சேர்க்கவேண்டும் என்று உலகமே பேயாக பணத்தின் பின்னால் அலைவது குடும்பத்தின் பெயரைச் சொல்லித்தானே... மரணம் ஒன்றே மாற்ற முடியாத விதி என்பதைத் தெரிந்தும், ஆயிரம் ஆண்டுகள் வாழப்போவதுபோல சொத்துக்களை சேர்த்துக் கொண்டே செல்லும் இந்த மனிதனின் பேராசையைத் தூண்டுவது குடும்பம்தானே... எத்தனை ஏக்கர் நிலம் வாங்கினாலும் ஆறடிதானே சொந்தம். இந்த நவீன யுகத்தில், எலெக்ட்ரிக் சுடுகாட்டில் எரித்து, இதுதான் வெங்கட் என்று ஒரு சொம்பில் மொத்தமாக கொடுத்து விடுவார்களே...

இதையெல்லாம்விட, சிங்காரவேலுவை எதிர்த்துப் போராடும் துணிச்சல் இருக்குமா? என் மனைவி, என் குழந்தை என்று வந்து விட்டால் நாளை சமரசம் செய்துகொள்ள மாட்டேனா...?

வேள்வி | 157

மனைவிக்காக, குழந்தைக்காக என்று குறைந்தபட்சம் அத்தியாவசியத் தேவைகளுக்காகவாவது பணத்தின் பின்னால் அலைய மாட்டேனா? எனக்கு திருமணம் ஆகி, குழந்தை இருந்திருந்தால், சிங்காரவேலுவுக்கு எதிராகக் கிடைத்த ஆவணத்தை வெளியிட்டிருப்பேனா... சத்தமில்லாமல் அதே இடத்தில் வைத்து விட்டு, என் குழந்தையைக் கொஞ்சிக்கொண்டுதானே இருந்திருப்பேன். இதுதான் பாதை என்று தேர்ந்தெடுத்துவிட்ட பிறகு, இனி திரும்பிப் போவது சாத்தியமா என்ன? சாத்தியமாகவே இருக்கட்டுமே... நான் வேறு பாதையில் போவதாக இல்லை.

செக்ஸ்...? அவசியம்தான். இல்லாமல் கஷ்டமாகத்தான் இருக்கிறது. இருந்தால் நன்றாகத்தான் இருக்கும். சமயத்தில் அதன் தேவை, தாங்க முடியாத வேதனையையும் ஏற்படுத்தத்தான் செய்கிறது. திரைப்படங் களிலும், தொலைக்காட்சிகளிலும் பார்க்கும் நெருக்கமான காதல் காட்சிகள் கிளர்ச்சியைவிட, எரிச்சலை ஏற்படுத்துகின்றன. அவுட்லெட் இல்லாமல் மனது வக்கிரத்தனமாக மாறி விடுமோ என்று பயமாகவும் இருக்கிறது.

அதற்காக திருமணம், குடும்பம் என்று இறங்க முடியுமா? ஆற்றில் குளித்தால் நன்றாகத்தான் இருக்கும். அதற்காக ஆற்றைத் திருப்பி வீட்டுக்குள் விட முடியுமா? யோசித்துக்கொண்டே உறங்கி விட்டேன்.

முதல் இதழ் விற்றுத் தீர்ந்தது. வாசகர்கள் கதிரொளியை கைவிட வில்லை. எடிட்டர் அனைவரையும் அழைத்துப் பாராட்டியதோடு, இது ஆரம்பப் பரபரப்பு. இந்த ஆர்வத்தை தொடர்ந்து நீட்டிக்க வைக்க இன்னும் கடுமையாக உழைக்க வேண்டியிருக்கும் என்று சொன்னார். ஸ்டோரி ஐடியாஸ், அன்று மாலையே அவுட்லைனோடு தனக்கு மெயிலில் அனுப்ப வேண்டும் என்றும் சொன்னார்.

அடுத்து என்ன ஸ்டோரி என்று புரியவில்லை. புதிதாக பத்திரிகை உலகுக்கு வந்திருப்பதால், பெரிய அளவில் தொடர்புகளும் இல்லை.

நம்மை நம்பி சீனியர் கரெஸ்பான்டென்ட் பதவி வேறு கொடுத்து விட்டார். அவர் நம் மீது வைத்திருக்கும் நம்பிக்கையைக் காப்பாற்ற வேண்டும் என்ற உணர்வு மட்டும் இருந்தது.

வழக்கறிஞர் சுப்புராஜிடமிருந்து போன். உடனே கிளம்பி அவர் அலுவலகம் வர முடியுமா என்று கேட்டார். உடனே வருகிறேன் என்று சொல்லிவிட்டு கிளம்பினேன். இன்னும் கொஞ்சம் விசிட்டிங் கார்டுகளை எடுத்து வைத்துக்கொண்டேன்.

'வணக்கம் சார்...'

'வாங்க வெங்கட்... உங்க ஸ்டோரி பாத்தேன்... ரொம்ப நல்லா வந்துருக்கு... பேலன்ஸ்டா இருக்கு. அவங்களும் படிச்சுட்டு தகவல் சொன்னாங்க. நான் உங்களை இப்போ கூப்பிட்ட விஷயம், முக்கியமான விஷயம். உங்க ஸ்டோரியைப் படிச்சுட்டு இதை நீங்க பண்ணா சரியா இருக்கும்னு நெனச்சுதான் உங்களை கூப்பிட்டேன்.'

'சொல்லுங்க சார்...' என்றேன்.

'இந்த ஸ்டோரி பண்றதுல கொஞ்சம் ரிஸ்க் ஜாஸ்தி. ப்ராப்ளம்ஸ் வரும். ஃபேஸ் பண்ண முடியும்னா சொல்லுங்க...'

'சார் கண்டிப்பா பண்றேன் சார்... எடிட்டர்கிட்டயும் கேட்டுக்கறேன். என்ன மேட்டர் சார்?'

அவர் சொன்ன விஷயம் சின்ன ரிஸ்க் அல்ல.. பெரிய ரிஸ்க்.

சிங்காரவேலனை விட பெரிய ரிஸ்க். அது சிங்காரவேலன். இது கதிரவன்.

20

கதிரவன். நீதிபதி பி.டி.கதிரவன். கர்நாடக உயர்நீதிமன்றத்தின் தலைமை நீதிபதி. சென்னை உயர்நீதிமன்றத்தில் நீதிபதியாகப் பணியாற்றியவர். உச்சநீதிமன்ற நீதிபதியாக நியமிக்கப்பட உள்ள நான்கு பேரில் இவரும் ஒருவர். அவர் வருமானத்திற்கு அதிகமாக ஏராளமான சொத்து சேர்த்துள்ளார் என்பதற்கான ஆதாரங்களை சுப்புராஜ் தந்தார். அந்த நீதிபதி மோசமான நபர் என்பதை கேள்விப் பட்டிருக்கிறேன். ஆனால், இப்படி கோடிக்கணக்கில் சொத்து சேர்த்துக் குவித்திருப்பார் என்பது எனக்கே ஆச்சர்யமாக இருந்தது.

சிங்காரவேலு பற்றி செய்தி வெளியிட்டதற்காக பொய் வழக்கு. சிறை. பணி நீக்கம். உயர் நீதிமன்ற நீதிபதியாக இருக்கும் ஒருவரைப் பற்றி எழுதினால் என்ன நடக்கும்? அரசியல்வாதிகள் மீதான ஊழல் புகார்கள் அவ்வப்போது வந்துள்ளன. ஆனால் நீதிபதிகள், அதுவும் ஒரு உயர் நீதிமன்றத்தின் தலைமை நீதிபதி. உச்ச நீதிமன்ற நீதிபதியாக இருப்பவரைப் பற்றி இது வரை செய்தி ஊடகங்கள் எதுவும் செய்தி வெளியிட்டதாகத் தெரியவில்லை.

'சார்.. நீங்க பேப்பர்சை கொடுங்க. இந்த விஷயத்துல நானா எதுவும் முடிவு பண்ண முடியாது. எடிட்டர்கிட்ட கேக்கணும். டிஸ்கஸ்

பண்ணிட்டு இன்னைக்கே பாக்க வர்றேன்.'

அவரும் சம்மதித்து, அது தொடர்பான ஆவணங்களை கொடுத்தனுப்பினார்.

எடிட்டரிடம் பேசியபோது, அவருக்கே இது தயக்கத்தை ஏற்படுத்தியது.

'டாக்குமென்ட்செல்லாம் ஓ.கே வெங்கட். அந்த ஆளு இந்த சொத்தையெல்லாம் லஞ்சம் வாங்கித்தான் சேத்தாருன்றதுக்கு நம்மகிட்ட என்ன மெட்டீரியல் இருக்கு?'

'சார்... அவரு மாமனார் மாமியார் பேர்ல சொத்து வாங்கியிருக்காங்க. ஊட்டியில அவர் பொண்ணு பேர்ல சொத்து வாங்கியிருக்காங்க. அந்த சொத்துக்களோட மதிப்பு பல கோடி. மாமனார் மாமியார் கதிரவன் ஜட்ஜ் ஆகறதுக்கு முன்னாடி ஃபைல் பண்ண இன்கம் டாக்ஸ் ரிட்டர்ன்ஸ்ல மாசம் நாலாயிரம் வருமானம் காமிச்சுருக்காங்க. இவர் ஜட்ஜ் ஆனதுக்குப் பிறகு, அவங்க இந்த பலகோடி ரூபாய் சொத்து வாங்கியிருக்காங்க. இதுக்கு அவங்களுக்கு பணம் எங்கேர்ந்து வந்துச்சு...?

அது மட்டுமில்லாம, கதிரவனே திருவள்ளூர்ல 580 ஏக்கர் நிலம் வச்சுருக்கார். அந்த 580 ஏக்கர்ல கவர்மென்ட் லேன்ட் 22 ஏக்கர் இருக்கு. கவர்மென்ட் லேன்டுக்கும் சேத்து ஃபென்ஸ் (fence) போட்டிருக்கார். வி கேன் பில்ட் ய குட் ஸ்டோரி சார்.'

'இது நல்ல ஸ்டோரின்றதுல டவுட் இல்ல வெங்கட். நானும் ஒத்துக்கறேன். அதே நேரத்துல இது நார்மலான ஸ்டோரி இல்லன்றதையும் புரிஞ்சுக்கோ. கதிரவன் இப்போ கர்நாடகா ஹை கோர்ட்டோட சீப் ஜஸ்டிஸ். இப்போ சுப்ரீம் கோர்ட் ஜட்ஜா ஆகப்போறாரு. அவர் சுப்ரீம் கோர்ட்டுக்கு போகக் கூடாதுன்றதுக்காக வேற யாரோ சொல்லி நாம இந்த ஸ்டோரிய பப்ளிஷ் பண்ணதா நம்ப மேலயே அலிகேஷன் வரலாம். ஸ்ட்ரெயிட்டா நம்ப மேல கன்டெம்ப்ட் எடுக்கலாம். அது மட்டுமில்லாம அவர் தலித் கம்யுனிட்டி. தன்னை தலித்துங்கிறதுனால பழி வாங்கறாங்கன்னு அந்த ஆயுதத்தையும் அவர் கையில எடுக்கலாம்.

யு டு ஒன் திங். உன் சோர்ஸ் கிட்டயே, இருக்கற எவிடென்ஸ் வைச்சு, கதிரவன் மேல சுப்ரீம் கோர்டுக்கு கம்ப்ளெயின்ட் அனுப்பச் சொல்லு.. அவர் கம்ப்ளெயின்ட பேஸ் (base) பண்ணி நம்ம ஸ்டோரி பண்ணிடலாம். அப்போ நமக்கு பிரச்னை வராது. அட்வகேட்ஸ் கம்ப்ளெயின்டை பேஸ் பண்ணி நாம ஸ்டோரி பண்ணதா ஆயிடும்.

தென் வி வில் நாட் பி அலோன். இந்த விஷயமா நானும் டெல்லியில பேசறேன். ஃபர்தரா விசாரிக்கறேன். நீ உன் சோர்ஸைப் பாத்து டிஸ்கஸ் பண்ணு.'

மீண்டும் சுப்புராஜ் அலுவலகத்துக்குச் சென்றேன். அவர் தயங்கினார்.

'இங்க பாருங்க வெங்கட். உங்க கிட்ட குடுக்கறதுக்கு முன்னாடி நானே இந்த கம்ப்ளெயின்டை அனுப்பி கேஸ் ஃபைல் பண்ணியிருக்க முடியும். பட், நான் மாவோயிஸ்ட்ஸ்காக நெறையகேஸ்ல அப்பியர் ஆகறேன். ஸோ எனக்கு மோட்டீவ் இருக்குன்னு சொல்லிடுவாங்க. கம்ப்ளெயின்ட சீரிஸா எடுத்துக்க மாட்டாங்க. அதனால அந்த கம்ப்ளெயின்ட் மேல நடவடிக்கை எடுக்காம போனாலும் போயிடுவாங்க.. அந்த ரிஸ்க் இருக்கு. யாராவது நல்ல ஸ்டேச்சர் (stature) உள்ள ஆளு இந்த கம்ப்ளெயின்ட அனுப்பினா நல்லா இருக்கும்.'

'சார் இது ஜுடிஷியரி சம்பந்தப்பட்ட மேட்டர். ப்ரெஸ்ல இது மொதல்ல வந்துச்சுன்னா வி மே பி டார்கெட்டட். அட்வகேட்ஸ் கம்ப்ளெயின்ட்ஸ பேஸ் பண்ணி வி கேன் டூ ய ஸ்டோரி...'

'ஓ.கே. சிபிஎம் அட்வகேட் வைகறைச் செல்வன் இதை எடுப்பார்னு நெனைக்கறேன்...'

வைகறைச் செல்வன் என்று சொன்னதுமே வசந்தி முகம் வந்து மறைந்தது.

'சார் நான் வேணா இந்த பேப்பர்ஸை அவர்கிட்ட குடுத்துப் பேசறேன் சார்...'

'நோ நோ... நீங்க ப்ரெஸ்லேர்ந்து போயி அவர்கிட்ட பேசுனா நல்லா இருக்காது. நானே அவர்கிட்ட பேசிட்டு சொல்றேன். அப்புறம் அவரை மீட் பண்ணுங்க.'

ஏமாற்றமாக இருந்தது. இந்தச் சாக்கை வைத்து அவர் அலுவலகத்துக்குப் போகலாம் என்று நினைத்தால் இப்படிப் பண்ணிட்டாரே...

'சரி சார்... நான் எடிட்டர்கிட்ட இன்ஃபார்ம் பண்ணிடறேன்.'

எடிட்டரிடம் விஷயத்தைச் சொன்னேன்.

'நானும் டெல்லியில சில சீனியர் அட்வகேட்ஸ் கிட்ட பேசியிருக்கேன் வெங்கட். அவங்ககிட்ட சில டீட்டெயில்ஸ் இருக்கு. திஸ் ஈஸ் யுவர் ஸ்டோரி. இதை ப்ரேக் பண்ணி அந்த ஆளை

சுப்ரீம் கோர்ட் அட்வகேட் ஆகாம நிறுத்தினேன்னா இட் வில் பி ய பிக் ப்ரேக் இன் யுவர் கேரியர். ஸ்டார் ஜர்னலிஸ்ட் ஆயிடுவ. இந்த வாரம் இதைப் பண்ண முடியாது. நீ வேற எந்த ஸ்டோரியும் பண்ணவேண்டாம். திஸ் ஈஸ் கதிரொளி ஸ்டோரி. இந்த ஸ்டோரி வேற யார் கைக்கும் போயிடாம பாத்துக்கோ. இந்த வாரம் கொண்டுவர முடியாது. நெக்ஸ்ட் வீக் வி வில் ப்ரேக் திஸ்.'

அடுத்த வாரம் முழுக்க சுப்புராஜ் அலுவலகத்திலேயே குடியாக இருந்தேன். வைகறைச் செல்வன் கதிரவன்மீது புகார் தயார் செய்ய ஒரு வாரம் ஆகும் என்று கூறியிருக்கிறார். வெள்ளிக்கிழமை மீண்டும் வரச் சொன்னார். வெள்ளிக்கிழமை மீண்டும் சென்றபோது, வைகறைச் செல்வன் அனுப்பிய புகாரின் நகலை அளித்தார்.

'இவரை யார் புகாரை வாங்கி வைக்கச் சொன்னது. நான் போய் வைகறைச் செல்வன் அலுவலகத்திலேயே வாங்கிக் கொண்டிருக்க மாட்டேனா?'

வைகறைச் செல்வன், சுப்புராஜ், சென்னை உயர்நீதிமன்றத்தைச் சேர்ந்த மேலும் சில வழக்கறிஞர்கள், கையெழுத்திட்டு கதிரவனை உச்ச நீதிமன்ற நீதிபதியாக்கக் கூடாது என்று புகார் அனுப்பி யிருந்தார்கள். கதிரவன் வாங்கியிருந்த சொத்துக்களின் பட்டியல் குறித்து முழுமையான விபரங்கள் அதில் இருந்தன.

அலுவலகம் வந்து ஸ்டோரியை தயார் செய்ய ஆரம்பித்தேன். கதிரவன் சென்னை உயர் நீதிமன்ற நீதிபதியாக இருந்தபோதே அவர் மீது பல்வேறு புகார்கள் எழுந்துள்ளன. தற்போது அவர் வருமானத்திற்கு அதிகமாக சொத்து சேர்த்துள்ள விபரங்களையும் சேர்த்து அவர் உச்சநீதிமன்ற நீதிபதியாக பதவி உயர்த்தப்படுவதற்கு வழக்கறிஞர்கள் எதிர்ப்பு தெரிவித்துள்ளதாகவும் இதனால், அவர் உச்ச நீதிமன்ற நீதிபதி ஆவாரா மாட்டாரா என்ற கேள்வி எழுந்துள்ளதாகவும் முடித்தேன். 1300 வார்த்தைகள் வந்தன. எடிட்டரிடம் அனுப்பிவிட்டு அடுத்து என்ன செய்வது என்று யோசித்துக் கொண்டிருக்கும்போதே, எடிட்டர் அழைத்தார்.

'வெங்கட்... ஸ்டோரி பார்த்தேன். குட். பட் நீட்ஸ் சம் எடிட்டிங். நான் கொஞ்சம் மாத்தியிருக்கேன். என்கிட்ட இன்னும் சில டீட்டெயில்ஸ் வந்துருக்கு. இதையும் ஸ்டோரியில இன்க்ளூட் பண்ணி, ரிவைஸ் பண்ணி அனுப்பு.' என்றார்.

எடிட்டர் கொடுத்த விபரங்கள் கதிரவன் உச்ச நீதிமன்ற நீதிபதியாக அல்ல, அவர் தற்போது வகிக்கும் உயர்நீதிமன்ற தலைமை நீதிபதி பதவியையே காலி பண்ணும் அளவுக்கு தீவிரமாக இருந்தன.

கதிரவன், நான்கு மாதங்களுக்கு முன் கனடாவுக்கு குடும்பத்தோடு சுற்றுப் பயணம் சென்றிருந்தார். அந்த சுற்றுப்பயணத்துக்கான மொத்த செலவுகளையும் ஏற்றுக்கொண்டது, கருணாமூர்த்தி என்ற தொழில் அதிபர். இரண்டு ஆண்டுகளுக்கு முன், கருணாமூர்த்தி பல கோடி ரூபாய் மதிப்புள்ள சொத்து தொடர்பாக சென்னை உயர்நீதிமன்றத்தில் தொடர்ந்த வழக்கில், கதிரவன் கருணாமூர்த்திக்குச் சாதகமாக தீர்ப்பளித்திருந்தார். தமிழ்நாடு வீட்டு வசதி வாரியம் தொடர்பான வழக்கில், வாரியத்திற்கு ஆதரவாக தீர்ப்பளித்துவிட்டு, சோழிங்க நல்லூரில் அவர் மகளுக்கும், மகனுக்கும் 5 கிரவுண்டுகள் இடத்தை வீட்டு வசதி வாரியத்திடமிருந்து ஒதுக்கீடு பெற்றிருந்தார். அவர் மகன் மற்றும் மகள் கொடுத்த விண்ணப்பத்தின் மேல் 'விஐபி' என்று எழுதப் பட்டிருந்தது. சென்னையில் உள்ள பி அன்ட் சி மில் மூடப்பட்ட போது, தொழிலாளர்களுக்கு கொடுக்க வேண்டிய ஊதிய நிலுவைத் தொகையை குறைத்து வழங்கும்படி தீர்ப்பளித்திருந்தார் கதிரவன்.

எடிட்டரின் சோர்ஸ்களை நினைத்து மீண்டும் ஒரு முறை மலைப்பு ஏற்பட்டது.

அனைத்து விபரங்களையும் சேர்த்து, 2000 வார்த்தைகளில் தயார் செய்தேன். மொத்தக் கட்டுரையையும் மீண்டும் எழுதினேன்.

'அரசியல் அயோக்கியர்களின் கடைசிப் புகலிடம் என்றால் நியாயம் வேண்டும் மக்களின் கடைசிப் புகலிடமாக நீதிமன்றங்கள் இருக்கின்றன என்று நம்பப்பட்டு வருகிறது. அரசியல், நிர்வாகம், பத்திரிகைகள் என்று ஜனநாயகத்தின் முக்கியத் தூண்கள் உளுத்துப்போய் இடிந்து விழும் நிலையில் இருக்கும்போது, மீதம் உள்ள ஒரே தூணான நீதித்துறையின்மீதுதான் மக்கள் இன்னமும் நம்பிக்கை வைத்திருக்கிறார்கள். நீதித்துறையில் கதிரவன் போன்ற கருப்பு ஆடுகள் இருப்பது, அந்தக் கடைசி நம்பிக்கையையும் பொய்த்துப் போகச் செய்யும் வல்லமை படைத்தது.

ஒரு சாதாரண அரசு ஊழியர் ஊழல் புரிந்தால் அவர்மீது பாய்ந்து பிராண்டும் இந்நாட்டுச் சட்டங்கள், சட்டத்தை நிலைநாட்ட வேண்டிய நீதிபதிகளை மட்டும் மயிலிறகால் வருடிக்கொடுப்பது, ஜனநாயகத்தின் கட்டமைப்புக்கே ஆபத்தை ஏற்படுத்தக் கூடியது. நீதிபதிகளையும் ஊழல் புரியும் மற்ற குற்றவாளிகளைப்போலவே கைது செய்து சிறையில் அடைக்கவேண்டும்.

கதிரவன் இவ்வளவு சொத்துக்களைச் சேர்த்திருக்கிறார் என்றால் இவர் தன் முன் வந்த வழக்குகளில் லஞ்சம் வாங்கி மட்டுமே சேர்த்திருக்க முடியும். நாளை அவர் பதவி நீக்கம் செய்யப்படலாம்...

சொத்துக்கள் பறிமுதல் செய்யப்படலாம். ஆனால் அவர் வழங்கிய நூற்றுக்கணக்கான தீர்ப்புகள் என்ன ஆவது...? கதிரவன் என்ற தனிநபர் வழங்கிய தீர்ப்புகளாக இருந்தாலும் அவை நீதிமன்றத்தின் தீர்ப்புகளாக நிரந்தரமாக இருக்குமே...

அந்தத் தீர்ப்புகளை யார் திருத்தி எழுதுவது?' என்று கட்டுரையை முடித்திருந்தேன். படித்துவிட்டு எடிட்டர் பாராட்டினார். 'நல்லா இம்ப்ரூவ் ஆயிட்டய்யா' என்றார். மகிழ்ச்சியாக இருந்தது.

'கறை படிந்த நீதி' என்று தலைப்பிட்டு கவர் ஸ்டோரியாக வந்தது. வெளிவந்த முதல் நாளே கடைகளில் இதழ் விற்றுத் தீர்ந்தது. அந்த இஷ்யூவை மறு நாளே 50 ஆயிரம் காப்பிகள் ரீ ப்ரிண்ட் செய்ய வேண்டியதாயிற்று.

தேசிய ஊடகங்களும், தொலைக்காட்சிச் சேனல்களும் கதிரவனை வறுத்து எடுத்தன. டெல்லியில் உள்ள மூத்த வழக்கறிஞர்கள் கூட்டாகச் சேர்ந்து, கதிரவன் உச்ச நீதிமன்றத்துக்கு நீதிபதியாக நியமிக்கக்கூடாது என்று தலைமை நீதிபதியிடம் மனு கொடுத்தார்கள். தலைமை நீதிபதியாக இருந்த கே.ஜி. கிருஷ்ணபாலன், எப்படியாவது கதிரவனை உச்சநீதிமன்றத்துக்கு நியமிக்கவேண்டும் என்பதில் தீவிரமாக இருந்தார். கதிரவன் சென்னையில் அண்ணா நகர், ஷெனாய் நகர், முகப்பேர் ஆகிய இடங்களில் வாங்கியிருந்த சொத்துக்களின் பட்டியலை மற்றொரு பத்திரிகை வெளியிட்டது.

இந்த விபரம் நமக்கு எப்படிக் கிடைக்காமல் போய் விட்டது என்று எரிச்சலாக இருந்தது. எல்லாத் துறைகளிலும் சாகசங்கள் செய்து மின்ன வேண்டும் என்ற எண்ணத்தைப் போலவே, ஒரு பத்திரிகை யாளன் முக்கியமான ஸ்டோரிக்கள் அனைத்தையும் தான்தான் ப்ரேக் செய்ய வேண்டும் என்று எண்ணுகிறான். எனக்கு இந்த எண்ணம் வந்தது, நானும் பத்திரிகையாளன் போலச் சிந்திக்க தொடங்கி விட்டேன் என்பதை உணர்த்தியது.

எடிட்டர் சொன்னதுபோலவே, கதிரவன் தான் ஒரு தலித் என்பதால் என்னை ஆதிக்கச் சமூகம் பழிவாங்குகிறது என்றார். டைம்ஸ் ஆப் இந்தியாவில் ஒரு முழு பக்கத்திற்கு பேட்டியளித்தார். அவருக்கு ஆதரவாக தலித் கட்சிகள் போராட்டத்தில் இறங்கின.

மற்றொரு பக்கம் கதிரவனுக்கு எதிராகவும் போராட்டங்கள் நடந்தன. கர்நாடக உயர்நீதிமன்றத்தில், கதிரவனை ராஜினாமா செய்யக் கோரி வழக்கறிஞர்கள் போராட்டத்தில் குதித்தார்கள். உச்ச நீதிமன்ற நீதிபதியை நியமிக்கும் முதல் மூத்த ஐந்து நீதிபதிகளில் நான்கு பேர்

கதிரவனை நியமிக்கக் கூடாது என்று முடிவெடுத்தார்கள். தலைமை நீதிபதி கிருஷ்ணபாலன் பெரும்பான்மை முடிவுக்குக் கட்டுப்பட்டு கதிரவனை உச்சநீதிமன்றத்துக்கு நியமிப்பதில்லை என்று முடிவெடுத்தார். கதிரவன் விடுப்பில் சென்றார்.

எனக்கு பாராட்டுக்கள் குவிந்தன. வட இந்தியாவிலிருந்து வரும் பயனீர் நாளேடு, 'த மேன் ஹூ புட் ஸ்போக்ஸ் இன் கதிரவன்ஸ் வீல் ஆப் லூட் (The man who put spokes in Kathiravan's wheel of loot)' என்று தலைப்பிட்டு என்னைப் பற்றி கட்டுரை எழுதியிருந்தது.

ஃபேஸ் புக்கில் ஒரே பாராட்டு மழை. கதிரொளி நிருபர் என்று போட்டிருந்தேன். என் ஸ்டோரியின் லிங்க்கை போட்டிருந்தேன். நூற்றுக்கணக்கில் நண்பர்கள் ஆகவேண்டும் என்று விருப்பம் தெரிவித்திருந்தார்கள். அனைத்தையும் ஒப்புக்கொண்டேன்.

திடீரென்று கிடைத்த இந்த பாராட்டு மழை திக்குமுக்காடச் செய்தது. நான் வங்கியில் செய்துகொண்டிருந்த வேலையை நினைத்துப் பார்த்தேன். பணக்காரர்களுக்கு வரிப்பணத்தை வழங்கி அவர்கள் கடனை கட்டத் தவறினால், நான் பெர்ஃபார்மிங் அசெட்ஸ் என்று அதை வகைப்படுத்தி நஷ்டக் கணக்கில் வைத்து, நாள்தோறும் கணக்குப் போட்டுக்கொண்டே, எண்களில் வாழ்க்கையை தொலைத்திருப்பேன்.

காற்று வெளியில் அலையும் கண்ணுக்குத் தெரியாத சிறு துகளாகக் கரைந்து போயிருப்பேன். நிதி அமைச்சராக சிங்காரவேலு எடுக்கும் முடிவுகளை செயல்படுத்திக்கொண்டிருந்திருப்பேன். அதுவா வாழ்க்கை? நம்மை யாருமே அசைக்க முடியாது என்ற இறுமாப்பில் ஊழலில் ஊறித் திளைத்துக்கொண்டிருப்பவர்களை அசைத்துப் பார்ப்பது எத்தனை பெரிய த்ரில்லைத் தருகிறது? இந்தத் த்ரில் எந்த வேலையில் கிடைக்கும்?

ஃபேஸ் புக்கில் ஆன்லைனில் சென்றவுடன், முகம் தெரியாத பல்வேறு பேர் சேட்டில் வந்தார்கள். அனைவருக்கும் பதில் சொல்வதற்குள் போதும் போதும் என்றாகி விட்டது.

திடீரென்று 'ஹலோ சார்? டூ யு ரிமெம்பர் மி?' என்று ஃபேஸ்புக்கில் மெசேஜ். யாரென்று பார்த்தால் வசந்தி. கோட்டைச்சாமி என்ற என் பெயரை அழகுபடுத்திய அதே வசந்தி.

'பதில் சொல்வதா வேண்டாமா? அலைந்துகொண்டு உடனே பதில் சொன்னால் வழிகிறான் என்று நினைத்துக்கொள்வாளோ...'

'ஐ யம் தி ஜுனியர் ஆஃப் வைகறைச்செல்வன். யு கேம் டு அவர் ஆபீஸ்.'

'யெஸ் ஐ ரிமெம்பர் யூ...' என்று பதில் அனுப்பினேன்.

'யு ஹேவ் டன் ய மார்வெலஸ் ஜாப்...'

'தேங்க்ஸ்...'

'மை போன் நம்பர் ஈஸ் 9983802981'

'என்ன இது எடுத்த எடுப்பில் அவள் போன் நம்பரை அனுப்புகிறாள்... நான் கேட்கவேயில்லையே. விளையாட்டுத்தனமாக அனுப்புகிறாளா... இல்லை போன் நம்பரை அனுப்பினால் நான் என்ன செய்கிறேன் என்று சோதிக்கிறாளா... இவளின் வேகம் அதிபயங்கரமானதாக இருக்கிறதே..'

'வாட் ஈஸ் யுவர் நம்பர்...?' என்று அடுத்து எனது நம்பரைக் கேட்டு ஒரு மெசேஜ்.

'நமது போன் நம்பரையும் கேட்கிறாளே? பேசுவாளோ... அனுப்பலாமா வேண்டாமா... அனுப்பாவிட்டால் திமிராக நடந்து கொள்வதுபோல இருக்குமோ? அவளாகத்தானே கேட்கிறாள்...'

அனுப்பினேன். ஐந்து நிமிடத்தில் மெசேஜ் வந்தது.

'யு ஹேவ் டன் ய க்ரேட் ஜாப். மை சீனியர் டாக்ஸ் அபவுட் யு ய லாட். க்ரேட் வொர்க். (You have done a great job. My senior talks about you a lot)'

'தேங்க்ஸ். '

பிறகு மெசேஜ் வரவில்லை. 20 நிமிடங்கள் கழித்து மெசேஜ்.

'ஆர் யு மேரீட்?'

௨ 1

'ஆர் யு மேரீட்...?' மடை திறந்து பாயும் நதியலைபோல பாய்ந்தது மனது. நான் திருமணமானவனா இல்லையா என்பதைத் தெரிந்து கொள்ள இவள் காட்டும் ஆர்வம், நிச்சயம் என் மீதான ஆர்வம்தானே? பின்னே வேறு என்ன...? எனக்கு கல்யாணமாகி இருந்தால் அவளுக்கு என்ன... ஆகாவிட்டால் அவளுக்கு என்ன...

'ஜி.எஃப்?'

'இது என்ன ஜி.எஃப்?'

புரியவில்லை என்று பதில் அனுப்பினேன். கேர்ள் ஃப்ரெண்ட் என்று அனுப்பினாள்.

'எவ்வளவோ ட்ரை பண்ணியும் யாருமே கிடைக்கவில்லை என்று சொல்வதா... இல்லை நான் முயற்சி செய்யவில்லை என்று சொல்வதா... இல்லை என்னை யாருக்குமே பிடிக்கவில்லை என்று சொல்வதா? நான் முயற்சி செய்யவில்லை என்பதுதானே உண்மை. பெண்ணைப் பார்த்து, பிடித்துப்போய், அவள் பின்னால் அலைந்து, அவள் செல்போன் நம்பரை வாங்கி அவளோடு காதல் உறவாடுவதற்கு எனக்கு எங்கே நேரம் இருந்தது?'

‘கேர்ள் ஃப்ரெண்டுக்கு செலவழிக்க எனக்கு நேரமில்லை’ என்று பதில் அனுப்பினேன்.

‘ஐ யம் சாரி’ என்று பதில் அனுப்பினாள்.

எதற்காக சாரி... அடச்சே... இவளிடம் பேசவும் நேரமில்லை என்றல்லவா எடுத்துக்கொண்டிருப்பாள்... உனக்கு எஸ்எம்எஸ் அனுப்புவது எனக்கு நேர விரயம் என்ற பொருளுமல்லவா அதில் அடக்கம்? திமிர்ப் பிடித்தவன் என்றல்லவா நினைத்திருப்பாள்...?

‘சின்னப் பெண். துடுக்குத்தனமாக கேட்கிறாள். இதற்குப்போய் இப்படி முகத்தில் அடித்த மாதிரியா பதில் சொல்வது. என்ன மனிதன் நான். பதில் சொல்லியாகிவிட்டது. இனி எப்படி சமாதானப் படுத்துவது. மீண்டும் நானே மெசேஜ் அனுப்பினால், நன்றாகவா இருக்கும்? இருந்தாலும் நான் அப்படி பதில் அனுப்பியிருக்கக் கூடாதுதான். ஏதோ ஆர்வத்தில் கேட்டிருப்பாள். இதை எதற்காக நான் பெரிதுபடுத்தவேண்டும்.’

பொத்தாம் பொதுவாக ‘குட் நைட்’ என்று ஒரு மெசேஜ் அனுப்பினேன்.

‘குட் நைட். இனிய கனவுகள் உன் தூக்கத்தில் உன்னைத் தழுவட்டும்’ என்று ஆங்கிலத்தில் அனுப்பியிருந்தாள். கூடவே கண்ணடிப்பது போல ஒரு ஸ்மைலி வேறு.

செல்போன்களில் இந்த ஸ்மைலிக்கள் எதற்காக என்று பல நாட்கள் யோசித்திருக்கிறேன். ஒருமுறைகூட ஸ்மைலிக்களை பயன்படுத்தியதே கிடையாது. இன்டெர்நெட்டில், சேட்டிங்கிலும், மெசேஜ்களிலும் ஸ்மைலிகள் பயன்படுத்தப்படுகின்றன என்பது தெரிந்தாலும், ஸ்மைலியோடு நான் யாருக்கும் மெசேஜ் அனுப்பியதே இல்லை. எனக்கும் யாரும் அனுப்பியது இல்லை. ஆனால் அவள் கண்ணடிப்பது போல அனுப்பியிருந்த ஸ்மைலி ஒரு குறுகுறுப்பான உணர்வை ஏற்படுத்தியது. என்னவோ நெருங்கிய நண்பர்கள் பக்கத்தில் உட்கார்ந்து அரட்டையடிப்பது போன்ற ஒரு நெருக்கத்தை அந்த ஸ்மைலி ஏற்படுத்தியிருந்தது. அவளே என்னைப் பார்த்துக் கண்ணடிப்பதுபோல இருந்தது.

நான் பதில் ஏதும் அனுப்பவில்லை. பரபரப்பான ஏதாவது ஒரு விஷயத்தைப்பற்றிக் கவலைப்பட்டுக் கொண்டோ, அல்லது அடுத்து என்ன செய்வது என்ற யோசனையுடனோ தூங்கிப் பழக்கப்பட்ட எனக்கு, ஒரு இதமான உணர்வோடு உறங்குவது புதிதாக இருந்தது.

அவள் எப்படிப்பட்ட பெண், எதற்காக போன் நம்பரை வாங்கி மேசேஜ் அனுப்புகிறாள் என்று பல்வேறு யோசனைகளோடு தூங்கினேன்.

காலை ஆறு மணிக்கே 'குட் மார்னிங் ஹேவ் ய நைஸ் டே' என்று வசந்தியிடமிருந்து மெசேஜ். ஹேப்பி பர்த்டே, ஹேப்பி தீபாவளி, என்று எனக்கு யாருக்கும் மெசேஜ் அனுப்பும் வழக்கமே இல்லை. இதுபோல அனுப்புவதால் என்ன ஆகப்போகிறது, அதனால் என்ன மாறிவிடப் போகிறது என்று ஒரு எண்ணம்.

'வெரி குட்மார்னிங்' என்று பதில் அனுப்பினேன். அதற்குப் பிறகு அவளிடமிருந்து மெசேஜ் எதுவும் வரவில்லை. அவள் அனுப்ப வில்லையே தவிர, நாள் முழுவதும் செல்போனை என்னையே அறியாமல் எடுத்து எடுத்துப் பார்த்துக் கொண்டுதானிருந்தேன்.

சிங்காரவேலு மீதான ஊழல் குற்றச்சாட்டை விசாரிக்கும் வேலாயுதம் கமிஷனிலிருந்து எடிட்டருக்கு சம்மன் வந்திருப்பதாகச் சொன்னார்கள். மதியம் 12 மணிக்கு எடிட்டரே அழைத்தார்.

'வெங்கட்... கமிஷன்லேர்ந்து சம்மன் வந்துருக்கு. இந்த ஆளு நியாயமா நடந்துக்குவான்ற நம்பிக்கை எனக்கு இல்லை. இருந்தாலும், நாமளே ஊழல் குற்றச்சாட்டை பப்ளிஷ் பண்ணிட்டு, கமிஷனுக்கு ஒத்துழைக்காம இருந்தா நல்லாருக்காது. நம்ம அட்வகேட், கதிரொளி சார்புல ஒரு அஃபிடவிட் தயார் பண்ணியிருக்கார். ஏதாவது ஃபாக்சுவல் எர்ரர் (factual error) இருக்கான்னு பாத்துடு. சரியா இருந்தா சொல்லு. மதியம் மூணு மணிக்குத்தான் போகணும். நீயும் என் கூட வா.' என்றார்.

வாங்கிப் படித்துப் பார்த்தேன். பெரும்பாலும் சரியாக இருந்தது. 'எல்லாம் ஓ.கே சார்' என்றேன்.

மூன்று மணிக்கு எடிட்டரின் காரிலேயே புறப்பட்டோம். எடிட்ட ரோடு வழக்கறிஞர் ஒருவர் அமர்ந்திருந்தார். க்ரீன் வேஸ் சாலையில் அமைச்சர்களின் பங்களாக்களில் ஒரு பங்களாவின் வாசலில், 'மாண்புமிகு நீதியரசர் வேலாயுதம் ஆணையம்' என்று பெயர்ப் பலகை இருந்தது. அந்த பங்களாவின் ஹால், நீதிமன்றம் போல மாற்றப் பட்டிருந்தது. உள்ளே நுழைந்தபோது நீதிபதி வரவில்லை. வழக்கறிஞர்கள் ஏராளமானோர் அமர்ந்திருந்தனர். பார்ப்பதற்கு மிடுக்காக வட இந்தியர்போல காட்சியளித்த ஒரு வழக்கறிஞர் உட்கார்ந் திருந்தார். அவரைச் சுற்றி முகத்தில் பணக்காரக் களையோடு ஜுனியர் வழக்கறிஞர்கள் விவாதித்துக் கொண்டிருந்தனர். எடிட்டரோடு சென்று உள்ளே அமர்ந்தேன். கதிரொளி வழக்கறிஞர், அந்த வட

இந்திய வழக்கறிஞர் டெல்லியிலேயே பெரிய வக்கீல் என்றும், ஒரு முறை ஆஜராவதற்கு ஐந்து லட்ச ரூபாய் பீஸ் வாங்குவார் என்றும், அவர்தான் சிங்காரவேலுவின் வக்கீல் என்றும் கூறினார்.

நீதிபதி சாம்பல் நிறத்தில் கோட்டும், மெரூன் நிறத்தில் டையும் அணிந்திருந்தார். அனைவரையும் வணங்கிவிட்டு அமர்ந்தார். 'விட்னெஸ் ரெடியா?' என்று கேட்டார். ரெடி என்றதும், 'பி.டபிள்யூ 44 லிங்கேஸ்வரன்' என்று க்ளெர்க் அழைத்தார்.

லிங்கேஸ்வரன் நீதிபதியின் இடது புறத்தில் அமைக்கப்பட்டிருந்த கூண்டுக்குள் இருந்த நாற்காலியில் அமர்ந்தார். அவர் பெயர், தொழில் போன்ற விபரங்கள் கேட்கப்பட்ட பிறகு, கமிஷனுக்காக நியமிக்கப்பட்டிருந்த வழக்கறிஞர், லிங்கேஸ்வரனிடம் கேள்வி கேட்கத் தொடங்கினார்.

'சிங்காரவேலு மீதான புகார்கள் குறித்த ஆதாரங்கள் உங்களுக்கு எப்படி வந்தன?'

எடிட்டர் முகத்தில் எவ்விதமான மாற்றமும் இல்லாமல், ஒரு மெல்லிய புன்னகையோடே அந்தக் கேள்வியை எதிர்கொண்டார்.

'ஒரு பத்திரிகையாளர் என்ற முறையில், என்னுடைய சோர்ஸை நான் வெளியே சொல்லவேண்டிய அவசியம் இல்லை.'

உடனே நீதிபதி வேலாயுதம், 'மிஸ்டர் லிங்கேஸ்வரன், இந்த கமிஷனோட டெர்ம்ஸ் ஆஃப் ரெஃபரன்ஸ், இந்த செய்தி எப்படி வெளியானதுன்னு கண்டுபிடிக்கணும்னு இருக்கு. நாங்க உங்கள ஹாரஸ் (harass) பண்றதுக்காக இதைக் கேக்கல.. கமிஷன் ஹேஸ் டு டூ இட்ஸ் ஜாப்.'

'கமிஷனுடைய விசாரணை வரம்பில் இதைக் குறிப்பிட்டிருந்தாலும் நான் என்னுடைய சோர்ஸை அடையாளம் காட்டவேண்டிய கட்டாயம் இல்லை.'

'நான் இதை அட்வெர்ஸாக (adverse) பதிவு செய்ய வேண்டி வரும். தேவைப்பட்டால் உங்கள்மீது நடவடிக்கை எடுக்கக்கூட கமிஷன் பரிந்துரை செய்ய வேண்டி வரும்.'

உடனே கதிரொளியின் வழக்கறிஞர் எழுந்து, 'தடா, போடா (TADA, POTA) போன்ற சட்டங்களில் மட்டுமே பத்திரிகையாளர்கள் தங்கள் சோர்ஸை அடையாளம் காட்டவேண்டும் என்ற கட்டாயம் உள்ளது. அதுவும் தேசப் பாதுகாப்பு தொடர்பான விஷயங்களாக இருந்தால்

மட்டுமே. ஒரு அமைச்சரின் மீதான ஊழல் குற்றச்சாட்டு தொடர்பான கட்டுரையின் ஆதாரங்களை ஒரு விசாரணை ஆணையத்திடம் சமர்ப்பிக்க வேண்டும் என்ற கட்டாயம் இல்லை' என்றார்.

சிங்காரவேலுவுக்காக ஆஜரான வழக்கறிஞர் எழுந்தார். அட்சர சுத்தமான ஆங்கிலத்தில் பேசினார். 'என்னுடைய க்ளையன்டின் மீது தொடுக்கப்பட்டுள்ள இந்த ஊழல் புகார்களுக்கு முக்கியக் காரணமே கதிரொளி பத்திரிகைதான். இந்தியாவின் நிதி அமைச்சராக உள்ள ஒருவர் மீது இப்படி ஒரு ஊழல் குற்றச்சாட்டை சுமத்துவதன் மூலம், இந்தியாவின் பொருளாதாரத்தையே சிதைக்க வெளிநாட்டின் சதி இருப்பதாக நாங்கள் சந்தேகிக்கிறோம். இந்த சதிக்கு கதிரொளி பத்திரிகை பலியாகி விட்டது. விட்னெஸ், சோர்ஸை அடையாளம் காண்பிக்க வேண்டும் என்று ஆணையம் உத்தரவிடவேண்டும்' என்று கூறினார்.

வெளிநாட்டின் சதி என்றதும், எடிட்டரின் முகத்தில் கோபம் தெரிந்தது.

சற்றே உரத்த குரலில் எடிட்டர் பேசினார். 'அதிகார வர்க்கத்தில் உள்ளவர்கள் ஊழல் புரியும்போது அதை ஆதாரத்தோடு அம்பலப் படுத்த வேண்டியது இந்நாட்டை நேசிக்கும் ஒவ்வொரு பத்திரிகை யாளனின் கடமை. அந்தக் கடமையை செய்ததற்காக நான் வெளிநாட்டுக் கைக்கூலி என்று இந்தக் கமிஷன் குற்றம் சுமத்தும் என்றால், அது ஜனநாயகத்திற்கே வெட்கக்கேடு. என்ன உத்தரவு போட்டாலும், நான் என்னுடைய சோர்ஸை வெளியில் சொல்ல இயலாது. அது நான் இத்தனை ஆண்டுகாலமாக பேணிப் பாதுகாத்து வரும் என்னுடைய பத்திரிகை தர்மத்திற்கு எதிரானதாகும். நான் ஒருகாலும் அதைச் செய்ய மாட்டேன். நான் சொன்னது அத்தனையையும் கமிஷன் பதிவு செய்யவேண்டும்.' என்றார்.

அவர் முகத்தைப் பார்த்துக்கொண்டே, பாக்கெட்டில் இருந்து செல்போனை எடுத்து என்னையே அறியாமல் இயல்பான பழக்கத்தில் பார்ப்பதுபோலப் பார்த்தேன். 'அடச்சே... இங்கே என்ன நடந்து கொண்டிருக்கிறது... நான் என்ன செய்துகொண்டிருக்கிறேன்...'

எடிட்டர் பேசியதும், நீதிபதி வேலாயுதம் பரபரப்படைந்தார். 'மிஸ்டர் லிங்கேஸ்வரன்... டோன்ட் கெட் வொர்க்ட் அப். நீங்க என்ன சொல்லணும்னு நெனைக்கறீங்களோ அதைச் சொல்லுங்க...' என்றார்.

எடிட்டரின் ஸ்டேட்மென்ட் தயாரானதும் காத்திருந்து கையெழுத்துப் போட்டுவிட்டுப் போகச் சொன்னார்கள். வெளியே வந்ததும்,

கதிரொளி வழக்கறிஞர் 'கமிஷன் ஆப் என்கொயரி சட்டத்தின்படி, இந்த நீதிபதிக்கு எந்த அதிகாரமும் இல்லை. பதில் சொல்ல முடியாதுன்னா இவரால ஒண்ணும் பண்ண முடியாது. இந்த ஆளு கமிஷன் நடத்துறதே சிங்காரவேலுவை காப்பாத்தறதுக்காகத்தான் சார்' என்றார்.

'அந்த ஆளு எதுக்காக வேணா நடத்திக்கிட்டுப் போகட்டும். நான் என் ஜர்னலிஸ்டிக் எதிக்ஸை விட்டுக் குடுக்க முடியுமா? ஒரு மந்திரி மேல ஊழல் குற்றச்சாட்டு இருக்கு. 1200 கோடியை ஸ்வாகா பண்ணிருக்கான். அவன் மேல விசாரணை நடத்தறத விட்டுட்டு, எப்படி வந்துச்சு, எங்கேர்ந்து வந்துச்சுன்னு என்னென்ன கேள்வி கேக்கறானுங்க பாருங்க!'

எடிட்டாரின் கோபம் இன்னும் அடங்கவில்லை. 'இந்த நீதிபதிகளை யெல்லாம் ரிட்டயர் ஆன பிறகு எந்த பதவிக்கும் நியமிக்கக் கூடாது. பதவிக்கு ஆசைப்பட்டுட்டுதான் இப்படி ஜால்ரா அடிச்சிக்கிட்டு இருக்கறானுங்க. ஏற்கெனவே இந்த விஷயம் வெளியில வர்றதுக்கு காரணமான ஒருத்தரை கொன்னுட்டானுங்க. இன்னும் இருக்கறது இவன் ஒருத்தன்தான். இவனையும் காலி பண்ணணும்னு நெனைக்கிறானுங்க.' என்று என்னை கை காண்பித்து சொன்னார் படபடப்பாக.

என்னைப் பார்த்துத் திரும்பி, 'வெங்கட்... இந்த வேலாயுதத்தைப் பத்தி என்ன மேட்டர்னு விசாரி. இவர் மெட்ராஸ் ஹைகோர்டுலை யும், சுப்ரீம் கோர்டுலயும் என்னென்ன பண்ணியிருக்காருன்றதைப் பத்தி டீடெயிலா விசாரி. தேர் மஸ்ட் பி சம்திங்.'

'ஓ.கே சார்' என்றேன்.

எடிட்டரும், வழக்கறிஞரும் சீரியஸாக விவாதித்துக் கொண்டிருந்தா லும், என் கவனம் முழுக்க என் செல்போன் மீதே இருந்தது. வசந்தியிடமிருந்து எந்த மெசேஜூம் வரவில்லை. நானாக அனுப்பவும் தயக்கமாக இருந்தது. ஆனால், செல்போனை எடுத்துப் பார்த்துக்கொண்டே இருக்கத் தோன்றியது.

ஆறு மணி ஆகியது. வேறு வேலைகள் எதுவும் இல்லாததால், கிளம்பலாம் என்று எத்தனித்தபோது, வசந்தியிடமிருந்து மெசேஜ்.

'உங்கள் வேலை முடிந்துவிட்டதா?'

'முடிந்துவிட்டது' என்று பதில் அனுப்பினேன். பிறகு எந்த மெசேஜூம் இல்லை. எதற்காகக் கேட்டாள் என்று யோசித்துக் கொண்டிருக்கும்போதே அவளிடமிருந்து அழைப்பு.

போனை எடுத்தவுடன் 'ஹாய் கோட்டைச்சாமி...' என்றாள்.

இவள்தான் என்று தெரிந்தாலும், கோட்டைச்சாமி என்று அழைப்பது வித்தியாசமாகத்தான் இருந்தது. இவளைத் தவிர என்னை வேறு யார் கோட்டைச்சாமி என்று கூப்பிடுகிறார்கள்?

'ஹாய், சொல்லுங்க' என்றேன்.

'நீங்க ஃப்ரீயா இருந்தீங்கன்னா மீட் பண்ணுவோமா?'

பேசிக்கொண்டிருக்கும்போதே இதயத்துடிப்பு அதிகமானதை உணர்ந்தேன். எல்லாமே மின்னல் வேகத்தில் நடப்பதுபோல இருந்தது.

'நான் ஃப்ரீதாங்க... எங்க மீட் பண்றது?'

'என் ஹாஸ்டல் வந்துருங்க... ஒய்.டபிள்யு.சி.ஏ. தெரியுமா?'

'கேள்விப்பட்டது மாதிரி இருக்கு... எங்க இருக்கு?'

'பூந்தமல்லி ஹைரோட். சென்ட்ரலுக்கு அடுத்த ஸ்டாப். நெக்ஸ்ட்டு தினத்தந்தி...'

'யெஸ்... யெஸ்... தெரியும். எத்தனை மணிக்கு வரணும்?'

'செவனுக்கு வந்திடுங்க... வந்ததும் கால் பண்ணுங்க... நான் வெளியில வர்றேன்.'

'ஓ.கே...' என்று போனை வைத்ததும் என்ன செய்வது என்றே புரியவில்லை. உடலும் மனதும் ஒருசேர பரபரப்படைந்தது. இருப்புக் கொள்ளவில்லை. என் அலுவலகத்திலிருந்து அவள் ஹாஸ்டலுக்கு செல்லும் சாலையில் ட்ராஃபிக் இருக்குமா? குறித்த நேரத்தில் செல்ல முடியுமா? லேட்டானால் நன்றாக இருக்காது. சீக்கிரமாகவும் போகக் கூடாது. சரியான நேரத்தில்தான் போக வேண்டும். சட்டென்று ட்ரெஸ் நன்றாக இருக்கிறதா என்று பார்த்தேன். அன்றைக்கு பார்த்து, பாக்கெட்டில் லேசாக இங்க் கொட்டியிருந்தது. இப்படியே போனால் என்ன நினைப்பாள்... புது சட்டை வாங்கிப் போட்டுக் கொள்ளலாமா... ச்சே... புதுசு என்று கண்டுபிடித்துவிடுவாள்... ஆபிசிலிருந்து வேலை முடிந்து திரும்புபவன் புது சட்டை போட்டுக் கொண்டா வருவான்... அது அபத்தமாகத் தெரியும்.

நேராக பாத்ரூம் சென்று, ஃபேஸ் வாஷ் போட்டு முகத்தைக் கழுவினேன். சட்டையை ஒழுங்காக இன் செய்தேன். தலையை ஒரு முறை வாரிக்கொண்டேன். ஹெல்மெட் போட்டுக்கொண்டு அந்த

இடத்துக்கு போகும்போது தலை கலைந்து விடுமே. டேபிள் ட்ராயரைத் திறந்து அதனுள்ளே கிடந்த சீப்பை எடுத்து பாக்கெட்டில் வைத்துக்கொண்டேன். பர்ஸை திறந்து பார்த்தேன். 300 ரூபாய் இருந்தது. திடீரென்று எங்காவது போகலாம் என்று சொல்லி விட்டால்? இது போதும், அட்ஜஸ்ட் செய்துகொள்ளலாம். ஒரு வேளை கூடுதலாக செலவானால் பணமில்லை என்று சொல்ல முடியுமா? போகும் வழியில் ஏடிஎம்மில் பணம் எடுத்துக் கொள்ளலாம். அவள் என்ன என்னை டின்னருக்குக் கூப்பிட்டாளா? அல்லது ஊர் சுற்ற கூப்பிட்டாளா? அதற்குள் ஏன் எனக்கு இவ்வளவு கற்பனை.

மணியைப் பார்த்தேன். 6.20. இருபது நிமிடத்தில் அவள் ஹாஸ்டல் சென்றுவிடலாம்.

வேக வேகமாக பையை எடுத்துக்கொண்டு பைக்கில் கிளம்பினேன். சாலையில் எப்போதும் இல்லாததுபோல அதிகமான ட்ராஃபிக் இருப்பதுபோலத் தோன்றியது. அலுவலகம் முடிந்து எல்லோரும் போகும் நேரம் இதுதானே… இன்று மட்டும் திடீரென்று எப்படி ட்ராஃபிக் அதிகமாகியிருக்கும்? எல்லாம் நினைப்புதான் என்ற எண்ணிக்கொண்டே அவள் ஹாஸ்டலை சென்றடைந்தேன்.

மணி 6.55. சரியாக ஏழு மணிக்கு போன் அடித்தேன்.

'வந்துட்டேங்க… உங்க ஹாஸ்டல் வாசல்லதான் வெயிட் பண்றேன்.'

'கிவ் மி ஃபைவ் மினிட்ஸ்.' என்ற சொல்லிவிட்டு போனை வைத்து விட்டாள்.

பூந்தமல்லி நெடுஞ்சாலையில் காவல்துறை அலுவலகத்துக்கு அடுத்த கட்டிடம் அவள் ஹாஸ்டல். 'யங் விமன் க்ரிஸ்டியன் அசோசியேஷன் ஹாஸ்டல்' என்று பெயர்ப்பலகை இருந்தது. பெரிய காம்பவுன்ட். கேட்டருகே வாட்ச்மேன் அமர்ந்திருந்தார். அந்த உயரமான ப்ளாட்பாரத்தில் நின்றுகொண்டு நான்கு ஜோடிகள் பேசிக் கொண்டிருந்தனர். 'இவர்களில் காதலர்களாக பேசிக் கொண்டிருப்பவர் கள் யார்? காதலை நோக்கி பயணித்துக் கொண்டிருப்பவர்கள் யார்… நான்கு ஜோடிகளும் ஒரே மாதிரி பேசிக்கொண்டிருப்பதுபோலத்தான் இருந்தது.

அந்த முக்கியமான நெடுஞ்சாலையில் பறக்கும் வாகனங்களை கொஞ்சம்கூடக் கண்டுகொள்ளாமல், மெய்மறந்து ஒரு தனி உலகத்தில் பேசிக் கொண்டிருந்தார்கள். ஒருத்தி நாணத்தோடு சிரித்துக் கொண்டிருந்தாள். ஏதாவது ஏ ஜோக் சொல்லியிருப்பானோ.

ஏ ஜோக் சொல்லிச் சிரிப்பதென்றால் நிச்சயம் காதலர்களாகத்தான் இருக்க வேண்டும். ஏன் பெண் நண்பர்களிடம் ஏ ஜோக் சொல்லக் கூடாதா என்ன? ஏ ஜோக் சொல்லும் அளவு நெருக்கம் உள்ள பெண் தோழி காதலியாக இருக்கத்தானே வாய்ப்பு அதிகம்?' என்று யோசித்துக்கொண்டே இருந்தபோது, வசந்தி வந்தாள்.

வசந்தியோடு இன்னும் மூன்று பெண்கள் வந்திருந்தனர்.

'இவள் மட்டும் வருவாள் என்று பார்த்தால், இன்னும் மூன்று பேரை அழைத்து வருகிறாளே...'

பைக்கை நகர்த்தி அவர்கள் இருந்த இடத்திற்கு அருகில் சென்றேன். கேட் அருகிலேயே பேரூந்து நிறுத்த நிழற் குடை இருந்தது.

தனியாகப் பார்த்து ஏதாவது பேசலாம் என்று ஆவலாக வந்தால், கூட மூன்று இம்சைகளை அழைத்து வந்திருக்கிறாளே...

வசந்தி ஜீன்ஸும் டீ ஷர்டும் அணிந்திருந்தாள். பார்வையை நிலைகுலையச் செய்யும் அளவுக்கு டீ ஷர்டில் 'வாசகங்களும்' இருந்தன. சும்மாவே ஆண்கள் பெண்களை கழுத்துக்குக் கீழேதான் பார்ப்பார்கள். இதுபோல புரியாத மொழியில் எதையாவது எழுதியிருந்தால்?

எப்போதும் வக்கீல் உடையணிந்தே பார்த்திருந்ததால், வசந்தியின் உருவப் பரிமாணம் முழுதாகத் தெரிந்ததில்லை. சற்று பருமனாகத்தான் இருந்தாள். சுருட்டைக் கூந்தலை ஒரு பேன்ட் போட்டுக் கட்டியிருந்தாள். டீ ஷர்ட் ரொம்ப டைட்டாகவும் இல்லாமல், லூசாகவும் இல்லாமல் இருந்தது. வயிறு லேசாக வெளித் தள்ளி அதுவும் அழகாகத்தான் இருந்தது. வக்கீல் கோட்டோடு பார்த்ததற்கு இந்த உடையில் கவர்ச்சியாகத்தான் இருந்தாள்.

அருகில் சென்றவுடன், 'இது ஜெயந்தி, இது மீனா, இது சுமதி.' என்று அறிமுகப்படுத்தினாள்.

அவர்கள் ஹலோ, ஹலோ என்று தனித்தனியாக ஹலோவினார்கள். இருவர் ஒல்லியாக இருந்தார்கள். மற்றொருத்தி உயரம் குறைவாக இருந்தாள். ஒவ்வொருவரும், தனியார் கம்பெனிகளில் வேலை பார்ப்பதாகச் சொன்னாள்.

'இவருதாண்டி... கோட்டைச்சாமி. நான் சொன்னேன்ல... பெரிய்ய ஜர்னலிஸ்ட்.' என்று இரு கைகளையும் அகலமாக விரித்துச் சொன்னாள்.

‘ஒரு சுப்ரீம் கோர்ட் ஜட்ஜையே காலி பண்ணிட்டாரு...’

அவர்கள் அதை ஆமோதிப்பதுபோல மையமாக சிரித்து வைத்தார்கள்.

‘இந்த அறிமுகத்தையெல்லாம் இன்னொரு நாள் செய்துகொள்ளக் கூடாதா... நாங்கள் இருவருமே ஒழுங்காக அறிமுகம் ஆகவில்லை. தனியாக வராமல் இப்படி ஊர்வலமாக வந்தால் எப்படி அறிமுகம் ஆகிக்கொள்வது...? இந்தப் பெண்களை வைத்துக்கொண்டு என்னப் பேசுவது? இவர்களும் என்ன பேசுவது என்று தெரியாமல், ஏன் இங்கேயே நின்றுகொண்டு உயிரை எடுக்கிறார்கள். இந்த சங்கடமான மௌனத்தில் இருப்பதற்கு பதிலாக ஏதாவது காரணத்தைச் சொல்லிவிட்டு கிளம்பலாமா?’

அருகாமையில் இருந்த பேரூந்து நிலையத்தில் உள்ள அனைவரும் என்னையே பார்ப்பதுபோல இருந்தது.

‘மிஸ்டர் கோட்டைச்சாமி...’ என்று வசந்தி அழைத்தாள்.

குழப்பமான எண்ணங்களிலிருந்து விடுபட்டு நிமிர்ந்து பார்த்தேன். குறும்பான சிரிப்போடு என்னைப் பார்த்தாள்.

‘என்னை உங்க பைக்ல ஒரு ரவுன்ட் கூட்டிட்டு போறீங்களா?’

22

ஒரு நிமிடம் மூச்சே நின்று விடும் போலிருந்தது. சந்தோஷத்தில் திக்குமுக்காடிப் போனேன். என்னடா இது. நண்பிகளை அழைத்து வந்து தனிமையைக் கெடுத்து விட்டாளே... எப்போது இந்த இடத்தை விட்டுக் கிளம்பிப் போகலாம் என்று இருந்தவனுக்கு இப்படியா அதிர்ச்சியைத் தருவாள்? சிரிப்பு மாறாமல் என் முகத்தையே பார்த்துக் கொண்டிருந்தாள். நான் என் சிந்தனையிலிருந்து விடுபடாமல் நடந்தது புரியாமல் ஒரு கணம் அமைதியாக பார்த்துக் கொண்டிருந்தேன்.

'வேண்டாம்னா விட்டுடுங்க' என்றாள்.

'அய்யய்யோ உக்காருங்க போலாம்' என்று அவசர அவசரமாக முதுகில் இருந்த பையை எடுத்து பைக்கின் முன்னால் வைத்தேன். அவள் நண்பிகள் தங்களுக்குள் சிரித்துக்கொண்டார்கள். 'கிண்டல் செய்கிறார்களா..? செய்தால் என்ன?'

பல நாள் பழகியவள்போல இயல்பாக இரு பக்கமும் கால்களைப் போட்டு அமர்ந்தாள். படபடப்பாக இருந்தது. வண்டியை ஸ்டார்ட் செய்து, தினத்தந்திக்கு அருகில் திரும்பினேன்.

‘எங்கங்க போலாம்...’

‘சும்மா ஒரு ரவுண்டு போயிட்டு திருப்பி ஹாஸ்டல்ல வந்து இறக்கி விட்டுடுங்க...’

‘சரிங்க.’

‘நூறு மீட்டருக்குள்ளாகவே ஸ்பீட் ப்ரேக்கர் வந்தது. சட்டென்று ப்ரேக் அடித்தால் கேவலமாக நினைத்துக்கொள்வாளோ என்று பயமாக இருந்தது. பக்குவமாக அதிராமல் வண்டியை மெல்லமாகவே ஓட்டி ஸ்பீட் ப்ரேக்கரில் ஏறி இறங்கினேன். பள்ளங்களில் வண்டி அதிராமல் ஓட்டினேன். வேப்பேரி போலீஸ் ஸ்டேஷன் வழியாக, டவுட்டன் தாண்டி அவள் ஹாஸ்டல் செல்லும் வழியில் திரும்பினேன்.

‘ஏன் மெல்லமா ஓட்றீங்க... நான் பயப்படமாட்டேன்...’ என்றாள்.

‘இல்லைங்க... ரோடு மோசமா இருக்கு... அதான்...’ என்று சொல்லி விட்டு என் கவனத்தை மீண்டும் ரோட்டில் செலுத்தினேன். இருபது ஆண்டுகளுக்கு மேலாக பைக் ஓட்டிக்கொண்டிருந்தாலும், இன்று பைக்கை புதிதாக ஓட்டுவதுபோல ஒரு பதற்றம். நேராக ஓட்டிச் சென்று பத்திரமாக இவளை இறக்கி விடவேண்டும் என்ற கவனம் அதிகமாக இருந்தது. அவள் ஹாஸ்டலுக்குச் செல்லும் சாலையில் நேராகச் செல்ல எத்தனிக்கையில், ‘இப்படி ரைட்ல திரும்புங்க’ என்றாள். எதற்கு திரும்பவேண்டும் என்று எந்தக் கேள்வியும் கேட்காமல் திருப்பினேன்.

‘இங்க ஒரு காபி ஷாப் இருக்கு... காப்பி குடிப்பீங்கள்ல?’ என்று கேட்டாள்.

‘குடிப்பேங்க.’

காபி ஷாப்பின் முன்பாக வண்டியை நிறுத்தினேன். பதற்றம் தணியவேயில்லை. ‘காப்பி டே’ என்று சிகப்பு எழுத்துக்களில் மின்னியது. அதன் வாசலில் ஐந்தாறு இளைஞர்கள் அமர்ந்து அரட்டை அடித்துக்கொண்டிருந்தார்கள். சின்னதாக வட்டமாக கண்ணாடியில் டேபிள் போடப்பட்டிருந்தது. அதற்குப் பொருத்த மாக சிறிய நாற்காலி. அருகே சொகுசாக உட்காருவதுபோல சோபா செட்டுகள் இருந்தன. ஆனால் அதில் ஒரு ஜோடி அமர்ந்து காபியை உறிஞ்சிக் கொண்டே காதலித்துக் கொண்டிருந்தார்கள். சுற்றும் முற்றும் பார்த்தேன். சுவற்றில் ‘லாட் கேன் ஹேப்பன் ஓவர் எ காஃபி’ என்று பெரிய வால்பேப்பர் ஒட்டியிருந்தார்கள். சுற்றியுள்ள அத்தனை டேபிள்களிலும் ஜோடி ஜோடியாக சுவாரஸ்யமாக பேசிக் கொண்டிருந்தார்கள். பெண்கள் பெரும்பாலும் டீ ஷர்ட்

அணிந்திருந்தார்கள். பல்வேறு வண்ணங்களில் கவர்ச்சிகரமான டீ ஷர்ட்டுகள்.

தங்களைச் சுற்றி என்ன நடக்கிறது என்பதைப்பற்றி துளியும் பிரக்ஞை இல்லாமல் உரையாடிக்கொண்டிருந்தார்கள். நிச்சயம் அவர்கள் ஈழப் பிரச்னையைப் பற்றியோ, அமெரிக்க ஏகாதிபத்தியம் பற்றியோ பேசிக் கொண்டிருக்க வாய்ப்பில்லை. ஆனால் அவர்களுக்கு அதை விட முக்கியமான விஷயங்கள் பேசுவதற்கு இல்லாமலா போய்விடும்? அப்படி ஏதோ முக்கியமான விஷயங்களைத்தான் தீவிரமாக விவாதித்துக் கொண்டிருந்தார்கள்.

டேபிளில் மெனு கார்டு கொண்டு வைத்தான் யூனிபார்ம் அணிந்திருந்த ஒருவன். மெனு கார்டை பிரித்துப் பார்த்தால் பகீரென்றது. 80 ரூபாய்க்கு குறைந்து ஒரு காபியும் இல்லை. காபியிலேயே பல்வேறு வகைகளை வாயில் நுழையாத பேராக வைத்திருந்தார்கள். கேக் என்று போட்டு ஒரு பீஸ் 120 ரூபாய் போட்டிருந்தார்கள்.

'என்ன சாப்படறீங்க?' என்று விருந்தாளியை உபசரிப்பதுபோலக் கேட்டாள்.

'எனக்கு எதுவும் புரியலைங்க... நீங்களே ஆர்டர் பண்ணுங்க...' என்றேன். பர்ஸில் வெறும் 300 ரூபாய் இருந்தது நினைவுக்கு வந்தது.

'நான் கேப்புச்சீனோ சாப்புடறேன்... நீங்க என்ன வேணும்னு பாத்து சொல்லுங்க' என்றாள்.

'கேப்புச்சீனோ 90 ரூபாய் போட்டிருந்தது. அவள் கேக் வேண்டுமென்று கேட்டு விட்டால்...? லெமன் டீ என்று 40 ரூபாய்க்கு ஒன்று இருந்தது. 'நான் லெமன் டீ சாப்டறேங்க...'

'நீங்களும் கேப்புச்சீனோ சாப்புடுங்க... சூப்பரா இருக்கும்' என்றாள்.

'இல்லைங்க நான் லெமன் டீயே சாப்படறேன்'

'போய் வாங்கிட்டு வாங்க... இங்க செல்ப் சர்வீஸ்.'

90 ரூபாய் கொடுத்து காப்பி வாங்கினால் அதை டேபிளில்கூட சர்வீஸ் செய்ய மாட்டார்களா... என்ன இழவு இது... என்று அலுத்துக் கொண்டே ஆர்டர் பண்ணிவிட்டு வந்து அமர்ந்தேன்.

காபி டே போன்ற காபி ஷாப்புகளை சாலையில் செல்லும்போது அடிக்கடி பார்த்திருந்தாலும், ஒருநாள்கூட இதுபோன்ற கடைகளுக்குள் நுழைந்ததேயில்லை. எதற்காக நுழைய வேண்டும்? இங்கே வந்து

காப்பி குடிப்பவர்கள் ஒருவர்கூட தனியாக வரவில்லை. நான் யாரோடு வருவது? காதலாகி கசிந்துருகி, காபியோடு கனவு காண எனக்கு வாய்ப்பு ஏற்பட்டதில்லையே... அதிகபட்சம் சாலையோர டீக்கடைகளில் டீ குடித்துக்கொண்டு சிகரெட் பிடிப்பதே பழக்கமாகி விட்டது.

‘ம் அப்புறம் சொல்லுங்க வெங்கட். உங்க வீட்ல மொத்தம் எத்தனை பேரு...?’

‘நான், ஒரு சிஸ்டர் மட்டும்தாங்க... அவங்களுக்கு மேரேஜ் ஆயிடுச்சு... பாம்பேயில செட்டில்ட்’

‘அவங்க போட்டோ வச்சுருக்கீங்களா மொபைல்ல...’

‘இல்லைங்க.’

‘நான் என் வீட்டுக்கு ஒரே பொண்ணு... ரொம்ப செல்லம்’ என்றாள். செல்லத்தில் கூடுதல் அழுத்தம் கொடுத்தாள்.

‘ஒரே பொண்ணுன்னா செல்லம் குடுக்கத்தான் செய்வாங்க’ என்றேன்.

‘செல்லம் மட்டும் இல்லை. ரொம்ப இன்டிபென்டன்டா வளத்துருக்காரு எங்க அப்பா’ என்று பெருமை பொங்கச் சொன்னாள்.

‘அப்பா என்ன பண்றாருங்க?’

‘எங்க அப்பாவும் அட்வகேட். மதுரையில ப்ராக்டிஸ் பண்றார்.’ என்று சொல்லிக்கொண்டே அவள் அமர்ந்திருந்த நாற்காலியை முன்னே இழுத்து டேபிளோடு நெருக்கி அமர்ந்தாள். அவள் டீ ஷர்ட் வாசகங்கள் இருந்த இடம் கவனத்தைக் கலைத்தது. அப்படியே மெனு கார்டை புரட்டுவதுபோல பார்வையை திருப்பினேன்.

கழுத்தில் மெல்லிய செயின் அணிந்திருந்தாள். முகத்தில் அதிக மேக்கப் இல்லை. உதடுகள் மட்டும் பள பளவென்று இருந்தன. லிப்ஸ்டிக் போலவும் தெரியவில்லை. இடது கை விரலில் நகங்களை நீளமாக வளர்த்திருந்தாள். பிசிறின்றி நெயில் பாலீஷ் அணிந்திருந்தாள்.

‘எதற்காக இந்தப் பெண்கள் இவ்வளவு நீளமாக நகத்தை வளர்க்கிறார்கள்? இரண்டு வாரம் சேர்ந்தாற்போல நகம் வெட்டாமல் இருந்தால் எரிச்சலாகவும் சிரமமாகவும் இருக்கிறது. இந்தப் பெண்கள் எப்படி இவ்வளவு நீளமாக நகத்தை வைத்துக்கொண்டு சமாளிக்கிறார்கள்? தன்னை ஒருவன் பலாத்காரம் செய்ய முற்படும் போது ஒரு பெண் தன் பற்களையும் நகங்களையும் ஆயுதமாக பயன்படுத்தவேண்டும் என்று காந்தி சொன்னதை அவ்வளவு

சீரியசாகவா எடுத்துக்கொள்கிறார்கள்? காந்தி ஒருவேளை ஏதாவது நெயில் பாலீஷ் கம்பெனியின் விளம்பரத்திற்காக அப்படி சொல்லியிருப்பாரோ... ச்சே..என்ன மட்டமான சிந்தனை?'

'அம்மா என்ன பண்றாங்க' என்றேன்.

'அம்மா ஹவுஸ் வைஃப்தான். எங்க அப்பாவுக்கு என்னை எப்படியாவது ஜட்ஜ் ஆக்கிப் பாக்கணும்னு ஆசை... அதுக்காகத்தான் என்னை வக்கீலுக்குப் படிக்கணும்னு ஒரே பிரஷர்... சட்டென்று அவள்,

'ஆமா... உங்களுக்கு என்ன வயசு?' என்றாள்.

அங்கே அந்த காப்பி ஷாப்பில் இருந்தவர்கள் அத்தனை பேரும், 20க்கும் குறைவாகத்தான் இருப்பார்கள். ஏற்கெனவே தவறான இடத்துக்கு வந்துவிட்டோமோ என்ற குறுகுறுப்போடு அமர்ந்திருந்த எனக்கு, இவள் வயசைக் கேட்டது இன்னும் சங்கடம் ஏற்படுத்தியது.

'34' என்றேன்.

'உங்களைப் பாத்தா அப்படித் தெரியலை... யங்காத்தான் தெரியறீங்க. நான் 23' என்றாள்.

'எனக்கும் இவளுக்கும் 11 வயது வித்தியாசம். இவள் உருவத்தைப் பார்த்து வயது அதிகமாக இருக்கும் என்று தவறாக மதிப்பிட்டு விட்டேன். சின்னப்பெண். என் வயதுக்கு இவள் எப்படிப் பொருத்த மாவாள்? இது தெரியாமல் என்னென்னவோ கற்பனை பண்ணிக் கொண்டு இருந்தேனே... இது எப்படி சரியாக வரும்... வயதைத் தாண்டிய ஆசையில்லையா எனக்கு... அனேகமாக பாதி வாழ்க்கை முடிந்துவிட்டது. இந்த வயதில் போய் காதல்... புடலங்காய் என்று... ச்சை... முதலில் இந்த நினைப்பை மாற்ற வேண்டும்.

'ஏன் நீங்க இன்னும் கல்யாணம் பண்ணிக்கலை வெங்கட்?'

'என்ன சொல்வது இவளிடம். நான் கல்யாணத்தை விரும்பவில்லை என்பதை விளக்கமாகச் சொல்வதா... அப்படிச் சொன்னால் என்ன நினைத்துக்கொள்வாள்... இல்லை யாரிடமும் மனதைப் பறி கொடுக்கவில்லை என்று சொல்வதா...'

'எனக்கு மேரேஜ் பண்ணிக்கற மாதிரி ஐடியா இல்லைங்க...' என்றேன்.

'கல்யாணமெல்லாம் டயத்துக்கு பண்ணிடனும்ங்க... லேட் பண்ணக் கூடாது. நீங்க வேணா சொல்லுங்க... நான் உங்களுக்காக பொண்ணு பாக்கறேன். என் ஹாஸ்டல்லையே ப்யூடிஃபுல்லா கேர்ள்ஸ்

இருக்காங்க... நீங்க கல்யாணம் பண்ணிக்கிட்டீங்கன்னா உங்க வைஃப் முன்னாடியே நான் உங்களை ஹக் பண்ணுவேன்!' என்றாள்.

ஹக் பண்ணுவது என்றால் கட்டிப் பிடிப்பதுதானே... இல்லை வேறு ஏதாவது பொருள் இருக்குமா? தெரிந்துதான் பேசுகிறாளா.. உண்மையிலேயே கட்டிப்பிடிப்பாளா... அவள் முகத்தைப் பார்த்துக் கொண்டிருந்தாலும், அவள் கட்டிப்பிடிப்பேன் என்று சொன்னதும், நினைவு அவள் டீ ஷர்ட்டைச் சுற்றியது. எப்படி இருப்பாள்... வாசனையாக இருப்பாளா... சும்மா கட்டிப்பிடிப்பாளா... இறுக்கிப் பிடிப்பாளா... ச்சை... என்ன கண்றாவி இது? அவள் ஏதோ பேச வேண்டும் என்பதற்காக இப்படிச் சொல்லுகிறாள்.,. அதைப்போய் சீரியசாக எடுத்துக்கொண்டு. வர வர புத்தி ரொம்ப மோசமாக வேலை செய்கிறது.

மனிதனின் கற்பனை ஒளியின் வேகத்தைவிட அதிகமாக இருக்கிறது. அவள் கட்டிப் பிடிப்பேன் என்று சொன்ன ஒரு வார்த்தை க்ரையொஜெனிக் என்ஜினை துவக்கியது போலல்லவா கற்பனையை தொடங்கி வைத்துள்ளது.'

'இல்லைங்க மேரேஜ் வேணாம்னு தீர்மானமா இருக்கேன்.'

'நீங்க பெரிய்ய ஜர்னலிஸ்ட்... ஏதாவது காரணம் வச்சுருப்பீங்க... நான் சொன்னா கேப்பீங்களா..,' அந்தப் 'பெரிய்ய' வில் கிண்டல் இருந்தது.

'அப்படியெல்லாம் இல்லீங்க. வேணாம்னு முடிவு பண்ணிட்டேன். அவ்வளவுதான். ஐ யம் ஹேப்பி பீயிங் சிங்கிள்.'

'ஓ.கே... ஜர்னலிஸ்ட். விடுங்க இந்த டாப்பிக்கை. வேற ஏதாவது பேசுவோம். எப்போலேர்ந்து ஜர்னலிஸ்டா இருக்கீங்க...?'

'இவளிடம் என் ஆரம்பம் முதல் அந்தம்வரை எல்லாவற்றையும் சொல்லவேண்டும்போல இருந்தது. வங்கியில் மேனேஜராக இருந்தது, சிங்காரவேலு... பாலகிருஷ்ணன்... கல்யாண சுந்தரம்... என்று மொத்தக் கதையையும் சொல்லலாம் போலத்தான் இருந்தது.'

ஆனால், 'ரொம்ப நாளாவே ஜர்னலிஸ்ட்தாங்க' என்றேன்.

'இந்த வேலை உங்களுக்கு ரொம்ப புடிக்குமோ...'

'ம்ம்.. புடிக்குங்க.'

'உங்களுக்கு எப்படி இவ்ளோ டீடெயில்ஸ் கிடைக்குது...?'

'நல்ல ஜர்னலிஸ்டா இருந்தா உங்களை நம்பி டீடெயில்ஸ் குடுப்பாங்க. ஒரு ஜர்னலிஸ்ட் மேல இருக்கற நம்பிக்கைதான் ரொம்ப

வேள்வி | 183

முக்கியம். நீங்க செய்யற வேலையைப் பொறுத்து அந்த நம்பிக்கை தானா வளரும். அந்த நம்பிக்கைக்கு பாதகமில்லாம நடந்துக் கிட்டீங்கன்னா, உங்களைத் தேடி ஸ்டோரீஸ் வரும். நீங்க தேடிப்போக வேண்டியதில்லை.'

'ம் ம்... எனக்கு இதப் பத்தி ஒண்ணும் தெரியாது. சரி போலாம் வாங்க. மணி ஒன்பது ஆகுது. லேட்டானா அந்த வார்டன் திட்டும்' என்றாள்.

'எத்தனை மணிக்கு உள்ளே போகணும்?'

'9.30 வரைக்கும் டைம் இருக்கு. பட் ஷார்ப்பா போனா நல்லா இருக்காது. அதுவும் நான் உள்ள வந்துட்டு அப்புறம் வெளியில வந்துருக்கேன்.'

'வாங்க போலாம்' என்று சொல்லிவிட்டு எழுந்தேன்.

ஹாஸ்டல் வாசலில் வண்டியை நிறுத்தினேன். வண்டியிலிருந்து இறங்கி ப்ளாட்பாரத்தின் மீது ஏறி நின்றுகொண்டாள். 'தேங்க்ஸ் பார் தி காஃபி'

'யு ஆர் மோஸ்ட் வெல்கம். ஓகே நான் கெளம்பறேங்க' என்றேன்.

'இன்னும் டென் மினிட்ஸ் இருக்கு... இருந்துட்டுப் போங்க' என்றாள்.

அவள் 'இருந்துட்டுப் போங்க' என்று சொல்லியதும் மகிழ்ச்சி பெருக்கெடுத்தது. நம்மோடு பேசிக்கொண்டிருப்பதில் அவளுக்கு எவ்வளவு சந்தோஷம் இருந்தால் இருந்து விட்டுப்போங்கள் என்று சொல்லுவாள்... நம்மைப் பிடிக்காவிட்டால் இப்படி 15 நிமிடங்கள் கூட வீணடிக்காமல் பேச வேண்டும் என்று நினைப்பாளா...?'

அவள் மதுரை சட்டக் கல்லூரியில் படித்தது, முதலில் வேறு ஒரு அலுவலகத்தில் ஜுனியராகப் பணியாற்றியது, தற்போது வைகறைச் செல்வன் அலுவலகத்தில் பணியாற்றுவது என்று அவளாகப் பேசிக் கொண்டிருந்தாள். 9.25க்கு மணியாகி விட்டது வருகிறேன் என்று சொல்லிவிட்டுச் சென்றாள்.

அவள் சென்றதும், வண்டியை எடுத்துக்கொண்டு கொஞ்ச தூரம் சென்ற பிறகு, சிகரெட் ஒன்றை எடுத்துப் பற்றவைத்தேன். சாலையிலேயே குதிக்கவேண்டும்போல இருந்தது. உரக்கக் கத்தி பாட வேண்டும்போல இருந்தது. என்னை எவ்வளவு பிடித்திருந்தால் இன்னும் கொஞ்ச நேரம் இருந்து விட்டுப் போங்கள் என்று சொல்லியிருப்பாள். சாலையில் என்னைக் கடந்து சென்ற அத்தனை பேரும் மகிழ்ச்சியாக இருப்பதாகத் தோன்றியது.

எஸ்.எம்.எஸ் அனுப்பியிருந்தாள். 'I had a wonderful time. Thank You'

'It's a pleasure' என்று பதிலனுப்பினேன். 'யு ஆர் சோ ஸ்வீட்' என்று பதிலனுப்பினாள்.

ஹா ஆ ஆ ஆ ஆ ஆ என்று கத்த வேண்டும் போலிருந்தது. வீட்டுக்கு வண்டி ஓட்டிச் செல்லும்போது, ரெண்டு கைகளையும் விட்டுவிட்டு ஓட்ட வேண்டும் போலிருந்தது.

'பெண் என்பவள் எவ்வளவு பெரிய போதை!!! அவளின் அருகாமை தான் ஒரு மனிதனுக்கு எவ்வளவு மகிழ்ச்சியைத் தருகிறது? உலகில் எந்த போதையும் இதற்கு ஈடாகாது. உலகமே மறந்து போகிறதே!!! எத்தனை இன்பங்கள் வைத்தாய் இறைவா என்று பெண்ணை வைத்துத்தான் சொல்லியிருப்பார்களோ?'

ஒரு வழியாக வீட்டுக்கு வந்தேன். அம்மா டி.வி பார்த்துக் கொண்டிருந்தாள். 'வெங்கட் உனக்கு ஒரு லெட்டர் வந்துருக்குடா. உன் டேபிள்ல வைச்சுருக்கேன் பாரு' என்றாள் அம்மா.

என்னை நேராகப் பார்த்துப் பேசியது போதாது என்று வசந்தி லெட்டரும் அனுப்பியிருக்கிறாளோ... என்று நகைச்சுவையாக நினைத்துக்கொண்டேன்.

டேபிள்மீது இருந்த கவரை எடுத்துப் பார்த்தேன். வேலாயுதம் விசாரணை ஆணையத்திலிருந்து இரண்டு நாட்கள் கழித்து நேரில் வந்து ஆஜராகுமாறு சம்மன்.

23

சம்மன்.

'Whereas the Commission of Inquiry constituted for the purpose of finding out the source and the truth into the allegations against Shri. Singaravelu, formerly Union Minister for Finance, you are hereby directed to appear before the Commission of Inquiry under Section 8-B of the Commission of Inquiry Act, 1958 on...' என்று தொடங்கி அந்த சம்மன் என்னை நேரில் ஆஜராகுமாறு அழைத்திருந்தது.

காதல் சிறகை காற்றினில் விரித்து வான வீதியில் பறந்துகொண்டிருந்த என்னைத் தரையில் தள்ளியது அந்த சம்மன். விடியற்காலையில் வரும் சுகமான கனவிலிருந்து உலுக்கி எடுத்தது போலிருந்தது.

நான் எப்படி இந்த விசாரணை வளையத்துக்குள் வந்தேன். நான் இந்த விவகாரத்தின் பின்னணியில் இருந்தேன் என்பது தெரிந்ததால்தான் என்னை பொய் வழக்கில் சிறையில் தள்ளினார்கள். ஆனால், நேரடியாக என்னை விசாரணை கமிஷனில் விசாரிப்பதென்றால் இது வேறல்லவா? மோசடி வழக்கோடு சேர்த்து இதையும் எதிர்கொள்ள வேண்டுமா? சரியாகச் சாப்பிடாமலேயே படுத்தேன். வசந்தியின் நினைவுகள் வந்தாலும், வேலாயுதம் கமிஷன் அந்நினைவுகளை

பின்னுக்குத் தள்ளின. ஒரு சில விநாடிகள்கூட தொடர்ந்து, அந்த காபி ஷாப்பின் இனிய நினைவுகள் அளித்த சுகத்தை மீட்டெடுக்க முடியவில்லை.

காலையில் 'குட் மார்னிங்.. ஹேவ் எ லவ்லி டே..' என்று வசந்தியிடமிருந்து மெசேஜ் வந்திருந்தது. வழக்கமாக அவள் மெசேஜ் ஏற்படுத்தும் உற்சாகத்தை இது ஏற்படுத்தவில்லை. என் கவனம் முழுக்க சம்மன் மீதே இருந்தது. கமிஷன் சம்மன் புதுத் தலைவலியாக இருந்தது.

எடிட்டரைச் சென்று பார்த்தேன். விபரத்தைச் சொன்னேன். 'செக்ரட்டரி சொன்னாங்கப்பா... போயி அட்டென்ட் பண்ணிட்டு வந்துடு. அட்வகேட் வேணுமா?'

'இருந்தா நல்லாருக்கும் சார்.'

'உன்னை அரெஸ்ட் பண்ணப்போ அப்பியர் ஆனாரே ராஜராஜன்... அவர் அப்பியர் ஆவாரான்னு கேட்டுப் பாரு... அவரு ஓ.கேன்னா ரொம்ப நல்லது. அவரு எஃபெக்டீவா பண்ணுவாரு. என்ன பீஸ்னு கேட்டுக்கோ... ஏதாவது ஸ்டோரி பெண்டிங் இருக்கா?'

'முடிச்சுட்டேன் சார். நேத்து நைட்டே உங்களுக்கு மெயில் அனுப்பிட்டேன்.'

'அப்போ நீ கௌம்பு. அந்த வேலையை முடிச்சுட்டு அதுக்கப்புறம் ஆபீஸ் வந்தா போதும்.'

எடிட்டர் தக்க பின்புலமாக ஆதரவு தந்தது ஆறுதலாக இருந்தது. எனக்கும் இதற்கும் சம்பந்தம் இல்லை, இது உன்னுடைய பிரச்னை என்று சொல்லி விட்டால்?

நேராக ராஜராஜன் அலுவலகம் சென்றேன். அவர் நீதிமன்றத்துக்கு கிளம்பிக் கொண்டிருந்தார். விபரத்தைச் சொன்னேன். அவரோடு கிளம்பி நீதிமன்றத்துக்கு வந்து அங்கே விவாதித்துக்கொள்ளலாம் என்று அவருடனே கிளம்பினேன்.

'கமிஷன் ஆப் என்கொயரி சம்மன்ஸ் படி நீங்க ஆஜராகலாம். ஆஜராகமலும் போகலாம். இட்ஸ் யுவர் டிசஷென். (Its your decision) ஆனா, அப்பியர் ஆகலன்னா அங்க என்ன நடக்குதுன்னு உங்களுக்குத் தெரியாமப் போயிடும். உங்களுக்கு எதிராக் கூட ரெக்கமென்டேஷன் பண்ணலாம். என்ன சொல்றீங்க...'

'அப்பியர் ஆயிடறேன். நீங்க வந்தீங்கன்னா ஹெல்ப்பா இருக்கும் சார்.'

'நாளன்னைக்கு எனக்கு ஹைகோர்ட்லையும் மேட்டர் இருக்கு. ம்ம்.. சரி.. நான் ஜூனியர்ஸை வைச்சு அட்ஜஸ்ட் பண்ணிக்கறேன். மார்னிங் நீங்க நேரா கமிஷனுக்கு வந்துடுங்க. அங்க மீட் பண்ணலாம்.'

'உங்க பீஸ் எவ்வளவுன்னு எடிட்டர் கேட்டுட்டு வரச்சொன்னார் சார்.'

'ஓ... நீங்க கதிரொளியில வேலை பாக்கறீங்கல்ல. நான் மறந்துட்டேன். பீஸ் எதுவும் வேணாம்பா. நான் பாத்துக்கறேன். ஜஸ்ட் ஒன் டே தானே...'

'தேங்க்யூ ஸோ மச் சார்.. நான் உங்களுக்கு ரொம்ப கடமைப் பட்டிருக்கேன்'

'அதெல்லாம் ஒண்ணும் இல்லை. டிஸ்கரேஜ் ஆகாம கன்ட்டின்யூ யுவர் வொர்க். '

'நான் வர்றேன் சார்' என்று சொல்லிவிட்டு கிளம்பினேன்.

ராஜராஜன் வர ஒப்புக்கொண்டது பெரிய பலத்தை அளித்தது. கடந்த முறை என்னைக் கைது செய்தபோது ராஜராஜன் நீதிபதியிடம் கடுமை யாக வாதாடியது நினைவுக்கு வந்தது. அவர் பார்த்துக் கொள்வார். மனதில் இருந்த பாரம் குறைந்ததுபோல இருந்தது. என்னதான் மனதில் எதையும் சந்திக்கலாம் என்ற துணிச்சல் இருந்தாலும், சட்ட நுணுக்கங்களை அறிந்த வழக்கறிஞர்களின் உதவி என்பது, நெருக்கடியான நேரத்தில் அளிக்கும் ஆறுதலை விவரிக்க முடியாது.

ஹை கோர்ட்டில் வேலை எதுவும் இல்லை. எடிட்டரும் வர வேண்டாம் என்று சொல்லிவிட்டார். வசந்தி என்ன செய்து கொண்டிருப்பாள். அவள் சீனியர் இருப்பாரோ... சீனியரைப் பார்க்க வேண்டும் என்று சொல்லிவிட்டு அவளுடைய அலுவலகம் போகலாமா? அவர் இருந்துவிட்டால் என்ன காரணம் சொல்வது? இன்டர்வ்யூ என்று சொல்லலாமா? எடிட்டரிடம் கேட்காமல் இப்படி ஒரு கமிட்மென்ட்டை எப்படி கொடுப்பது? இப்போதைக்கு அடுத்தடுத்து எழுதவிருக்கும் ஸ்டோரி எதிலும் வழக்கறிஞரின் கருத்து தேவைப்படவில்லை. என்னவென்று சொல்லிப் போய்ப் பார்ப்பது?

மனது ஏதாவது காரணத்தைத் தேடுகிறதே தவிர அவளைப் பார்க்காமல் போகலாம் என்று கொஞ்சம்கூட தோன்றவில்லை. இறுதியாக, என்னை கமிஷன் ஆஃப் என்கொயரியில் அழைத்திருக்கிறார்கள். அது பற்றி எனக்கு விபரங்கள் தெரியாது. விபரம் கேட்பதற்காக வந்தேன் என்று சொல்லிக் கொள்ளலாம் என்று முடிவெடுத்தேன். நேராக பைக்கை வசந்தியின் அலுவலகத்துக்கு விட்டேன். ஒரே நாளில்

ஏற்பட்ட மாற்றம் ஆச்சர்யமாக இருந்தது. இத்தனை நாள் வைகறைச் செல்வனின் ஆபீஸாக இருந்தது, வசந்தியின் ஆபீஸாக எவ்வளவு விரைவாக மாறி விட்டது?

இத்தனை நாள் இந்த அலுவலகத்துக்கு வந்ததற்கும் இப்போது வருவதற்கும் ஏராளமான வித்தியாசத்தை உணர்ந்தேன். இத்தனை நாள், அவள் சீனியரைப் பார்க்க வருவதால், வரும்போதே ஏதாவது வேலையோடு வருவேன். அது குறித்த எண்ணங்கள் இருக்கும். அல்லது வேறு எண்ணங்கள் இருக்கும். ஆனால், இன்று மாடிப் படி ஏறும்போதே ஒரு திருட்டுத்தனம் உள்ளுக்குள் இருப்பதாக உணர்ந்தேன். எவ்வித வேலையும் இல்லாமல், வசந்தியைப் பார்ப்பதற்காகவே வந்திருக்கிறேன் என்பது வேறு யாருக்கும் தெரியாவிட்டாலும் எனக்குத் தெரியும் அல்லவா? அவள் அலுவலகத்தில் இல்லாவிட்டால் என்ன செய்வது? வக்கீல் ஆயிற்றே. நீதிமன்றத்துக்கு சென்றிருந்தால்? இல்லாமல் இருப்பாளோ என்று சற்று வருத்தமும் ஏற்பட்டது.

அவள் எப்போதும் அமரும் இருக்கையில் அமர்ந்து குனிந்து எதையோ சீரியஸாக படித்துக்கொண்டிருந்தாள். அலுவலகத்தில் வேறு யாரும் இல்லை. அவள் மட்டும்தான் இருந்தாள். நான் வந்ததை அவள் கவனிக்கவில்லை. அருகே சென்றேன். ‘மேடம்.. சார் இருக்காரா?’ என்றேன்.

நிமிர்ந்தவள் முகத்தில் பளீரென்று புன்னகை. கண்கள் ஆச்சர்யத்தில் விரிந்தன. ‘உக்காருங்க வெங்கட். வாட் எ சர்ப்ரைஸ்?’ என்றாள். நானும் பதிலுக்கு புன்னகைத்துவிட்டு, ‘சாரைப் பாக்கணும்...’ என்றேன்.

‘அப்போ என்னைப் பாக்க வரலயா?’ என்று கேட்டுவிட்டு பொய்யாகக் கோபித்தாள்.

‘அய்யோ இல்லைங்க... சார் கிட்ட ஒரு ஆர்ட்டிக்கிள் சம்பந்தமா பேசணும்... அதான்...’ என்றேன்.

‘அப்போ ஜர்னலிஸ்டாத்தான் வந்தீங்க.. என் ஃப்ரெண்டா வரலை... சார் டெல்லி போயிருக்கார்... வர்றதுக்கு மூணு நாள் ஆகும். அவர் வந்ததும் போன் பண்ணிட்டு வாங்க’ என்று முகத்தை சீரியசாக வைத்துக் கொண்டுச் சொன்னாள்.

இல்லை நான் உன்னைத்தான் பார்க்க வந்தேன் என்று சொல்வதற்கு வெட்கமாக இருந்தது. என்ன சொல்வது என்று தடுமாறினேன். ‘சரிங்க. நான் சார் வந்ததும் வர்றேன்...’ என்று சொல்லித் தடுமாறினேன்.

‘ஓ.கே... பை...’ என்றாள்.

‘அதற்கு மேல் என்ன காரணத்துக்காக அங்கே இருப்பது. உன்னைப் பார்த்துக்கொண்டே இருக்கவேண்டும் போலிருக்கிறது என்று சொல்லலாமா... இல்லை எனக்கு வேறு எந்த வேலையும் இல்லை என்று சொல்லலாமா? உன்னைப் பார்த்தால் என் கவலைகளெல்லாம் பறந்து போகின்றன. அதனால், உன் அருகாமையிலேயே நிரந்தரமாக இருந்துவிடுகிறேன் என்று சொல்லலாமா?’ இப்படியெல்லாம் மனதில் ஓடிக்கொண்டே இருந்தாலும், கால்கள் அவள் அலுவலகத்தை விட்டு வெளியேறிக் கொண்டேயிருந்தன.

படி இறங்கி வண்டியை ஸ்டார்ட் செய்யும் போது, அவளிடமிருந்து மெசேஜ்...‘ஈவ்னிங் காஃபி...?’

இவ்வளவு நேரம் அவளோடுதானே இருந்தேன். அப்போது கேட்கக் கூடாதா? இந்தப் பெண்களுக்கு மெசேஜ் அனுப்புவதில் என்ன அப்படி ஒரு அலாதி இன்பம்? அதுவும் விரல்களே தேய்ந்து விடும் வேகத்தில் அனுப்புகிறார்கள். நேரில் சந்தித்து ஒரு வார்த்தை பேசுவதுபோல இந்த மெசேஜ் இருக்குமா? அவளோடு பேசிக்கொண்டிருக்கும் போது ‘காபி சாப்பிடப் போகலாமா’ என்று அழைத்தால் எப்படி இருந்திருக்கும்? அவள் கண்களைப் பார்த்து ‘போகலாம்’ என்று சொல்லியிருந்தால் எப்படி இருந்திருக்கும். இந்த உணர்வுகளை மெசேஜ் தருமா? ஒரு வேளை அதற்குப் பதிலாகத்தான் ஸ்மைலி போட்டு அனுப்புகிறாளோ... இந்த மெசேஜில் கண்ணடிப்பது போல ஒரு ஸ்மைலி. இதற்குப் பதிலாக நேராக கண்ணடித்துக் கேட்டிருந்தால், இந்தியாவின் மொத்தக் கருப்புப்பணத்தையும் அதற்கு ஈடாகக் கொடுக்கலாமே...

‘ஷ்யூர். வி வில் கோ...’ என்று அனுப்பி விட்டு, நானும் புன்னகைப்பது போன்ற ஒரு ஸ்மைலியை சேர்த்து அனுப்பினேன். அப்போதுதான் பார்த்தேன். ஏகப்பட்ட ஸ்மைலிகள் இருக்கின்றனவே...? புன்னகைப்பதுபோல ஒரு ஸ்மைலி, வாய் விட்டுச் சிரிப்பது போல ஒரு ஸ்மைலி, அழுவது போல, நாக்கைத் துருத்திக் காட்டுவது போல... கோபப்படுவது போல, ஒன்றும் புரியாமல் முழிப்பது போல என்று ஏகப்பட்ட ஸ்மைலிகள். நேராக பேசினால் இந்த உணர்ச்சிகளை என்னால் காட்ட முடியாது என்பதால் இதுபோல பொம்மைகளைப் போட்டு அனுப்புகிறேன் என்பதை புரிய வைப்பதற்காக இது கண்டுபிடிக்கப்பட்டதா? இல்லை நான் உனக்கு அனுப்பும் செய்தி எனது இந்த உணர்வை பிரதிபலிக்க வேண்டும் என்பதற்காக கண்டுபிடிக்கப்பட்டதா...’ என்னவென்று குழப்பமாகத் தான் இருந்தது.

மணி 12.30 ஆகியிருந்தது. இதற்கு மேல் இங்கே வேலையில்லை. வீட்டுக்குச் சென்று சாப்பிட்டுவிட்டு நன்றாகத் தூங்கினேன். மாலை 5 மணி இருக்கும். எத்தனை மணிக்கு ஹாஸ்டல் வர வேண்டும் என்று மெசேஜ் அனுப்பினேன். 6.30 என்று பதில் அனுப்பினாள். சரியாக 6.30க்கு ஹாஸ்டல் வாசலில் காத்திருந்தேன். வந்துவிட்டேன் என்று தகவல் அனுப்பினேன். எப்போதும் போல '2 மினிட்ஸ்' என்று பதில் வந்தது. அவளின் ஒவ்வொரு நிமிடத்துக்கும் 400 வினாடிகள் போல... 20 நிமிடங்கள் கழித்து வந்தாள்.

'அய்யோ சாரி... ரொம்ப நேரமா வெயிட் பண்றீங்களா?'

நான் எத்தனை மணிக்கு வந்தேன் என்பதுதான் தெரியுமே... எதற்காக இப்படி ஒரு கேள்வி... இல்லை என்று நான் பொய் சொல்ல வேண்டும் என்று எதிர்பார்க்கிறாளா?

'இல்லைங்க இப்போதான் வந்தேன்' என்றேன்.

'இது பொய் என்பது இருவருக்குமே தெரியும். ஆனாலும் ஏன் இந்தப் போலியான உரையாடல்? இதுபோல சின்னச் சின்னதான பொய்கள்தான் வாழ்க்கையை சுவையாக்குகிறதோ...?'

இன்று டீ ஷர்ட் இல்லை. உடலோடு தோல்போல ஒட்டியிருக்கும் வெளிர் நிறத்தில் ஒரு பாட்டமும், மெரூன் நிறத்தில் லூசாக ஒரு டாப்சும் அணிந்திருந்தாள். முகத்தில் மெலிதான மேக்கப் இருந்தது.

நான் வண்டியில் உட்காருங்கள் என்று சொல்வதற்கு முன்பாகவே ஏறி அமர்ந்தாள். வண்டியை எடுத்து யு டர்ன் செய்து, மீண்டும் நேற்று காப்பி குடித்த அதே காஃபி டே கடைக்கே சென்றேன். இன்று காஃபிக்கு போகலாம் என்று இவள் முன்னதாகவே சொல்லி விட்டதால், கவனமாக பர்ஸில் ஆயிரம் ரூபாய் எடுத்து வைத்திருந்தேன். வண்டியைவிட்டு இறங்கியதும் இந்தக் கடை போர் அடிக்குது. வேற இடத்துக்கு போலாம் என்றாள். வேறு எங்கே போகலாம் என்றதும் எங்காவது என்றாள்.

வண்டியை எடுத்து எங்கே போகலாம் என்று யோசித்துக் கொண்டிருக்கும்போதே, அந்த காபி டேவுக்கு நேர் எதிராக மற்றொரு காபி ஷாப் இருந்தது. கப் ஓ கேப் என்று பெயர் வைத்திருந்தார்கள். 'இங்க போகலாமாங்க என்றேன்....?'

'வாங்க ட்ரை பண்ணுவோம். இந்த இடம் நல்லா இல்லன்னா வேற எடம் ட்ரை பண்ணுவோம்' என்றாள்.

அந்த இடம் ஒரு பழைய காலத்து செட்டிநாட்டு பங்களா. அதை மேல் தளத்தில் காபி ஷாப்புமாக, கீழ் தளத்தில் ஜுஸ் மற்றும் பொட்டிக் ஷாப்பாக மாற்றியிருந்தார்கள். கட்டிடத்தின் பழைமையை மாறாமல் வைத்திருந்தார்கள். முதல் தளத்திற்கு செல்வதற்கான படி, செங்குத்தாக ஏறியது. படியில் ஏறத் தொடங்கினால், மேலே படி வலதுபுறமாக திரும்பும் இடத்தில் முத்தமிட்டுக் கொண்டிருந்த ஜோடி அவசரமாக விலகியது. அந்தப் பெண் எங்களைப் பார்த்ததும் வாயைத் துடைத்துக்கொண்டு தலையை குனிந்துகொண்டு கீழே இறங்கினாள். வசந்தியைப் பார்த்ததும் சிரித்தாள். சிரித்தபடியே மேலே சென்றோம்.

வரவேற்பறைபோல இருந்த இடத்தில் நான்கு பேர் அமரும்படி சோபா போட்டிருந்தார்கள். அதைத் தாண்டி கண்ணாடி அறையில் நுழைந்தால், பெரிய பார்களில் இருப்பதுபோல பெரிய ஹால். அங்கே குடும்பத்தோடு அமர்ந்து காபி சாப்பிட்டுக் கொண்டிருந்தார்கள். 48 இன்ச்சுக்கு பெரிய எல்சிடி டிவி கிரிக்கெட் ஒளிபரப்பிக் கொண்டிருந்தது. அந்த ஹால் முடிந்தவுடன், நீளமான காரிடார் இருந்தது. அது கேபின் கேபினாக பிரிக்கப்பட்டிருந்தது. ஒவ்வொரு கேபினிலும், சிமென்டினாலான டேபிள். அதன் மேலே ஒரு பூங்கொத்து. இரண்டு மூலைகளிலும் இருந்த கேபினில், ஜோடியாக அமர்ந்து ஆழ்ந்து முத்தமிட்டுக் கொண்டிருந்தார்கள்.

'அய்யய்யோ... தப்பான இடத்துக்கு வந்து விட்டோமோ...' வசந்தி அதில் காலியாக இருந்த ஒரு கேபினைத் தேர்ந்தெடுத்து அமர்ந்தாள். அவள் துளியும் சங்கடப்பட்டதாகத் தெரியவில்லை. அமர்ந்த சற்று நேரத்தில் யூனிபார்ம் அணிந்திருந்த ஒருவன் மெனு கார்டை வைத்து விட்டு அவசரமாக நகர்ந்தான். இங்கேயும் காபி டேயில் இருந்த அதே வகை காபி மற்றும் டீ இருந்தது. ஆனால் எல்லாவற்றிலும் விலை 20 ரூபாய் குறைவாக இருந்ததைப் பார்த்ததும் இயல்பாக மகிழ்ச்சி வந்தது.

'அதே லெமன் டீயா...?' என்றாள்.

'நீங்க என்ன சாப்படறீங்களோ அதையே எனக்கும் சொல்லுங்க' என்றேன். '1000 ரூபாய் இருக்கிறதே...'

சற்று நேரத்தில் ஆர்டர் எடுக்க வந்தவனிடம, 'காப்புச்சீனோ வித் க்ரீம்' என்று ஆர்டர் செய்தாள்.

'சொல்லுங்க....ஹவ் வாஸ் யுவர் டே..' என்றாள்.

'ம்ம்.. நல்லாப் போச்சுங்க.. '

'எங்க ஆபீசுக்கு உண்மையிலேயே சீனியரைப் பாக்கத்தான் வந்தீங்களா... இல்லை என்னைப் பாக்க வந்தீங்களா...?'

'அந்த விஷயத்தை விட மாட்டேன்கிறாளே... விடாமல் பிடித்துக் கொள்கிறாளே...'

வசந்தி... என்னைப் பத்தி உங்ககிட்டச் சொல்லணும்.

'என்ன சொல்லப்போறீங்க... நீங்க வல்லவரு.. நல்லவருன்னா...? அது எனக்கே தெரியும் வெங்கட்...'

'அது இல்லங்க....'

'வேற என்ன? என்னை லவ் பண்றீங்களா...?'

௨௪

‘ஒரு கணம் மூச்சே நின்று விடும் போலிருந்தது. என்னை லவ் பண்றீங்களா...’ கேட்டுவிட்டு, கொஞ்சம்கூட அது பற்றிய பிரக்ஞையே இல்லாமல் என் முகத்தையே பார்த்துக் கொண்டிருந்தாள். அவள் கொடுத்த அதிர்ச்சியில் என் முகம் மாறியதை கவனித்தாள். என்ன பதில் சொல்வதென்றே தெரியவில்லை.

‘ரிலாக்ஸ் வெங்கட்... ஐ வாஸ் ஜஸ்ட் ஜோக்கிங்... ஏன் இப்படி சீரியஸாகறீங்க...’

‘இல்லைங்க... சீரியஸால்லாம் ஆகலை.’

‘கமான் வெங்கட்.. உங்க மூஞ்சி போன போக்கைத்தான் பாத்தேனே.. சரி.. ஜோக்ஸ் அபார்ட்.. சொல்லுங்க. என்ன விஷயம் சொல்லணும்.’

நான் பேங்க்கில் வேலை செய்து கொண்டிருந்தேன் என்று தொடங்கி பாலகிருஷ்ணனை பூதலூர் சென்று பார்த்தது பற்றிச் சொல்லிக் கொண்டிருக்கும் போது, கேப்புச்சீனோ கொண்டு வந்து வைத்தான். சாதாரண காபியின் மீது க்ரீம் போட்டு, அந்தக் க்ரீமின் மேல் சாக்லேட் திரவத்தால் இதயம் வரைந்து அதன் நடுவே ஒரு அம்பைப் பாய விட்டிருந்தான் இரண்டு காப்பியிலும்.

இங்கே வருபவர்கள் எல்லாம் காதலர்கள் என்று எப்படி முடிவு செய்கிறார்கள்? வேறு எந்தப் பைத்தியக்காரன் 8 ரூபாய் காபியை 80 ரூபாய்க்கு குடிப்பான். அங்கே வருபவர்கள் காபி குடிக்கவா வருகிறார்கள்...? கடைசிக் கேபினில் அமர்ந்திருந்தவனின் பின்னந்தலை மட்டுமே வந்தது முதல் தெரிந்துகொண்டிருந்தது. நான் அங்கு வந்தது முதல் அந்தப் பக்கம் பெண் இருக்கிறாளா இல்லையா என்பதே தெரியவில்லை. உள்ளே நுழையும்போது பார்த்திருந்ததால் அவள் இன்னும் அதே இடத்தில்தான் இருப்பாள் என்று அனுமானித்துக்கொள்ள வேண்டியதாக இருந்தது. திடீரென்று அவனைப் பார்ப்பவர்களுக்கு, அவன் சுவற்றில் தலை சாய்த்து அழுவது போலத் தோன்றும்.

அவள் கவனம் என் கதையிலிருந்து காபிக்குத் திரும்பியது. 'ப்யூட்டிஃபுல்லா இருக்குல்ல?' என்றாள். நான் என் வாழ்வில் புயல் வீசத் தொடங்கியது பற்றிப் பேசிக் கொண்டிருந்தேன். விரைவில் அவள் இதழ்களுக்குள் மரணிக்க இருக்கும் சாக்லேட் இதயத்தின் அழகில் லயித்திருந்தாள். தன் செல்போனை எடுத்து அந்த சாக்லேட் இதயத்தை போட்டோ எடுத்தாள். அவள் போட்டோ எடுத்து முடிக்கும்வரையில் நான் அமைதியாக இருந்தேன். என் வாழ்வில் சோதனையாகவும், ஒரு வகையில் சாகசமாகவும் அமைந்த சம்பவங்களை உணர்ச்சிப் பொங்க சொல்லிக்கொண்டிருக்கையில் அவள் காபியில் கவனம் செலுத்தியது சற்று ஏமாற்றமாகத்தான் இருந்தது.

காபியை செல்போனில் போட்டோ எடுத்துவிட்டு என்னிடம் காட்டினாள். ஆர்வமே இல்லாமல் நல்லா இருக்குங்க என்றேன். அவளுக்கு ஏதோ புரிந்திருக்கவேண்டும்.

'ம்... சொல்லுங்க... நீங்க ஏதோ ஒரு ஊருக்கு கிளம்பிப் போனீங்க...' என்றாள்.

மீதம் உள்ள கதையையும் சொல்லி முடித்தேன். எல்லாவற்றையும் கேட்டு முடித்ததும் அவளிடம் ஒரு பய உணர்வு தோன்றியது. சிதைந்திருந்த அவளது கவனம் மீண்டும் என் மீது திரும்பியிருந்தது. சற்று கவலையோடு பார்த்தாள். குறும்பு புன்னகை காணாமல் போயிருந்தது. 'தப்பான ஆளோடு பழகுகிறோமோ என்று யோசிக்கிறாளோ...?'

'உங்களை நான் எல்லாரையும் மாதிரி ஒரு ஜர்னலிஸ்ட்னுதான் நெனச்சேன். பட் உங்க பின்னாடி இவ்ளோ பெரிய கதை இருக்கும்னு நான் நெனைக்கலை. இவ்ளோ வேலையை வைச்சுக்கிட்டு என்கூட

எப்படி உங்களால டைம் ஸ்பென்ட் பண்ண முடியுது?' ரொம்பவும் சீரியசாகத்தான் பேசினாள்

'மனசுக்கு புடிச்ச விஷயத்தை செய்யறதுக்கு எவ்வளவு நெருக்கடி இருந்தாலும் நேரத்தை நாமளாவே ஒதுக்கிடுவோம். உங்கக் கூட பேசிக்கிட்டிருக்கறது எனக்கு பெரிய ரிலாக்சேஷனா இருக்கு. இந்த பிரஷர்லர்ந்து ரிலீஸான மாதிரி இருக்கு.'

'ஸோ அந்த வகையில நானும் உங்க வேலையில கான்ட்ரிப்யூட் பண்றேன்...' மீண்டும் அவளிடம் உற்சாகம். சிரித்தாள்.

'அஃப்கோர்ஸ்' என்றேன்.

பில் கொடுத்துவிட்டுக் கிளம்பினோம். நாங்கள் கிளம்பும்போதே மூலையில் முத்தமிட்டுக் கொண்டிருந்த ஜோடியும் கிளம்பியது. அந்தப் பெண்ணின் இதழ்கள் ரத்தச் சிவப்பில் இருந்தன. நான் அந்தப் பெண்ணைப் பார்த்துவிட்டுத் திரும்பியதும் என்னைப் பார்த்துச் சிரித்தாள் வசந்தி.

ஹாஸ்டல் வாசலில் இறக்கி விடும்போது மணி 9. அவள் உள்ளே செல்வதற்கு இன்னும் அரை மணி நேரம் இருந்தது. நேற்றைப் போல நான் கிளம்புகிறேன் என்று நானும் சொல்லவில்லை. அவள் போவது வரை காத்திருப்பேன் என்பது சொல்லப்படாத ஒரு விஷயமாகி விட்டது. அவள் ப்ளாட்பாரத்தில் நின்றுகொண்டாள். நான் கீழே நின்று பேசிக்கொண்டிருந்தேன்.

'உங்களுக்கு யாரு சப்போர்ட் பண்றா வெங்கட்? எந்த சப்போர்ட்டும் இல்லாம எப்படி சமாளிக்கறீங்க?'

'நெறைய சப்போர்ட் இருக்கு வசந்தி. இப்போ நான் ஒரு எஸ்டாப்ளிஷ்ட் ஜர்னலிஸ்ட். நல்ல ஸ்டோரிஸ் பண்ணிருக்கேன். பண்ணிக்கிட்டு இருக்கேன். ஐ யம் ய மேன் ஆஃப் இன்டெக்ரிட்டின்னு ப்ரூவ் பண்ணிருக்கேன். என்னோட இந்த ஹானஸ்டி எனக்கு நெறைய நண்பர்களை ஏற்படுத்திக் கொடுத்துருக்கு. எங்க எடிட்டர் இதுக்காகத் தான் எனக்கு கூப்பிட்டு வேலை கொடுத்தார். எவ்வளவு நெருக்கடி வந்தாலும் நான் சர்வைவ் ஆயிடுவேன்னு நம்பிக்கை இருக்கு.'

'என்னால எந்த ஹெல்ப்பும் பண்ண முடியலைன்னு கஷ்டமா இருக்கு வெங்கட்.'

'எந்த ஹெல்ப்பும் பண்ண வேண்டாம் வசந்தி. ஐ வில் மேனேஜ். ஜஸ்ட் ரிலாக்ஸ்.'

‘தொடர்ந்து பேசிக்கொண்டிருக்கும்போது சீரியஸான விஷயங் களைப் பேசினால் மாறும் அவள் மூட், ஒரு சில நிமிடங்களிலேயே கலகலப்பாக மாறி விடுகிறது. கொஞ்ச நேரம் கூட தொடர்ந்து இவளால் சோகமாக இருக்க முடியவில்லை. நெருக்கமானவர்கள் யாராவது இறந்தால் எப்படி இருப்பாள்...? ச்சை... என்ன யோசனை இது...’

9.30 ஆனது. வருகிறேன் என்று அவளிடம் விடை பெற்று விட்டுக் கிளம்பினேன். அவளிடமிருந்து கிளம்பியதுமே, நாளை கமிஷன் முன் ஆஜராகவேண்டும் என்பது நினைவுக்கு வந்தது. என்ன கேட்பார்கள்? எவ்வளவு நேரம் நடக்கும் விசாரணை...?

‘ட்ரைவ் சேஃப்லி’ என்று மெசேஜ் அனுப்பியிருந்தாள். நன்றி என்று பதில் அனுப்பினேன். ஆனால் பழைய உற்சாகம் இல்லை. என் நினைவுகளை நீதிபதி வேலாயுதம் ஆக்ரமித்துக் கொண்டிருந்தார்.

இரவு 10 மணிக்கு ‘யு ஆர் ய க்ரேட் மேன். ஐ யம் ப்ரவுட் டு பி யுவர் ஃப்ரென்ட்’ என்று மெசேஜ் அனுப்பியிருந்தாள். நான் ஒன்றும் க்ரேட்டெல்லாம் இல்லை. சாதாரண மனிதன் என்று கூறினேன். ஸ்வீட் ட்ரீம்ஸ் என்று பதில் அனுப்பினாள். நாளை என்ன நடக்கும் என்ற நினைப்பில் இருந்தவனுக்கு ட்ரீம்ஸ் வந்தாலே பெரிய விஷயம். இதில் ஸ்வீட் ட்ரீம்ஸ் வேறா...

காலை பத்து மணிக்கெல்லாம் கமிஷன் அலுவலகத்தை அடைந்தேன். வழக்கறிஞர் இன்னும் வரவில்லை. வெளியே காத்திருந்தேன். 10.20க்கு ராஜராஜன் தன் ஜுனியர்களோடு வந்தார்.

‘வாங்க வெங்கட். வந்து ரொம்ப நேரம் ஆச்சா...?’

‘இல்லை சார். இப்போதான் வந்தேன்.’

‘ஆல்ரைட். உங்களை ரொம்ப க்ரில் (grill) பண்ணுவாங்க. கவனமா பதில் சொல்லுங்க. உங்களை இம்ப்ளிகேட் (implicate) பண்ற மாதிரி எதுவும் சொல்லாதீங்க... காம்ப்ளிகேட்டடான விஷயங்களைப் பத்திக் கேட்டா தெரியாது... ஞாபகமில்லைனு சொல்லுங்க.’

‘ஓ.கே. சார்.’

பத்தே முக்காலுக்கு நீதிபதி வேலாயுதம் வந்து அமர்ந்தார். என் பெயரை அழைத்ததும், நீதிபதி பக்கத்தில் அமைந்திருந்த கூண்டின் உள்ளே போட்டிருந்த நாற்காலியில் அமர்ந்தேன்.

கமிஷனுக்காக நியமிக்கப்பட்டிருந்த வக்கீல், என் பெயர், முன்னர் பார்த்த வேலை, தற்போது பார்க்கும் வேலை போன்ற சம்பிரதாயமான கேள்விகளைக் கேட்டார்.

என் மீதான தாக்குதல் தொடங்கியது.

'உங்களை ஏன் வேலையிலேர்ந்து டிஸ்மிஸ் பண்ணாங்கன்னு சொல்ல முடியுமா?'

'என் மேல சிபிஐ போட்டிருக்குற கேஸ்ல உள்ள அதே காரணத்துக்காக டிஸ்மிஸ் பண்ணிருக்காங்க.'

'அது என்னன்னு நான் சொல்றேன். சரியான்னு சொல்லுங்க. உங்களுக்கு முன்னால அந்த பேங்க்ல மேனேஜரா வேலைப் பார்த்த பாலகிருஷ்ணன் என்பவர் வைத்திருந்த பர்சனல் லாக்கரைத் திறந்து, அதனுள்ளே இருந்த 14 லட்ச ரூபாய் பணத்தை கையாடல் செய்திருக்கிறீர்கள் என்ற காரணத்துக்காக டிஸ்மிஸ் செய்யப் பட்டிருக்கிறீர்கள் சரியா?'

'இல்லை. சிபிஐ என் மீது தொடர்ந்த வழக்கு இன்னும் விசாரணையில் இருக்கிறது. நீதிமன்றம் என்னை குற்றவாளி என்று அறிவிக்காத சூழலில் என் மீது விசாரணை நடத்தப்படாமலேயே நான் டிஸ்மிஸ் செய்யப்பட்டுள்ளேன்.'

'சிபிஐ விசாரணை முடியாமல் இருந்தாலும், உங்களை டிஸ்மிஸ் செய்ததிலிருந்தே நீங்கள் பணத்தை கையாடல் செய்தது வங்கியால் நிரூபிக்கப்பட்டதாகத்தான் பொருள் கொள்ள முடியும்.'

ராஜராஜன் எழுந்தார். 'யுவர் ஆனர்... சாட்சியை மிரட்டும் வகையில் வழக்கறிஞர் விசாரணை நடத்துகிறார். இது இந்த விசாரணை ஆணையத்தின் வரம்புக்குத் தொடர்பில்லாதது.'

கமிஷனின் வழக்கறிஞர் 'இந்த விசாரணைக்கும் கமிஷன் விசாரணை வரம்புக்கும் நிச்சயம் தொடர்பிருக்கிறது. இந்த சாட்சி பணத்தை கையாடல் செய்துள்ளார். பணத்தை கையாடல் செய்துள்ளதாலே தான் இவர் டிஸ்மிஸ் செய்யப்பட்டுள்ளார். இப்படி பணத்தாசை பிடித்த ஒருவர், இந்தியப் பொருளாதாரத்தை சிதைக்கும் நோக்கத் தோடு, மத்திய நிதி அமைச்சர் சிங்காரவேலுமீது பொய்யான ஆவணங்களை தயாரித்திருக்கக் கூடும் என்ற அடிப்படையில்தான் இந்தக் கேள்விகள் கேட்கப்படுகின்றன. சிங்காரவேலு மீதான புகார் எப்படி உருவானது என்ற கமிஷனின் விசாரணை வரம்புக்கு இந்தக் கேள்விகள் நிச்சயம் அவசியமானது' என்றார்.

நீதிபதி,'க்வெஸ்டின் அலோவ்ட். யு மே ப்ரொசீட். விட்னஸ் ஷுட் ஆன்ஸர்' என்றார்.

ராஜராஜன் அமர்ந்ததும் என்னிடம் அந்தக் கேள்வியை மீண்டும் கேட்டார்.

'எனது டிஸ்மிஸ்ஸலை எதிர்த்து நீதிமன்றத்தில் மேல் முறையீடு செய்ய உள்ளேன். அதனால், நான் இந்தக் கேள்விக்கு பதில் சொன்னால் அது என் வழக்கை பாதிக்கும்' என்று சொன்னேன். நீதிபதி முகத்தில் திகைப்பு. ராஜராஜன் ஒரு பாராட்டும் தொனியோடு என்னைப் பார்த்து புன்னகைத்தார்.

ஆனால் கமிஷன் வழக்கறிஞர் சளைக்கவில்லை. கவலைப்படாமல் அவர் தொடர்ந்தார். 'ஆர்டிக்கிள் 311 (2) வின்படி உங்கள்மீது விசாரணை நடத்தப்படாமலேயே நீங்கள் டிஸ்மிஸ் செய்யப் பட்டிருக்கிறீர்கள். இதற்கு என்ன காரணம் என்று தெரியுமா?'

'தெரியாது.'

'நான் சொல்கிறேன். 311 (2) என்ற பிரிவு, தேசத்தின் பாதுகாப்பு காரணமாக, குடியரசுத் தலைவர் ஒரு அரசு ஊழியரை விசாரணை இல்லாமல் டிஸ்மிஸ் செய்ய வழங்கப்படும் அதிகாரம் அது. அந்த அதிகாரத்தின்படி நீங்கள் டிஸ்மிஸ் செய்யப்பட்டிருப்பதால், உங்களின் செயல்பாடுகள் தேசப்பாதுகாப்புக்கு ஊறு விளைவிக்கும் வகையில் அமைந்துள்ளது என்று தெரிய வருகிறது என்பதுதான் காரணம். அதனால்தான் நீங்கள் டிஸ்மிஸ் செய்யப்பட்டிருக்கிறீர்கள். இதற்கு என்ன கூறுகிறீர்கள்.'

ராஜராஜன் அருகில் இருப்பதால் எனக்கு சற்று தைரியமாக இருந்தது. என்ன ஆனால் என்ன...? நீதிபதி கழுத்தையா சீவி விடுவார்?

'என் மீது சிபிஐ போட்டுள்ளது பொய் வழக்கு. அதே பொய்க்குற்றச் சாட்டின் அடிப்படையில்தான் என்னை டிஸ்மிஸ் செய்துள்ளார்கள். 1200 கோடி ரூபாய் வங்கிப் பணம் மோசடி செய்யப்பட்டதற்கு சிங்காரவேலுதான் காரணம் என்பதற்கான ஆதாரங்களை நானே என் கண்ணால் பார்த்தேன். அதனால்தான் என்னை பழிவாங்கும் நோக்கோடு பொய் வழக்கில் சிக்க வைத்துள்ளார்கள். குற்றம் சாட்டப்பட்ட ஒரு நபரை உள் துறை அமைச்சராக்கிவிட்டு, நடத்தப்படும் இந்த விசாரணை ஆணையம் எப்படி நேர்மையான விசாரணையை நடத்த முடியும்?' என்று நான் சொன்னதும், நீதிபதி கோபமடைந்தார்.

‘மிஸ்டர்... அவர் கேட்ட கேள்விக்கு பதில் சொல்லுங்க. திஸ் ஈஸ் என்கொயரி கமிஷன். நாட் எ பொலிடிக்கல் ஸ்டேஜ். சம்பந்தமில்லாத மேட்டரையெல்லாம் இங்கப் பேசாதீங்க...’ என்று நீதிபதி கத்தியதும், ராஜராஜன் எழுந்து பேசினார்.

‘எது சம்பந்தமில்லாதது. சம்பந்தமில்லாத கேள்வியை கமிஷன் கேட்டதற்கு, இந்த சாட்சியை பதில் சொல்லச் சொல்லிக் கட்டாயப் படுத்தப்படுகிறார். சம்பந்தமுள்ள பதிலை சாட்சி சொன்னால், அதற்கு சாட்சியை நீதிபதியே மிரட்டுவது இந்தக் கமிஷன் எப்படி நடக்கிறது என்பதற்கு சிறப்பான எடுத்துக்காட்டு’

‘அதற்காக இதை அரசியல் மேடையாக பயன்படுத்துவதை நான் அனுமதிக்க முடியாது’ என்றார் நீதிபதி கோபமாக.

‘சாட்சி என்ன பதில் சொல்லுகிறாரோ... அதை அப்படியே பதிவு செய்ய வேண்டியது கமிஷனின் கடமை. சாட்சியை சம்மன் கொடுத்து அழைத்துவிட்டு, அவர் சொல்வதை பதிவு செய்யமாட்டேன் என்று மறுப்பது சட்டவிரோதம். சாட்சி சொல்வதை அப்படியே பதிவு செய்யாவிட்டால் சாட்சிக்கு கொடுக்கப்பட்ட சம்மனை வாபஸ் பெற வேண்டும்!’

‘மிஸ்டர் ராஜராஜன், யு டோன்ட் டிக்டேட் டெர்ம்ஸ் டு திஸ் கமிஷன்.’

‘ஐ யம் நாட் டிக்டேட்டிங் டெர்ம்ஸ். ஜஸ்ட் ட்ரையிங் டு டெல் யு தி லீகல் பொசிஷன்.’

‘டோன்ட் டீச் மி லா’

‘இஃப் எ ஜட்ஜ் ஃபர்கெட்ஸ் லா, இட்ஸ் தி ட்யூட்டி ஆப் அன் அட்வகேட் டு டீச் லா...’

‘ஐ வில் இனிஷியேட் கன்டெம்ப்ட் அகெயின்ஸ்ட் யு...’

‘ஐ வெல்கம் இட். ப்ளீஸ் இனிஷியேட். ஐ ஆல்சோ வான்ட் டு பாயின்ட் அவுட் அக்கார்டிங் டு தி கமிஷன் ஆப் இன்கொயரி ஆக்ட், யு டோன்ட் ஹேவ் கன்டெம்ப்ட் பவர்ஸ்’ என்று சூடாகப் பதில் சொன்னார் ராஜராஜன்.

நீதிபதி பின்வாங்கினார். அமைதியானார். அந்த ஹாலில் புயலடித்து ஓய்ந்தது போன்ற நிசப்தம்.

ஜட்ஜ் திடீரென்று எழுந்து தன் அறைக்குள் சென்றார். யாருக்கும் எதுவும் புரியவில்லை. ஒருவர் முகத்தை ஒருவர் பார்த்துக்

கொண்டனர். நான் கூண்டிலிருந்து எழுந்திருப்பதா இல்லையா என்று புரியாமல் ராஜராஜனை பார்த்தேன். அவர் என்னைப் பார்த்துவிட்டு எதுவுமே பேசாமல் இருந்தார். அவர் கோபம் இன்னும் அடங்கவில்லை.

கமிஷனின் வழக்கறிஞர், எழுந்து நீதிபதியின் அறைக்குள் சென்றார். கூண்டுக்குள் இருந்த என்னை எழுந்து வருமாறு அழைத்தார் ராஜராஜன். வெளியே வந்தோம். 'ஏன் சார் இவ்ளோ கோபப் பட்டுட்டீங்க...?'

'பின்ன என்ன வெங்கட்... இவன் கரப்ட்னு எனக்கு நல்லா தெரியும். தெனமும் சிங்காரவேலுகிட்ட என்ன பண்ணணும்னு உத்தரவு வாங்கிட்டுத்தான் பண்ணுவான்னும் தெரியும். சிங்காரவேலுவுக்கு அவன் விசுவாசமா இருந்துக்கட்டும். அதுக்காக வர்றவன் போறவனையெல்லாம் டார்ச்சர் பண்ணிக்கிட்டு இருந்தா வேடிக்கை பாத்துக்கிட்டு இருக்கமுடியுமா? கன்டெம்ப்ட் எடுப்பானாம். பெரிய மயிரு இவன்... இவனை மாதிரி எத்தனை ஜட்ஜை பாத்துருப்பேன். 30 வருஷ ப்ராக்டிஸ் எனக்கு... இவனை மாதிரி பொறுக்கித் தின்ற ஆளு இல்ல வெங்கட் நானு... நேர்மையா ப்ராக்டிஸ் பண்றவன்.'

'விடுங்க சார்... நீங்க டென்ஷனா ஆகாதீங்க...'

'பெரும்பாலான வக்கீலுங்க இந்த மாதிரி ரோக் ஜட்ஜஸோட அயோக்கியத்தனத்தை பொறுத்துக்கிட்டு போறதுக்கு ஒரே காரணம், நாங்க சண்டை போட்டா அதனால பாதிக்கப்படறது க்ளையன்ட்ஸ் தான். க்ளையன்ட்ஸ் பாதிக்கப்படக் கூடாதேன்னுதான் பொறுத்துக் கிட்டுப் போறோம். இது என்ன வெறும் கமிஷன் ஆஃப் என்கொயரி தானே... தூக்குலயா போட்ருவான்.'

நீதிபதி அமர்ந்துவிட்டார் என்று உள்ளே இருந்து ஒருவன் வந்து எங்களை அழைத்தான்.

உள்ளே சென்றோம். நீதிபதி ராஜராஜனைப் பார்த்து, 'ஐ யம் சாரி மிஸ்டர் ராஜராஜன்.' என்றார்.

ஆச்சர்யமாக இருந்தது. ஏன் இப்படிப் பின்வாங்குகிறார் இந்த ஆள்.

'இட்ஸ் ஆல்ரைட்... ஐ யம் சாரி டூ' என்றார். யுவர் ஆனர் சொல்வதை கவனமாக தவிர்த்தார். நீதிபதியும் இதைக் கவனித்திருப்பார் ராஜராஜனைப் பார்த்து, 'கன்ட்டின்யூ பண்ணலாமா... இன்னொரு நாள் வச்சுக்கலாமா... டெல் மி யுவர் கன்வீனியன்ஸ்' என்றார்.

'வி மே கன்ட்டின்யூ' என்று மட்டும் பதிலளித்தார்.

நீதிபதி வேலாயுதம் ஏன் பின்வாங்கினார் என்பது உடனே தெரிந்தது. கமிஷன் வழக்கறிஞர் கேள்விகளைத் தொடர்ந்தார்.

'உங்களுக்கு முன்னால் பணியாற்றிய பாலகிருஷ்ணனை உங்களுக்குத் தெரியுமா?'

'தெரியும்'

'அவரைச் சந்தித்துப் பேசியிருக்கிறீர்களா?'

'என்ன பதில் சொல்வது...? தெரியும் என்று சொன்னால், எக்குத் தப்பாக அவர் மகள் விவகாரம் வெளியே வந்து விட்டால்... அவர் இறந்துவிட்டாலும், அவர் மகள் தற்போது திருமணம் செய்து கொண்டு நிம்மதியாக வாழ்ந்து வருகிறாளே... அந்த உரையாடலை இந்தக் கமிஷனில் தாக்கல் செய்து விட்டால்... எப்படித் தெரியும், எதற்காகத் தெரியும் என்று உயிரை எடுப்பானே...'

'பேசியதில்லை.'

'நீங்கள் ஆறு மாதங்களுக்கு முன்னால் அவர் சொந்த ஊருக்குச் சென்றிருக்கிறீர்கள். அவரோடு 28 முறை தொலைபேசியில் பேசியிருக்கிறீர்கள். யுவர் ஆனர், தி விட்னஸ் ஈஸ் லையிங்.' என்று கூறி விட்டு, எனது செல்போனின் இரண்டு வருட ஸ்டேட்மென்ட்டை எடுத்து நீதிபதியிடம் கொடுத்தார்.

'நீங்கள் பாலகிருஷ்ணனை சந்திக்கவில்லையென்றால், இரண்டு நாட்களில் உங்கள் செல்போன் டவர் ஏன் பாலகிருஷ்ணனின் சொந்த ஊரான பூதலூரைக் காட்டுகிறது?'

'நான் வேறு வேலைக்காக அங்கே சென்றேன். எனது நண்பர் அந்த ஊரில் இருக்கிறார்'

'நண்பரின் பெயரையும் முகவரியையும் சொல்லுங்கள்'

'தற்போது நினைவில்லை. என் டைரியைப் பார்த்துத்தான் சொல்ல வேண்டும்.'

'நான் சொல்கிறேன். அது போன்ற ஒரு நண்பரே உங்களுக்கு இல்லை. நீங்கள் பூதலூர் சென்றதே, பாலகிருஷ்ணனின் லாக்கரிலிருந்து நீங்கள் கையாடல் செய்த 14 லட்ச ரூபாய் பற்றி அவருக்குத் தெரிந்துவிடப் போகிறதே என்பதற்காக பாலகிருஷ்ணனை கொலை செய்வதற்காகத்தான்...'

25

உண்மையிலேயே கேட்கிறார்களா? கிண்டல் செய்கிறார்களா என்று ஒரு கணம் நம்ப முடியவில்லை. இது நீதிமன்றம்... இங்கே கிண்டல் செய்து விளையாடுவதற்கு இவர்கள் என்ன நண்பர்களா உறவினர்களா என்பது உறைத்தது.

'எனக்கு அழுகை வந்துவிட்டது. என் கண்களில் கண்ணீர் பெருக்கெடுத்தது. கட்டுப்படுத்த நினைத்தேன். முடியவில்லை. அது கொலைப்பழி சுமத்தப்பட்ட பயத்தால் அல்ல. அமைதியாக வாழ்ந்து கொண்டிருந்தவரின் மரணத்துக்கு மறைமுகமாக காரணமாகி விட்டேனோ என்று குற்ற உணர்ச்சியில் இருந்த எனக்கு, அவரையே நான் கொலை செய்தேன் என்று குற்றம் சாட்டினால்...? ஒரு கடுமையான நெருக்கடிக்கிடையில் நேர்மை தவறாமல் அவர் நடந்து கொண்ட ஒரே காரணத்தால்தான் இந்த ஊழலே வெளிவந்தது. அவரின் உறுதியைப் பார்த்துத்தான் நானே இந்தச் செயலைச் செய்தேன். அவரைப்போய் நான் கொலை செய்தேன் என்று சொல்கிறார்களே...'

கர்சீஃப்பை எடுத்து கண்களைத் துடைத்துக்கொண்டேன். ராஜராஜன் எழுந்து, நாளை விசாரணையைத் தள்ளி வைக்கலாம் என்று சொன்னார். நீதிபதி, நாளை வைத்துக்கொள்ளலாமா என்று என்னைக் கேட்டார்.

நான் வேண்டாம் என்று விட்டு தொடர்ந்தேன். '1200 கோடி ரூபாய் மக்கள் வரிப்பணத்தை சிங்காரவேலு என்ற நபர் கொள்ளையடித்தார் என்பதே குற்றச்சாட்டு. அந்தக் குற்றச்சாட்டை விசாரிக்கவே இந்தக் கமிஷன் அமைக்கப்பட்டுள்ளது. சிங்காரவேலு மீதான புகாரை நான்தான் வெளியிட்டேன். அந்தப் புகார் நான் இல்லாவிட்டால் வெளி வந்திருக்காது. நான் நினைத்திருந்தால், சிங்காரவேலுவிடம் பேரம் பேசி, சில லட்சங்களையோ, சில கோடிகளையோ வாங்கிக் கொண்டு சந்தோஷமாக என் வாழ்வை ஓட்டியிருக்க முடியும். சிறை சென்றிருக்க வேண்டாம். சிபிஐயால் சித்திரவதை அனுபவித்திருக்க வேண்டாம். இன்று இது போன்ற கட்டப் பஞ்சாயத்து மன்றம் முன்பு அமர்ந்து அவமானப்பட்டிருக்க வேண்டாம். ஆனாலும் நான் எனக்குச் சரியெனப்பட்டதைச் செய்தேன். நாளை மீண்டும் ஒரு வாய்ப்புக் கிடைத்தால் இதையேதான் செய்வேன்.

என்னை இங்கே அமர வைத்து, என்னை தேசவிரோதி என்றும், கொலைகாரன் என்றும் பழி சுமத்துகிறீர்கள். இது என்னை மிரட்டுவதற்காகத்தான். என் உறுதியை அழிப்பதற்காகத்தான் என்பது எனக்கு நன்றாகப் புரிகிறது. ஆனால் உங்களால் என் உறுதியை அழிக்க முடியாது. 1200 கோடி மக்கள் பணத்தை கொள்ளையடித்த சிங்காரவேலு ஒரு குற்றவாளி என்றால், அந்த ஊழலை வெளிக் கொண்டு வந்தேன் என்பதற்காக, என்னை இப்படி அலைக்கழித்து அவமானப்படுத்தும், இந்த விசாரணை ஆணையமும், அதன் வழக்கறிஞரும், சிங்காரவேலுவைவிட மிகப்பெரிய குற்றவாளிகள். இந்த ஆணையம், அதன் வழக்கறிஞர் போன்ற நபர்கள் இருப்பதால்தான் சிங்காரவேலுக்கள் உருவாகிறார்கள். தொடர்ந்து உருவாகிக் கொண்டிருப்பார்கள்.'

தட்டச்சர் கம்ப்யூட்டரில் நான் சொன்னதை அப்படியே அடித்துக் கொண்டிருந்தார். மற்றவர்களைப்போல தட்டச்சரின் கவனம் சிதையக் கூடாது. சாட்சி சொல்லும் ஒவ்வொரு வார்த்தையையும் அப்படியே அடிக்கவேண்டும். சாட்சி இறுதியாக அவர் அடித்ததை படித்துப் பார்த்துவிட்டு சரியாக இருந்தால், அந்த வாக்குமூலத்தின் கீழே கையெழுத்திடவேண்டும். நிறைய தவறுகள் இருந்தால் திருத்தம் செய்து எடுத்துத் தரச் சொல்லிக் கேட்கலாம்.

நான் பேசி முடித்ததும், ஒரு நிமிடம் அமைதி நிலவியது.

'ராஜராஜன், விட்னஸ் சொன்ன எல்லாத்தையும் பதிவு பண்ண முடியாது. சில விஷயங்களை நீக்க வேண்டி இருக்கு.'

‘விட்னஸ் சொன்ன எல்லாவற்றையும் பதிவு செய்யாவிட்டால் வாக்குமூலத்தில் கையெழுத்திட மாட்டார். அவர் சொல்வதை அப்படியே பதிவு செய்ய வேண்டியதுதான் ஆணையத்தின் வேலை. அதை நீட்டவோ, சுருக்கவோ, யாருக்கும் அதிகாரம் இல்லை. பதிவு செய்ய உத்தரவிடுகிறீர்களா? இல்லை நாங்கள் உயர்நீதிமன்றத்தை அணுகி, இங்கே நடக்கும் நாடகத்தை மனுவாக தாக்கல் செய்யவா?’ என்றார் ராஜராஜன்.

நீதிபதி முகத்தில் மருட்சி. தட்டச்சரை பார்த்து, ‘ப்ளீஸ் ரெக்கார்ட் எவ்ரிதிங்’ என்றார்.

வாக்குமூலத்தில் கையெழுத்திட்டுவிட்டு, வெளியே வந்தோம்.

‘என்ன வெங்கட் இவ்வளவு எமோஷனலா ஆயிட்டீங்க?’

‘சார்.. பாலகிருஷ்ணன் இஸ் மை ஐடியலாக் சார். ஒரு சாதாரண மனுஷனா இருந்து, எவ்வளவு பெரிய வேலை செய்துருக்கார் தெரியுமா அவரு. அவரு மட்டும் அந்த ஆதாரங்களை பத்திரப் படுத்தலன்னா இந்த ஸ்கேமே வெளியில வந்துருக்காது சார்.’

‘இனிமே உங்களைத் திருப்பிக் கூப்பிட மாட்டாங்கன்னு நெனைக்கறேன். கூப்பிட்டா எனக்குத் தகவல் சொல்லுங்க. அநேகமா உங்களுக்கு எதிரா ஏதாவது ரெக்கமன்டேஷன் குடுப்பான் இந்த ஆள். ரிப்போர்ட் சப்மிட் பண்ண பிறகுதான் தெரியும். லெட் ஆஸ் ஸீ..’

’ரொம்ப தேங்ஸ் சார்..’ அவரிடம் விடை பெற்றுக் கொண்டு நேராக அலுவலகம் சென்றேன். எடிட்டர் இல்லை. ‘எடிட்டர் இருந்தால் விபரத்தை சொல்லிவிட்டு நேராக வீட்டுக்குப் போகலாம். எல்லா விபரங்களையும் போனிலும் சொல்ல முடியாது.’ யோசித்துக் கொண்டே என் இருக்கையில் அமர்ந்தேன்.

நடந்து முடிந்தவை எல்லாமே நிஜமா என்று ஆச்சர்யமாக இருந்தது. நானா இப்படிப் பேசினேன் என்று என்னால் நம்ப முடியவில்லை. சற்று அமைதியாக இருந்திருக்கலாமோ என்று தோன்றினாலும், அமைதியாக இருந்தால் மட்டும் என்ன செய்துவிடப்போகிறார்கள் என்றும் தோன்றியது. குறைந்தபட்சம், அந்த நீதிபதிக்கோ, அந்த கமிஷனுக்கோ நான் பயப்படவில்லை என்பதை நிரூபித்தாகி விட்டது. ஒரு வகையில் திருப்தியான உணர்வு ஏற்பட்டது.

வசந்திக்கு, ‘எப்போது உன் வேலை முடியும்’ என்று எஸ்எம்எஸ் அனுப்பினேன். ‘5.30’ என்று பதில் அனுப்பினாள். ‘நான் உன்னை

உயர்நீதிமன்றம் வந்து பிக் அப் செய்து கொள்ளட்டுமா?' என்று கேட்டேன்... சற்று நேரம் கழித்து, 'ஓ எஸ்' என்றாள்.

வேலாயுதம் கமிஷன் ஏற்படுத்தியிருந்த டென்ஷன் சற்று விலகியது போல இருந்தது. ஆனால் அதை நினைத்ததும், எரிச்சலோடு சேர்ந்து என்ன செய்துவிடுவான் என்ற அலட்சியமும் வந்தது. அந்த நீதிபதியை வலுக்கட்டாயமாக எண்ணங்களில் இருந்து விலக்கினேன்.

மாலை சரியாக 5.30 மணிக்கு, உயர் நீதிமன்றத்தின் மெயின் நுழைவாயில் அருகே நின்றேன். எங்கே இருக்கிறாய் என்று மெசெஜ் அனுப்பினாள். சொன்னேன். அங்கே நிற்காதே.. யாராவது பார்த்து விடுவார்கள். கோட்டை ரயில் நிலையத்தின் கீழ் சென்று நில். நான் அங்கே வருகிறேன் என்று சொன்னாள்.

ஜீன்ஸ் அணிந்து டீ ஷர்ட் போட்டுக்கொண்டு, கவலையே இல்லாமல் அலட்டலோடு அலையும் இவளா இப்படி யாராவது பார்த்து விடுவார்கள் என்று பயப்படுகிறாள்...? ஆச்சர்யமாக இருக்கிறதே... இதில் ஏதாவது ஒன்றுதானே உண்மையாக இருக்க முடியும்... ஒன்று அவளின் கவலையில்லாத அலட்டல் உண்மையாக இருக்க வேண்டும். அல்லது யாராவது பார்த்து விடுவார்களோ என்ற பயம் உண்மையாக இருக்க வேண்டும். அல்லது இரண்டுமே உண்மையாக இருக்க முடியுமா? அவளின் தன்மைக்கு, யாரைப் பற்றியும் கவலைப்படாமல் அல்லவா இருக்க வேண்டும்...? குழப்பத்தோடு பைக்கை கோட்டை ரயில் நிலையத்தின் கீழே நிறுத்திவிட்டு காத்திருந்தேன்.

வந்தாள். எதுவும் பேசாமல் ஏறி அமர்ந்தாள். வண்டியின் கண்ணாடியை அவள் முகம் தெரிவதுபோல அட்ஜஸ்ட் செய்தேன். அவள் ஏதோ யோசனையில் இருந்தாள். அவளாகச் சொல்லட்டும் என்று நானும் எதுவும் கேட்கவில்லை. காபி ஷாப் சென்று அமர்ந்ததும், மெனு கார்டை அவளிடமே நீட்டினேன். வேறு ஏதோ யோசனையில் 'நீங்களே சொல்லுங்க' என்றாள். நான் ஆர்டர் செய்து விட்டு...'என்ன வசந்தி... ஏதாவது பிரச்னையா...?' என்றேன்.

'இல்லை வெங்கட்.. சீனியர் ரொம்பத் திட்டிட்டாரு...'

'இதற்கு நான் என்ன ஆறுதல் சொல்ல முடியும்...'

'நீங்க என்ன பண்ணீங்க...?'

'ஒரு ஜட்ஜ்மென்ட் எடுக்கச் சொன்னார்... நான் அவர் சொன்ன ஜட்ஜ்மென்டைத்தான் எடுத்தேன்... ஆனா வேற ஏதோ கோபத்துல கன்னா பின்னான்னு திட்டிட்டார்...'

‘சரி விடுங்க... சீனியர்தானே...’ என்று என்ன சமாதானம் சொல்வ தென்றே தெரியாமல் சொன்னேன்.

‘பேசாம இந்த ப்ரொபஷனையே விட்டுட்டு வேற ப்ரொபஷனுக்குப் போயிடலாமான்னு நெனைக்கறேன்... ஐ யம் சிக்...’

‘வசந்தி... நான் இருக்கற ப்ரொபஷனைவிட உங்க ப்ரொபஷன் நல்ல ப்ரொபஷன். என்னால, நாட்டுல இருக்கற குறைகளைச் சுட்டிக் காட்டத்தான் முடியும். அதுக்கு என்னால எந்தத் தீர்வையும் தர முடியாது. ஆனா உங்களை மாதிரி வக்கீல்கள், அதுக்கான தீர்வுகளை ஏற்படுத்தித் தரக் கூடிய நிலைமையில இருக்கீங்க. நாடு இன்னைக்கு இருக்கற நெலைமையில மனித உரிமைகள் நாள்தோறும் மீறப்படுது. அதைத் தடுத்து நிறுத்தற உரிமை இருக்கற ஒரே ப்ரொபஷன் உங்க ப்ரொபஷன்தான்...’

‘அது எனக்குத் தெரியும் வெங்கட்... அதுக்காகத்தான் எங்க அப்பா நான் வக்கீலாகனும்னு விரும்புனாரு. லீவ் இட்... வேற ஏதாவது ப்ளசன்டா பேசுவோம்.’

‘நீங்க ஏன் என்னை இன்னைக்கு ஹை கோர்ட் பக்கத்துல நிக்க வேணாம்னு சொன்னீங்க..?’

‘என்ன வெங்கட் பேசறீங்க... யாராவது பாத்துட்டு எங்க அப்பாகிட்ட சொல்லிட்டாங்கன்னா அவ்வளவுதான்... என்னை ரொம்ப நாளாவே மதுரையில வந்து ப்ராக்டிஸ் பண்ணுன்னு சொல்லி கூப்பிட்டுகிட்டு இருக்கார். இந்த மாதிரி ஏதாவது ஒரு விஷயம் அவரு காதுக்குப் போச்சுன்னா அதோட என் கதை க்ளோஸ். அந்த ஊருலையே என் வாழ்க்கை அழிஞ்சுடும்.’

‘இங்க ஹாஸ்டல்ல சாப்டுக்கிட்டு ஏன் கஷ்டப்படணும்? மதுரையில இருந்தா வீட்டோட இருந்துக்கிட்டு, ப்ராக்டிசும் பண்ண மாதிரி இருக்கும். அம்மா அப்பாவோடவும் இருக்கலாம்ல...?’

‘எனக்கு மதுரையில ப்ராக்டிஸ் பண்றதுல துளிகூட இஷ்டம் இல்ல. எக்ஸ்போஷர் ரொம்ப கம்மி. இங்கன்னா நல்லா கத்துக்கலாம். அன்ட் இந்த ஃபன் (fun) வருமா? மதுரையில என்ன இருக்கு? செம போர்.’

‘வீட்டுக்கு அடக்கமான பெண்ணாக அம்மா அப்பாவிடமும் பேர் வாங்கவேண்டும். தற்போதைய இள வயது யுவதிகள் ஊரைச் சுற்றி அனுபவிக்கும் அனைத்துச் சந்தோஷங்களையும் அனுபவிக்க வேண்டும். அப்படி அனுபவிப்பது தன் வீட்டுக்கும் தெரியக் கூடாது. எவ்வளவு கவனமாக வாழ்க்கையை திட்டமிடுகிறாள்...?’

‘உங்க வீட்டுல மேரேஜ் பத்தி பேசலையா வசந்தி?’

‘அய்யோ அதை ஏன் கேக்கறீங்க வெங்கட். டெய்லி போன் பண்ணும் போதெல்லாம் இதே பாட்டுதான். எப்போ கல்யாணம் பண்ணிக்கற... எப்போ கல்யாணம் பண்ணிக்கறன்னு... நான் மெட்றாஸ்ல இருக்கறதால அவங்களால டெய்லி பொண்ணு பாக்க ஆளைக் கூட்டிட்டு வந்து காட்ட முடியலை. அதுக்காகவும், என்னை மதுரைக்கு வா வா ன்னு உயிரை எடுக்கறாங்க.’

‘டீடெயில்ஸ் குடுங்க... நான் வேணா மாப்பிள்ளை பாக்கறேன்...’

‘நீங்க ஆணியே புடுங்க வேணாம். எங்க அப்பா அம்மா பண்ற தொந்தரவு போதாதுன்னு நீங்களும் ஆரம்பிக்காதீங்க. முக்குலத் தோருக்குன்னு ஒரு மேரேஜ் சென்டர் இருக்கு. அங்க ரிஜிஸ்டர் பண்ணி வச்சுருக்காங்க. அதுலேயும் எங்க கம்யூனிட்டியிலேயே பாக்கணும்னு அடம் பிடிக்கறாங்க. எங்க கம்யூனிட்டியிலே பெரும்பாலும், வட்டிக்கு விட்றவனுங்க. கழுத்துல பெரிய தங்கச் செயின் போட்டுக்கிட்டு புல்லட்ல சுத்துவானுங்க. எனக்கு அந்த மாதிரி ஒரு மாப்பிள்ளைய கட்டிக்கிட்டு பட்டிக்காட்டுல சிக்கிக்கிக்கறதுல விருப்பம் இல்லை.’

‘நீங்க என்ன கம்யூனிட்டி...’

‘பிறமலைக் கள்ளர்... எங்க அப்பா கொஞ்சம் ஓக்கேனாலும், எங்க அம்மா வேற கம்யூனிட்டியில பாக்கறதுக்கு ஒத்துக்கவே மாட்டாங்க. அதுனாலதான் நானும், இதை எவ்வளவு தள்ளிப் போடலாம்னு ட்ரை பண்ணிக்கிட்டு இருக்கேன்.’

‘உங்க அப்பா பார்ட்டியில இருக்கார்னு சொன்னீங்க? அப்புறம் ஏன் உங்க கம்யூனிட்டியிலயே பாக்கறாரு...? சிபிஎம்லயே யாராவது நல்ல ஆளாப் பாத்து முடிச்சுட வேண்டியதுதானே...’

‘அந்த மாதிரியும் யாரும் அமையலயே... அமைஞ்சா எனக்கும் சந்தோஷம்தான்...’

‘யாரையாவது லவ் பண்ணி கல்யாணம் பண்ணிக்க வேண்டியது தானே...’

‘எங்க வீட்லயும் லவ் மேரேஜுக்கு ரொம்ப எதிர்ப்பெல்லாம் தெரிவிக்க மாட்டாங்க. ஆனா இதுவரைக்கும் அது மாதிரி எதுவும் அமையலை...’

நேரமாகி விட்டது. கிளம்பினோம். அவளை ஹாஸ்டல் வாசலில் இறக்கிவிட்டு பேசிக்கொண்டிருந்தேன். ‘நாளைக்கு என்ன பண்ணப்

போறீங்க வெங்கட். எனக்கு ஆபீஸ் ஹாஃப் டே தான்...'

'எனக்கும் பெருசா ஒண்ணும் வேலை இல்லை.'

'சினிமாவுக்குப் போகலாமா?'

'போலாம்... என்ன படம் போலாம்...?'

'பயணம்னு ஒரு படம் நல்லா இருக்குன்னு சொல்றாங்க... மூணு மணிக்கு புக் பண்ணிடுங்க... என்னை இங்கயே வந்து பிக் அப் பண்ணிக்கங்க.'

'சரிங்க.. '

'நாளைக்கு நான் என்ன ட்ரெஸ் போட்டுகிட்டு வரட்டும்..?'

'என்னங்க என்னைக் கேக்கறீங்க...'

'உங்களைக் கேக்காம... உங்கக்கூடதானே வர்றேன்...? உங்கக்கூட வரும்போது நான் அழகா தெரிய வேணாமா...?' என்றாள் சிரித்துக் கொண்டே.

'உங்களுக்கு எந்த ட்ரெஸ் ரொம்ப புடிக்குமோ... அதைப் போட்டுகிட்டு வாங்க. உங்களுக்கு எல்லா ட்ரெஸும் அழகாத்தான் இருக்கு...'

'அய்யோ... ஸோ ஸ்வீட்...' என்று சொல்லிவிட்டு நேரமாகிறது என்று கிளம்பினாள்.

கிளம்பி வண்டி ஓட்டிக்கொண்டிருக்கும் போது நாளை அவளோடு சினிமாவுக்குப் போகப்போகிறோம் என்ற விஷயம் குதூகலத்தை ஏற்படுத்தியது. எத்தனையோ முறை சினிமாவுக்குப் போயிருக்கிறேன். பல தடவை சினிமா தியேட்டரில் ஜோடியாக வருபவர்களைப் பார்த்து பொறாமைப் படவில்லையென்றாலும், ஆதங்கப்பட்டிருக் கிறேன். கையைக் கோர்த்துக்கொண்டு, ஆனந்தமாக பேசியபடி, சினிமா பார்ப்பதற்காக நாங்கள் வரவில்லை... எங்கள் நெருக்கத்தை இந்த சினிமா அதிகப்படுத்தியிருக்கிறது என்பதை அறிவித்தபடி ஆனந்தமாக சிரிப்போடு வந்திருக்கும் பல ஜோடிகளைப் பார்த்திருக்கிறேன்... நானும் நாளை ஜோடியாக சினிமாவுக்குப் போகப் போகிறேன் என்ற நினைவு ஏற்படுத்திய உற்சாகம் அளவற்றதாக இருந்தது.

இரவு வசந்தியைத் தவிர அத்தனை எண்ணங்களும் கனவுகளாக வந்தன. கனவில் எடிட்டர் என் ஸ்டோரி ஒன்றை குப்பை என்று கத்தினார். நீதிபதி வேலாயுதம், அரெஸ்ட் திஸ் ஃபெல்லோ என்று உத்தரவிட்டார். வக்கீல் ராஜராஜன், சாரி வெங்கட். உங்கள் வழக்கை

என்னால் நடத்த முடியாது என்றார். அம்மா திடீரென்று எழுந்து நெஞ்சு வலிக்கிறது என்றாள். தூக்கி வாரிப்போட்டது. டக்கென்று எழுந்தேன். கரண்ட் போயிருந்தது. உடல் முழுக்க வேர்வை. மணி இரண்டு.

எழுந்து குளித்தேன். அதற்கு மேல் தூக்கம் வராது. ஓஷோ சொற்பொழிவுகளை எடுத்து படித்தேன். எதுவுமே மண்டையில் ஏறவில்லை. எப்போது உறங்கினேன் என்று தெரியவில்லை.

ரத்தச் சிவப்பு வண்ணத்தில் ஒரு டாப்சும், கருப்பு நிற ஜீன்சும் அணிந்திருந்தாள். கையில் மரத்தால் செய்யப்பட்டது போன்ற ஒரு பெரிய வளையல். முகத்தில் மேக்கப் சற்று அதிகமாகத் தென்பட்டது. 'என்னோடு வருவதால் அதிகமாக மேக்கப் போட்டிருக்கிறாளோ...?'

உட்லண்ட்ஸ் தியேட்டர். சென்னை நகரின் ஆடம்பரமற்ற தியேட்டர்களில் அதுவும் ஒன்று. ஹம் ஆப்கே ஹேய்ன் கவுன் என்ற இந்தித் திரைப்படம் 300 நாட்கள் ஓடியது. அதெல்லாம் மல்ட்டிப்ளெக்ஸுகள் உருவாகாத காலம். மக்கள் நல்ல சினிமாவைத் தேடி அலை அலையாக வருவார்கள். உட்லண்ட்ஸ் தியேட்டர் அருகிலேயே எஸ்கேப் அவென்யூ வந்து விட்டதால் உட்லண்ட்ஸ் தன் சோபையை இழந்து விட்டது.

தியேட்டரில் வந்து அமர்ந்ததும் செல்போனில் யாருக்கோ வேக வேகமாக எஸ்எம்எஸ் அனுப்பிக் கொண்டிருந்தாள். நான் அவள் செல்போனைப் பார்த்துவிட்டு எதுவும் கேட்காமல் அமர்ந்திருந்தேன். அவளாகவே சொன்னாள். 'எங்க ஆபீஸ் பக்கத்துல ஒருத்தன் இருக்கான்... சரியான ஜொள்ளு... எப்போ பாரு கவிதைன்னு மொக்கையா எதையாவது டைப் பண்ணி அனுப்பிக்கிட்டே இருப்பான்.. அனுப்பாதன்னு சொன்னாலும் விடாம உயிரை எடுப்பான்...'

'ம்ம்...'

பிடிக்கவில்லையென்றால் இவள் எதற்கு அவனுக்கு பதில் அனுப்ப வேண்டும்? எந்த பதிலும் வரவில்லையென்றால் எத்தனை நாளுக்கு அனுப்பிக் கொண்டிருப்பான்...?'

படம் தொடங்கியதும் பல காட்சிகளில் வாய் விட்டு சிரி சிரியென்று சிரித்தாள். சிரிக்கும்போது இயல்பாக என் மேல் பட்டாள். பெரிய நகைச்சுவை என்றால் என்னை அடித்துச் சிரித்தாள். வாசனையாக இருந்தாள். இறுதிக் காட்சியில் டென்ஷன் ஏறும்போது என் கையைப் பிடித்துக்கொண்டாள்.

மீண்டும் ஹாஸ்டல். மீண்டும் உரையாடல். அவள் அவன் அலுவலகத்துக்கு பக்கத்தில் இருப்பவனுக்கு எஸ்எம்எஸ் அனுப்பியது உறுத்திக்கொண்டே இருந்தது. அவள் எஸ்எம்எஸ் அனுப்பும் பல நபர்களில் நானும் ஒருத்தன் என்றேத் தோன்றியது. நான்தான் என் மனதில் தேவையற்ற கற்பனைகளை வளர்த்துக் கொள்கிறேன் என்று தோன்றியது. அவள் இதுபோன்ற எந்த எண்ணங்களும் இல்லாமல் இயல்பாக என்னோடு பழகிக் கொண்டிருக்கலாம்... நானாக தேவையற்ற எண்ணங்களை வளர்த்துக் கொண்டிருக்கிறேன்... என் வயது என்ன? அவள் வயது என்ன? ஏறக்குறைய பத்து வருடங்கள் வித்தியாசம்... இது எப்படி சரியாக வரும். எனக்கு இருக்கும் இவ்வளவு பிரச்னைகளுக்கு நடுவே இது போன்ற கற்பனை வாழ்வு தேவையற்றதோ...

மறுநாள் மதுரைக்குச் செல்வதாகச் சொன்னாள். 'நாளை பார்க்க முடியாதே...'

சோம்பலான ஞாயிற்றுக் கிழமையாக விடிந்தது. வண்டி கிளம்பி விட்டது என்று செய்தி அனுப்பியிருந்தாள். ஹேவ் ய ஹேப்பி ஜர்னி என்று பதில் அனுப்பினேன்... மதியத்துக்கு மேல், சாப்பிட்டுவிட்டு, கல்யாண சுந்தரத்தைப் பார்த்துவிட்டு வரலாம் என்று கிளம்பினேன்.

வேலாயுதம் கமிஷனில் நடந்தவை அனைத்தையும் அவரிடம் விவரித்தேன். அமைதியாக கேட்டுக்கொண்டார்.

'வெங்கட் அந்தக் கமிஷன் ரிப்போர்ட்...' என்று அவர் தொடங்கும் போது செல்போன் அடித்தது.

வசந்தி! 'தோழர் பேசிட்டு வந்துடறேன் தோழர்' என்று சொல்லி விட்டு, வெளியே வந்தேன்.

'வெங்கட்...' என்று கத்தி அழுதாள். பகீரென்று இருந்தது...

'என்னமா ஆச்சு... அழாத வசந்தி... ரிலாக்ஸ். சொல்லு. என்ன ஆச்சு. அப்பா அம்மாவுக்கு ஏதாவது உடம்புக்கு பிரச்னையா?'

'இல்ல வெங்கட். அவங்க நல்லா இருக்காங்க' என்று கூறிவிட்டு மீண்டும் கேவல்.

'சரி. அழாம சொல்லு. என்ன ஆச்சு?'

'என்னைப் பொண்ணு பாக்க வந்துருக்காங்க வெங்கட்...' என்று சொல்லிவிட்டு மீண்டும் அழுதாள்...

வேள்வி | 211

என்ன இவள்... பெண்ணைப் பெற்றவர்கள் திருமண ஏற்பாடுகளைச் செய்யத்தான் செய்வார்கள் என்பது இவளுக்குத் தெரியாதா. பிடிக்காத மாப்பிள்ளைக்கு கட்டி வைக்க முயற்சிக்கிறார்களா...?

'மாப்பிள்ளை பிடிக்கலன்னா அப்பாக்கிட்ட ஓபனா பேசிடு வசந்தி. அழாத... உன்னை மீறி கல்யாணம் பண்ணி வச்சுட மாட்டாங்க வசந்தி... ப்ளீஸ்... அழாத.. பாத்துக்கலாம்... கவலப்படாதம்மா.. '

'எனக்கு உன்னைத்தான் புடிச்சுருக்கு வெங்கட்' என்று பெரிதாக அழுதாள்

26

என்னால் ஒரு கணம் நம்ப முடியவில்லை. இவளா இப்படி அழுவது? என்ன ஆயிற்று இவளுக்கு? திடீரென்று இப்படிச் சொல்கிறாளே... இவளுக்கு என்ன சமாதானம் சொல்வது என்று ஒரு பக்கம் யோசனை ஓடிக்கொண்டிருந்தாலும், மற்றொரு புறம், மனதில் மகிழ்ச்சி என்னை அறியாமல் வந்தது.

'என்னைத்தான் பிடித்திருக்கிறது என்கிறாளே...!' ஆணாக இருந்தாலும் சரி. பெண்ணாக இருந்தாலும் சரி. நம்மை விரும்புகிறார்கள் என்று சொல்லப்படும் ஒரு வார்த்தை ஏற்படுத்தும் குதூகலம்... கிளர்ச்சி... பெண் விரும்புகிறேன் என்று சொல்லி விட்டால், ஆணுக்கு பெண்ணைவிடக் கூடுதலாகவே மகிழ்ச்சி ஏற்படுகிறது. ச்சே.. முதலில் அவளை சமாதானப்படுத்த வேண்டும். இந்த சுய பாராட்டுதலில் பிறகு இறங்கிக்கொள்ளலாம்.

'வசந்தி... அழாத வசந்தி. அழுகையை நிறுத்து. அப்பா அம்மா மாப்பிள்ளையை புடிச்சுருக்கான்னு கேப்பாங்கதானே? அப்போ புடிக்கலன்னு சொல்லிடு... அவ்ளோதானே... இதுக்குப் போயி சின்னப்புள்ளை மாதிரி அழுதுக்கிட்டு இருக்க?'

‘இல்ல வெங்கட்.. இப்போ வேணாம்மா. கொஞ்ச நாள் கழிச்சு கல்யாணம் பண்ணிக்கறேன்னு சொன்னா கேக்கவே மாட்டேங்கறாங்க. இந்த மாப்பிள்ளைக்கு என்ன கொறச்சல்.. இப்படி வர்றவனையெல்லாம் வேணாம்னு சொல்லிக்கிட்டிருந்தா என்னதான் பண்றதுன்னு திட்டிட்டே இருக்காங்க வெங்கட்..’ என்று சொல்லி விட்டு மேலும் அழுதாள்.

‘இப்போதைக்கு சமாளிச்சுட்டு வா வசந்தி. மெட்றாஸ் வந்ததும் பாத்துக்கலாம். பெரிய பொண்ணு... வக்கீலு... எவ்ளோ பெரிய ஆபீஸ்ல வேலை செய்யற... இந்த சின்ன விஷயத்தை சமாளிக்க முடியாம அழுதா என்ன அர்த்தம்... கமான்... கண்ணைத் தொடச்சுக் கிட்டு போயி மெட்றாஸ் கெளம்பற வேலையைப் பாரு பாப்போம்...’

‘ம்ம்.... ஓ.கே...’ என்றாள் மூக்கை உறிஞ்சியபடி. ‘நான் நைட் பேசறேன்’ என்று சொல்லிவிட்டுச் சென்றாள்.

என்ன இப்படி சொல்லிவிட்டாளே... என்று யோசித்தபடியே மீண்டும் கல்யாண சுந்தரத்தைப் பார்க்க உள்ளே சென்றேன். அவர் என் வழக்கில் அடுத்து செய்ய வேண்டியது என்ன என்பதைப் பற்றி பேசிக் கொண்டே இருந்தார். என் கவனமெல்லாம் வசந்தியின்மீதே இருந்தது. அவருக்கும் எனது கவனம் வேறு எங்கோ இருக்கிறது என்பது புரிந்திருக்கவேண்டும். ‘ஒண்ணும் குழம்ப வேணாம் வெங்கட். எதுவா இருந்தாலும் சமாளிப்போம். கவலைப்படாம போயி நிம்மதியா இரு.’ என்றார்.

‘இல்லை தோழர்... கொஞ்சம் குழப்பமாத்தான் இருக்கு’ என்று சொல்லிவிட்டு, அவரிடம் விடை பெற்றுக் கிளம்பினேன்.

‘ஏன் இப்படி ஒரு முடிவை எடுத்தாள்... பெரிதாக சொல்லிக் கொள்ளும்படிக்கூட நெருங்கிப் பழகவில்லையே. என்ன ஆகி விட்டது அவளுக்கு. இவள் பாட்டுக்கு என்னைத்தான் பிடிக்கிறது என்று சொல்லிவிட்டாள். அவர்கள் வீட்டில் ஒப்புக் கொள்வார்களா. வயது வித்தியாசம் வேறு உறுத்துகிறது. அவள் அப்பா கம்யூனிஸ்ட் என்று தன்னைச் சொல்லிக்கொண்டு சொந்த ஜாதியில்தான் மாப்பிள்ளை தேடுகிறார்.

நான் என்ன ஜாதி என்பது தெரிந்தால் ஒப்புக்கொள்வார்களா? விளைவுகள் தெரியாமல் பேசுகிறாளே...’ என்று யதார்த்த நிலைமைகள் உறைத்தாலும், அவள் அழுதுகொண்டே ‘எனக்கு உன்னைத்தான் பிடிச்சுருக்கு வெங்கட்’ என்று சொல்லியது இனிமையாக ரீங்காரமிட்டுக் கொண்டே இருந்தது.

அன்று இரவே புறப்பட்டு மறுநாள் காலையில் சென்னை வந்தாள். எனக்கு கதிரொளியில் வேலை இருந்ததால் பகலில் அவளைச் சந்திக்க முடியவில்லை. மாலை வழக்கம்போல கோட்டை ரயில் நிலையத்தில் அவளை ஏற்றிக்கொண்டேன். என்னைப் பார்த்ததும் அவள் முகத்தில் ஒரு மகிழ்ச்சியைப் பார்த்தேன்.

எப்போது சொல்லப் போகிறாள்... எனக்கு உன்னைத்தான் புடிச்சுருக்கு வெங்கட்... காதில் ரீங்காரமிட்டபடியே இருந்தது.

'பையனை புடிக்கலைன்னு சொல்லிட்டேன் வெங்கட்' என்றாள் உற்சாகமாக. கண்ணாடி வழியே பார்த்தேன். என்னைப் பார்த்துக் கண்ணடித்தாள். 'இவளா அழுதுகொண்டே நேற்று பேசியது...?'

நேராக காபி ஷாப்புக்குச் சென்றோம். எல்லா சீட்டும் நிரம்பியிருந்தன. அந்தக் காதல் ஜோடி முத்தமிட்டுக்கொண்டிருந்த கடைசி கேபின் மட்டும் காலியாக இருந்தது. அங்கே சென்று அமர்ந்தோம். முத்தமிட ஏற்ற இடமாகத்தான் இருந்தது.

உட்கார்ந்தவுடன் அவளே ஆரம்பித்தாள்.

'வர்றவன் எல்லாம் வெளங்காதவனா வர்றான் வெங்கட். நேத்து வந்தவன் கழுத்துல தங்கச் செயின் போட்டுக்கிட்டு ரெண்டு பட்டனை தொறந்து விட்டுக்கிட்டு வந்து உக்கார்றான். பி.இ. முடிச்சுருக்கானாம். ப்ரைவெட்டா பைனான்ஸ் பிசினெஸ் பண்றானாம். அவனைக் கல்யாணம் பண்ணிக்கிட்டு அந்தப் பட்டியில எப்படி வெங்கட் இருக்கறது. புடிக்கலன்னு சொன்னேன். எங்க அம்மா உடனே 20 ஏக்கர் நெலம் இருக்கு. மூணு வீடு இருக்கு. ரெண்டு தலைமுறைக்கு உக்காந்து சாப்பிடலாம்னு சொல்றாங்க. உக்காந்து சாப்ட்றதுக்கா கல்யாணம் பண்றேன்... ஸ்ட்ரிக்டா வேணாம்னு சொல்லிட்டேன்.'

மனது அரற்றிக்கொண்டே இருந்தது. 'சீக்கிரம் சொல்லேன் வசந்தி... எத்தனை நேரம் காத்திருப்பது..'

'அப்பா என்ன சொன்னாரு?'

'அப்பா ஒண்ணும் பெருசா சொல்லலை. உனக்குப் புடிக்கலன்னா வேணாம்னு சொல்லிட்டாரு. ஆனா இவங்க கொண்டுட்டு வர்ற மாப்பிள்ளையெல்லாம் இதே மாதிரிதான் வெங்கட் இருக்கு...'

மாப்பிள்ளைகள் இப்படி இருப்பதால் என்னை பிடித்திருக்கிறது என்று சொல்லியிருப்பாளோ... ஒருவேளை மாப்பிள்ளை இவளுக்குப் பிடித்ததுபோல அமைந்திருந்தால் பேசாமல் சரி என்று

சொல்லிவிட்டு இந்நேரம் நிச்சயதார்த்தத்தை முடித்துவிட்டு வந்திருப்பாளோ...

'சரி, நல்ல மாப்பிள்ளையா வருவாங்க வசந்தி. டோன்ட் ஒர்ரி...' என்றேன். நேற்று அழுகையோடு என்னைத்தான் பிடித்திருக்கிறது என்று சொன்னதை சீரியசாக எடுத்துக்கொள்ள வேண்டாமோ என்று உள்ளுணர்வு சொல்லியது.

அவளும் அதற்கேற்றார்போல 'நீ மெட்றாஸ்லயே இருந்தா, உன்னைப் பொண்ணு பாக்க வர்றவங்களுக்கு கஷ்டமா இருக்கு. உன்னையும் அடிக்கடி லீவ் போட்டுட்டு வரச் சொல்ல முடியல. அதனால, பேசாம மதுரைக்கு போறேன்னு சொல்லிட்டு வந்துடுன்னு சொல்றாங்க. மதுரைக்கு வந்து அப்பாகூட ப்ராக்டிஸ் பண்ணணுமாம். டெய்லி கழுத்துல செயின் போட்ட ஒருத்தனக் கூட்டிட்டு வருவாங்க. நான் புடவை கட்டிக்கிட்டு பொம்மை மாதிரி போயி நிக்கணும். இப்படியே எத்தனை நாளு நின்னுக்கிட்டு இருக்கறது வெங்கட்? எனக்கே வெறுத்துப் போச்சு. ஊருக்கு என்னைக் கூப்புடும்போது பொண்ணு பாக்கன்னு சொன்ன வரமாட்டேன்னு, அம்மாக்கு அப்பாக்கு உடம்பு சரியில்லைன்னு சொல்லித்தான் வரச் சொன்னாங்க. அங்க போனா இந்த மாதிரி பண்றாங்க.'

'எப்போது சொல்லப் போகிறாள்... இப்படி சோதிக்கிறாளே...?' தவிப்பு அதிகமாகிக் கொண்டே இருந்தது. காட்டிக் கொள்ளாமல் தொடர்ந்து பேசினேன்.

'அப்பா என்ன சொன்னாரு....?'

'அம்மா சொன்னதையே தான் அப்பாவும் சொல்றாரு...'

'உங்க அப்பா அம்மாக்கிட்ட பேசிப் புரிய வைக்க வேண்டியதுதானே வசந்தி...?'

'இல்ல வெங்கட் பேசிப் பாத்துட்டேன். அவங்க மதுரைக்கு வான்னு ஒத்தக் கால்ல நிக்கறாங்க.'

ஆர்டர் செய்த காபி வந்தது. இன்றைக்கும் இதயம் வரைந்திருந்தார்கள். இதுவரைக்கும் அவளைப் பெண் பார்க்க வந்தவர்களின் கதையைச் சொன்னாள்.

இவள் சொல்வாள் என்ற நம்பிக்கை குறைந்துகொண்டே வந்தது. ஏமாற்றம் தொண்டையை அடைத்தது. இருந்தாலும் எதையும் காண்பித்துக்கொள்ளவில்லை. அவளைப்போலவே இயல்பாகப் பேச முயற்சித்தேன்.

‘உங்களுக்கும் வயசாகுது வசந்தி. உங்க அப்பா அம்மாவுக்கு யாரையாவது பாத்து கல்யாணம் பண்ணி வைக்கணும்னு எண்ணம் இருக்காதா?’

‘எனக்குப் புடிச்ச மாதிரி எவனும் அமைஞ்சுத் தொலைக்க மாட்டேங்கறானே... என்ன பண்றது வெங்கட்...’

அமைதியாக இருந்தேன். ஒரு வார்த்தை வாய் திறந்து நேற்று சொன்னது போல எனக்கு நீதான் வேண்டும் என்று சொல்ல மாட்டேன்கிறாளே... நேற்று சொன்னதற்குள் என்ன மாற்றம் ஏற்பட்டிருக்கும்...?

எதுவும் கேட்கவேண்டாம் என்று நினைத்தாலும், கேட்காமல் இருக்க முடியவில்லை. சுற்றி வளைத்துக் கேட்கலாம் என்று கேட்டேன்.

‘ஏன் நீங்க யாரையுமே லவ் பண்ணலையா?’

உன்னைத்தான் என்று சொல்லுவாள் என்று துடிப்போடு காத்திருந்தேன்.

‘ம். ஹை கோர்ட்ல விக்னேஷ்னு ஒரு அட்வகேட் இருக்கான். என் செட் தான். அவனுக்கு கல்யாணம் ஆயிடுச்சு. ரெண்டு பேருக்கும் ஒத்து வரலை. ம்யூச்சுவல் கன்சென்ட்ல டைவெர்ஸ் அப்ளை பண்ணிருக்காங்க. அவன்தான் என்னை எப்பப் பாத்தாலும் என்னை கல்யாணம் பண்ணிக்கோன்னு கேட்டுட்டே இருப்பான்...’

‘மனம் லயித்து கிடார் வாசித்துக்கொண்டிருக்கையில் நரம்பு அறுந்தது போல் இருந்தது.

என் ஏமாற்றத்தை அடக்கிக்கொண்டு, ‘சரின்னு சொல்லிட வேண்டியதுதானே...?’ என்றேன்.

‘அவன் சீரியசா சொல்ற மாதிரி தெரியலை வெங்கட். ரொம்ப டேலன்டான பையன். செம ப்ரில்லியன்ட். என்னை அவனுக்கு ரொம்பப் புடிக்கும். அவனையும் எனக்கு ரொம்பப் புடிக்கும். ஆனா அவன் பேசறதை சீரியசாவும் எடுத்துக்க முடியலை. என்கிட்ட மட்டும் இல்லை. நெறைய பொண்ணுங்கக்கிட்ட இதே மாதிரி கேப்பான்...’

எனக்கும் அவனைப் பிடிக்கும் என்று அவள் கூறியதை தாங்கிக் கொள்ளவே முடியவில்லை. என் முகம் மாறியதை கவனித்தாள். நான் அமைதியானேன். என்னைச் சமாதானப்படுத்துவது போல ‘என் ஃப்ரெண்ட் சுமதி, நான் போய் பேசறேன்னு சொல்லிருந்தா. நான் பேச வேணாம்னு சொல்லிட்டேன்.’ என்றாள்.

என்னால் எதுவும் பேச முடியவில்லை. மனசு கனத்தது போலிருந்தது. ஒரு பெண், அதுவும் நான் விரும்பி மனசு லயித்த ஒரு பெண், அவளுக்கு இன்னொருவனை பிடிக்கும் என்று சொன்னால் அது எளிதில் ஏற்றுக்கொள்ளக் கூடிய விஷயமாக இல்லை. சட்டென்று எழுந்து போகவேண்டும் போலிருந்தது. வெளியே போய் தம் அடித்தால் நன்றாக இருக்கும் என்று தோன்றியது. நான் அமைதியாகி மனம் சுருங்கியதை கவனித்துவிட்டாள். நான் கீழே எதையோ தேடுவதுபோல கீழே குனிந்துகொண்டேன்.

'வெங்கட்... இங்க பாருங்க... வெங்கட்...' என்று அழுத்தமாக சொன்னாள்.

நான் நிமிர்ந்து பார்த்து, 'சொல்லுங்க' என்று சொல்லிவிட்டு மீண்டும் கீழே குனிந்துகொண்டேன். என் கையைப் பிடித்துக்கொண்டாள். மீண்டும் 'வெங்கட்... லிஸ்ஸன் டு மி... என்ன ஆச்சு...' என்று, என்ன ஆனது என்று தெரியாததுபோலக் கேட்டாள்.

'ஒண்ணும் இல்லைங்க... நாளைக்கு ஸ்டோரி டெட்லைன். அதான் சீக்கிரம் முடிக்கணுமேன்னு யோசிச்சுக்கிட்டு இருந்தேன். வேற ஒண்ணும் இல்லை.'

'எனக்குத் தெரியாதா என்னன்னு... என்ன இது... இவ்வளோ எமோஷனலா நீங்க...'

'அதெல்லாம் ஒண்ணும் இல்லைங்க...'

'கமான் வெங்கட்....' என்று சொல்லிவிட்டு கேபினுக்கு வெளியே எட்டிப் பார்த்தாள். எதற்குப் பார்க்கிறாள் என்று யோசித்துக் கொண்டிருக்கும்போதே, சட்டென்று கண் இமைக்கும் நேரத்திற்குள் கன்னத்தில் முத்தமிட்டு விட்டு கம்மென்று அமர்ந்துகொண்டாள்.

ஒரு வினாடியில் பல ஆயிரத்தில் ஒரு பங்கு நேரத்திற்குள் மின்னல் தோன்றினாலும், அந்த மின்னலின் ஒளி நீண்ட நேரம் இருப்பதுபோல நமக்குத் தோன்றுகிறது. அவளின் அந்த முத்தம் அந்த மின்னல் தோன்றுவதற்கு தேவைப்பட்ட நேரத்தில் நடந்து முடிந்தாலும், அதன் சுவை நீண்ட நேரத்திற்கு கன்னத்தில் தித்தித்தது. வாயடைத்துப் போனேன்.

ஒரு வினாடி முன்புவரை எரிச்சலோடு முகம் தெரியாத அந்த விக்னேஷ் என்பவனை சபித்துக்கொண்டு, என்னை நானே நொந்து கொண்டு எப்போது கிளம்பலாம் என்று தீவிர யோசனையில்

இருந்தேன். ஒரு வினாடி கழிந்தவுடன் எப்படி நிலைமையைத் தலைகீழாக மாற்றிவிட்டாள்.

வியப்பில் விரிந்திருந்த என் கண்களைப் பார்த்துக்கொண்டே, 'மிஸ்டர் ஜர்னலிஸ்ட்... என்ன ஆச்சு...? பேய் அடிச்சுடுச்சா? இப்டி பாக்கறீங்க...' என்று கேட்டுவிட்டு வழக்கம்போலச் சிரித்தாள். 'பெண் என்னும் மாயப்பிசாசு' என்று யார் சொன்னது?

இவர்கள் பிசாசேதான். சந்தேகமே இல்லை. ஒரு வினாடி அதள பாதாளத்தில் தள்ளி விட்டுவிட்டு மேலே நின்று கொண்டு வேடிக்கைப் பார்க்கிறார்கள். மறு வினாடி, உச்சி வானில் ஏற்றிவிட்டு, கொஞ்ச நேரம் பறந்து விட்டு வா என்று சிறகு கொடுக்கிறார்கள்... இவர்கள் மாயப் பிசாசு இல்லாமல் வேறு என்ன?'

எவ்வளவு எளிதாக என் மூடை மாற்றிவிட்டாள்! அவள் செய்த காரியத்தின் வியப்பும் மகிழ்ச்சியும் என்னைவிட்டுப் போவதற்கு வெகு நேரம் ஆனது. நானும் மனிதன்தான். எனக்கும் உணர்ச்சிகள் இல்லாமல் இல்லை. அவளோடு நெருக்கமாக இருக்கையில் எனக்கும் அவள் கையைப் பிடிக்கவேண்டும் என்ற குறுகுறுப்பு பல நாள் தோன்றியிருக்கிறது. தியேட்டரில் சினிமாப் பார்க்கையில் அவள் வாசனை என்னை கிறக்கியிருக்கிறது. ஆனாலும், அவளை முத்தமிட வேண்டும் என்ற குறுகுறுப்பை அவள் தவறாக நினைத்து விடுவாளோ என்று அழித்திருக்கிறேன். எப்போது அவள் என்னோடு பைக்கில் வந்தாலும், வேகமாக ப்ரேக் அடித்து விடக்கூடாதே என்று மிகக் கவனமாக இருந்திருக்கிறேன்.

ஆனால் ஒரு வினாடியில் எப்படி இயல்பாக முத்தமிட்டுவிட்டு எதுவுமே தெரியாததுபோல என்னைப் பார்த்து குறும்பாகச் சிரித்துக் கொண்டு இருக்கிறாள்? இதை நான் செய்திருந்தால் அமைதியாக இருந்திருப்பாளா... ஓங்கி ஒரு அறை விட்டிருக்கலாம். அல்லது இத்தனை நாள் பழகியதற்காக அறையாமல் விட்டுவிட்டு, கோபமாக திட்டிவிட்டு போயிருக்கலாம். இனி என் முகத்திலேயே முழிக்காதே என்று சபித்திருக்கலாம்... இதுபோல எதிர்பாராத முத்தம் கிடைத்த எந்த ஆணும் பெண்ணை அறைந்ததாக கேள்விப்பட்டதுகூட இல்லை.

பில் வந்தது. பணத்தை பர்ஸிலிருந்து எடுத்து வைத்துவிட்டு, மீண்டும் அவளைப் பார்த்தேன். 'வாட்... இன்னைக்குதான் என்னை மொத தடவைப் பாக்கற போல பாக்கறீங்க... இதுவரைக்கும் என்னைப் பாத்ததில்லையா... இல்லைப் பொண்ணையே பாத்ததில்லையா...?' என்று கேட்டுவிட்டு மீண்டும் சிரித்தாள்.

வேள்வி | 219

பர்ஸை எடுத்து பாக்கெட்டில் வைக்கலாம் என்று எடுத்தபோது தவறி கீழே விழுந்தது. எடுப்பதற்காக குனிந்தபோது அதேபோல மீண்டும் கன்னத்தில் முத்தமிட்டாள். எழுந்ததும் சிரித்தாள்.

பர்ஸை எடுப்பதுபோல எடுத்து வேண்டுமென்றே மீண்டும் தவற விட்டேன். குனிந்து எடுக்கையில் வேண்டுமென்றே குனிந்தபடியே இருந்தேன்.

‘ஹய்யே... போங்கு... ஒண்ணும் கிடைக்காது... இடுப்புதான் வலிக்கும் எந்திரிங்க’ என்றாள்.

‘என்ன இது கிஸ் குடுத்ததுக்கு ஒரு எஃபெக்டும் காணோம்... புடிக்கலையா...?’ என்றாள்.

போலியாக முகத்தை சீரியஸாக வைத்துக்கொண்டு, ‘ஆமாங்க... புடிக்கலை’ என்றேன்.. அவளும் அதை சீரியசாக எடுத்துக் கொள்ளாமல் ‘அய்யய்யோ.. இப்போ என்ன பண்றது...?’ என்றாள்.

‘அதாங்க... திருப்பிக் குடுத்துடலாம்னு பாக்கறேன்...’ என்றேன் சிரித்துக்கொண்டே.

‘அதை உடனே குடுத்துருக்கணும்... இவ்ளோ லேட்டாவா... லேட் ஆனதுக்கு உங்களுக்கு ஃபைன். நாளைக்கு மத்யானம் எஸ்கேப்ல ஹிந்தி படத்துக்கு ரெண்டு டிக்கட் பண்ணியிருக்கேன். அங்க வந்து, வட்டியோட சேத்துக் குடுங்க...’

‘நாளைக்கா?’ என்றேன்.

‘ஏன் வேலை இருக்கா... வேலை இருந்தா பாருங்க... பரவாயில்லை. நான் என் ரூம் மேட்டோட போயிக்கறேன்... நாளைக்கு அவளுக்கும் லீவு’ என்றாள். நான் எப்படியும் வருவேன் என்பது அவளுக்கு தெரிந்திருந்தது.

‘இல்லைங்க... நானே வர்றேன்...’

‘யாரோ ஸ்டோரி டெட்லைன் இருக்குன்னு சொன்ன மாதிரி இருந்தது...’

‘அதை இன்னைக்கு நைட்டே முடிச்சுடுவேங்க...’

வீட்டுக்குத் திரும்பிய பிறகு, முகத்தைக் கழுவக்கூட மனது வரவில்லை. இந்த அம்மாவுக்கு என்ன தெரியும்... என்னடா கை கால் கூட கழுவாம வந்து உக்காந்துட்ட....

‘கழுவிட்டேம்மா... நீ சாப்பாடு போடு’ என்று இயல்பாக பொய்யுரைத்தேன்.

அவள் முத்தமிட்ட கன்னத்தை தடவிக்கொண்டே உறங்கிப் போனேன்.

மறுநாள் வெளியே அசைன்மென்ட் என்று சொல்லிவிட்டு சினிமாவுக்கு பரபரப்பாக கிளம்பினேன்.

எக்ஸ்பிரஸ் அவென்யூ. நகரத்தின் மையப்பகுதியில் செல்வச் செழிப்போடு அமைந்திருந்த வணிக வளாகம். கணக்கில்லா கருப்புப் பணத்தை வைத்திருப்பவர்களும், லஞ்சம் வாங்கிச் சேர்த்த பணத்தை செலவழிக்க வழியில்லாமல் அலைபவர்களும், அடுத்தவன் உழைப்பைச் சுரண்டி வாழ்ந்து, உழைப்பின் அருமை தெரியாத செல்வந்தர்களுக்காகவுமே கட்டிய கனவு உலகம்.

அதன் உள்ளே கால் வைத்ததுமே, இந்த உலகம் பணம் உள்ளவர் களுக்கு மட்டுமே என்பதை முகத்தில் அறைந்தாற்போல உணர்த்தியது. மறுநாள் பைக்குக்கு பெட்ரோல் போடவேண்டுமே என்று நினைப்பவனுக்கு அங்கே வேலையில்லை. எங்கே பார்த்தாலும் பணத்தின் செருக்கு திமிறி வழிந்தது. வெளியில் பத்து ரூபாய்க்கு விற்கும் கேக்கை 120 ரூபாய்க்கு கவலையில்லாமல் வாங்கி கொறித்துக் கொண்டிருந்தார்கள். பண வீக்கத்தின் அடையாளமாக உடல் வீங்கிய கனவான்களும் கனவதிகளும் எஸ்கலேட்டர்களை சிரமப்படுத்திக் கொண்டிருந்தார்கள்.

இப்படி மல்ட்டிப்ளெக்ஸுகளில் பணத்தை அழிப்பவர்கள், ஏழைகளின் கஷ்டம் தெரியாத ஐந்தறிவு படைத்தவர்கள் என்று தீவிரமான கருத்துகொண்டிருந்த நான் எனது ஆறாம் அறிவை துறந்து எஸ்கலேட்டரில் ஏறினேன்.

பிரதமரின் ப்ரெஸ் மீட்டுக்குச் செல்வதைவிட அதிகமான பாதுகாப்பு. கொண்டு சென்றிருந்த பையைச் சோதனையிட்டார்கள். லைட்டர், தீப்பெட்டி போன்றவற்றை பறிமுதல் செய்தார்கள். தன் லாபத்திற்கு ஆபத்து வந்து விடுமோ என்ற பண முதலைகளின் கவலையும், அச்சமும் அந்த சோதனையில் தெரிந்தது. இதைவிட அதிகமான பொதுமக்கள் கூடும் கோவில்களில்கூட இப்படிப்பட்ட பாதுகாப்பு ஏற்பாடுகள் இல்லை.

தியேட்டரில் இரண்டு பேர் அமரக்கூடிய சோபா செட் போன்ற இருக்கை. சாய்ந்துகொள்ள வசதியாக, சொகுசாக இருந்தது. கூட்டம் அவ்வளவாக இல்லை.

படம் தொடங்கியதும், தைரியமாக அவள் கையைப் பிடித்தேன். மறுப்பேதும் சொல்லாமல் என் தோளில் சாய்ந்துகொண்டாள். தியேட்டரில் ஆரம்ப சலசலப்புகள் அடங்கியதும் அவள் கன்னத்தில் முத்தமிடச் சென்றபோது செல்போன் அடித்தது. எரிச்சலோடு அதை சுவிட்ச் ஆஃப் செய்தேன்.

கன்னத்தில் முத்தமிட்டேன். சிணுங்கினாள். மீண்டும் முத்தமிட்டேன். முகத்தைத் திருப்பி இதழில் முத்தமிட்டாள். இடைவேளை திடீரென்று வந்தது போலிருந்தது. அவசரமாக விலகினோம்.

'சாப்பிட எதுவும் வாங்கிக் குடுக்க மாட்டியா... ஒரு மணி நேரமா உறிஞ்சி எடுத்துட்ட...' என்று சொன்னதும் தான் நேரம் உறைத்தது. பாப்கார்ன் வாங்கலாம் என்று பார்த்தால், 90 ரூபாய் சொன்னார்கள். புத்தகக் கண்காட்சியில் 5 ரூபாய்க்கு பாப்கார்ன் வாங்கி விட்டு, மொத்தக் கண்காட்சியையும் சுற்றி முடித்தது நினைவுக்கு வந்தது. ஆனால் எவ்வித உறுத்தலுமின்றி, வரிசையில் நின்று வாங்கினார்கள்.

படம் முடிந்ததும், 'ஒரு நிமிஷமாவது படம் பாக்க விட்டியா...' என்று அலுத்துக்கொண்டாள்.

வாங்க என்பது, வா என்று இயல்பாக மாறியிருந்தது. 'உடல் நெருக்கம் ஒரு ஆணையும் பெண்ணையும் எப்படி இணைத்து விடுகிறது?'

செல்போனை ஆன் செய்தேன்.

'கால் மி... அர்ஜென்ட்...' என்று எடிட்டர் செய்தி அனுப்பியிருந்தார்.

27

தித்திப்பான முத்தங்கள் அதன் சுவையை இழந்தன. 'ச்சே... என்ன இது? இப்படி செல்போனை சுவிட்ச் ஆஃப் செய்துவிட்டோமே... என்னவாக இருக்கும்...' உடனே சற்று நெரிசல் இல்லாத இடத்துக்கு வந்து எடிட்டரை அழைத்தேன்.

'எங்கப்பா போயிட்ட வெங்கட்...? போனை ஏன் ஆஃப் பண்ணி வைக்கிற?'

'சார் தண்ணில விழுந்துடுச்சு சார்...' பதட்டமில்லாமல் பொய் வந்தது.

'இப்போ எங்க இருக்க?'

'ராயப்பேட்டா சார்...'

'ஆபீசுக்கு உடனே வா....'

இன்னும் குறைந்தது இரண்டு மணி நேரமாவது இவளோடு செலவு செய்யலாம் என்று நினைத்திருந்தேன். இவளிடம் என்ன சொல்வது என்று தெரியவில்லை. எப்போதும் இல்லாத நெருக்கம் தோன்றியது போல இருந்தது. இந்த நேரத்தில் போய் ஏன் இப்படி...? ச்சை... சற்று நேரம் சந்தோஷமாக இருக்கமுடியவில்லையே.. இனிப்பின் சுவை அடங்குவதற்குள் கசப்பு ஊறுகிறதே!

‘வசந்தி. அர்ஜென்டா ஆபீஸ் போகணும். உன்னை... உங்களை எங்க ட்ராப் பண்ணணும்?’

‘சும்மா வா போன்னே பேசு... இவ்ளோ ஆயிட்ட பிறகு மரியாதை குடுக்கற மாதிரி எதுக்கு இன்னும் சீன் போட்டுக்கிட்டு இருக்கற?’ என்று சொல்லிவிட்டு கிண்டலாகப் பார்த்தாள்.

‘இல்ல எங்க ட்ராப் பண்ணட்டும்?’

‘அர்ஜென்டுனா போயிட்டு வா. எங்கயும் ட்ராப் பண்ண வேணாம். நான் பஸ் புடிச்சு போயிக்கறேன். இன்னும் நெறைய டைம் இருக்கு...’ என்றாள்.

அவளை ராயப்பேட்டை மருத்துவமனை வாசலில் இறக்கிவிட்டு கிளம்பினேன். அலுவலகம் சென்றதும் நேராக எடிட்டர் அறைக்குச் சென்றேன்.

‘எங்கப்பா போன? ஒரு அவசரத்துக்கு கான்டாக்ட் பண்ண முடியலையே’ என்று எரிச்சலாகக் கேட்டார்.

‘இல்ல சார்... ஒரு சோர்ஸை பாக்க வேண்டியிருந்தது... அதான்...’

‘சரி அத விடு... கமிஷன்ல என்ன நடந்துச்சு...?’

நீதிபதி வேலாயுதம் கமிஷனில் ராஜராஜனோடு ஆஜராகியது முதல், அவரோடு நடந்த வாக்குவாதம், என் கண்ணீர் உட்பட அனைத்தையும் சொல்லி முடித்தேன்.

‘என்னப்பா இப்படிப் பண்ணியிருக்க...? ஏன் என்கிட்ட முன்னாடியே சொல்லல?’

‘சார்... நீங்க போன வாரம் பூரா டெல்லியில இருந்தீங்க சார்...’

‘ஏம்ப்பா... ஒரு போன் பண்ணிருக்கலாம்ல... போன் சேஃப் இல்லன்னா மெயில் போட்டுருக்கலாமே...’

மெயில் அனுப்பியிருக்கலாம்தான். வசந்திக்கு எஸ்எம்எஸ் அனுப்புவதில் தானே என் கவனம் முழுக்க இருந்தது. இவரிடம் நடந்தவற்றை உடனடியாக சொல்லாமல்விட்டது எனக்கே எரிச்சலாக இருந்தது.

‘என்ன சார் பண்ணச் சொல்றீங்க என்னை? என்னை ஹ்யுமிலியேட் பண்ணணும்னே வரச்சொல்லி இந்த மாதிரி கேள்வி கேட்டாங்க சார்.. நான் அமைதியா பதில் சொல்லியிருந்தா மட்டும் விட்டுடுவாங்களா சார்? என் மேல தப்பு இல்லன்னா சார் சொல்லப் போறாங்க...?’

'எனக்குப் புரியுது வெங்கட். பட். இப்போ நமக்குத்தானே தொந்தரவு அதிகமாகுது...? உன் மேல சிபிஐ போட்ட கேஸை அவனுங்க அல்மோஸ்ட் மறந்திருந்தாங்க. வர்ற வாரம் சார்ஜ் ஷீட் போட்றதா சொல்றாங்க. சார்ஜ் ஷீட் போட்டுட்டா அடிக்கடி கோர்டுக்கு போக வேண்டி வரும். உன் வேலை கெட்டுப் போயிடும் வெங்கட். நீ வேலாயுதம்கிட்ட சண்டை போடாம இருந்துருந்தா இவ்ளோ சீக்கிரம் சார்ஜ் ஷீட் போட்ருப்பாங்களான்னு எனக்கு டவுட்டா இருக்கு...'

'சார். அவங்க பவர்ஃபுல்லான ஆளுங்க. சண்டை போட்டாலும் போடாட்டாலும், அவனுங்க பண்றத பண்ணிக்கிட்டுத்தான் இருக்கப்போறாங்க. அவங்க மெரட்டலுக்கு நான் பயந்து பணிஞ்சு போயிடறதனால ஒண்ணும் நடக்கப் போறதில்ல. இன்னைக்கு இல்லன்னா ஆறு மாசம் கழிச்சு சார்ஜ் ஷீட் போட்ருப்பாங்க சார். இந்த கேஸ்ல மேல் நடவடிக்கை தேவையில்லைன்னு ரிப்போர்ட் குடுப்பாங்கன்னா நம்பறீங்க? அவங்க இந்த விஷயத்தை விட்டுடு வாங்கன்னு நான் நெனைக்கல சார்.'

'நீ சொல்றதும் கரெக்ட்தாம்பா... பட் ஐ யம் வொர்ரீட் வெங்கட். நல்ல ஜர்னலிஸ்டா நீ வரணும். அதான் என் ஆசை. நல்ல ஜர்னலிஸ்ட்டை பாக்கறது இப்போல்லாம் ரொம்ப கஷ்டமா இருக்கு. ஜர்னலிஸ்ட்ன்ற பேர்ல காலேஜ்ல சீட் வாங்கறது, ஹவுசிங் போர்ட் அலாட்மென்ட் வாங்கறது, பொலிட்டிக்கல் ப்ரோக்கர் வேலை பண்றதுன்னு பத்திரிகைத் துறையில நல்ல ஆளுங்களவிட புல்லுருவிகள் அதிகமாயிட்டாங்க வெங்கட். நான் உன்னை நல்லா ட்ரெயின் பண்ணி, நல்ல ஜர்னலிஸ்டா உருவாக்கணும்னு ஆசைப்படறேன். பட் உன்னை நாசம் பண்ணிடுவாங்களோன்னு கவலையா இருக்கு. யு ஹேவ் டு வின்.'

'சார், துணிஞ்சு இறங்கியாச்சு. சமாளிக்கலாம். எனக்கும் கஷ்டமாத்தான் இருக்கு. பட் கவலையா இல்ல. சமாளிச்சு ஜெயிச்சு வருவேன்னு நம்பிக்கை இருக்கு சார்.'

'ஆல்ரைட் வெங்கட். நீயே இவ்ளோ தைரியமா இருக்கும்போது, நான் எதுக்கு பயப்படணும். சமாளிக்கலாம் விடு. ராஜராஜன் ட்ரையல் நடத்த மாட்டாரு. பட் அவரைப் போயிப் பாரு. யாரையாவது ரெஃபர் பண்ணுவாரு. ட்ரையல் நடத்தறதுக்கு நல்ல லாயரா என்கேஜ் பண்ணிடலாம். எதைப்பத்தியும் கவலைப்படாத வெங்கட்.'

'கண்டிப்பா சார். நாம ஜெயிச்சுக் காட்டணும் சார். பின்வாங்கக் கூடாது. பயப்படக் கூடாது. சிங்காரவேலு 1200 கோடி ரூபா மக்கள் பணத்தை கொள்ளையடிச்சவன். இன்னும் பல நூறு கோடியை கொள்ளையடிச்சுக்கிட்டு இருக்கறவன். அவனுக்கு தன் பதவியைக்

காப்பாத்தணும், பணத்தைக் காப்பாத்தணும், அரசியல் வாழ்க்கையை காப்பாத்தணும், அவன் குடும்பத்தைக் காப்பாத்தணும். அதனால அவன் எந்த எல்லைக்கும் போவான் சார். ஆனா நம்ப கண்ணு முன்னாடி நடக்கற அநியாயத்தைப் பாத்து மனசு பொறுக்க முடியாமத் தானே சார் இந்த வேலையே செய்யறோம். நாம சோர்ந்து போனாலோ, பயந்தாலோ, சிங்காரவேலு ஜெயிச்சுடுவான். அதுக்கு நாம இடம் குடுக்கக் கூடாது சார்...'

'யூ ஆர் ரைட் வெங்கட்... சம் டைம்ஸ் யு இன்ஸ்பையர் மி யங் மேன். நீ போயி வேலையப் பாரு... பாத்துக்கலாம். '

எடிட்டரிடம் வீர வசனம் பேசிவிட்டு வந்தாலும் மனசுக்குள் கவலையும் மலைப்பும் இருக்கத்தான் செய்தது. எப்படி சமாளிப்பது? எப்போது இந்தத் தொல்லைகள் ஓயும் என்ற மலைப்பு. வசந்தியைப் பார்ப்பது தடைபடுமோ என்ற கவலையும் இருந்தது. வசந்தியோடு இவ்வளவு நெருக்கம் ஏற்படாமல் இருந்திருந்தால் எனக்கு இந்த லேசான பலவீனம்கூட வந்திருக்காது. உறவுகளும் குடும்பங்களும் தான், எத்தனை பலமான சங்கிலிகளாக மனிதனை இழுத்துக் கட்டிப் போடுகின்றன?

வழக்கில் தண்டனை கிடைத்தால் ஜெயிலுக்குப் போய்விடுவோம் என்ற கவலையைவிட, வசந்தியைப் பார்க்க முடியாதே என்ற கவலையே பெரிதாக இருந்தது. இரண்டு மாதங்களுக்கு முன் இதைப் பற்றி யோசித்திருந்தால் எந்தக் கவலையும் இல்லாமல் நான் ஜெயிலுக்குப் போயிருப்பேனோ!!!

எடிட்டர் சொன்னதுபோலவே இரண்டு நாட்களில் கோர்ட்டிலிருந்து சம்மன் வந்தது. சம்மன் வந்ததும் எடுத்துக்கொண்டு ராஜராஜனை சந்திக்கச் சென்றேன். அவர் முருகவேல் என்ற வழக்கறிஞரிடம் அனுப்பி வைத்தார். அவர் வழக்கை முழுவதுமாக நடத்துவதற்கு ஒரு லட்ச ரூபாய் கேட்டார்.

'ஒரு லட்ச ரூபாய்க்கு எங்கே போவது...' - எடிட்டரிடம் விபரத்தைச் சொன்னேன்.

'நான் ராஜராஜன்கிட்ட பேசி ஏதாவது குறைக்க முடியுமான்னு பாக்கறேன். நீ உன்னால எவ்வளோ அரேன்ஞ் பண்ண முடியுமோ அவ்வளவு பண்ணு. நான் மீதியை ஏற்பாடு பண்றேன்' என்றார்.

எனது வங்கியில் 10 ஆயிரம் இருந்தது. அம்மாவிடம் என்ன ஏது என்ற விபரம் சொல்லாமல், பணம் கேட்டேன். அவள் தன்னிடம் 50 ஆயிரம் இருப்பதாக மறுநாள் வங்கியிலிருந்து எடுத்துக் கொடுத்தாள்.

அதற்குள் எடிட்டர் போன் செய்து, முருகவேலை மீண்டும் சென்று பார்க்கச் சொன்னார். முருகவேல் அவர் ஃபீசை 50 ஆயிரமாக குறைத்துக்கொண்டார்.

'உங்களைப் பத்தி ராஜராஜன் இப்போதான் விளக்கமா சொன்னார். நான் மத்த கிளையன்ட்டு மாதிரி நெனச்சு ரெகுலர் ஃபீஸ் சொல்லிட்டேன்.'

'பரவாயில்லை சார். நாளைக்கு குடுத்துடறேன்.'

'தட்ஸ் ஓ.கே... நாளைக்கே குடுங்க.. நாளைக்கு ஃபர்ஸ்ட் சம்மன். உங்களுக்கு சார்ஜ் ஷீட் காப்பி குடுப்பாங்க. அதை வாங்கிட்டு ஆபீஸ்ல குடுத்துடுங்க. நான் சார்ஜ் ஷீட் படிச்சுப் பாத்துட்டு அடுத்து என்ன பண்றதுன்னு சொல்றேன். டோன்ட் ஒர்ரி. ராஜராஜன் சார் உங்களைப் பத்தி நெறைய சொல்லியிருக்காரு. தைரியமா இருங்க.'

'தேங்க்ஸ் சார்..'

'நாளைக்கு கோர்ட்ல ஒண்ணும் மேஜரா இருக்காது. ஜுனியரை அனுப்பறேன். போயிட்டு வாங்க.'

மறுநாள் எழும்பூர் நீதிமன்றம். பழங்காலத்துக் கட்டிடமாக இருந்தது. எங்கே பார்த்தாலும் கருப்புக் கோட்டணிந்த வழக்கறிஞர்கள் பரபரப்பாக ஓடிக்கொண்டு இருந்தார்கள். என்னுடைய நீதிமன்றம் எங்கே இருக்கிறது என்பதை விசாரித்து சென்றேன். சிறிது நேரத்தில் முருகவேலின் ஜுனியர் அழைத்தார். எங்கே இருக்கிறேன் என்பதைக் கேட்டுக்கொண்டு நேரடியாக வந்தார்.

'இந்த இடத்திலயே இருங்க. உங்க பேரைக் கூப்புடுவாங்க. அப்ப வந்து நிக்கணும். அப்பா பேரைக் கேப்பாங்க. வக்கீல் வச்சுக்க வசதி இருக்கான்னு கேப்பாங்க. இருக்குன்னு சொல்லுங்க. உங்க கேசை சிபிஐ கோர்டுக்கு மாத்தறேன்னு சொல்லுவாங்க. அடுத்து என்னைக்கு வரணும்னு சொல்லுவாங்க. எங்கயும் போயிடாதீங்க. கூப்புடும்போது இங்கயே இருங்க.' என்றார்.

அவர் நிற்கச் சொன்ன இடத்தில் ஒரு இருபது பேர் நின்று கொண்டிருந்தார்கள். என்னைப்போலவே வழக்குக்காக வந்திருப்பார்கள் போலிருக்கிறது. ஒரு பெண் கவலையோடு தலையில் கை வைத்துக் கொண்டு அமர்ந்திருந்தாள். பெரும்பாலும் சாதாரண விளிம்பு நிலை மனிதர்களாக இருந்தார்கள். தங்களுக்குள் அரட்டை அடித்தபடி அமர்ந்திருந்தார்கள்.

சரியாக பத்தரை மணிக்கு நீதிபதி வந்து அமர்ந்தார். பெண் நீதிபதி. வெளியில் இருந்த கூட்டத்தால், என் பெயரை அழைப்பது கேட்குமா கேட்காதா என்று சந்தேகமாக இருந்தது. அதனால் இன்னும் நெருக்கமாகச் சென்று நின்றுகொண்டேன்.

ஒரு மணி நேரம் கழித்து, 'சிபிஐ கேசஸ்... வெங்கட்...' என்று என் பெயர் உரக்க அழைக்கப்பட்டது.

ஏற்கெனவே அழைக்கப்பட்டவர்கள் நின்ற கைதிகளுக்கான கூண்டில் சென்று நின்றேன்.

'பேரச் சொல்லுங்க. அப்பாப் பேரச் சொல்லுங்க... வக்கீல் வச்சுக்க வசதி இருக்கா... உங்க கேஸை செசன்ஸ் கோர்டுக்கு மாத்திருக்கு. அடுத்த மாசம் பத்தாம் தேதி ஆஜராகணும். காப்பி வாங்கிட்டு கையெழுத்துப் போட்டுட்டுப் போங்க' என்று பதிவு செய்திருந்த ஒலிநாடாப்போல பேசினார் நீதிபதி.

இருநூறு பக்கங்கள் கொண்ட ஸ்பைரல் பைண்டிங் செய்த ஒரு புத்தகத்தைக் கொடுத்தார்கள். கையெழுத்துப் போட்டுவிட்டு, அதை வாங்கி வழக்கறிஞரிடம் கொடுத்துவிட்டு, அலுவலகம் சென்றேன். சிஸ்டத்தை உயிரூட்டி மெயில்களைப் பார்த்தேன்.

ஃபேஸ் புக்கை லாக் செய்தேன். வசந்தி ஆன்லைனில் இருந்தாள்...

'ஹாய்' என்று மெசேஜ் அனுப்பினேன்.

'நான் உன்னைப் பற்றியே நினைத்துக்கொண்டிருக்கிறேன்...' என்றாள்.

'நானும்' என்று பதில் அனுப்பினேன்.

நான் அவளைப் பற்றியே நினைத்துக்கொண்டிருப்பது எனக்குத் தெரியும் என்றாலும், அவளும் அப்படி நினைத்துக் கொண்டிருக்கிறாள் என்றதும் சந்தோஷமாக இருந்தது.

'ஈவ்னிங் ஷாப்பிங் போலாமா?'

'வேறு என்ன பதில் சொல்வேன் சரி என்பதைத் தவிர?'

எங்கே போகலாம் என்றதும் எக்ஸ்பிரஸ் அவென்யூ என்றாள். 'இவளுக்கு எக்ஸ்பிரஸ் அவென்யூவைத் தவிர வேறு எதுவுமே தெரியாதா?' என்று யோசித்துக்கொண்டே போகலாம் என்றேன்.

எக்ஸ்பிரஸ் அவென்யூ தாண்டி சென்றுகொண்டிருந்ததும் என்னை உலுக்கினாள்.

‘எங்க போற வெங்கட்...’ என்றாள். போன வாட்டி சினிமா பாத்துட்டு வரும்போது பார்க்கிங் 100 ரூபா ஆச்சு. இன்னைக்கு நெறைய டைம் இருக்கு. வண்டியை அங்க நிறுத்திட்டு நடந்து வரலாம் என்றேன்.

‘என் மாமா சமத்து...’ என்றாள்.

மாமா என்று அழைத்தது வித்தியாசமாக இருந்தது. குதூகலத்தை ஏற்படுத்தியது. வெளியே காண்பித்துக்கொள்ளவில்லை.

எக்ஸ்பிரஸ் அவென்யூவில் இருந்த லேண்ட்மார்க் சென்றோம். நேராக நான் புத்தகப் பகுதிக்குச் சென்றேன்.

‘எங்கப் போற... நான் ஃப்ரெண்டுக்கு கிப்ட் வாங்கணும்’ என்றாள்.

‘புக் கிப்ட் குடுக்கலாமே...?’

‘அவ புக்கெல்லாம் படிக்க மாட்டா...’ என்பதை ஏதோ பெருமையான தகுதிபோல சொன்னாள்.

‘சரி என்ன வாங்கலாம்... சொல்லு...’

‘டெடி பேர் வாங்கலாம்... அவளுக்கு ரொம்ப புடிக்கும். எனக்கும் புடிக்கும். வா அங்க போலாம்’ என்று பொம்மைகள் வைத்திருந்த பகுதியை நோக்கி துள்ளிக்கொண்டு ஓடினாள்...

குழந்தைகளாக இருக்கும் ஆண் பிள்ளைகள், ஒரு வயதுக்குப் பிறகு பொம்மைகளை வைத்து விளையாடுவதில்லை. அப்படி பொம்மைகளை வைத்து விளையாடும் வளர்ந்த பிள்ளைகளுக்கு அறிவு வளர்ச்சி குறைவோ என்ற சந்தேகத்தோடே பார்க்கப்படுகிறது. ஆனால் பெண்கள் எத்தனை வயதானாலும் டெடி பேர் வைத்துக் கொள்வது ஏன் ஒரு முரணாகத் தோன்றுவதேயில்லை?

300 ரூபாய் விலையில் ஒரு டெடி பேர் பொம்மையை எடுத்து இது நல்லா இருக்கா என்று கேட்டாள். எல்லா பொம்மைகளும் அழகாகத்தான் இருந்தன. அவள் எடுத்ததைவிட, ரோஸ் நிறத்தில் ஒரு பொம்மை இன்னும் அழகாக இருந்தது.

நான் அந்த ரோஸ் நிற பொம்மையைக் கையில் எடுத்தேன்.

‘இதான் நல்லா இருக்குன்னு சொன்னியே... அப்புறம் அது எதுக்கு?’

‘இது உனக்கு’

கண்கள் விரியச் சந்தோஷப்பட்டாள். ‘பெண்கள் சின்னச் சின்ன விஷயங்களுக்கெல்லாம் எவ்வளவு சந்தோஷப்படுகிறார்கள்...?’

காதருகே வந்து, 'தனியா இருந்துருந்தா உனக்கு ஆயிரம் முத்தம் குடுத்துருப்பேன் மாமா... யு ஆர் சோ ஸ்வீட்...' என்றாள்.

'இன்னொரு டெடி பேர் எடுத்துட்டு வரவா?'

'டெடி பேரே வேணாம் மாமா... உனக்கு எவ்வளவு முத்தம் வேணாலும் தர்றேன்...'

அந்தக் கணத்தில் அவளுக்காக உயிரை விடலாம் என்று தோன்றியது.

இரண்டு பொம்மைகளுக்கும் சேர்த்து, க்ரெடிட் கார்டில் பணம் கொடுத்துவிட்டுக் கிளம்பினோம்.

ஹாஸ்டலில் சென்று இறக்கிவிட்டதும், அவள் டெடி பேரை எடுத்து ஒரு முறை பார்த்துக்கொண்டாள். முத்தம் கொடுத்தாள்.

'பொம்மைக்கு மட்டும்தானா...?'

'உனக்கும் தர்றேன்டா... இந்த வாரம் சினிமாவுக்குப் போலாமா?'

'சனிக்கிழமை வேலை இருக்குமா இல்லையான்னு தெரியலையே..'

'காலையில ஒன்பது மணிக்கேவா உனக்கு வேலை வந்துடும்... காலையில ஒன்பது மணி ஷோவுக்கு பண்ணு...'

'ஒன்பது மணிக்கு எங்க படம் போட்றாங்க...'

'இடியட்... சாட்டர்டே சண்டே எல்லா மல்டிப்ளெக்ஸ்லயும் ஒன்பது மணிக்கு ஷோ இருக்கு. பதினோரு மணிக்கெல்லாம் முடிஞ்சுடும். அப்புறம் போயி நீ உன் வேலையைப் பாரு!'

ஏதோ ஒரு தெலுங்குப் படம் காலை ஒன்பது மணிக்கு இருந்தது. அவளைக் கேட்காமலேயே ரிசர்வ் செய்தேன்.

சனிக்கிழமை படம் முடிந்து வெளியே வரும்போது மறுநாள் ஞாயிற்றுக்கிழமைக்கும் டிக்கட் புக் செய்யச் சொன்னாள்.

நான்கு வாரங்கள் கடந்திருந்தன. அந்த நான்கு வாரங்களில் அவள் என் வாழ்வின் ஒரு அங்கமாக மாறிப்போயிருந்தாள். தினந்தோறும் காபி ஷாப். ஒரு நாளைக்கு கணக்கில்லாத எஸ்எம்எஸ்கள். ஒருநாள் சந்திக்காமல் இருந்தால்கூட, காற்றில் ஆக்சிஜன் குறைந்ததுபோல இருந்தது.

அந்த ஞாயிற்றுக் கிழமையும் அப்படித்தான் காலை ஒன்பது மணிக்கு இந்திப் படத்தில் உட்கார்ந்திருந்தோம். படம் இன்னும் தொடங்கவில்லை.

‘இப்படியே எவ்வளவு நாள் படம் பாத்துட்டு ஊரைச் சுத்தறது வெங்கட்... வீட்ல வேற மதுரைக்கு கெளம்பி வா வான்னு தொந்தரவு பண்ணிக்கிட்டு இருக்காங்க. சீனியர் ஒரு வருஷம் போகட்டும்னு சொல்றாருன்னு சொன்னேன். உங்க சீனியர்கிட்ட நான் பேசறேன்றாரு எங்க அப்பா...’

‘நம்ப மேட்டரைப் பத்தி சொல்லு உங்க வீட்ல.....’

’பயமா இருக்கு வெங்கட்.. உன் மேல கேஸ் பெண்டிங்ன்றது தெரிஞ்சா ஒத்துக்க மாட்டாங்க வெங்கட்.’

‘உங்க அப்பாவும் வக்கீல்தானே... கேஸ் இருக்கறவன்லாம் கெட்டவன்னா உங்க அப்பா எதுக்கு கெட்டவனுக்கு கேஸ் நடத்தறாரு...? உனக்குத் தெரியாதா என் மேல இருக்கற கேஸ் பத்தி? எக்ஸ்ப்ளெயின் பண்ணு...’

‘என்னை மட்டும் கேள்வி கேக்கறியே... நீ சொல்லிட்டியா உங்க அம்மாக்கிட்ட...?’

‘ஒரு நாள் உன்னை நேரா கூட்டிட்டுப் போகலாம்னு இருக்கேன். ஐ திங்க் ஷி வில் லைக் யு.. (I think she will like you)’

‘உங்க அம்மாவப் பாக்கறதுக்கு இந்த ட்ரெஸ் ஓகேவா... இல்ல சுடிதார் போட்டு, பூவெல்லாம் வச்சுக்கிட்டு வரவா?’

‘ஏன் இந்த ட்ரெஸ்ஸுக்கு என்ன... நல்லாத்தானே இருக்கு.. யு லுக் செக்ஸி...’

‘அடச்சே... அம்மாவை மொத மொதப் பாக்கும்போது இப்டியா போறது... என்ன நெனைப்பாங்க...’

‘இன்னைக்கா போகப்போறோம். அம்மா ஊருக்குப் போயிருக்காங்க. புதன் கிழமைதான் வர்றாங்க. ஸோ இன்னொரு நாள்...’

‘இங்கேர்ந்து உங்க வீடு எவ்ளோ தூரம்...’ ரொம்ப இயல்பாகக் கேட்டாள்.

‘இங்கேர்ந்து ஒரு பத்து கிலோ மீட்டர் இருக்கும்.’

‘போறதுக்கு எவ்ளோ நேரம் ஆகும்...’

‘ட்ராஃபிக் இல்லன்னா ஹாஃப் அன் அவர் ஆகும். ட்ராஃபிக்னா ஒன் அவர் ஆகும்.’

'மாமாங்கற செல்லப் பேரை விட ட்யூப் லைட்தான் உனக்கு சரியான பேர்!'

ட்யூப் லைட்தான் நான்... அவள் எதற்காக இவ்வளவு கேள்விகள் கேட்கிறாள் உறைக்கவேயில்லையே என்று யோசனைகள் ஓடிக்கொண்டிருக்கும்போதே டக்கென்று ஐடியா பல்ப் உள்ளே எரிந்தது. இதுக்குத்தான் இவ்வளவு கேள்விகளா? சற்றும் யோசிக்காமல் அவளிடம் கேட்டுவிட்டேன்..

'வீட்டுக்கு வேணா போயி................. பேசிக்கிட்டு இருக்கலாமா?'

கேட்டு முடித்தவுடன் என் இதயத்துடிப்பு தாறுமாறாக அடிப்பதை உணர முடிந்தது.

28

இதயம் வேகமாகத் துடித்தது. அந்தத் தியேட்டரின் குளிரையும் மீறி வேர்ப்பது போலிருந்தது. அவள் பதில் சொல்லாமல் தயங்கிய அந்த ஒவ்வொரு நொடியும் மூச்சுத் திணறல் ஏற்படுவது போலிருந்தது.

'அவசரப்பட்டு விட்டோமோ? அவள் அந்த அர்த்தத்தில் சொல்ல வில்லையோ... இத்தோடு நம்மிடம் பேசுவதை நிறுத்தி விடுவாளோ...' என்று பல்வேறு எண்ணங்கள் படபடப்பாகக் கடந்தன.

'ம்... போலாம்...' என்று அவள் சொல்லியபோது உற்சாகம் ஏற்படுவதற்கு பதிலாக அப்பாடா என்று நிம்மதியாக இருந்தது. அவள் சொன்ன பதிலின் தாக்கம் சற்று தாமதமாக உறைத்தது.

'இப்போவே போலாமா?' என்றேன்.

'ம்' என்று மட்டும் பதில் சொன்னாள். பதட்டம் ஏற்பட்டது போலிருந்தது. உடனே எழுந்திருப்பதா... இல்லை படம் ஆரம்பித்ததும் கிளம்பலாமா... சட்டென்று எழுந்தேன். அவளும் எழுந்தாள்.

படம் தொடங்குவதற்காக காத்திருந்தவர்கள், ஏதோ எமர்ஜென்ஸி போலிருக்கிறது என்று நாற்காலியில் இருந்து பின்னால் நகர்ந்து

அவசரமாக வழி விட்டார்கள். தியேட்டரை விட்டு வெளியே வந்ததும், வண்டியை ரொம்ப தூரத்தில் நிறுத்தியிருப்பது நினைவுக்கு வந்தது. ‘ச்சே... பார்க்கிங்குக்கு ஒரு நூறு ரூபாய் கேட்பான்... இதற்குப் போய் கஞ்சத்தனம் பார்த்துக்கொண்டு... என்று என்மீதே அலுப்பாக இருந்தது. சிகரெட் பிடிக்கவேண்டும் போலிருந்தது. சிகரெட் பிடித்தால் திட்டுவாள். பேசமாட்டாள். அதுவும் வீட்டுக்குப் போகும் இந்த நேரத்தில் சிகரெட் பிடித்தால் அவ்வளவுதான்.’

இருவரும் எதுவும் பேசாமல் நடந்தோம். ஏதாவது பேசி நிலைமையை இயல்பாக்க வேண்டுமென்று முயற்சி செய்தால் என்ன பேசுவதென்று எதுவுமே பேசுவதற்கு இல்லாதது போலிருந்தது.

அவசர அவசரமாக நடந்து வண்டி நிறுத்தியிருந்த இடத்திற்குச் சென்றோம். ஏதாவது பேசவேண்டும் என்று முயற்சி செய்தேன். எதுவுமே பேசத் தோன்றவில்லை. கண்ணாடி வழியாக அவள் முகத்தைப் பார்த்தேன். வேடிக்கைப் பார்த்துக்கொண்டிருந்தாள். ‘வசந்தி...’ என்று அழைத்தேன்.

‘ம்’

‘சாப்பிட வீட்ல எதுவும் இருக்காது. உனக்கு சாப்பிட ஏதாவது வாங்கிக்கலாமா?’

‘ம்’

‘என்ன வேணும்?’

‘பிஸ்கட் வாங்கு...’

நல்ல பேக்கரியாகப் பார்த்து வண்டியை நிறுத்தி என்ன பிஸ்கட் வேண்டும் என்று கேட்டேன். லிட்டில் ஹார்ட்ஸ் வாங்கிக் கொண்டாள். இந்தப் பெண்கள், சாப்பிடும் விஷயத்தில்கூட நளினமாகத்தான் இருக்கிறார்கள். காபியில் இதயம் வரைந்தால் ரசிக்கிறார்கள். இதய வடிவில் அமைந்துள்ள பிஸ்கட்டை விரும்புகிறார்கள்.

வண்டி வீட்டை நெருங்க நெருங்க பக்கத்து வீட்டில் யாராவது இருப்பார்களோ என்ற பயம் வந்தது. டக்கென்று அவளும் கேட்டாள்.

‘உங்க பக்கத்து வீட்டுல யாராவது இருப்பாங்களா வெங்கட்?’

‘அதெல்லாம் யாரும் இருக்க மாட்டாங்க‘

உள்ளுக்குள் யாரும் இருக்கக் கூடாதே என்று இருந்தது. இன்று சனிக்கிழமை. காலை 10 மணிக்கு வீட்டை அடைந்தால் பக்கத்து வீடுகளில் உள்ளவர்கள் அப்போதுதான் பள்ளிகளுக்கு பிள்ளைகளை அனுப்பிவிட்டு, வீட்டுக்குள் வேலையாக இருப்பார்கள் என்று எனக்கு நானே நினைத்துக் கொண்டேன்.

வண்டியை நிறுத்திய உடனேயே வசந்தியிடம், நான் முன்னால் போகிறேன், என் பின்னாலேயே வேகமாக வர வேண்டும் என்று சொன்னேன். வேக வேகமாக இரண்டாவது மாடியை அடைந்தோம்.

அன்றைக்கென்று பார்த்து, சொல்லி வைத்தாற்போல, இரண்டு பெண்கள் வாசலிலேயே உட்கார்ந்து கதை பேசிக் கொண்டிருந்தார்கள். அவசர அவசரமாக பூட்டைத் திறந்து உள்ளே சென்றோம். உள்ளே நுழைந்ததும் கதவைத் தாழ் போட்டேன். சோஃபாவில் அமர்ந்தாள்.

‘வா, உள்ளே வந்து வீட்டைப் பாரு.’ என்று அழைத்தேன்.

‘கொஞ்சம் இரு. படபடப்பா இருக்கு... தண்ணி குடு...’ என்றாள்.

ஃப்ரிஜ்ஜைத் திறந்து தண்ணீரை எடுத்துக் கொடுத்தேன். எழுந்து உள்ளே வந்தாள். ஒவ்வொரு அறையாகக் காண்பித்தேன்.

‘இதுதான் உன் ரூமா...?’

‘ம்ம்.’ எனக்கு இருந்ததுபோலவே அவளுக்கும் பதற்றம் இருந்ததை உணர முடிந்தது. ஐந்து நிமிடம் தொடர்ந்தாற்போல இடைவெளி விடாமல் சிரித்துக்கொண்டிருப்பவள், இன்டர்வ்யூவுக்குப் போவது போல சீரியசாக இருந்தாள்.

இப்படியே பேசிக்கொண்டிருக்க வேண்டியதுதானா...? திரையரங்கில் இருட்டில் இருந்த தைரியம் இப்போது வர மாட்டேன்கிறதே... ஏதாவது பேச வேண்டும் என்பதற்காக, ‘லேப்டாப்பை ஆன் பண்ணட்டா? ஃபேஸ் புக் பாக்கணுமா?’ என்று கேட்டுவிட்டு, பதிலுக்குக் காத்திராமல், லேப்டாப்பை ஆன் செய்தேன். நான் லேப்டாப்பை ஆன் செய்துகொண்டிருக்கும்போதே, என்னைப் பின்புறமாக வந்து கட்டி அணைத்து, காதருகே வந்து ‘நீ இருக்கும் போது ஃபேஸ் புக் எதுக்கு மாமா?’ என்று கிசுகிசுத்தாள்.

திடீரென்று என்னுள் புகுந்த வெறி என்னை ஆட்கொண்டது. அடுத்த வினாடியே அவளைக் கட்டியணைத்து படுக்கையில் சாய்த்தேன். என்னால் ஆட்கொள்ளப்படக் காத்திருந்தவள்போல நெகிழ்ந்தாள். வாசனையாக இருந்தாள். அவள் வாசனை என்னை வெறி கொள்ளச்

செய்தது. வெறியோடு அவளை அள்ளினேன். அள்ள அள்ள அணுக்கமானாள். மூர்க்கமாக முத்தமிட்டேன். மூர்க்கத்தை முறியடித்தாள். நுகர்ந்தேன். மலரானாள். பருகினேன். அமுதமானாள். படர்ந்தேன். பரவினாள். மோசமான பட்ஜெட்டைப் பார்த்த பங்குச் சந்தைபோல என் முத்தங்கள் சரிந்தன. குடகுக் காவிரியாக பொங்கினாள். 'வெங்கட்.....' என்று கத்தினாள். அவள் வாயைப் பொத்தினேன். ஏகாந்தவெளியில் சஞ்சரிக்கும்போதுகூட, பக்கத்து வீட்டுக்குத் தெரிந்துவிடப்போகிறதே என்கிற கவலையைத் தவிர்க்க முடியவில்லை.

வியர்வையை துடைத்துவிட்டுப் படுத்தேன். என் நெஞ்சில் சாய்ந்து கொண்டாள். இதைத்தான் சொன்னானா பாரதி, 'காதலினால் மானுடர்க்கு கலவியுண்டாம், கலவியினால் மானுடர்க்கு கவலை தீரும் என்று...?' புத்தருக்குக் கிடைத்த போதி மரத்தடி ஞானம் அந்த நொடி எனக்குக் கிடைத்தது போல இருந்தது. மனம் சலசலப் பற்றிருந்தது. 'இப்போது சிங்காரவேலு பற்றிய ஆவணம் கிடைத் திருந்தால் இதை விட்டுவிட்டு அதை வெளியிடும் வேலையைச் செய்திருப்பேனா' என்று தோன்றியது. சிங்காரவேலுவாவது புடலங்காயாவது... இந்த நேரத்தில் அவன் எண்ணம் எதற்கு...

'வெங்கட்...'

'ம்...'

'நாம எப்படியாவது கல்யாணம் பண்ணிக்கலாம் வெங்கட்...'

'பண்ணிக்கலாம்...'

'என்ன நீ... சலிச்சுக்கிட்டு பதில் சொல்ற...'

'பண்ணிக்கலாம்மா... கண்டிப்பா பண்ணிக்கலாம்.'

'எங்க வீட்ல ஒத்துக்க மாட்டாங்க வெங்கட்.'

'ரிஜிஸ்டர் மேரேஜ் பண்ணிக்கலாம் வசந்தி. உனக்கு வேற கல்யாணம் பண்ண ட்ரை பண்ணாங்கன்னா, ஹேபியஸ் கார்ப்பஸ் போட்டுடறேன். என் பொண்டாட்டியக் கடத்தி வெச்சுருக்காங்கன்னு... உங்க அப்பன் அலறிடுவான்...'

'லூசு மாதிரி பேசாத வெங்கட். என்னால அப்படியெல்லாம் பண்ண முடியாது. எங்க அப்பா அம்மாவுக்கு நான் ஒரே பொண்ணு. ஏதாவது ஆச்சுன்னா அவங்க செத்துப் போயிடுவாங்க...'

'இந்தப் பெண்களை என்னதான் செய்வது? என்னைக் காதலித்து விட்டு, நான் அவளுக்கு வேண்டுமென்றும் சொல்கிறாள். அப்பா

அம்மாவும் முக்கியம் என்று சொல்கிறாள். அப்பா அம்மா செத்துப் போனால் பரவாயில்லை என்றா சொல்ல முடியும்?'

பதிலேதும் சொல்லத் தோன்றாமல் அமைதியாக இருந்தேன்.

'சொல்லு வெங்கட். கம்முனு இருக்க...'

'நாளைக்கேவா உனக்கு கல்யாணம் ஆகப்போகுது... ஆகும்போது பாத்துக்கலாம்.. '

உடனே எங்கேயோ அவளை விட்டுவிட்டுப் போய்விடுவதுபோல, என்னை மேலும் இறுக்கிப் பிடித்துக்கொண்டாள்.

'இன்னைக்கு நைட் இங்கயே தங்கிடேன் வசந்தி... ஹாஸ்டல்ல சொன்னா போதுமா... லெட்டர் எழுதிக் கொடுக்கணுமா?'

'அய்யய்யோ... நான் தங்க மாட்டேம்பா... என்னை ஒரு வழிபண்ணிடுவ... நாளைக்கு எனக்கு நெறைய வேலை இருக்கு.'

மதியம் சமைத்தாள். பறிமாறினாள். வேண்டாம் வேண்டாம் என்று சொல்லச் சொல்ல ஊட்டி விட்டாள். மனதுக்குப் பிடித்தவனை குழந்தையாகவே பார்க்கிறார்கள் பெண்கள். அவனைத் தாலாட்டு கிறார்கள். தாங்குகிறார்கள். அவன்மீது அன்பைப் பொழிகிறார்கள். பாசத்தால் திக்குமுக்காட வைக்கிறார்கள்.

மாலை அவள் கிளம்பும் நேரம் வந்ததும், 'வசந்தி... டைம் ஆச்சு... கெளம்பு' என்றேன்..

'தங்கச் சொன்ன... இப்போ போ ன்னு சொல்ற... நான் உனக்கு போர் அடிச்சுட்டேன்... இல்ல?'

'என்னம்மா... நீதானே தங்க முடியாது போகணும்னு சொன்ன. நீ சொன்னதும், தங்குனா ஹாஸ்டல்ல ஏதாவது ப்ராப்ளம்னு நெனச்சுட்டேன்.'

'நான் சொன்னா... உடனே சரின்னுடுவியா... அப்போ உனக்கு நான் போனாப் போதும்...' என்று சொல்லிவிட்டுச் சிரித்தாள். என்னை திணற வைப்பதில் அப்படி ஒரு சந்தோஷம் அவளுக்கு.

'என்ன வசந்தி இப்டி பண்ற? நான்தானே உன்னைத் தங்குன்னே சொன்னேன்...'

'சரி சரி... அழாத செல்லம்... நீ தங்குன்னு சொன்னதுமே, நான் லோக்கல் கார்டியன் வீட்ல தங்கிக்கறேன்னு மெசேஜ்

அனுப்பிட்டேன். உண்மையிலேயே நான் தங்கணும்னு ஆசைப் பட்டியா... இல்லை சும்மா சொன்னியான்னு டெஸ்ட் பண்ணேன்.'

'உனக்கு என்னை இப்படி வம்பு பண்றதுல என்னடி சந்தோஷம்...?'

உடல் நெருக்கம் இயல்பாக டி விகுதியை பயன்படுத்தும் உரிமையை அளித்திருந்ததை தாமதமாகத்தான் உணர்ந்தேன்.

'இதுலதான் எனக்கு சந்தோஷம்...' - சிரிப்பு.

'திரு திருன்னு முழிக்கற பாரு... அதப் பாத்துக்கிட்டே இருக்கலாம் போல இருக்கு!'

விடியற்காலை நாலு மணி வரை இருவருமே உறங்கவில்லை. திடீரென்று போனை எடுத்து, எப்எம்ல் பாட்டு போட்டாள். 'நீ பார்த்த பார்வைக்கொரு நன்றி' என்று ஆஷா போஸ்லே கொஞ்சிக் கொண்டிருந்தார். நான் அப்போது இருந்த மோன நிலைக்காகவே பாடப்பட்ட பாடல் போல தோன்றியது.

'வெங்கட்...'

'ம்...'

'வெங்கட்...'

'ம். சொல்லு'

'இந்தப் பாட்டுல ஒரு தப்பு இருக்கு பாத்தியா?'

'என் கவனத்தில் பெரும்பகுதியை பாடலிலேயே வைத்துக்கொண்டு, 'என்ன தப்பு'

'நமைச் சேர்த்த இரவுக்கொரு நன்றின்னு வருதுல்ல. ஆக்சுவல்லி, நமைச் சேர்த்த பகலுக்கொரு நன்றின்னுதானே இருக்கணும்?'

'ஏன்டி... உனக்கு அறிவே இல்லையா. நல்ல பாட்டு கேக்கும்போது, இப்படியா மொக்கத்தனமாக கேள்வி கேப்ப?'

'சரி, நீ பாட்டையே கேளு' என்று கூறிவிட்டு தள்ளிப் படுத்துக் கொண்டாள்.

'அய்யோ... கோச்சுக்காத. சாரி. சாரி. பாட்டா முக்கியம். நீதான் கண்ணு முக்கியம். வா' என்று அணைத்தேன். படர்ந்துகொண்டாள்.

பெண்கள் எத்தனை எளிதாக ஆண்களை ஒரு வினாடியில் சரணாகதி அடைய வைக்கிறார்கள்? அவள் அணைப்பையும் ஸ்பரிசத்தையும்

தியாகம் செய்ய நான் தயாராக இல்லை. எத்தனை மன்னிப்பு கேட்பதற்கும் தயாராக இருந்தேன்.

மறுநாள் மாலை கிளம்பும்வரை என்னை ஒரு நிமிடம்கூட அந்தப் பக்கம் இந்தப் பக்கம் நகர விடவில்லை. சமைக்கும்போதுகூட, என் பக்கத்திலேயே இரு என்று பக்கத்தில் வைத்துக்கொண்டாள். பேப்பர் படிக்கக்கூட விடவில்லை. நான் இருக்கும்போது உலக செய்தி அவ்வளவு முக்கியமா என்று செல்லமாக கோபித்துக்கொண்டாள்.

கிளம்பும்போது அழுதாள். 'என்ன வசந்தி இது... ஏன் இப்போ கண்ணைக் கசக்கற...'

'எனக்குப் போகவே மனசு இல்லை வெங்கட்... உன் கூடவே இருக்கணும்போல இருக்கு..'

'இன்னைக்கும் தங்கலாம் வசந்தி... பட் உனக்கும் நாளைக்கு ஆபீஸ் இருக்கு... எனக்கும் வேலை இருக்கு. மார்னிங் கிளம்புனா டென்ஷன். எனக்கு மட்டும் உன்னைத் தங்க வைக்க ஆசையில்லையா...?'

ஹாஸ்டலில் இறக்கி விட்டவுடன் மீண்டும் அழுதாள். என்ன இது இப்படி இருக்கிறாளே... இவள் வீட்டில் கல்யாணத்துக்கு ஒப்புக் கொள்ளாவிட்டால் செத்துக் கித்து போய்விடுவாளோ என்று பயமாகக் கூட இருந்தது. மறுநாள் உடம்பு வலி என்று லீவ் எடுத்தாள். உன்னால்தான் என்று செல்லமாகத் திட்டினாள்.

அடுத்த பதினைந்து நாட்கள் கதிரொளி அலுவலகத்தில் நான் செலவிட்ட நேரம் குறைந்து போனது. எப்போது ஸ்டோரியை அடித்து முடிப்போம், கிளம்புவோம் என்று பரபரப்பாக கிளம்பினேன். எடிட்டர்கூட ஏதாவது பிரச்னையா என்று கேட்டார்.

உல்லாசப் பறவைகளாக சென்னையைச் சுற்றினோம். சென்னை நகரில் உள்ள பணக்கார மால்கள் எனக்கு பூர்ஷ்வா கலாச்சாரமாகத் தோன்றத் தவறின. அத்தனை மால்களும் அத்துப்படியானது. ஸ்பென்சர், சிட்டி சென்டர், எக்ஸ்பிரஸ் அவென்யு, ஸ்கை வாக் என்று ஒவ்வொரு இடமாக புனித யாத்திரை போவதுபோலச் சென்றோம்.

ட்ரெஸ் வேண்டும் என்று கேட்டாள். ஸ்கை வாக்கில் உள்ள ஷோ ரூமுக்கு அழைத்துச் சென்றாள். தலையணை உறையை கையும் காலும் வைத்து சற்று நீளமாக தைத்ததுபோல இருந்த உடையை 1600 ரூபாய் விலை போட்டிருந்தார்கள். மறு பேச்சு பேசாமல் வாங்கினேன். ப்ளாஸ்டிக் பணம் இருக்கும்வரை என்ன கவலை? அந்த மாலிலேயே இருந்த பிபா, மேக்ஸ், மெலாஞ், இன் ஸ்டோர்

என்று ஒவ்வொரு கடையிலும் ஒவ்வொரு நாள் உடை வாங்கினோம். டாப்ஸ், லெக்கிங்ஸ், பாட்டியாலா பாட்டம், டைட்ஸ் என்று பெண்கள் உடைகள் அத்துப்படியாகின.

உள்ளாடைகளின் அளவுகளின் தாத்பரியத்தை விளக்கினாள். ஒரு ட்ரெஸ் எடுக்க மூன்று மணி நேரம் செலவழித்தாள். பத்து முறை ட்ரயல் பார்த்தாள். ட்ரையல் ரூம் வாசலில் என்னைப்போலப் பரிதாபமாக நின்று கொண்டிருந்த ஆண்களோடு நானும் சேர்ந்து காத்திருந்து, ஒவ்வொரு ஆடையை உடுத்தி வெளியே வரும்போதும், சூப்பர், அட்டகாசம், ஆசம், லவ்லி என்று சொல்லப் பழகிக் கொண்டேன். ட்ரையல் ரூம் வாசலில் நின்றுகொண்டு, மற்ற அறைகளில் இருந்து வெளியே வரும் மற்றப் பெண்களையும் சேர்த்து ரசிப்பது வாடிக்கையாகிப் போனது.

லிப்க்ளாஸில் எத்தனை வகைகள், லிப்ஸ்டிக்கில் எத்தனை வகைகள், முகத்தில் ஃபவுன்டேஷன் போடுவதற்கு என்னென்ன வகைகள், தாய்லாந்திலிருந்து வரவழைக்கப்பட்ட சிறப்பு ஃபேஸ் வாஷ், வகைவகையான நெயில் பாலீஷ் வகைகள் என்று என் பொது அறிவு விரிந்துகொண்டே போனது.

மால்கள் போரடித்தவுடன், தியாகராய நகரின் வீதிகளை அளவெடுத்தோம். நான் என் யதார்த்த உலகத்தைவிட்டு வெகு தூரம் போயிருந்தேன்.

ஒரு நாள் காலை ஆறு மணிக்கு அவள் செய்த போன் அழைப்பு, நிம்மதியைக் கெடுத்தது.

'வெங்கட்... டேட்ஸ் தள்ளிப் போயிடுச்சுடா...' அவள் குரலில் பதற்றம் மட்டுமே இருந்தது.

'எத்தனை நாள் ஆச்சு...'

'பத்து நாள் வெங்கட்... பயம்மா இருக்குடா...' என்று அழத் தொடங்கினாள்.

அவளை விட எனக்குப் பதற்றம் அதிகரித்தது. 'எப்படிச் சமாளிப்பது... என்ன செய்வது... யாரிடம் கேட்பது... வெளியே தெரிந்தால் என்ன ஆகும்... சேஃப் பீரியட் ஒன்றும் ஆகாது என்று அவள்தானே சொன்னாள்...'

'நீ பதட்டப்படாமல் ஹாஸ்டல்லயே இரு... நான் வர்றேன்.. அழாத வசந்தி... அன்ட் டோன்ட் ஒர்ரி..'

நாசர் நினைவுக்கு வந்தான். பெரும் சிக்கலில் மாட்டிக் கொண்டிருக்கிறேன். வேறு யாரிடமும் விவாதிக்க முடியாது. வெளியே தெரிந்தால் என்ன ஆகும்... அழைத்தேன். விபரத்தைச் சொன்னேன்.

‘என்னடா இது... இவ்வளவு நாளா போனே பண்ணலையேன்னு நெனைச்சேன்... கங்கிராஜுலேஷன்ஸ்... அப்பா ஆகப்போற... ட்ரீட் குடுக்காம கவலையாப் பேசற...’

‘நாசர் விளையாடாத... ... ஐ யம் இன் எ மெஸ்...’

‘திஸ் ஈஸ் நாட் எ மெஸ் வெங்கட்.. திஸ் ஈஸ் ப்ளிஸ் (Bliss)...’

‘அய்யோ நாசர்... நெலமையப் புரிஞ்சுக்க நாசர்...’

‘புரிஞ்சுக்கிட்டுத்தான் சொல்றேன்... நீங்க ரெண்டு பேரும் வேற வேற கம்யூனிட்டிதானே... கண்டிப்பா அவங்க வீட்ல ஒத்துக்க மாட்டாங்க. பொண்ணும் உன்னைக் கழட்டி விட்டுடும். அப்புறம் நீதான் லூசு மாதிரி சுத்துவ... ஒரு கவிஞன்கூடச் சொல்லியிருக்கான். காதலிக்கும்போதே கருத்தரிக்க வைத்திருந்தால் பேதலிக்க விட்டுப் பிரிந்திருக்க மாட்டாளேன்னு... கவிஞர் தீர்க்கதரிசி.. நல்ல சந்தர்ப்பம் அமைஞ்சுருக்கு... வேஸ்ட் பண்ணாத...’

‘நாசர் ஐ யம் நாட் இன் ய மூட் ஃபார் ஜோக்ஸ்...’

‘ஐ நெவர் செட் இட்ஸ் ய ஜோக்...’

எனக்குக் கோபம் வந்தது.

‘நாசர்...’ என்று கத்தினேன்.

‘ஓ.கே.. ஓ.கே... இவ்ளோ நாள் என் ஞாபகமே வராம, கண்டுக்காம இருந்தல்ல.. அதான் கொஞ்ச நேரம் கலாய்க்கலாமேன்னு சொன்னேன். டோன்ட் ஒர்ரி... ஃபர்ஸ்ட் நீங்க சந்தேகப்படறது உண்மையான்னு டெஸ்ட் பண்ணு. உண்மைன்னா அடுத்தது என்ன பண்றதுன்னு யோசிக்கலாம். ஒரே தடவையில கர்ப்பம் ஆகறது, தமிழ் சினிமாவுல மட்டும்தான் சாத்தியம். அதனால நிச்சயம் பயப்படற மாதிரி எதுவும் இருக்காது. நேரா மெடிக்கல் ஷாப் போ. ப்ரெக்னன்சி கார்டுன்னு கேளு. தருவாங்க. அதுலயே எப்படி யூஸ் பண்றதுன்னு போட்ருப்பான். அதை கன்ஃபர்ம் பண்ணிட்டு, நெக்ஸ்ட் ஸ்டெப் பத்தி யோசிக்கலாம். ‘

‘அது எங்க கெடைக்கும்....’

‘சொன்னேனே வெங்கட்.. எல்லா மெடிக்கல் ஷாப்புலயும் கிடைக்கும். கவலைப்படாம போ.. ‘

வசந்தியிடம் போன் செய்து, அரை மணி நேரத்தில் வருகிறேன் என்று சொல்லிவிட்டுக் கிளம்பினேன். முதல் மெடிக்கல் ஷாப்பிலேயே கிடைத்தது. எப்படி உபயோகப்படுத்துவது என்று விபரமாக உள்ளே விளக்கக் குறிப்பு இருக்கிறது என்று போட்டிருந்தது.

அவள் ஹாஸ்டலை அடையும் முன்பாகவே வெளியே வா என்று மெசேஜ் அனுப்பினேன். சென்று இறங்கிய ஒரு நிமிடத்தில் வந்தாள். முகம் முழுவதும் பதற்றம் இருந்தது. முகத்தில் அழுத தடயம் இருந்தது.

‘வசந்தி எப்படி யூஸ் பண்ணனும்னு டீட்டெயிலா உள்ளே இன்ஸ்ட்ரக்ஷன்ஸ் இருக்கு. போயி டெஸ்ட் பண்ணிட்டு, உடனே மெசேஜ் அனுப்பு. நான் இங்கயே வெயிட் பண்றேன்.’

அவள் சென்று அரை மணி நேரமாகியும் எந்தத் தகவலும் இல்லை. போனில் ரிங் போய்க்கொண்டே இருந்தது.

௨௯

ஹாஸ்டல் உள்ளேயும் போக முடியாது. போன் அடித்தாலும் எடுக்க மாட்டேன்கிறாள். 'வசந்தி கால் பேக். அர்ஜன்ட்' என்று மெசேஜ் அனுப்பினேன். அனுப்பிய பிறகு எனக்கே கிறுக்குத்தனமாக இருந்தது. கால் செய்தால் அட்டெண்ட் செய்யாதவள், மெசேஜுக்கு மட்டும் அனுப்பும் நிலையிலா இருப்பாள்.

'கன்ஃபர்ம் ஆகியிருக்குமா...? பயந்திருப்பாளா... மயங்கி விழுந்திருப்பாளா... டென்ஷன் ஆகியிருப்பாளா...'

செல்போனில் அழைத்தாள். 'எங்க இருக்க?' என்றாள்.

'வாசல்லயேதான் நிக்கறேன் வசந்தி... என்ன ஆச்சு வசந்தி.. டெஸ்ட் பண்ணியா...? என்ன ரிசல்ட்...?'

'வர்றேன்... அங்கயே இரு...'

'என்னன்னு போன்ல சொன்னா என்னடி... எவ்ளோ நேரம் வெயிட் பண்றது...?'

'டூ மினிட்ஸ் டா... ப்ளீஸ்...' என்று சொல்லிவிட்டு என் பதிலுக்குக் காத்திராமல் கட் பண்ணினாள்.

ஒவ்வொரு வினாடியும் மரண அவஸ்தையாக இருந்தது. அவள்மீது எரிச்சல் வந்தது. 'ஏன் இப்படிச் செய்கிறாள்...? இப்படியா பொறுப்பில்லாமல் நடந்துகொள்வாள். போனில் சொல்லித் தொலைத்தால் என்ன... உயிரை எடுக்கிறாளே... ச்சே... பயந்து போயிருப்பாள்.. நாமாக டக்கென்று கோபப்படக் கூடாது.

நேராக நடந்து வருவது தெரிந்தது. உடை மாற்றியிருந்தாள். முகத்தில் அழுததற்கான சுவடு இருக்கிறதா என்று தேடினேன். சுத்தமாக இல்லை. அருகே வந்தாள்.

'நீ இன்னும் போகலையா... போயிருப்பன்னு நெனச்சேன்...'

'என்ன வசந்தி... என்ன ஆச்சு சொல்லு...' எரிச்சலை அடக்கிக் கொண்டு கேட்டேன்.

'என்ன ஆச்சு... ஒண்ணும் ஆகல... உனக்கு சமத்துப் பத்தாது மாமா... கன்ஃபர்ம் ஆகல... பயப்படாத!'

'இத போன்லயே சொன்னா என்னடி கேடு உனக்கு...' கோபத்தோடு சொன்னேன்.

'நீ இருக்கியா.. பயந்துகிட்டு ஓடிட்டியான்னு பாத்தேன் மாமா... பரவாயில்ல தைரியமான ஆளுதான் நீ. நான் அப்பவே வந்துட்டேன். அந்த மரத்துக்குப் பின்னாடி நின்னு நீ என்ன பண்றன்னு பாத்தேன். குட்டி போட்ட பூனை மாதிரி இங்குட்டும் அங்குட்டும் நடந்துக்கிட்டு இருக்க...?'

எங்கிருந்துதான் எனக்கு அப்படிக் கோபம் வந்தது என்றே தெரியவில்லை.

'என்னடி நெனச்சுக்கிட்டு இருக்க... இடியட் மாதிரி பிஹேவ் பண்ற... எதுல விளையாடறதுன்னு உனக்கு அறிவே இல்லையா... எவ்ளோ டென்ஷனா நின்னுக்கிட்டு இருக்கேன். மயிரு மாதிரி பேசற. கை வெச்சதும் விட்டுட்டு ஓட்றவன்னு நெனச்சியா... என்னைப் பாத்தா உனக்கு பைத்தியக்காரன் மாதிரி தெரியுதா?' பட படவென்று கொட்டித் தீர்த்துவிட்டு, அவள் பதிலுக்கு காத்திராமல் வண்டியை எடுத்துக்கொண்டு கிளம்பினேன்.

படபடப்பும் எரிச்சலும் அடங்கவேயில்லை. நேராக வீட்டுக்குச் சென்றேன். வயிறு நிறைய தண்ணீர் குடித்துவிட்டுப் படுக்கையில் சாய்ந்தேன். உடல் நிலை சரியில்லை என்று எடிட்டருக்கு மெசேஜ் அனுப்பிவிட்டு படுத்தேன். அவள்மீது மீண்டும் மீண்டும் எரிச்சலும்

கோபமும் வந்தது. அப்படியே படுத்து தூங்கிப் போனேன். மணியைப் பார்த்தேன். மூன்று ஆகியிருந்தது. செல்போனை எடுத்துப் பார்த்தேன். இயல்பாக எடுத்துப் பார்ப்பதுபோலப் பார்த்தாலும், அவளிடம் இருந்து 'சாரி' என்று மெசேஜ் வந்திருக்கும் என்று கண்கள் தேடின.

எந்த மெசேஜும் வரவில்லை. திமிர் பிடித்தவள். என்ன ஆனாலும் சரி. நாம் கால் பண்ணவும் கூடாது. பேசவும் கூடாது என்று தீர்மானம் செய்துவிட்டு, வேறு வேலைகளைப் பார்க்கலாம் என்றால், அவள் ஏன் இன்னும் எதுவுமே பேசவில்லை என்பதே மீண்டும் மீண்டும் உறுத்திக் கொண்டிருந்தது.

அலுவலகத்திற்குச் சென்றேன். எழுதி முடிக்கவேண்டிய கட்டுரையை பலமுறை திருத்த வேண்டியதாக இருந்தது. கவனம் செலுத்துவது கஷ்டமாக இருந்தது. ஃபேஸ் புக்கில் லாகின் செய்தேன். ஆன் லைனில்தான் இருந்தாள். நானும் ஆன்லைன் வந்தேன். ஆனால் என்னை தொடர்புகொள்ள முயற்சிக்கவேயில்லை. அவளுக்கு மெசேஜ் அனுப்பலாமா வேண்டாமா என்று பல முறை யோசித்தேன். அனுப்பவில்லை.

'என்ன பெண் இவள்... என் கோபத்தில் உள்ள நியாயத்தை புரிந்து கொள்ள மறுக்கிறாளே... எல்லா விஷயங்களிலும் விளையாடு வதைப் போல, இதிலும் விளையாடியதால்தானே கோபம் வந்தது. ஒரு வார்த்தை சாரி என்று சொன்னால் என்ன குறைந்து போகும்...?'

நானாக தொடர்புகொள்வதில்லை என்று முடிவு செய்தேன். தினந்தோறும் மாலையில் காபி ஷாப் சென்று பழக்கப்பட்டு, அன்று மாலை அவள் இல்லாமல் இருந்தது பெரிய வெறுமையாக இருந்தது. அவள் சென்னையில் இருந்தும், அவளைப் பார்க்காமல் இருப்பது பெரிய அழுத்தத்தை எற்படுத்தியது. ஆனாலும், அவள் விளையாடிய விளையாட்டு ஏற்படுத்திய எரிச்சல் இன்னும் அடங்காமல் இருந்தது.

மாலை கடந்து இரவு வந்த பின்னும், அவளிடமிருந்து எந்தத் தகவலும் இல்லை. படுக்கையில் உறக்கம் பிடிக்காமல், புரண்டு புரண்டு படுத்தும், அவள் நினைவு மட்டுமே உறுத்திக்கொண்டிருந்தது. ஒரு வேளை நாம்தான் தேவையில்லாமல் கோபப்பட்டு விட்டோமோ. சின்னப் பெண். ஏதோ விளையாட்டுத்தனமாக செய்துவிட்டாள் அதற்குப்போய் அதிகமாகத் திட்டி விட்டோமோ...' அப்படியே உறங்கி விட்டேன்.

காலையில் எழுந்ததும், அவள் இன்னும் பேசவில்லை என்பதே முதலில் உறைத்தது. எதுவுமே யோசிக்காமல் 'குட் மார்னிங்' என்று எஸ்எம்எஸ் அனுப்பினேன். பதிலுக்கு அவளும் குட் மார்னிங் என்று அனுப்பினாள். மாலையில் காபி ஷாப்புக்கு போகலாமா என்று அனுப்பினேன். யெஸ் என்று ஒற்றை வார்த்தையில் பதில் அனுப்பினாள். மனம் சற்றே லேசானதுபோல இருந்தது. அது வரையில், நான் ஒரு அழுத்தத்தில் இருந்ததை உணர முடிந்தது.

அலுவலகம் கிளம்பிச் சென்றேன். எடிட்டர் திருத்தித் தரச் சொல்லி அனுப்பியிருந்த கட்டுரையை மீண்டும் சரி பார்த்து எழுதி முடித்தேன். மற்றவர்கள் எழுதிய கட்டுரைகளையும் பார்த்து அனுப்புமாறு மெயிலில் அனுப்பியிருந்தார். அனைத்தையும் பார்த்து முடிக்கையில் மாலை ஆகியிருந்தது. நான் இப்போது வந்து உன்னை பிக்கப் செய்து கொள்ளட்டா என்று செய்தி அனுப்பியதும், கம் டு ஹாஸ்டல் என்று பதில் அனுப்பியிருந்தாள்.

வேலைகளை ஏறக்கட்டி வைத்துவிட்டு, ஹாஸ்டல் கிளம்பினேன். வந்துவிட்டேன் என்று தகவல் அனுப்பியதும் வருகிறேன் என்று சொல்லிவிட்டு, வழக்கம் போல 15 நிமிடங்கள் தாமதமாக வந்தாள். எதுவும் பேசாமலேயே காபி ஷாப் சென்றோம். உம்மென்று உட்கார்ந்திருந்தாள்.

'நீ அப்படி பண்ணது சரியா வசந்தி... இப்டி வெளையாடலாமா?'

'அதுக்காக... அப்பிடித் திட்டுவியா...? கெட்ட வார்த்தையெல்லாம் சொல்லித் திட்ற...? எங்க அப்பா என்ன ஒருநாள்கூட அப்பிடி யெல்லாம் திட்டினதேயில்ல தெரியுமா?'

'வசந்தி... எவ்ளோ டென்ஷனோட வெளியில நின்னுக்கிட்டு இருந்தேன். போன் பண்ணா எடுக்கல... எஸ்எம்எஸ் பண்ணா ரிப்ளை பண்ணல... அரை மணி நேரம் கழிச்சு வந்து, சும்மா வெளையாட்டுக்கு அப்டி பண்ணேன்னு சொன்னா கோவம் வருமா வராதா... உன்னைத் திட்டாம என்ன பண்றது?'

'நான் ஒத்தப் பொண்ணு... செல்லமா வளந்தேன். நீதான் அட்ஜஸ்ட் பண்ணிட்டுப் போகணும்... ஒரு சின்ன விஷயத்துக்கே இப்டி திட்ற... நாளைக்கு என்னை எப்படி சந்தோஷமா வச்சுக்கப் போற...'

இவளை எப்படிச் சமாளிக்கப் போகிறேன் என்று சற்று மலைப்பு வந்தது. செய்த தப்பை ஒப்புக்கொள்ளாமல் நியாயப்படுத்தியே பேசிக் கொண்டிருக்கிறாளே...

'நீ பண்ற தப்ப ஒத்துக்கவே மாட்டியாடி...'

'வெங்கட்... வயிறு வலிக்கற மாதிரி இருக்கு வெங்கட்... இன்னைக்கு நைட் ஸ்டார்ட் ஆயிடும்னு நெனைக்கிறேன்...'

எனது அனைத்துக் கோபமும் மனதைவிட்டு தும்மலைப்போல வெளியேறியது.

'ரொம்ப வலிக்குதா வசந்தி...?'

'வலிக்குது. பட் இன்னும் ஸ்டார்ட் ஆகல... ஸ்வீட் சாப்பிட்டா சீக்கிரம் வந்துடும். கேக் ஆர்டர் பண்ணு.'

சர்வரை அழைத்து கேக் எடுத்து வரச் சொன்னேன்.

'நாளன்னைக்கு ஊருக்குப் போகணும். எங்க அப்பாக்கு பர்த்டே. பகல் ட்ரெயின்லதான் போலாம்னு இருக்கேன். நீயும் வர்றியா...?'

'நான் மதுரைக்கு வந்து எங்கடி தங்கறது... நீ பாட்டுக்கு வீட்டுக்குப் போயிடுவ.. நான் மட்டும் என்ன பண்றது.. '

'எங்க வீட்டுக்கு வா... எங்க அப்பா அம்மாவைப் பாத்துட்டுப் போ...'

'டிக்கெட்ஸ் போட்டாச்சா....'

'இன்னும் இல்ல.. தட்கல்ல புக் பண்ணு.'

அலுவலகத்தில் என்ன பொய் சொல்லி லீவ் எடுப்பது என்று யோசிக்க ஆரம்பித்தேன். அவசரமாக ஒரு ட்ராவல் ஏஜென்ட்டைப் பிடித்து, வைகையில் ஏசியில் இரண்டு சீட்கள் புக் செய்தது 1200 ரூபாய் ஆனது. அவள் உடல் நிலை சரியில்லாமல் இருக்கையில் பத்திரமாக அவளை மதுரைக்கு அழைத்துச் செல்ல வேண்டும் என்பதே ஒரே நோக்கமாக இருந்தது. அவள் ஹாஸ்டலுக்கு அருகிலேயே ரயில் நிலையம் இருந்ததால் நேராக ஹாஸ்டல் சென்றேன். செல்லும்போதே, அவள் உடல் நிலை கருதி, ஜூஸ் வாங்கி வைத்துக் கொண்டேன்.

ரொம்ப சோர்வாக இருந்தாள். கண்களில் களைப்பு தெரிந்தது. ரயிலில் ஏறியதும், என் மேல் சாய்ந்துகொண்டாள். சற்று நேரத்தில் மடியில் படுத்து உறங்கிவிட்டாள். உறங்குகிறாள் என்று நினைத்துப் பார்த்தேன், அழுதுகொண்டிருந்தாள்.

'என்ன வசந்தி... ஏன் அழுவுற...'

'வயிறு வலிக்குது வெங்கட்...' இந்த நேரத்தில் அவள் வலியில் பங்கு கொள்ள முடியாத கையறு நிலை விரக்தியை ஏற்படுத்தியது. அப்படியே உறங்கிவிட்டாள். மதுரையில் இறங்கியதும், அவள் வீட்டுக்கு 15 கிலோ மீட்டர் செல்லவேண்டும் என்றாள். நான் இங்கேயே ரூம் எடுத்துத் தங்கி விடுகிறேன் என்று சொன்னாலும், என் வீட்டு வரை வந்து என்னை விட்டுவிட்டு வா என்று பிடிவாதமாகச் சொன்னாள்.

டவுன் பஸ் பிடித்து அவள் வீடுவரை சென்று இறக்கி விட்டுவிட்டு, மீண்டும் மதுரை டவுனுக்கு வந்தேன். மறுநாள் என்னை வீட்டுக்கு அழைப்பதாகச் சொல்லியிருந்தாள்.

பார்ப்பதற்கு சுமாராக இருந்த ஒரு லாட்ஜில் ஒரு நாளைக்கு 500 ரூபாய் வாடகை சொன்னார்கள். அங்கே தங்கினேன். சென்னையைப் போலவே மதுரையும் பரபரப்பாகத்தான் இருந்தது. எங்கு பார்த்தாலும் உணவகங்கள். எளிமையான மனிதர்களாக தோன்றினார்கள்.

காலை 10 மணிக்கே அழைத்தாள். 'வெங்கட்..நேரா பஸ்ஸ்டாண்ட் உள்ள போ. பரவை போற பஸ் எங்க நிக்கும்னு கேளு. அதுல ஏறி காய்கறி மார்க்கெட்டுனு கேட்டா இறக்கி விடுவாங்க. எறங்கிட்டு போன் பண்ணு. நானே வந்துடறேன்.'

அதேபோல் போன் செய்ததும், துள்ளிக்கொண்டு ஐந்தே நிமிடங்களில் வந்தாள். அடுத்த ஐந்து நிமிடங்களில் அவள் வீடு வந்தது.

'அப்பா நான் சொன்னேன்ல... கோட்டைச்சாமி... இவருதாம்பா...'

'வாங்க தம்பி... உக்காருங்க.' என்றவர் ஒடிசலான தேகத்தோடு இருந்தார். எளிமையான கிராமத்து முகம். சற்று நேரத்தில் அவள் அம்மா வந்து, 'வாங்க தம்பி' என்று தண்ணீர் கொடுத்தார்.

'தம்பிக்கு சொந்த ஊரு எது...?' என்று அவள் அப்பா ஆரம்பித்தார்.

சொன்னேன். 'என் பேரு மீனாட்சி சுந்தரம் தம்பி. மதுரை மீனாட்சி பேரை வச்சாங்க. பாப்பா உங்களப் பத்தி நெறையசொல்லியிருக்கு. நல்லா எழுதுவீங்கன்னு. நான் கதிரொளி தவறாம படிக்கறவன் தம்பி. நெறையஎழுதியிருக்கீங்க. படிச்சுருக்கேன். கூடப்பொறந்தவங்க எத்தனை பேரு...'

சொன்னேன்.

'நான் நெனைவு தெரிஞ்ச நாள்லேருந்து பார்ட்டியிலதான் இருக்கேன் தம்பி. மீனாட்சி சுந்தரம்னா மதுரையில தெரியாத ஆளே இருக்க முடியாது. '

சிரித்துவிட்டு மௌனமாக அமர்ந்திருந்தேன். பதற்றமாகத்தான் இருந்தது. என்னை அளவெடுப்பதற்காக இந்த ஆள் இத்தனை கேள்விகளைக் கேட்கிறாரோ என்று தோன்றியது. ஏதாவது சொல்லியிருப்பாளா?

'நான் இந்த ஜாதி கீதியெல்லாம் பாக்கறதில்ல தம்பி. நம்ப வீட்டுக்கு எல்லாரும் வந்து சாப்பிடுவாங்க. பொண்ணையும் அப்படித்தான் வளத்துருக்கேன். ரொம்ப சுதந்திரமான பொண்ணு.'

அந்தக் கணம் முதல் அவரைப் பிடிக்காமல் போனது. 'எல்லோரும் வீட்டுக்கு வந்து சாப்பிடுவார்கள் என்று என்னிடம் எதற்காகச் சொல்ல வேண்டும்? நீ என் வீட்டில் வந்து சாப்பிடுவதை நான் பெரிய மனது பண்ணி அனுமதிக்கிறேன் என்பதற்காகவா? ஒரு தாழ்த்தப்பட்டவனை வீட்டுக்குள் அழைத்து சோறு போடுவதை ஏதோ ஒரு புரவலரின் செயலாக நினைக்கும் இவன் எவ்வளவு பெரிய அயோக்கியனாக இருப்பான்...? இவன் மனதில் எப்படி ஒரு சாதி வன்மம் இருந்தால் இப்படி ஒரு வார்த்தை வெளிப்படும்?'

என் முகம் மாறியதை வசந்தி கவனித்துவிட்டாள். அவளைப் பார்க்கவும் பிடிக்கவில்லை.

மீனாட்சி சுந்தரம் தொடர்ந்தார். 'இந்தப் பிள்ளைக்குத்தான் ஒரு மாப்பிள்ளை தேடிக்கிட்டே இருக்கேன்... ஒண்ணும் சரியா அமைய மாட்டேங்கது தம்பி. நீங்கதான் மெட்றாஸ்ல இருக்கீங்களே... ஒரு நல்ல மாப்பிள்ளையா பாருங்களேன். நான் இந்த சாதி கீதியெல்லாம் பெருசா பாக்கறதில்ல தம்பி. பையன் நல்ல பையனா இருக்கணும். இவளை நல்லா வச்சுக் காப்பாத்தணும். அவ்வளவுதான்.'

'சொல்றேன் சார்.' என்றேன்.

'அப்பா சாப்பாடு போடட்டா... நேரமாகுது... சாப்ட்ருங்க...' என்றாள்.

'கையைக் கழுவிட்டு வாங்க தம்பி.'

எனக்குச் சாப்பிடப் பிடிக்கவில்லை. 'இல்ல சார். இன்னொரு ஃப்ரெண்ட் வீட்டுக்கு லன்ச்சுக்கு வர்றேன்னு சொல்லியிருந்தேன். போகனும்.'

'வீட்டுக்கு மொத மொத வந்துருக்கீங்க. சாப்பிடாமப் போனா எப்படி தம்பி?'

அவள் கண்ணாலேயே கெஞ்சினாள். எனக்கு அவளோடு கண்களால் பேசிக் கொண்டிருப்பதை அவளுடைய அப்பா பார்த்து விடப்போகிறாரோ என்ற பயம் இருந்தது. அதற்குள் எஸ்எம்எஸ்

அனுப்பினாள். 'வெங்கட் ப்ளீஸ். உனக்காக நானே சமைச்சு வச்சுருக்கேன். ப்ளீஸ்.'

கோபத்தையெல்லாம், துடைத்து ஓரமாக வைத்துவிட்டு, அவள் தந்தையின் வேண்டுகோளுக்கு செவி சாய்த்ததுபோல சரி சார் என்று தலையாட்டினேன்.

பிரியாணி செய்திருந்தார்கள். இரவு உணவு சாப்பிட முடியாத அளவுக்கு சாப்பிட்டேன். அவள் கண்களில் அப்படி ஒரு மகிழ்ச்சி. 'தேங்க்யூ மாமா...' என்று எஸ்எம்எஸ் அனுப்பினாள்.

கிளம்பி நேராக ஹோட்டலுக்கு வந்தேன். மாலை 4 மணிக்கு வந்து சந்திப்பதாக சொல்லியிருந்தாள். நான்கு மணிக்கு தயாராகி, கீழே இறங்கி வந்து நின்றேன்.

'வா, உனக்கு எங்க ஊர் ஜிகர்தண்டா வாங்கித் தர்றேன். இது மாதிரி சாப்பிட்டிருக்கவே மாட்ட.' திருமலை நாயக்கர் மஹாலைத் தாண்டி ஒரு கடைக்கு அழைத்துச் சென்றாள்.

'அப்பா என்னடி சொன்னாரு?'

'ம் ம்... ஒண்ணும் சொல்லல.' என்று அவள் சொல்லும்போதே ஏதோ விவாதித்திருக்கிறார்கள் என்பது புரிந்தது.

'சொல்லு வசந்தி... என்ன சொன்னாரு...'

'நீ ஜர்னலிஸ்டா இருக்கறதுனால ஒனக்கு நெறைய பேரைத் தெரியுமாம். அதுனால நீ கண்டிப்பா ஒரு மாப்பிள்ளை பாத்து சொல்லுவியாம்.'

இவனைக் காதலிக்கிறேன் என்று தப்பித் தவறி சொல்லிவிடாதே என்று மகளுக்கு அவர் விடும் எச்சரிக்கை அறிவிப்பு இது.

'உங்க அப்பா இன்டைரெக்டா என்னை வேண்டாம்னு சொல்றாருன்னு அர்த்தம்'

'அப்படியெல்லாம் இல்லை வெங்கட். நம்ம மேட்டர் இன்னும் அவங்களுக்குத் தெரியாதுல்ல... அதுக்குள்ள எப்படி இந்த முடிவுக்கு வர்ற..'

'பொண்ணைப் பெத்தவங்கள கொறச்சு எடை போட்றாத வசந்தி. ஒரு பையனை நீ வீட்டுக்கு கூட்டிட்டு வர்ற அளவுக்கு பழகறன்னா அவன் உனக்கு எந்த அளவுக்கு க்ளோஸ்னு அவங்களுக்கு தெரியும். தெரியாமையா உங்க அப்பா இப்படி பேசுறாரு.'

‘இல்லை வெங்கட். எங்க அப்பா ரொம்ப லிபரல். அப்பிடியெல்லாம் நெனைக்காத... இதப்பத்தி அப்புறமா பேசலாமா வெங்கட். நல்ல மூட்ல இருக்கோம். ஸ்பாயில் பண்ணிக்க வேணாமே.’

‘இதப் பத்திப் பேசாம வேற எதப் பத்தி பேசறது வசந்தி. இப்படியே ஊரைச் சுத்திக்கிட்டு இருப்போம். நீ வேற யாரயாவது கல்யாணம் பண்ணிக்கிட்டுப் போயிடுவ... ஐ யம் சாரி வெங்கட். எனக்கு வேற வழி தெரியலன்னு சொல்லுவ. அதான் நடக்கப் போகுது.’

‘அப்படியெல்லாம் இல்ல வெங்கட். மெட்றாஸ் போயிப் பேசிக்கலாம்பா... ப்ளீஸ் டா... என் கண்ணுல்ல...’

‘இதற்கு மேல் இவளிடம் என்ன பேசுவது.......?’

அதற்குப் பிறகு அவளிடம் இருந்து பேசிவிட்டு அன்று இரவே சென்னைக்குக் கிளம்பினேன்.

அடுத்த நான்கு நாட்களுக்கு வேலை சரியாக இருந்தது. ஆனால் காபி ஷாப் போவது தவறாமல் நடந்தது. அந்த சனிக்கிழமை காலை சினிமா பார்த்துவிட்டு, வரும்போது தன்னை மீண்டும் பெண் பார்க்க அடுத்த வாரம் வர இருப்பதாக சொன்னாள்.

‘இப்படியே ஒவ்வொருத்தன் முன்னாடி போயி எத்தனை நாள் நின்னுக்கிட்டு இருக்கறதா உத்தேசம் வசந்தி...? வீட்ல பேசறதா ஐடியா இருக்கா இல்லையா...?’

‘என்னை என்ன வெங்கட் பண்ணச் சொல்ற. பயமா இருக்கு வெங்கட். அம்மா ஹெல்த் ரொம்ப வீக்கா இருக்கு... தாங்குவாங்களான்னு சந்தேகமா இருக்கு.’

‘அப்போ உங்க அம்மா ஹெல்த் சரியாகறதுக்கு ஒரு 10 வருஷம் ஆச்சுன்னா அதுவரைக்கும் வெயிட் பண்ணலாமா?’

‘என்ன வெங்கட் இப்டி எதுக்கெடுத்தாலும் கோவப்படற? கொஞ்சநாள் போகட்டும் வெங்கட்.’

‘வசந்தி... என்னால காலா காலத்துக்கு வெயிட் பண்ணிக்கிட்டு இருக்க முடியாது. எப்போ பேசற உங்க வீட்லன்னு சொல்லு. இல்லன்னா சொல்லு நான் பேசறேன்.’

‘அவ்ளோ தைரியமா நீ பேசிடுவியா... பேசு பாப்போம். இந்தா எங்க அப்பா நம்பர்...’ என்று கொடுத்தாள்.

நம்பரை வாங்கி என் மொபைலில் டயல் செய்தேன். நான் விளையாடுகிறேன் என்று நினைத்துக்கொண்டு நக்கலாக சிரித்துக் கொண்டிருந்தாள்.

ரிங் போனது...

'ஹலோ' என்றார்.

'மிஸ்டர் மீனாட்சி சுந்தரம்...?'

அவள் முகத்தைப் பொத்திக்கொண்டு வேணாம் என்று துடித்தாள்.

'ஆமாங்க...'

'சார் வணக்கம். நான் கோட்டைச்சாமி பேசறேன். போன வாரம் உங்க வீட்டுக்கு வந்திருந்தேனே...'

'சொல்லுங்க தம்பி. நல்லா இருக்கீங்களா?'

'நல்லா இருக்கேன் சார்... உங்கக்கிட்ட ஒரு முக்கியமான விஷயம் பேசணும்...'

'சொல்லுங்க தம்பி...'

'உங்க பொண்ணைக் கல்யாணம் பண்ணிக்கலாம்னு ஆசைப்படறேன். நான் பேசறது உங்க பொண்ணுக்குத் தெரியாது. நேரா உங்ககிட்ட கேக்கலாம்னு தோணுச்சு.'

சில நிமிடங்கள் அமைதியாக இருந்தார்.

'நாங்க எங்க பொண்ணுக்கிட்ட பேசிட்டு தகவல் சொல்றோம் தம்பி.' என்று லைனைக் கட் செய்தார்.

'வைத்தவுடன், என்ன வெங்கட் இப்படிப் பண்ணிட்ட... விளையாட்டா சொன்னதுக்கு இப்படியா பேசுவ... அய்யோ.... என்ன நடக்கப் போகுதோ' என்று அவள் புலம்பிக்கொண்டேயிருந்த போது அவள் செல்போன் அடித்தது.

அவளுடைய அம்மா.

30

கால் வந்ததும், ஸ்பீக்கர் போனைப் போடு என்று அவளிடம் சொன்னேன். அவள் கண்களில் ஏராளமான பயம். ரொம்ப நேரம் ரிங் அடிக்கவிட்டாள். ‘பேசு வசந்தி...’ பச்சை பட்டனை அமுக்கி ஸ்பீக்கரில் போட்டாள்.

‘என்ன வசந்தி... என்ன நடக்குது...’ உச்ச ஸ்தாயியில் கத்தினார் அவள் அம்மா.

தன்னைச் சரிப்படுத்திக்கொண்டு, ஒன்றும் தெரியாததுபோலக் கேட்டாள்.

‘என்னம்மா... என்ன ஆச்சு?’ அந்தக் கேள்வியில் பலவீனம் இருந்தது. ஆனால் அவள் அம்மா எதையும் கவனிக்கும் மன நிலையில் இல்லை.

‘கண்ட நாயையெல்லாம் வீட்டுக்குக் கூட்டிட்டு வந்த... இப்ப என்ன ஆச்சு பாத்தியா...? அப்பவே சொன்னேனேடி... உங்க அப்பன்கிட்ட. மெட்றாசுக்கு அனுப்பாதீங்க, அனுப்பாதீங்கன்னு படிச்சுப் படிச்சு சொன்னேனேடி... கேட்டானா அந்த ஆளு... மெட்றாசுக்குப் போயி வேலை செய்யற திமிருடி உனக்கு... அதான் இந்த வேலையெல்லாம் பாக்கச் சொல்லுது...’

ஸ்பீக்கர் போனை அணைக்கச் சென்றாள்... நான் கண்ணாலேயே மிரட்டினேன்.

'என்னம்மா சொல்ற... எனக்குப் புரியலம்மா...'

'என்னடி புரியாத மாதிரி நடிக்கற... உனக்குத் தெரியாமலயாடி அவன் அப்படி கேப்பான்...?'

'என்னம்மா... யாரைப் பத்திம்மா சொல்ற...'

'அதான்டி... வீட்டுக்கு போன வாரம் ஒருத்தன கூட்டிட்டு வந்தியே... கோட்டைச்சாமியோ என்ன எழவோ... அவன் பேரும் ஆளும்...'

'என்னம்மா அவருக்கு...'

'அவரு என்னடி அவரு... இதெல்லாம் ஒண்ணும் சரிப்பட்டு வராது. நீ கெளம்பி ஊருக்கு வா... இப்பவே வண்டியப் புடி...'

'அம்மா என்ன நடந்துச்சுன்னு சொல்லும்மா...'

'தைரியமா உங்க அப்பாக்கிட்ட போன் பண்ணி பொண்ணு கேக்கறான்டி உன்னை... என்ன தைரியம் அவனுக்கு. அவனுக்கு என்ன வயசு. உனக்கு என்ன வயசு.... என்னா திமிருடி அவனுக்கு...'

'அம்மா அவரு கேட்டா நான் என்னம்மா பண்றது... என்னை எதுக்கும்மா திட்ற...'

'நீ எடம் குடுக்காம அவன் எப்படிடி கேப்பான்... அவனுக்கு அந்த தைரியம் எங்க இருந்து வந்துச்சு... எல்லாம் நீ குடுக்கற எடம்... அவன் எந்த ஊரோ...' டக்கென்று ஸ்பீக்கரை ஆஃப் செய்தாள். நானும் எதுவும் கேட்கவில்லை.

அவள் அம்மா பேசியது அவமானமாக உணரச் செய்தது. ஏதோ செய்யக்கூடாத பஞ்சமாபாதகத்தைச் செய்ததுபோல என்னை இப்படி திட்டவேண்டிய அவசியம் என்ன? ஊர் உலகத்தில் இல்லாத ஒரு பெண்ணை பெற்று வைத்திருப்பதுபோல இப்படிப் பேசுகிறாரே. நான் உங்கள் பெண்ணை விரும்புகிறேன். அவளைக் கல்யாணம் செய்துகொள்ள ஆசைப்படுகிறேன் என்று சொல்வது அப்படி ஒரு தவறா? 'மன்னிக்கவும் எங்களுக்கு விருப்பமில்லை' என்று நாகரீகமாக சொல்லியிருக்கலாமே...'

அவளுடைய அம்மா பேசியதை திருட்டுத்தனமாகக் கேட்டது என் தவறு. அவர் அவளிடம்தானே அப்படிப் பேசினார். அவருக்குத்

தெரியாமல் அதை கேட்டுவிட்டு அவரிடம் கோபிப்பதில் என்ன நியாயம்...?

நான் நிற்கும் இடத்திலிருந்து தள்ளிச் சென்று ஒரு பதினைந்து நிமிடங்கள் தலையை ஆட்டி ஆட்டிப் பேசிக் கொண்டிருந்தாள். முடித்து விட்டு திரும்பினாள். கண்களில் கண்ணீர் தளும்பிக் கொண்டிருந்தது.

என்னவோ தெரியவில்லை. என் மனது இதை எதிர்பார்த்ததுபோல அமைதியாக இருந்தது. சலனமற்று இருந்ததுபோல உணர்ந்தேன். வா போகலாம் என்று கூறிவிட்டு, வண்டியில் அமர்ந்தவுடன் பைக்கை கிளப்பினேன். 'என்னை நேரா ஹாஸ்டல்ல விட்டுடு வெங்கட்' என்றாள். நான் எதுவும் பேசாமல் நேராக காபி ஷாப்புக்கு வண்டியை விட்டேன். எப்போதும் போகும் காபி ஷாப்புக்குப் போகாமல், வேறு காபி ஷாப்புக்குச் சென்றேன்.

அவள் அழுகை நிற்கவேயில்லை. விசும்பாமல் கண்ணீர் மட்டும் வழிந்துகொண்டே இருந்தது. 'நான் என்ன சொல்லி சமாதானப்படுத்த முடியும்...?' மூடை மாற்றுகிறேன் என்று என்ன பேசினாலும், அபத்தமாக இருக்கும்.

'கேக் சாப்படறியா?'

அவள் பதிலேதும் சொல்லாமல் வேறு உலகத்தில் இருந்தாள். அவளைக் கேட்காமல் நானே கேக் ஆர்டர் செய்தேன். அழுது கொண்டே இருந்தாள்.

'வசந்தி... எதுக்கு இப்படி அழுவுற...?'

கர்சீப்பை எடுத்து மூக்கை உறிஞ்சிக்கொண்டாள். ஆண்களைவிட அதிகம் அழுவது பெண்கள்தான். ஆனால் அவர்கள் ஏன் கையகலத்திற்கு கர்சீஃப்பை வைத்துள்ளார்கள். ஒரு கண்ணின் கண்ணீரைத் துடைப்பதற்கே பத்தாதே. ...ச்சை! அழுது கொண்டிருக்கிறாள்.. இந்த நேரத்தில் இது என்ன ஆராய்ச்சி...

'வசந்தி... இங்க பாரு... அழறதை நிறுத்து. அம்மா அப்டி பேசனத நான் ஒண்ணும் தப்பா நெனச்சுக்கல. அவங்க அப்படித்தான் பேசுவாங்க. லவ் பண்றோம்னு சொன்னதும் எந்த பேரன்ட்ஸ் உடனே ஒத்துக்குவாங்க... நாமதான் பேசி கன்வின்ஸ் பண்ணணும்.'

'இல்ல வெங்கட்... அவங்கள கன்வின்ஸ் பண்ணவே முடியாது. வேலைக்கெல்லாம் போக வேணாம். நாளைக்கே ஊருக்கு

வாங்கறாங்க. டிக்கெட் கிடைக்காதும்மான்னா எப்படியாச்சும் வாங்கறாங்க.'

'அம்மா வேற என்ன சொன்னாங்க...'

'அதேதான் வெங்கட்... உனக்குத் தெரிஞ்சு கேட்டானா? தெரியாம கேட்டானா? அவனுக்கு அப்படி ஒரு எண்ணம் வர்ற மாதிரி நீ ஏன் நடந்துக்கிட்ட? இதே மாதிரிதான் திட்டிட்டு இருந்தாங்க வெங்கட்.'

'அப்பா எதும் சொன்னாரா...'

'அப்பா என்ன தனியா சொல்லணும்.. அம்மா திட்டும்போது பக்கத்துலதானே இருக்கார்.'

'சரி விடுப்பா... வேற ஏதாவது பேசலாம்...'

'நாளைக்கு ஊருக்குப் போகணும் வெங்கட். திருப்பி அனுப்புவாங்க ளான்னு பயமா இருக்கு. அப்பிடியே தங்க வச்சுடுவாங்க.'

'அதெல்லாம் ஒண்ணும் நடக்காது. எப்படியும் அனுப்பிடுவாங்க. போயிட்டு வா... பாத்துக்கலாம்.'

தட்கலிலும் டிக்கெட் கிடைக்கவில்லை. ஆம்னி பேரூந்தில் டிக்கட் புக் செய்து கோயம்பேட்டில் ஏற்றிவிட்டேன். பஸ் கிளம்பிய அடுத்த வினாடி, ஐ மிஸ் யூ என்று எஸ்எம்எஸ் அனுப்பினாள்.

அவளுக்கு ஏதோ சமாதானம் சொன்னாலும், என் மனதிலும் அவளை அனுப்ப மாட்டார்களோ என்ற பயம் இருந்துகொண்டுதான் இருந்தது.

ஒரு வாரம் கடந்து விட்டிருந்தது. தொலைபேசியிலும் ஃபேஸ் புக்கிலும் மட்டுமே தொடர்பு. நேரில் பார்க்க முடியாமல் சிரமமாகத்தான் இருந்தது.

இரவு 11 மணிக்குமேல் போன் செய்தாள். 'வெங்கட்.. எப்படியிருக்க...?

'நான் நல்லா இருக்கேன் வசந்தி... நீ எப்படி இருக்க...?'

'ஏதோ இருக்கேன் வெங்கட்... உன்னைப் பத்தி விலாவரியா விசாரிச் சுருக்காங்க வெங்கட். உன் மேல இருக்கற கேஸ். நீ ஜெயிலுக்குப் போனது. வேலையிலேர்ந்து டிஸ்மிஸ் ஆனது எல்லாத்தையும் விசாரிச்சுருக்காங்க...'

'விசாரிக்கட்டும் வசந்தி... இது எதையுமே நான் மறைக்க விரும்பலையே. நான் எதுக்காக இவ்வளவு வேலையையும்

பண்ணேன்னு உனக்குத் தெரியும்ல... நீதான் எக்ஸ்ப்ளெயின் பண்ணனும். வாயை மூடிக்கிட்டு, நடந்த தப்பை கண்டுக்காம இருந்துருந்தேன்னா இந்நேரம் நான் மாசம் ஒரு லட்சம் சம்பளம் வாங்கிருப்பேன் வசந்தி... நேர்மையா இருக்கணும்ன்ற ஒரே காரணத்துக்காகத்தான் இவ்வளவு கஷ்டப்படறேன்னு சொல்லு...'

'எல்லாத்தையும் சொல்லிட்டேன் வெங்கட்... அவங்க கன்வின்ஸ் ஆகவேயில்லை. ரெண்டு பேரும் மருந்து குடிச்சுட்டு செத்துடுவேன்றாங்க.. நான் வந்ததும் அம்மாக்கு உடம்பு சரியில்லாம போயிடுச்சு. ஷுகர் திடீர்னு அதிகமாயிடுச்சு. பாதி உடம்பா ஆயிட்டாங்க வெங்கட். திடீர்னு வயசான மாதிரி தெரியறாங்க! அப்பா எங்கிட்ட பேசவே மாட்டேங்கறாரு. நானா போயி பேசுனாக் கூட அவாய்ட் பண்றாரு...' என்று அழத் தொடங்கினாள்.

'அழாத வசந்தி. இப்போதைக்கு நம்ப பேச்சை எடுக்காத. அவங்க என்ன சொன்னாலும் சரின்னு சொல்லிடு. தைரியமா இரு!'

சத்தம் வராமல் விசும்பிக்கொண்டேயிருந்தாள். ஒரே பெண். வேறு குழந்தைகள் இல்லை. இவளுக்கு அவர்கள்தான் உலகம். அவர்களுக்கும் இவள்தான் உலகம். அழத்தான் செய்வார்கள். இவளும் என்ன செய்வாள்... என்ன சொல்லி சமாதானப்படுத்துவாள்?

பெரிய யோக்கியன் மாதிரி பேசிய அவள் அப்பாதான் அனைத்துக்கும் தடையாக இருக்கிறான். கம்யூனிஸ்ட் கட்சியில் பல வருஷம் இருந்தேன் என்று பெருமைப்பட்டுக்கொள்கிறான்... ஆனால் பெண்ணின் மனதில் என்ன இருக்கிறது என்று புரிந்துகொள்ள முடியவில்லையே... அவள் பிடிவாதம் பிடித்தால், என்மீது உள்ள ஆத்திரத்தில் சென்னையில் உள்ள அவன் நண்பர்கள் யாரையாவது வைத்து மிரட்டுவானோ... ஆள் வைத்து அடிப்பானோ... ச்சே... என்ன இது கற்பனை... என்னை ஏன் மிரட்டவேண்டும்... அவன் பெண்ணை மிரட்டினால் போதாதா?

அவள் சென்று பத்து நாட்களுக்கு மேலே ஆனது. மாலை வேளையில், காபி ஷாப்புக்கு போகும் வழக்கம் இல்லாது போனதால், நெடு நேரம் சும்மா இருப்பதுபோலத் தோன்றியது. ஒரு நாள் என் வழக்கை நடத்தி வரும் வடிவேலு போன் செய்தார்.

'வெங்கட் எங்க இருக்கீங்க...?'
'சார் கதிரொளி ஆபீஸ்லதான் சார் இருக்கேன்.'
'கொஞ்சம் ஆபீசுக்கு வந்துட்டுப் போக முடியுமா?'
உடனே கிளம்பிச் சென்றேன்.

வேள்வி | 257

‘உங்க ட்ரையல திருச்சிக்கு மாத்தச் சொல்லி சிபிஐல ஹைகோர்ட்ல பெட்டிஷன் போட்ருக்காங்க. நாளைக்கு விசாரணைக்கு வருது.’

‘என்ன சார் இது... திடீர்னு ஏன் சார்? திருச்சிக்குப் போயி எப்படி சார் ட்ரையல் அட்டென்ட் பண்ண முடியும்?’

‘நீங்க முக்கியமான பத்திரிகையாளராம். ரொம்ப பவர்ஃபுல்லான ஆளாம். சாட்சிகளை கலைச்சுடுவீங்களாம். அதனால, ட்ரையலை மாத்தணும்னு சொல்றாங்க.’

‘சார்... நாம இதை தடுக்க முடியாதா சார்? திருச்சிக்குப் போனா வேலை பாக்க முடியாது சார்...’

வசந்தி ஊரில் இல்லாவிட்டாலும், சென்னை வந்துவிட்டால், அவளைப் பார்க்காமல் எப்படி இருப்பது என்று தோன்றியது. அது மட்டுமல்லாமல் கதிரொளி வேலை போய்விடுமே. தற்போது பிழைப்புக்கென்று இருக்கும் ஒரே வேலை அதுதான்.

‘மாத்தக் கூடாதுன்னு ஆர்க்யூ பண்ணலாம் வெங்கட். நமக்கு நோட்டீஸ் வந்துருக்கு. நம்ப சைடை ஹியர் பண்ணாம மாத்த முடியாது. உங்களுக்குத் தகவல் சொல்றதுக்காகத்தான் கூப்பிட்டேன். நான் ஆர்க்யூ பண்ணிக்கறேன். பட் நீங்க ஃப்ரீயா இருந்தீங்கன்னா கோர்டுக்கு வாங்க...’

‘கோர்ட்டுக்கு வர்றேன் சார்.’

இதை விட வேறு என்ன முக்கியமான வேலை.

நான்தான் இதை மறந்து விட்டேன். காதல் மோகத்தில் அனைத்தையும் மறந்து வேறு உலகத்தில் பயணித்துக்கொண்டிருந்தேன். சிங்காரவேலு எதையுமே மறக்கவில்லை. என்னை ஒழித்துக் கட்ட வேண்டும் என்பதில் தீர்மானமாக இருக்கிறான். ஏராளமான பணமும், வானளாவிய அதிகாரமும் அவனிடம் இருக்கும்போது, என்னைப் போல சாதாரண ஆளை சும்மா எப்படி விடுவான்... நான் வழக்கை கவனமாகப் பார்த்திருக்கவேண்டும். சிங்காரவேலு போன்ற ஒரு எதிரியை சம்பாதித்துக்கொண்டு இப்படி அசட்டையாக இருந்திருக்கக் கூடாது.

மறுநாள் 12.30 மணிக்கு எனது வழக்கு அழைக்கப்பட்டது. முதலில் பேசிய சிபிஐ வழக்கறிஞர், ‘குற்றம் சாட்டப்பட்டுள்ள எதிரி, நல்ல தொடர்புகள் உள்ளவர். முக்கியமான பத்திரிகையாளர். அவரால் சாட்சிகளை எளிதில் கலைக்க முடியும். சென்னை நகரில் வழக்கு

நடைபெற்றால் எதிரி, சாட்சிகளை கலைத்து விடுவார். அதனால் உடனடியாக திருச்சிக்கு வழக்கை மாற்றவேண்டும்' என்றார்.

வடிவேலு பதிலுக்கு, நான் சாட்சியைக் கலைத்துவிடுவேன் என்பதற்கு எந்த ஆதாரங்களையும் சிபிஐ நீதிமன்றத்தில் தாக்கல் செய்யவில்லை. ஒருவேளை கலைத்து விடுவாரோ என்ற உத்தேசக் காரணங்களை வைத்து, ஒருவரை அலைக்கழிக்க முடியாது என்றார்.

சாட்சிகளைக் கலைத்துவிடுவார் என்ற உறுதியான தகவல்கள் சிபிஐக்கு வந்திருப்பதாலேயே இந்த மனு தாக்கல் செய்யப் பட்டுள்ளது. வழக்கு பாரபட்சமற்ற முறையில் நடக்க வேண்டும் என்பதற்காகவே இந்த மனு தாக்கல் செய்யப்பட்டுள்ளது. மனுதாரருக்கு திருச்சியில் வழக்கை சந்திப்பதில் சிரமம் இருக்கும் என்றால், அவருக்கு வழங்கப்பட்டுள்ள ஜாமீனை இந்த நீதிமன்றம் ரத்து செய்யவேண்டும் என்றார்.

ஜாமீனை ரத்து செய்யவேண்டும் என்றதுமே கலவரமானேன்.

'எப்படிப்பட்ட வெறியோடு இருக்கிறார்கள்... நீதிமன்றம் ஜாமீன் வழங்கிய ஒரு நபரின் ஜாமீனை ரத்து செய்யவேண்டும் என்று கோரிக்கை வைக்கும் அளவுக்கு எவ்வளவு வன்மத்தோடு இருக்கிறார்கள்?'

ஜாமீனை ரத்து செய்யவேண்டும் என்றதும் நீதிபதி முகத்தில் ஒரு மாற்றம் தெரிந்தது... அவர் சிபிஐ வழக்கறிஞரைப் பார்த்து, 'மிஸ்டர் கவுன்செல்... நீங்கள் சொல்வது ஒரு சீரியசான குற்றச்சாட்டு. அந்தக் குற்றச்சாட்டுக்காக நீங்கள் சென்னை உயர்நீதிமன்றம் வழங்கியுள்ள ஜாமீனையே ரத்து செய்ய வேண்டும் என்று கோரிக்கை வைக்கிறீர்கள். ஒரு மனிதனின் சுதந்திரத்தை முடக்குவதற்கு போதுமான காரணங்கள் வேண்டும். உங்களிடம் இது தொடர்பாக என்ன ஆதாரங்கள் உள்ளது?'

'இன்னும் ஒரு வாரம் அவகாசம் வேண்டும் மை லார்ட்...'

உடனே நீதிபதி, 'இந்த மனுவை நீங்கள்தான் நீதிமன்றத்தில் தாக்கல் செய்துள்ளீர்கள். தாக்கல் செய்துவிட்டு எந்த ஆதாரமும் இல்லாமல் நீதிமன்றம் உங்களுக்கு சாதகமாக உத்தரவு பிறப்பிக்கவேண்டும் என்று நினைக்கிறீர்கள். இவ்வழக்கு விசாரணைக்கு இடைக்காலத் தடை விதிக்கிறேன். சிபிஐ உரிய ஆதாரங்களை தாக்கல் செய்த பின்னால், அடுத்த நடவடிக்கை குறித்து இந்நீதிமன்றம் முடிவெடுக்கும்!' என்றார்.

சிபிஐ வழக்கறிஞர் முகத்தில் அதிர்ச்சி... இதை அவர் எதிர்பார்க்க வில்லை என்பது தெரிந்தது. ‘மை லார்ட்.. ஸ்டே வேண்டாம். வழக்கு நடக்கட்டும். ஆதாரங்களை விரைவில் சமர்ப்பிக்கிறோம்’ என்றார். ஆனால் நீதிபதி அவர் சொல்வதைக் காதிலேயே வாங்கவில்லை. உதவியாளரைப் பார்த்து அடுத்த வழக்கை அழைக்குமாறு ‘நெக்ஸ்ட்’ என்றதும், உதவியாளர் ஐடெம் நம்பர் 89 என்று கத்தினார்.

சிபிஐ வழக்கறிஞர் முகத்தைத் தொங்கப் போட்டுக்கொண்டு வெளியேறினார்.

‘இந்த ஜட்ஜ் முன்னாடி இந்தக் கேஸ் வந்தது பெரிய லக் வெங்கட். இந்த கோர்ட்ல ரெகுலரா உக்கார்ற ஜட்ஜ் இன்னைக்கு லீவு. அவங்களே இவரு முன்னாடி இந்தக் கேஸ் வரும்னு எதிர்பார்த்துருக்க மாட்டாங்க. வேற ஜட்ஜ் இருந்துருந்தா உங்க கேசை ட்ரான்ஸ்பர் பண்ணியிருந்தாலும் பண்ணியிருப்பார். சொல்ல முடியாது. இந்த ஜட்ஜ் பர்சனல் லிபர்ட்டி விஷயத்துல ரொம்ப ஸ்ட்ரிக்ட்.’

‘அடுத்து எப்ப சார் இந்த கேஸ் ஹியரிங்குக்கு வரும்...?’

‘எப்ப வரும்னே சொல்ல முடியாது. விட்னஸை டேம்ப்பர் பண்ணிங்கன்னு அவங்க என்ன எவிடென்ஸ் போட முடியும்...? ஸ்டே வெக்கேட் ஆகற வரைக்கும் நீங்க இந்தக் கேசைப் பத்தி கவலையே படவேண்டாம். போயி நிம்மதியா உங்க வேலையப் பாருங்க.’

பெரிய நிம்மதி ஏற்பட்டது. ஒரு பெரிய தலைவலி, தற்காலிகமாக ஓய்ந்தது போலிருந்தது. அவர் சொன்ன விஷயங்கள் பெரிய அதிர்ச்சியையும் தந்தது. வேறு ஒரு நீதிபதி இருந்திருந்து இந்த வழக்கை திருச்சிக்கு மாற்றியிருந்தால் என்ன செய்வது? நீதிமன்றங் களுக்கு வந்தால் நியாயம் கிடைக்கும் என்று நம்பிக் கொண்டிருக்கை யில் ஜட்ஜைப் பொறுத்துதான் நீதி என்பதே பெரிய அதிர்ச்சியை ஏற்படுத்தியது. ஒரு ஜட்ஜ் என்றால் ஒரு மாதிரி தீர்ப்பு... இன்னொரு ஜட்ஜ் என்றால் இன்னொரு மாதிரி தீர்ப்பு என்றால் என்ன நீதிமன்றம் இது... ஒரே சட்டத்தின் அடிப்படையில்தானே தீர்ப்பு வழங்குகிறார்கள்?

நீதிபதிகளும் மனிதர்கள்தானே... அவர்களும் இந்த உலகத்தில்தானே வாழ்கிறார்கள். எல்லா மனிதர்களிடமும் இருக்கும் விருப்பு, வெறுப்பு, பொறாமை, பேராசை, அகம்பாவம், முட்டாள்தனம், போன்ற குணங்கள் நீதிபதிகளிடம் மட்டும் எப்படி இல்லாமல் போகும்... இதே சமுதாயத்திலிருந்துதானே நீதிபதிகளும் வருகிறார்கள்...?

நேராக கதிரொளி அலுவலகம் சென்றேன். எடிட்டரை சந்தித்து எல்லா விபரங்களையும் சொல்லவேண்டும் என்று, எடிட்டர் அறைக்குச் சென்றேன்.

நீதிமன்றத்தில் நடந்தவை அனைத்தையும் சொன்னேன். எல்லா வற்றையும் கேட்டுக்கொண்டார்.

'என் காதுக்கும் சில தகவல்கள் வந்துச்சு வெங்கட். சிங்காரவேலு உன் மேல கடுமையான ஆத்திரத்துல இருக்கான்னு தகவல் வந்துச்சு. இப்ப அவன் ஹோம் மினிஸ்டர் வேற. லாட் ஆஃப் ரிசோர்சஸ் ஆர் அட் ஹிஸ் டிஸ்போசல். (Lot of resources are at his disposal) நாம அவனை குறைச்சு மதிப்பிட்டுடக் கூடாது. இன்னைக்கு கோர்ட்ல உன் கேஸ் திருச்சிக்கு ட்ரான்ஸ்ஃபர் ஆயிருந்துச்சுன்னா அவன் சந்தோஷப் பட்டுருப்பான். ஆனா அவன் எதிர்பார்த்த மாதிரி நடக்காதது மட்டுமில்ல... உனக்கு சாதகமாவும் ஸ்டே ஆர்டர் கெடச்சுடுச்சு. அவன் இப்போ அடிபட்ட புலி மாதிரி. உனக்கு அடுத்து என்ன தொந்தரவு குடுக்கறதுன்னு யோசிச்சிட்டே இருப்பான்.

நைட் லேட்டா சுத்திட்டு இருக்காத. லீகலா என்ன பண்ணாலும் சமாளிச்சுடலாம். இல்லீகலா ஏதாவது பண்ணா நம்பளால ஒண்ணும் பண்ண முடியாது. இன்னும் நாம சாதிக்க வேண்டியது நெறைய இருக்கு. அதுக்காகவாவது சேஃபா இருக்கணும். பி கேர்ஃபுல். சீக்கிரமா நேரத்துல வீட்டுக்குப் போயிடு.' என்றார்.

ஒரு தந்தையின் உபதேசத்தைக் கேட்டதுபோல இருந்தது. இவருக்குத்தான் என் மீது எத்தனை அக்கறை...?

வண்டியை எடுத்ததும் வழக்கு, கதிரொளி, சிங்காரவேலு எல்லாம் மறைந்து வசந்திதான் ஞாபகத்துக்கு வந்தாள். இன்று அனுப்பிய இரண்டு எஸ்.எம்.எஸ்களுக்கும் பதிலே வரவில்லை. ஏதாவது சிக்கலில் மாட்டிக்கொண்டாளா...? அவள் அப்பன் மிரட்டியிருப்பானா...? அடித்திருப்பானோ...? பாவம் தனியாளாக எப்படி சமாளிப்பாள்? என்னால்தான் எதுவுமே செய்யமுடியவில்லை.

பாக்கெட்டிலிருந்து ஒரு முறை செல்போனை எடுத்து மெசேஜ் ஏதும் வந்திருக்கிறதா என்று பார்த்து.....

திடீரென்று பின்னாலிருந்து ஏதோ என் பைக்கில் இடித்தது. ஒற்றைக் கையில் பைக்கை பிடித்திருந்ததால் நிலை தடுமாறி தூக்கியடிக்கப் பட்டு முன்னே விழுந்தேன். வண்டி தனியாகவும் நான் தனியாகவும் விழுந்தேன். சட சடவென்று அருகிலிருந்தவர்கள் வந்து தூக்கினார்

கள். கூட்டம் கூடியது. படபடப்பில் என்ன நடந்தது என்று புரியவில்லை. ஒருவர் கீழே கிடந்த செல்போனை எடுத்துத் தந்தார். 'சார் எங்கயாவது அடி பட்ருக்கா...? உக்காருங்க மொதல்ல' என்று என்னை ப்ளாட்பாரத்தில் அமர வைத்தார்கள். கீழே விழுந்து கிடந்த என் வண்டியை ஒருவர் நகர்த்தி நிறுத்தினார்.

'எறங்குடா கார்லேர்ந்து... இடிச்சுட்டு மயிரு மாதிரி காரைவிட்டு எறங்காம உக்காந்துருக்கான் பாரு...' என்று அவர்கள் சொன்னபோது தான் எந்த வண்டி இடித்தது என்று பார்த்தேன். வேகமாக நகர முடியாமல் முன்னால் வாகனங்கள் இருந்ததால் கார் மாட்டிக் கொண்டது. வண்டியின் பதிவு எண்ணைப் பார்த்தேன்.

TN 59 மதுரை பதிவு எண்.

31

அந்த இடத்தில் கூட்டம் சேரத் தொடங்கியது. சிகப்பு நிற சான்ட்ரோ கார். நிறுத்துவதுபோல நின்றுவிட்டு அந்தக் கார் நிற்காமல் பறந்தது. கூட்டத்தில் இருந்தவர்கள் ஏய் ஏய் என்று கத்தினார்கள். அவர்கள் கத்தியது காதில் விழுந்திருந்தால்கூட நிறுத்தியிருக்கவா போகிறான்.

எழுந்து பார்த்தேன். கீழே விழுந்ததில் இடது கையில் முழங்கைக்குக் கீழே தேய்த்து தோல் பிய்த்துக்கொண்டு இருந்தது. ரத்தம் வழியாமல் மெள்ள மெள்ள ஊறியது.

ஆட்டோக்காரர் ஒருவர், காரில் சென்றவனை கெட்டவார்த்தையில் திட்டினார். 'வாங்க சார் ஹாஸ்பிட்டல் போகலாம், பக்கத்துலதான் இருக்கு' என்று அந்த ஆட்டோக்காரரே அழைத்தார். ரத்தம் ஊறுவதையும், சாலையில் இருந்த மண் கீழே விழுந்து தேய்த்த இடத்தில் ஒட்டிக்கொண்டிருந்ததையும் பார்த்தேன். இதை க்ளீன் செய்து மருந்து போடாவிட்டால் சிக்கலை ஏற்படுத்தும் என்று தோன்றியது.

'ஹாஸ்பிட்டல் எங்க இருக்கு சார்...?' என்று கேட்டதும், அடுத்த தெருவிலேயே இருப்பதாகச் சொன்னார்.

ஆட்டோவில் வாருங்கள் என்ற அவரின் அழைப்பை வேண்டாம் என்று மறுத்து, நானே மருத்துவமனைக்குச் சென்றேன். லேசான சிராய்ப்புதான் என்றாலும், தோல் முழுமையாக பிய்ந்திருந்தது. வலியைவிட எரிச்சல் அதிகமாக இருந்தது. ஃபோர்செப்சில் பஞ்சைப் பிடித்து, பழுப்பு நிறத்தில் ஒரு திரவத்தை அந்தப் பஞ்சில் ஊற்றித் தேய்த்தபோது வலி தலைக்கேறியது. பல்லை இறுக்கக் கடித்துக் கொண்டேன். டாக்டர் இரண்டு நாட்களுக்கு தண்ணீர் படாமல் பார்த்துக்கொள்ளச் சொன்னார்.

வீட்டுக்கு வந்ததும், அம்மாவிடம் சொல்லாமல் தலை வலிக்கிறது என்று சொல்லிவிட்டுப்போய் படுத்துவிட்டேன். வலி விண் விண்ணென்றது.

இடித்துவிட்டு நிற்காமல் போன அந்தக் கார் மீண்டும் மீண்டும் உறுத்திக்கொண்டே இருந்தது. எந்த முடிவுக்கும் வர முடியாமல் குழப்பமாக இருந்தது. இயல்பாக நடந்த விபத்தா, இல்லை என் மரணத்தை நோக்கிய சதியா? கையில் வலி கூடிக்கொண்டே இருந்தது. சாப்பிடும்போது அம்மா பார்த்து விடுவாளென்று சாப்பிட்டு விட்டேன் என்று சொல்லிவிட்டேன். அந்தக் குழப்பத்தோடே தூங்கிவிட்டேன்.

காலை எழுந்ததும் வலி விபத்தை மீண்டும் ஞாபகப்படுத்தியது. பல் விளக்கும்போது அம்மா பார்த்துவிட்டாள். 'என்னடா இது...' என்று பதறினாள். நாய் குறுக்கே வந்துவிட்டது என்றேன். கையை புரட்டிப் பார்த்துவிட்டு, நான் மருத்துவமனை சென்று வந்திருக்கிறேன் என்பதை உறுதி செய்துகொண்டு, இவனுக்கு நேரமே சரியில்ல என்று தனக்குத்தானே புலம்பிக்கொண்டே சென்றாள். அந்தக் காரை என் எண்ணத்திலிருந்து அகற்ற முடியவில்லை. பின்னால் வந்து இடித்தான். நான் சற்று எசகு பிசகாக விழுந்திருந்தால் இன்னும் பலமாக அடிபட்டிருக்கும். என்னைக் கொல்வது நோக்கமாக இருக்காதோ. மிரட்டுவதுதான் நோக்கமாக இருக்குமோ. கொல்வதாக இருந்தால் இன்னும் வேகமாக இடித்திருப்பானோ. அவன் இடித்த நேரம் பார்த்து சாலை ட்ராஃபிக் இல்லாமல் இருந்தது. ட்ராஃபிக் இருந்தால் சிக்கியிருப்பான்.

யாரிடமாவது இதைப்பற்றிப் பேசவேண்டும் போலிருந்தது. நாளை வசந்தி வந்துவிடுவாள். வசந்திக்குத் தெரிந்தால் பயந்துவிடுவாள். இப்போது பேசலாமா... மணி 11 ஆகி விட்டது. இந்நேரம் வந்து கொண்டிருப்பாள். தூங்கியிருப்பாள். காலையில் பேசிக்கொள்ளலாம்

மறுநாள் ஹாஸ்டலுக்குப் போனேன். இரண்டு வாரங்கள் கழித்துப் பார்ப்பதற்கு ரொம்பவும் மகிழ்ச்சியாக இருந்தது. கையைப் பிடித்துக் கொண்டேன்.

‘காபி ஷாப் போலாமா...?’ என்றேன்.

‘ம் வா...’

வண்டியில் ஏறி உட்கார்ந்ததும் தோளில் சாய்ந்துகொண்டாள். சட்டென்று இறுக்கிப் பிடித்தாள்.

‘ஏய்... என்னடி ஆச்சு உனக்கு...!’

‘ம் பிடிக்கலன்னா சொல்லு...’ என்று விலகினாள்

வண்டி ஓட்டிக்கொண்டே, சட்டென்று கையை இழுத்து இறுக்கிக் கொண்டேன். ‘பிடிக்கலன்னு சொன்னேனா... இடியட். என்ன ஆச்சு. அம்மிணி இவ்ளோ பாசத்தை பொழியறீங்களேன்னு கேட்டேன்...’

‘ம் சும்மாதான்... ரெண்டு வாரம் ஆச்சுல்ல பாத்து... நீ ஜாலியா இருந்துருப்ப... நான் உன்னையே நெனச்சுக்கிட்டு இருந்தேன். எவ்ளோ கஷ்டமா இருந்துச்சு தெரியுமா...’

‘ஏய் நானும்தான்டி கஷ்டப்பட்டேன். நீ வீட்ல இருக்கறதுனால போன் பண்றதுக்கும் பயமா இருந்துச்சு...’

டக்கென்று தோளைக் கடித்தாள். வலித்தது.

‘என்னடி பண்ற... வலிக்குது...’

‘ம்... ஆசையா இருக்கு, கடிச்சேன். வேணும்னா நீ திருப்பிக் கடிச்சுக்கோ’

‘தனியா மாட்டுனேன்னா நீ அவ்ளோதாண்டி... ரெண்டு நாளைக்கு எந்திரிக்கவே முடியாது.’

‘கிழிச்ச நீ... சும்மா வாயிலே உதார் விடாத...’

‘நீ பாரு என்ன ஆகறன்னு...’

‘பாக்கலாம் டா... நீயா நானான்னு பாத்துடலாம்...’

காபி ஷாப் வந்ததும் வண்டியை நிறுத்திவிட்டு, காபி ஆர்டர் செய்து விட்டு அமர்ந்தோம்.

‘என்ன சொல்றாங்க வசந்தி...?’

‘யாரு என்ன சொல்றாங்க...?’

‘என்ன வசந்தி வெளையாட்ற... உங்க வீட்லதான்...’

'அதப் பத்தி அப்புறம் பேசிக்கலாம் வெங்கட்...'

'என்னப்பா... என்ன சொன்னாங்கன்னு தெரிஞ்சுக்கனும்னுதானே கேக்கறேன்...?'

'இப்போ என்னடா... நாளைக்கேவா கல்யாணம் ஆகப்போகுது எனக்கு...? இப்போ உன் முன்னாடி கல்லு மாதிரி உக்காந்துருக்கேன்ல!'

'ம்...'

'அப்புறம் என்ன...? வேற ஏதாவது பேசு...'

'நேத்து ஆக்சிடென்ட் ஆயிடுச்சு வசந்தி...'

பதறினாள்.. 'என்னடா சொல்ற.. எங்க அடிபட்டுச்சு...?'

'பெருசா ஒண்ணும் இல்ல.' என்று கையைக் காண்பித்தேன். தோல் உரிந்த இடத்தைச் சுற்றி வீங்கியிருந்தது.

'நல்ல வேளை ப்ராக்சர் எதுவும் ஆகலை.. இப்படியேவா வண்டி ஓட்டிக்கிட்டு வந்த... வலிக்கல?'

'ரொம்ப ஒண்ணும் வலி இல்ல... பட் இது ஆக்சிடென்ட்டா இல்ல... யாராவது வேணும்னே பண்ணாங்களான்னு டவுட்டாவே இருக்கு வசந்தி.. '

'ரொம்ப கற்பனை பண்ணாத வெங்கட்... நீ தேவையில்லாம பயப்படற... ஒரு நாளைக்கு ஆயிரம் ஆக்சிடென்ட் நடக்குது.. இதப்போயி பெரிய கான்ஸ்பிரசி மாதிரி சொல்றியே... ஃபர்கெட் இட்.'

'இல்ல வசந்தி.. எனக்கு என்னமோ டவுட்டாவே இருக்கு.'

'தேவையில்லாம மனசக் கொழப்பிக்காத வெங்கட். அம்மா எப்படி இருக்காங்க... கால் வலின்னு சொன்னியே. இப்போ பரவாயில்லையா?'

'ம். பரவாயில்லை...'

எனக்குத் தோன்றியதுபோல இவளுக்கு எந்த சந்தேகமும் வரவில்லை. இவள் சொன்னது மாதிரி நாம்தான் தேவையில்லாமல் பயப்படுகிறோமோ...

'என்னடா யோசிச்சுக்கிட்டே இருக்க.. சியர் அப் டார்லிங்.. எத்தனை நாள் கழிச்சு வந்துருக்கேன்... என்னப் பாத்தது ஒனக்கு கொஞ்சம்கூட சந்தோஷமாவே இல்ல...' என்று சிணுங்கினாள்.

‘அய்யோ இல்ல வசந்தி… என்ன பேசற… சந்தோஷம் இல்லாமையா பாக்க வந்துருக்கேன்…’

‘உண்மையிலேயே சந்தோஷமா… இல்ல நான் போனதும் இதான் சாக்குன்னு வேற எவ பின்னாடியாவது போயிட்டியா.. ‘

‘போனா சும்மா விட்ருவியா நீ… ஆஞ்சுற மாட்ட..’

‘அந்த பயம் இருக்கட்டும்… அப்ப திட்டுவேன்னு பயத்துலதான் கம்முனு இருக்க… இல்லன்னா போயிடுவ… அப்படித்தானே…’

‘என்ன மேடம் புல் ஃபார்ம்ல இருக்கீங்கபோல இருக்கு…’

‘எஸ்…! அப்ஸல்யூட்லி! இல்லன்னா உன்ன மாதிரி ஆளை சமாளிக்க முடியுமா? நான் இருக்கும்போதே உன் கண்ணு மேயுது…’

‘ச்சீ! சத்தியமா நான் உன்னைத் தவிர யாரையுமே பாக்கறது.கூட இல்லை தெரியுமா… அதோ அந்த கார்னர்ல டக்கரா ஒரு ஃபிகர் உக்காந்துருக்கரத நான் பாக்கவேயில்ல தெரியுமா…’

‘டேய் பொறுக்கி… தெரியும்டா உன்னப் பத்தி… என்னை ஃபர்ஸ்ட் டைம் பாத்தப்பவே முழுங்கற மாதிரி பாத்தியே…’

‘நீ தானேடி சாட்ல வந்த… நானா உன்கிட்ட வந்து பேசுனேன். என்ன சொல்ற… நீ சரியான ஜொள்ளு…’

‘நான் சின்னப்பொண்ணு.. ஏதோ ஆர்ட்டிக்கிள் நல்லா எழுதுறியேன்னு சும்மா ஒரு பேச்சுக்கு சேட் பண்ணா… எப்போ எப்போன்னு அலைஞ்சுக்கிட்டு என் பின்னாடியே வர்ற…? பெரிய மனுசன் மாதிரியாடா நடந்துக்கிட்ட நீ…?’

‘நீ அவ்ளோ அழகா இருந்தடா கண்ணு… உன் பின்னாடி எப்படி அலையாம இருக்க முடியும்? அலையாம இருந்தா எனக்கு கண்ணு குருடுன்னு அர்த்தம்…’

‘அய்யோ… ஸோ ஸ்வீட் மாமா…. நாளைக்கு என்னை எங்க கூட்டிட்டுப் போற மாமா…’

‘எங்க வேணாலும்…’

’வேண்டா வெறுப்பால்லாம் கூட்டிட்டுப் போக வேணாம்பா…’ பொய்யாகக் கோபித்தாள்.

‘ஏய் என்னடி.. வேண்டா வெறுப்பான்னு சொன்னேனா…’

‘அப்புறம்.. சலிச்சுக்கிட்டே போகலாம்னு சொன்ன மாதிரி இருக்கு..?’

‘அய்யோ.. இல்லடி... எங்க வேணாலும் போலாம்.என் லைஃபையே உனக்காக தந்துட்டேன். நாளைக்கு ஒரு நாளை உனக்காக ஸ்பென்ட் பண்ண மாட்டேனா...’

டக்கென்று எழுந்து உதட்டில் முத்தமிட்டாள். யாராவது வருகிறார்களா என்று அவசரமாக பார்த்தேன்...

‘யாரும் வரலடா... பாத்துட்டுத்தான் குடுத்தேன்.’

சொன்னபடி மறுநாள் காலை எட்டரை மணிக்கெல்லாம் ஹாஸ்டல் சென்று காத்திருந்தேன். வழக்கம்போலவே அன்றும் அரை மணி நேரம் கழித்தே வந்தாள். அவள் வந்த உடனேயே லேட்டானதற்கு சமாதானம் அவள் எப்படிச் சொல்லுவாள் என்பதை கிண்டலாக நடித்துக் காட்டினேன்.

‘சாரி... வெங்கட்... லேட்டாயிடுச்சு... இதத்தானே சொல்லப் போற... உக்காருடி வண்டில...’ என்றேன்..

‘என்னை எப்போப்பாத்தாலும் திட்டிட்டே இருக்க...’ என்று செல்லமாக மூஞ்சை சுருக்கிக்கொண்டாள்.

‘அத விடு... எங்கப் போலாம்னு சொல்லு...’

‘எங்கயாவது போ.. சினிமாவுக்குப் போலாமா...? இல்ல ஷாப்பிங் போலாமா?’

‘எதுனாலும் ஓ.கே.’

‘ஷாப்பிங் போலாம்... எனக்கு ட்ரெஸ் வாங்கணும்...’

‘எதுக்குடி ட்ரெஸ். ஊருக்குப் போறதுக்கு முன்னாடிதானே வாங்குன...?’

‘ம்... அடுத்த வாரம் என் பர்த்டே. அதுக்கு வாங்கிக்கச் சொல்லி எங்க அப்பா பணம் போட்ருக்காரு...’

ச்சை... நான் அவள் பிறந்தநாளை எப்படி மறந்தேன்.. பல தடவைகள் சொல்லியிருக்கிறாள்... உறுத்தலாக இருந்தது. எல்லோருக்கும் முன் நான் அல்லவா ஞாபகம் வைத்திருக்கவேண்டும்.

‘சாரி வசந்தி.... மறந்துட்டேன்...’

‘உங்களுக்கு இதெல்லாம் எப்படி சார் ஞாபகம் இருக்கும். எவன் எங்க மாட்டுவான்... எவனை சிக்க வைக்கலாம்னு அதுலதான் உன் கவனம்...’

‘உனக்கு என்னடி வேணும்... சொல்லு. வாங்கித் தர்றேன்...’

‘எனக்கு ஒண்ணும் வேணாம்பா... எங்க அப்பா ட்ரெஸ் வாங்கிக்க பணம் குடுத்துருக்காரு... நீங்க கூட்டிட்டு வந்து விடுங்க போதும்...’

அவள் நான் பிறந்தநாளை மறந்ததை லேசாக எடுத்துக் கொள்ளவில்லை... என்ன செய்து சமாதானப்படுத்துவது...

அண்ணா நகர் வழியாக சென்றுகொண்டிருந்தோம்.. ஒரு லேப்டாப் விற்பனை செய்யும் கடை வந்தது. டக்கென்று வண்டியை நிறுத்தினேன்.

‘எறங்கு...’

‘இங்க எதுக்குடா நிறுத்தற...?’

‘எறங்கு சொல்றேன்...’

நேராக லேப்டாப் கடைக்குள் சென்றேன். அவளிடம் எதுவுமே பேசவில்லை. டிஸ்ப்ளேயில் வைத்திருந்த பல லேப்டாப்கள் பிசினெஸ் லேப்டாப்களாக முரட்டுத்தனமாக இருந்தன. சோனியில் மட்டும் பெண்களுக்கென்றே செய்ததுபோல நளினமாக, அழகான வண்ணத்தில் வைத்திருந்தார்கள். சோனி லேப்டாப்பைப் பார்த்து இதை எடுத்துக்கொள்கிறேன் என்றேன்.

‘உன்கிட்டதான் லேப்டாப் இருக்குல்லடா... எதுக்கு இன்னொன்னு வாங்கற?’

‘அது ரிப்பேர் ஆயிடுச்சு... சரி பண்ண முடியாதுன்னு சொல்லிட்டாங்க... அதான்...’

‘ஓ.கே... ஓ.கே...’

பில்லுக்கு பணத்தைச் செலுத்திவிட்டு வெளியே வந்தோம். வந்ததும் ‘ஹேப்பி பர்த்டே’ என்று சொல்லியபடி அவள் கையில் கொடுத்தேன்.

சட்டென்று அவள் கண்கள் கலங்கின. ‘என்ன வெங்கட் இப்படிப் பண்ற... நான் உன்ன சும்மாதான்டா கிண்டல் பண்ணேன். ஏன்டா இவ்ளோ வெலை கொடுத்து வாங்குன. எனக்கு எதுக்குடா இப்போ லேப்டாப்...’

‘எனக்குப் புடிச்சுருக்கு வாங்கித் தர்றேன். வச்சுக்கடி... எனிதிங் ஃபார் யு...’

சட்டென்று எம்பி கன்னத்தில் முத்தமிட்டாள். ‘யேய் ரோடுடி...’

‘இருக்கட்டும் போடா...’

‘வெங்கட்... உங்க வீட்டுக்குப் போலாம்டா... உங்க அம்மாவைப் பாக்கணும்.. ஃபோன்லதான பேசிருக்கேன். சினிமாவுக்கு இன்னொரு நாள் போலாம்...’

‘ஓ எஸ்... ஷி வில் பி வெரி ஹேப்பி. போலாம் வா...’

நேராக ஹாஸ்டலில் சென்று லேப்டாப்பை வைத்துவிட்டு, வீட்டுக்குச் சென்றோம்.

வீட்டுக்குள் நுழைந்ததும் அம்மா ஆச்சர்யமாகப் பார்த்தாள். அவளே அறிமுகப்படுத்திக்கொண்டாள்.. ‘அம்மா நான்தான் வசந்தி.. உங்கக் கூட போன்ல பேசியிருக்கேன். ஞாபகம் இல்லையா...?’

‘இருக்கும்மா... வக்கீல்தானே நீ...’

‘ஆமாம்மா.. வக்கீல் வசந்திதான். எப்படி இருக்கீங்க.. உடம்பு நல்லா இருக்கா...?’

‘நல்லா இருக்கும்மா... உக்காரும்மா. காபி போடறேன்...’

‘நான் லன்ச் சாப்டலாம்னு வந்தா காபி மட்டும்தானா...?’

‘லன்ச் பண்றேம்மா... மொதல்ல காபி சாப்புடு... என்னம்மா பொட்டு கூட வைக்காம வந்துருக்க...’

‘இல்லம்மா வச்சேன்... கீழ விழுந்துருச்சு.’ கூசாமல் புளுகினாள். அன்று அவள் வரும்போதே பொட்டு வைத்திருக்கவில்லை.

அம்மா சட்டென்று குங்குமச் சிமிழை எடுத்து பொட்டு வைத்து விட்டாள். பொட்டு வைத்ததும் வசந்தியை முத்தமிட்டாள். இவளும் பதிலுக்கு முத்தமிட்டாள். சட்டென்று அந்த இடம் நெகிழ்ச்சியால் நிறைந்தது போலிருந்தது. ‘பேசிக்கிட்டுரும்மா வந்துடறேன்’ என்று சொல்லிவிட்டு அம்மா காபி போட கிச்சனுக்குள் சென்றாள். இவள் என்னோடு உட்காராமல், டக்கென்று கிச்சனுக்குள் சென்றாள். இருவரும் ரகசியமாக காதில் விழாதவாறு ஏதோ பேசிக் கொண்டிருந்தார்கள். நான் ஒன்றும் கண்டுகொள்ளாமல் டி.வி பார்த்துக்கொண்டிருந்தேன்.

சிறிது நேரத்தில் காப்பியோடு ஹாலுக்கு வந்தார்கள். ‘என்னம்மா பேசிக்கிட்டிருந்த இவகிட்ட...’

'கல்யாணம் பண்ணிக்க, பண்ணிக்கன்னு சொல்றேன்... இவன் முடியாதுன்னு அழிச்சாட்டியம் பண்ணிக்கிட்டுருக்கான்னு நீ பண்றததானே சொன்னேன்...'

என்னமோ தெரியவில்லை. வசந்தியை பார்த்துமே பிடித்துவிட்டது அம்மாவுக்கு. கல்யாணம் வேண்டாம் என்று நான் பிடிவாதமாக சொல்லிக்கொண்டிருந்துவிட்டு, திடீரென்று வீட்டுக்கு ஒரு பெண்ணை அழைத்து வந்ததும் அம்மாவுக்கு சந்தோஷம் பிடிபட வில்லை. வசந்தி ரொம்ப இயல்பாக அம்மாவோடு ஒட்டிக் கொண்டாள். வெளிநாட்டிலிருந்து நீண்ட நாட்களுக்குப் பிறகு வீட்டுக்கு வந்த மகளோடு அன்னியோன்யமாக உரையாடும் ஒரு தாயும் மகளும் போல பேசிக்கொண்டிருந்தார்கள். என்னை கண்டுகொள்ளாமல் விட்டுவிட்டாளே என்றுகூடத் தோன்றியது. ஒரே நாளில் அவ்வளவு நெருக்கமாகி விட்டார்கள்.

ஹாஸ்டல் சாப்பாடு நன்றாக இருக்கிறதா என்று கேட்டுவிட்டு வாரா வாரம் வீட்டுக்கு வந்து சாப்பிடு என்று இயல்பாக வசந்தியை அழைத்தாள் அம்மா. அவளும் மகிழ்ச்சியாக வர்றேன் என்று சொல்லி விட்டு என்னைப் பார்த்துக் கண்ணடித்தாள். உங்க வீட்ல எத்தனை பேர், அப்பா என்ன பண்றாரு... அம்மா என்னப் பண்றாங்க என்று அவள் வரலாறையே முழுமையாக தெரிந்துகொண்டாள்.

பேசிக்கொண்டிருக்கும்போதே அம்மா போன் ஒலித்தது. 'அய்யய்யோ... அப்படியாங்க... கொஞ்சம் இருங்க. நான் பத்து நிமிஷத்துல வர்றேன்...' என்று அம்மா பதற்றமாக பதில் சொன்னாள்.

'என்னம்மா ஆச்சு...'

'கார்த்திக் அம்மா இருக்காங்கள்ல... பாத்ரூம்ல வழுக்கி விழுந்துட்டாங்களாம்டா. அவங்க பையன் ஆபிஸ்லேர்ந்து வர லேட்டாகும். ஹாஸ்பிட்டல் போகணும்னு வரச் சொல்றாங்க. நான் போயிட்டு வந்துடறேன். நீ இரும்மா... ஒன் அவர்ல வந்துடறேன். என்னை வந்து அவங்க வீட்ல எறக்கி விட்டுட்றா.'

அம்மா வெளியே போகிறாள் என்றதும் என்னையறியாமல் குதூகலம் ஏற்பட்டது. வசந்தியோடு தனிமை என்ற எண்ணமே உடலில் சூட்டை ஏற்படுத்தியது. பதற்றத்தை காண்பித்துக்கொள்ளக் கூடாது என்று கஷ்டப்பட்டு நிதானமாக இருப்பதுபோல இருக்க முயற்சித்தேன். அவள் எனக்கு மேல் பரபரப்பானாள். என் கண்களை சந்திப்பதைத் தவிர்த்தாள். மேஜையில் இருந்த கதிரொளியை எடுத்து ஏதோ ஆழமாக படிப்பதுபோல பாவனை செய்துகொண்டிருந்தாள்.

'வாடா போலாம்' என்று அம்மா அழைத்ததும் சாவியை எடுத்துக் கொண்டு கிளம்பினேன். இரண்டு தெருக்கள் தள்ளி இருந்தது அந்த கார்த்திக் அம்மாவின் வீடு. நேராகச் சென்று அம்மாவிடம் சீக்கிரம் வந்துவிடு என்று சொல்லிவிட்டு, திரும்பியபோது பரபரப்பு உச்சக்கட்டத்தை அடைந்தது. எங்கே கீழே விழுந்து விடுவேனோ என்று பயமாக இருந்தது. ஒரு வழியாக வீட்டை வந்து அடைந்தேன். சத்தம் வராமல் கதவைத் தாழிட்டேன்.

ஹாலில் இல்லாமல் பெட்ரூமில் என் லேப்டாப்பில் பேஸ் புக்கை பார்த்துக்கொண்டிருந்தாள். சத்தமில்லாமல் சென்று கன்னத்தில் அழுத்தமாக முத்தமிட்டேன்.

'ஆண்டவா... எவ்வளவு வாசனையாக இருக்கிறாள்...'

'ஏய் கம்முனு இருடா... அம்மா வந்துடப்போறாங்க...' 'வரமாட்டாங்கடி' என்று சொல்லியவாறே இறுக்க அணைத்தேன். 'வெங்கட்... வேணாம் வெங்கட்...' என்ற முனகியபடியே தளர்ந்தாள். முத்தங்களால் அவளை நனைக்கத் தொடங்கினேன். காமம் வெறியூட்டியது. அவள் வெறி இரட்டிப்பானது. ஆணாக மாறினாள். புலியாக என்னை வேட்டையாடினாள். வேட்டையாடி, வேட்டையாடப்பட்டு, காமக்கடலில் நீந்த முயன்று அலைகளால் ஒதுக்கப்பட்ட சருகுபோல களைத்தோம்.

மாலை அம்மா வந்ததும் கிளம்பினாள். அவளை ஹாஸ்டலில் இறக்கிவிட்டேன். மறுநாள் முழுவதும் அவளுக்கு வேலை இருப்பதாகச் சொன்னாள்.

அடுத்த இரண்டு நாட்களும் அவளைப் பார்க்க முடியவில்லை. எனக்கும் அடுத்த இதழுக்கான கட்டுரை வேலைகள் சரியாக இருந்ததால் ஒன்றிரண்டு மெசேஜ் அனுப்பிவிட்டு வேலைகளில் மூழ்கிவிட்டேன்.

மூன்றாவது நாளும் அவளிடமிருந்து எந்தத் தொடர்பும் இல்லை. தொடர்ந்து கால் செய்தால் எந்த அழைப்புக்கும் பதில் இல்லை. மெசேஜுக்கும் பதில் இல்லை. உடம்பு சரியில்லாமல் போயிருக்குமா. இல்லை... போனை தொலைத்துவிட்டாளா...?

ஒன்றும் புரியாமல் நேரே ஹாஸ்டலுக்குப் போய் பார்ப்போம் என்று வாசலில் காத்திருந்தேன். மீண்டும் போன் அடித்தால் எடுக்கவே யில்லை. என்ன இப்படிப் பண்ணுகிறாளே என்று எரிச்சலாக இருந்தது.

அவள் ரூம் மேட்டின் நம்பர் இருந்தது.

‘ஹலோ... நான் வசந்தி ஃப்ரெண்ட் வெங்கட் பேசறேன். வசந்தி ஃபோன் பண்ணா எடுக்கலை. உடம்பு ஏதாவது சரியில்லையா...? எங்க இருக்காங்க...?’

‘உங்ககிட்ட சொல்லலயா...? அவங்க முந்தாநாளே ஹாஸ்டலை காலி பண்ணிக்கிட்டு மதுரை போயிட்டாங்களே... உங்ககிட்ட சொல்லிட்டதா சொன்னாங்களே...?

அதற்குப் பிறகு அவள் பேசியது கேட்கவில்லை.

32

அதிர்ச்சி என்ற வார்த்தை என் உணர்வுகளை வர்ணிக்க முடியாது. அப்படி ஒரு உணர்வு ஏற்பட்டது. அதிர்ச்சி, ஆச்சர்யம், வியப்பு என்று எல்லாவற்றையும் சேர்த்தது போன்ற ஒரு உணர்வு. என்ன செய்வது என்று புரியவில்லை. அவள் நம்பருக்கு போன் அடித்துப் பார்த்தேன். எடுக்கவேயில்லை.

'வசந்தி... ஐ யம் வொர்ரீட்... வாட் ஹேப்பன்ட்... ப்ளீஸ் கான்டக்ட் இம்மீடியட்லீ' என்று செய்தியனுப்பினேன். பதிலில்லை.

நேராக அலுவலகத்துக்குச் சென்று பேஸ் புக்கில் ஆன்லைனில் இருக்கிறாளா என்று பார்த்தேன். அதிலும் இல்லை. யாஹூவிலும் இல்லை. எஸ்.எம்.எஸ் வந்தது. அவசரமாக எடுத்துப் பார்த்தேன். எடுத்துப் பார்த்தால் 'கே.ஆர். இன்டஸ்ட்ரீஸ், ஜார்க்கண்ட்' என்று மட்டும் இருந்தது. இந்த நேரத்தில் என்ன இழவு இது என்று கோபம் வந்தது. இருபது நாட்களுக்கு முன், இதேபோல ஒரு மெயில் வந்திருந்தது. அதில் வெறுமனே கே.ஆர். இன்டஸ்ட்ரீஸ் என்பது மட்டுமே இருந்தது. ஏதோ ஸ்பாம் மெயில் என்று உடனே டெலிட் செய்து விட்டேன். ஏன் திருப்பி எனக்கு இதே விவகாரத்தை மெசேஜாக அனுப்ப வேண்டும்...?

இது என்ன விவகாரம் என்பது ஒரு புறம் என் ஆர்வத்தை தூண்டினாலும், அதில் என் கவனத்தை செலுத்தும் நிலையில் நான் இல்லை.

எப்படி அவளைக் கான்டாக்ட் செய்வது? சிவகாசியில் அவளுடைய நெருங்கிய தோழியின் எண்ணுக்கு முயற்சி செய்தேன். அவள் எடுக்கவேயில்லை. வீட்டின் லேன்ட் லைனுக்கு அடிக்க பயமாக இருந்தது. தொடர்புகொள்ள வேறு வழியே இல்லை என்பதால், லேண்ட் லைனுக்கு முயற்சி செய்தேன். அவள் அம்மா எடுத்து, 'சொல்லுங்க... யாரு வேணும்..' என்றார். உடனே இணைப்பைத் துண்டித்தேன். எப்படித் தொடர்புகொள்வது என்று தலையைப் பிய்த்துக்கொண்டாலும் புரியவில்லை.

அவள் போய்விட்டாள் என்றதும் வீட்டில் யாருக்காவது மோசமாக உடல்நிலை சரியில்லாமல் போயிருக்குமோ என்றுதான் தோன்றியது.. ஆனால் அதற்கு ஹாஸ்டலை ஏன் காலி செய்யவேண்டும் என்பது புரியவேயில்லை. மூன்று வருடங்களாகத் தங்கியிருந்த அறையைக் காலி செய்வது என்றால் விளையாட்டா... எப்படி ஒரு ஆளாகச் செய்தாள்... ஏன் ஒரு வார்த்தைகூட சொல்லவில்லை...

எடிட்டர் வரச் சொன்னார்.

எடிட்டர் அறைக்குள் நுழைந்து பேசிக்கொண்டிருந்தாலும் என் மனதுக்குள் என்ன ஆகியிருக்கும் என்பதே ஓடிக்கொண்டிருந்தது. 'வெங்கட். இந்தா இது 2ஜி தொடர்பான டாக்குமென்ட்ஸ்... ஜெனெக்ஸ் எக்சிம் ஒரு கம்பெனி. இது மத்திய டெலிகாம் மினிஸ்டரோட பினாமி கம்பெனின்னு சொல்றாங்க. செக் பண்ணுங்க...'

'நேரா ரிஜிஸ்ட்ரார் ஆஃப் கம்பெனிஸ்க்கு போகவா சார்...'

'அதெல்லாம் லேட்டாகும்பா... நெட்ல ஆர்.ஓ.சி. சைட்டுக்குப் போனா எல்லா டாக்குமென்ட்ஸும் இருக்கப் போகுது... என்ன டிஃப்பிகல்டி உனக்கு? க்விக்கா எடு... வர்ற இஷ்யூவுக்கு யூஸ் பண்ண முடியுமான்னு பாக்கலாம்...'

'சரி சார்.'

'எடிட்டர் ஆர்.ஓ.சி. வெப்சைட்டில் கம்பெனி விபரங்களை எடுக்கலாம் என்று சொன்னது எனக்கு இதுவரை தெரியாமல் இருந்தது வெட்கமாக இருந்தது. இந்நேரம் நான் இதையெல்லாம் தெரிந்து வைத்திருக்க வேண்டாமா...'

வேள்வி | 275

ஆர்.ஓ.சி. வெப்சைட்டுக்குப் போனேன். படிப்படியாக ஏராளமான வழிமுறைகள் வைத்திருந்தார்கள். பதிவு செய்துவிட்டு லாகின் செய்வதற்கே ஒரு மணி நேரம் ஆனது. ஐந்து நிமிடத்திற்கு ஒருமுறை பேஸ் புக்கில் சென்று, ஏதாவது செய்தி அனுப்பியிருக்கிறாளா என்று பார்த்தேன். எந்தச் செய்தியும் இல்லை.

எடிட்டர் சொன்ன நிறுவனத்தின் ஆண்டு வருவாய், செலவு, நிகர லாபம், கம்பெனி நிர்வாகத்தின் போர்டு மீட்டிங் விபரங்கள், என்று ஒரு நிறுவனத்தின் அத்தனை ஆவணங்களும் இருந்தன. இப்படி ஒரு வரப்பிரசாதமான வெப்சைட்டை இத்தனை நாள் தெரிந்து கொள்ளாமல் விட்டுவிட்டேனே... அந்த வேலையில் ஏற்பட்ட ஆர்வத்தினால் வசந்தி கவனத்தைவிட்டு தற்காலிகமாக அகன்றாள்.

ஜெனெக்ஸ் எக்சிம் நிறுவனத்தின் ஆவணங்களை பார்வைட்டு டவுன்லோட் செய்தேன்.

அந்நிறுவனத்தில் மொரீஷியசைச் சேர்ந்த ஒரு நிறுவனம் 2008ம் ஆண்டில் 800 கோடி ரூபாயை முதலீடு செய்திருந்தது. 2007ம் ஆண்டு தொடங்கப்பட்ட நிறுவனம் முதல் ஆண்டில் நஷ்டக் கணக்கு காண்பித்திருந்தது. ஒரே ஆண்டில் நஷ்டத்தில் இயங்கும் ஒரு நிறுவனத்தில் மொரீஷியஸைச் சேர்ந்த நிறுவனம் எதற்காக 800 கோடி ரூபாய் முதலீடு செய்யவேண்டும்? அதுவும் ஸ்பெக்ட்ரம் லைசென்ஸ் வழங்கப்பட்ட அதே 2008ம் ஆண்டில் இந்த முதலீடு நடந்துள்ளது. நிறுவனத்தில் பங்குதாரர் என்று ஒரு முஸ்லீம் பெயர் இருந்தது.

‘தொலைத் தொடர்புத் துறை அமைச்சர் இந்து... இந்த நிறுவனத்தை நடத்துபவர் ஒரு முஸ்லீம்... எப்படித் தொடர்புபடுத்துவது...?’

அனைத்து ஆவணங்களையும் ப்ரின்ட் எடுத்துக்கொண்டு எடிட்டரிடம் கொடுத்தேன்.

‘சார்... பல ட்ரான்ஸாக்ஷன்ஸ் சந்தேகமா இருக்கு சார்... பட் மினிஸ்டரை கனெக்ட் பண்ண முடியாது சார். ஓனர் ஒரு முஸ்லீம். மினிஸ்டர் ஹிண்டுவாச்சே சார்...’

‘ஏதாவது இருக்கும்யா... நல்லாப் பாத்தியா...’ என்று மொத்த ஆவணங்களையும் வாங்கிப் பார்வையிடத் தொடங்கினார்.

‘இதோ பாரு வெங்கட்... என்ன பாத்த நீ... என்று ஒரு டாக்குமென்டை எடுத்து நீட்டினார்.’

சேஞ்ச் ஆப் டைரக்டர் என்று கடிதம் இருந்தது. அதில் பரமேஸ்வரி என்பவர் இயக்குநர் பதவியிலிருந்து 2009 தொடக்கத்தில் ராஜினாமா செய்திருந்த விபரம் இருந்தது. 'சார், நானும் இதைப் பாத்தேன் சார்.. இந்த அம்மாவும் ஹிண்டுதானே சார்...'

'என்ன வெங்கட் நீ... இந்த அம்மா மத்திய அமைச்சரோட வொய்ஃப்யா. எப்படி இது தெரியாம இருக்க... வீ ஹேவ் ய ஸ்டோரி மேன். இந்தா இந்த டாக்குமெண்ட்ஸை வச்சுக்க. ஒரு ரஃப் ட்ராப்ட் போட்டு அனுப்பு.. இன்னைக்கு நைட்டுக்குள்ள அனுப்பணும். இந்த இஷ்யூவிலயே ப்ரேக் பண்ணிடலாம்...'

பேஸ் புக்கில் மீண்டும் லாகின் செய்து பார்த்தால் அவளிடமிருந்து எந்தச் செய்தியும் இல்லை.

அவசர அவசரமாக அந்த மிகப்பெரிய ஊழலின் தொடக்கப் புள்ளியிலிருந்து தொடங்கி மத்திய அமைச்சர் எப்படி தொடக்கம் முதலே இந்த ஊழலை மறைப்பதற்கு முயற்சி செய்தார் என்பதை விபரமாக கட்டுரையில் எழுதினேன். எடிட்டர் போனில் அழைத்தார்.

'வெங்கட்... முடிச்சுட்டியா...'

'இல்ல சார். பாதிதான் வந்திருக்கேன்...'

'கொஞ்சம் வந்துட்டுப் போ...'

அவர் அறையில் நுழைந்ததும், 'இன்னும் ஒன் அவர்ல முடிச்சுடறேன் சார்' என்றேன். 'அதுக்குக் கூப்பிடலய்யா... ஒரு முஸ்லீம்னு சொன்னியே... அவன் வேற யாரும் இல்ல. மினிஸ்டரோட பினாமியேதான்... தே போத் பிலாங் டு சேம் ஹோம் டவுன். இப்போதான் டீட்டெயில்ஸ் வந்துச்சு... நீ பெரம்பலூர் போக வேண்டியிருக்கும். நெக்ஸ்ட் வீக் இந்த ஸ்டோரிய வச்சுக்கலாம். வேற யார்கிட்டயும் டிஸ்கஸ் பண்ணாத. இந்த வாரம் கவருக்கு வேற பண்ணலாம்.'

'எப்போ சார் பெரம்பலூருக்குப் போகணும்?'

'ஸ்டார்ட் டுநைட்...'

நேராக மதுரைக்குப்போய் அவளைப் பார்த்துவிட்டு பிறகு பெரம்பலூர் போனால் என்ன என்று தோன்றியது. மதுரைக்குப் போனாலும் அவள் வீட்டுக்கு எப்படிப் போவது? எப்படியாவது போய்ப் பார்த்து விடலாம். இப்படியே எந்தத் தகவலும் இல்லாமல் எத்தனை நாள் இங்கே உட்கார்ந்திருப்பது. வீட்டுக்குள் அடைத்துக் கூட வைத்திருக்கலாம்.

போனை எடுத்து ஏதாவது மெசேஜ் வந்திருக்கிறதா என்று பார்த்தேன். கே.ஆர். இன்டஸ்ட்ரீஸ், ஜார்க்கண்ட் என்ற அந்த மெசேஜ் கண்ணில் பட்டது.

எதற்காக இந்தப் பெயரை எனக்கு அனுப்புகிறார்கள்... எடிட்டர் சொன்ன ஆர்.ஓ.சி இணையதளத்தில் அப்படி ஒரு நிறுவனம் இருக்கிறதா என்று தேடினேன். ஜார்கண்ட் மாநிலத்தில் கே.ஆர். இன்டஸ்ட்ரீஸ் என்று ஒரு நிறுவனம் இருந்தது. ஜார்கண்ட் மாநிலத்தில் நிலக்கரி தோண்ட சுரங்கத்துக்கான லைசென்ஸ் பெற்றிருந்தது அந்த நிறுவனம். அந்த நிறுவனம் தொடங்கப்பட்டதே லைசென்ஸ் வழங்குவதற்கு ஒரு மாதத்திற்கு முன்பாகத்தான். ‘ஜார்கண்டில் லைசென்ஸ் பெற்றதில் ஏதோ ஊழல் இருக்கிறது என்பது அப்பட்டமாகத் தெரிகிறது... ஆனால் இதை கதிரொளியில் எப்படி ஸ்டோரியாகப் பண்ணுவது...? வட இந்திய ஊடகங்களில் வந்தால்தானே உரிய தாக்கம் ஏற்படும்... எதற்காக நமக்கு இந்தத் தகவலை அனுப்பியிருக்கிறார்கள்... புரியவில்லையே...’

யார் இந்நிறுவனத்தின் உரிமையாளர்கள் என்று பார்த்தேன்... ஏன் எனக்கு இதை அனுப்பியிருக்கிறார்கள் என்பது புரிந்தது. இரண்டு பங்குதாரர்கள். ஒருவர் கார்த்திக் சிங்காரவேலு. மத்திய உள்துறை அமைச்சர் பழனியப்பன் சிங்காரவேலுவின் வாரிசு. வாரிசு பெயரில் பினாமியாக சுரங்க ஒதுக்கீடு பெற்றிருக்கிறார் சிங்காரவேலு... அதிகார துஷ்பிரயோகம் என்று வழக்கு தொடர முடியாதென்றாலும் அரசியல் ரீதியாக ஏற்கெனவே சிக்கலில் இருக்கும் சிங்கார வேலுவுக்கு புதிய சிக்கலை உருவாக்குவதற்கு இது தாராளமாகப் போதும். எதிர்க்கட்சிகள் அல்வாபோல இதை எடுத்துக்கொள்ளும்.

சிங்காரவேலுவை தாக்குவதென்றால் எனக்கு இனம் புரியாத ஒரு இன்பம் ஏற்படுகிறது. [illegible]போல சிரிக்கவேண்டும்போல இருந்தது. மற்றொரு நபர் யார் என்று தெரியவில்லை. சண்முகம் என்று பெயர் இருந்தது. முகவரி சென்னை, அண்ணா நகர் என்று இருந்தது. யாராக இருக்கும்?

ஊருக்குப் புறப்படுவதற்கு நிறைய நேரம் இருந்தது. அண்ணா நகர் சென்று பார்த்துவிட்டு வரலாம் என்று கிளம்பினேன். அண்ணா நகரின் நெரிசல் மிகுந்த சாலைகளில் பயணித்து ஒரு வழியாக அந்த முகவரியை அடைந்தேன். அது முழுக்க பணக்காரர்கள் வாழும் தெரு என்பது நுழைந்ததுமே தெரிந்தது. சாலைகள் சுத்தமாக இருந்தன. தெருவில் குப்பைகள் குறைவாக இருந்தன. சாலையோரம் நடப்பட்டிருந்த மரங்கள் சரியான பராமரிப்போடு இருந்தன.

முக்கியப் பிரமுகர்கள் வசிக்கும் பகுதி இந்த அளவுக்குக்கூட இல்லா விட்டால் எப்படி? அங்கே இஸ்திரி போட்டுக் கொண்டிருக்கும் பெரியவரிடம் வீட்டு எண்ணைச் சொல்லிக் கேட்டேன். இரண்டு வீடுகள் தள்ளியிருக்கும் வீடு என்று அடையாளம் சொன்னார். அந்த வீட்டு வாசலை அடைந்தவுடன் எனக்கு ஏற்பட்ட இன்ப அதிர்ச்சிக்கு அளவேயில்லை. ஆ... என்று கத்தி குதிக்க வேண்டும் போலிருந்தது. அந்த வீட்டின் வாசலில் சிகப்பு விளக்கு வைத்த ஸ்கார்ப்பியோ வண்டி நின்றுகொண்டிருந்தது. பெரிய மரத்திலான கதவு. அந்தக் கதவின் அருகே காம்பவுன்டு சுவற்றில் ஆங்கிலத்தில் ஜஸ்டிஸ் வேலாயுதம் என்று இருந்தது...

ஒழிந்தான் வேலாயுதம்...!

என்னென்ன பேச்சு பேசினான் அவன்....?

இப்போது விளங்கியது சிங்காரவேலுவின் ஏஜெண்ட் போல ஏன் நடந்து கொண்டான் என்று! அந்த சண்முகம் இந்த வேலாயுதத்தின் மகன்தானா என்று திடீரென்று சந்தேகம் ஏற்பட்டது. அந்த சண்முகத்தின் முழு விபரங்கள் வழங்கப்பட்டிருந்த இடத்தில் சன் ஆஃப் என்று இருந்ததை நான் சரியாக கவனிக்கவில்லை. இந்த வீட்டில் அந்த சண்முகம் வாடகைக்குக் குடியிருந்தால்... அத்தனையும் வீண்...

யோசிக்காமல் வண்டியை திருப்பி அலுவலகம் அடைந்தேன். அந்த ஆவணங்களை சேமித்து வைத்திருந்த கோப்பை மீண்டும் திறந்து பார்த்தேன். அட்சர சுத்தமாக சன் ஆஃப் வேலாயுதம் என்று இருந்தது. போதும்... இது போதும்... இரண்டு எதிரிகளையும் ஒரே நேரத்தில் ஒழித்துக்கட்ட இது போதும்.

'அய்யோ எடிட்டரிடம் உடனே சொல்லவேண்டுமே. அவர் செல்லுக்குத் தொடர்பு கொண்டேன்.

'சார்.. ஸ்டாப் ப்ரெஸ் சொல்லுங்க சார். அர்ஜெண்ட் சார்...'

'அப்படி என்னப்பா அர்ஜெண்ட்...'

'சார் நேராப் பேசலாம் சார்... இப்போ எங்க இருக்கீங்க சார்...'

'நான் டி நகர்ல இருக்கேன்பா.. ஆபீஸ் வர மாட்டேனே... ரொம்ப அர்ஜென்டா...'

'ரொம்ப அர்ஜென்ட் சார்.. நீங்க எங்க இருக்கீங்கன்னு சொல்லுங்க. நான் வர்றேன்...'

'நானே வர்றேம்பா... வெயிட் பண்ணு...'

அவர் வருவதுவரை எனக்குத் தலைகால் புரியவில்லை. அனைத்து ஆவணங்களையும் இரண்டு காப்பிகள் ப்ரின்ட் அவுட் எடுத்தேன்.

அரை மணி நேரம் கழித்து வந்தார்.

'ஸ்டாப் ப்ரெஸ் குடுக்கற அளவுக்கு என்னப்பா அவசரம்... என்ன விஷயம் சொல்லு...'

'சார்... புதையலே கிடைச்சுருக்கு சார்...' என்று என் சந்தோஷத்தை விவரிக்க முடியாமல் திணறினேன்.

'சொல்லுப்பா என்ன கெடச்சுருக்கு?'

ஆவணங்களை அவரிடம் கொடுத்தேன். 'திஸ் ஈஸ் ய குட் ஸ்டோரி வெங்கட். பட் ஸ்டாப் ப்ரெஸ் எப்படி குடுக்கறது... நெக்ஸ்ட் வீக் கேரி பண்ணலாம்.'

'சார் அந்த சண்முகம்ன்ற இன்னொரு பார்ட்னர் யாரு தெரியுதா சார்...'

'யாருப்பா யாராவது பினாமியா இருப்பாங்க... அதையெல்லாம் ப்ரூவ் பண்றது கஷ்டம் வெங்கட்.'

'சார்... ஜட்ஜ் வேலாயுதத்தோட பையன் சார்...'

'வாட்....?!' என்று சொல்லிவிட்டு, ஆவணங்களை மீண்டும் ஒரு முறை பார்த்தார்.

'ஃபென்டாஸ்டிக் வெங்கட்... ஃபேபுலஸ் ஜாப். திஸ் வில் ஃபினிஷ் வேலாயுதம்...'

'நீ அந்த வீட்டுக்குப்போய் பாத்தியா... வேற வேலாயுதம் அன்ட் வேற சண்முகமாகக்கூட இருக்கலாம். '

'சார் வீட்டு காம்பவுண்ட்ல ஜஸ்டிஸ் வேலாயுதம்னு க்ளீனா போர்டு இருக்கு சார். அது மட்டுமில்லாம நம்ப கமிஷனுக்குப் போனப்போ அங்க நின்னுக்கிட்டிருந்த வண்டி அந்த வீட்டு முன்னாடி நிக்குது சார்.'

'இந்த இஷ்யூவுக்கே கொண்டுவரலாம். ஒரு நாள் டிலே ஆகும். பரவாயில்லை. கட கடன்னு ஸ்டோரி ரெடி பண்ணிக்கொண்டு வா... ஆபீஸ் லேண்ட் லைன்லேர்ந்து வேலாயுதம் வீட்டுக்குப் போன் பண்ணி ரெண்டு நிமிஷம் ஏதாவது பேசு... இந்த விஷயம் பத்தி

மட்டும் எதுவும் பேசிடாத. அந்த ஆளுக்கிட்ட கருத்துக் கேட்காம போட்டோம்னா ஒன் சைடட் ஸ்டோரின்னு சொல்லிடுவாங்க. பட் கருத்துக் கேட்டா இன்னைக்கு நைட்டே ஆபீஸுக்கு சீல் வச்சுடுவான்.. நாளைக்கு ரெக்கார்டுக்கு கேட்டா ரெண்டு நிமிஷம் பேசுனோம். அவர் பதில் சொல்ல மறுத்துட்டாருன்னு அந்த ஃபோன் காலை வச்சு மேனேஜ் பண்ணிடலாம். கமான் க்விக். வி வில் நெயில் திஸ் பாஸ்டர்ட்' என்றார்.

எடிட்டர் இப்படி எக்சைட் ஆகி நான் பார்த்ததேயில்லை. என்னைவிட அவர் பரபரப்பாக இருந்தார். உடனே கட்டுரையை தயார் செய்ய ஆரம்பித்தேன்.

சிங்காரவேலுமீதான ஊழல் குற்றச்சாட்டுக்கள் வெளியானதை அறிமுகமாக வைத்துத் தொடங்கி, உண்மையை மறைக்கவேண்டும் என்ற நோக்கத்திற்காகவே விசாரணை ஆணையம் அமைக்க சிங்காரவேலு எப்படித் திட்டமிட்டுப் பணியாற்றினார், அந்த ஆணையத்திற்கு வேலாயுதத்தை எப்படி வசதியாக முன்னெச்சரிக்கை யாகத் தேர்ந்தெடுத்தனர், ஆணைய விசாரணையின்போது, எடிட்டரை வேலாயுதம் எப்படி தேவையற்ற கேள்விகளைக் கேட்டு அவமானப் படுத்தினார், என்னை எப்படி மிரட்டினார், உண்மையை மறைக்க என்னென்னவெல்லாம் செய்தார் என்று அத்தனை விவகாரங் களையும் கட்டுரையில் கொண்டுவந்தேன். இது குறித்து நீதிபதி வேலாயுதத்தின் கருத்து கேட்க கதிரொளியை தொடர்பு கொண்ட போது அவர் கருத்துக் கூற மறுத்து விட்டார் என்று குறிப்பிட்டேன்.

உச்ச நீதிமன்ற நீதிபதி கிருஷ்ணய்யர் ஒரு நீதிபதி எப்படியெல்லாம் இருக்கவேண்டும் என்று எழுதியிருந்த கட்டுரையை இறுதியில் வைத்தேன். கிருஷ்ணய்யர், பகவதி போன்ற நீதித்துறை மகான்கள் இந்திய நீதித்துறையை உலக அளவில் புகழ்பெறச் செய்தார்கள். அவர்கள் இந்திய நீதித்துறையின் மணிமகுடமென்றால் சிங்காரவேலு வின் மகனும், தன் மகனும் தொழில் ரீதியாக பங்குதாரர்களாக இருக்கையில் அந்த விஷயத்தை மறைத்து, சிங்காரவேலு மீதான ஊழல் புகாரை விசாரிக்க நடக்கும் ஆணையத்தின் தலைமைப் பொறுப்பை தயக்கமில்லாமல் ஏற்று நடத்தி வரும், வேலாயுதம் போன்ற நீதிபதிகள், இந்திய நீதித்துறைக்கே களங்கம் என்று கட்டுரையை முடித்தேன்.

தலைப்பு எடிட்டர் வைத்துக்கொள்ளட்டும் என்று விட்டுவிட்டேன். 'நீதிதேவன் மயக்கம்' என்று தலைப்பு வைத்தார் எடிட்டர். ஒரு சில மாற்றங்களைத் தவிர பெரிய மாற்றங்கள் எதுவும் செய்யவில்லை.

அன்று இரவே லே அவுட் முடித்தோம். ஒரு பக்கம் சிங்காரவேலுவின் படமும் பக்கத்தில் நீதிபதி வேலாயுதம் படமும் வைத்து நடுவில் நீதி தேவதை தலை குனிந்து இருப்பதாக அட்டை தயார் செய்யப்பட்டது. அட்டை மிக அழகாக வந்திருந்தது.

20 ஆயிரம் போஸ்டர்கள் அடிக்க உத்தரவிட்டார். மறு நாள் இரவு போஸ்டர்கள் அத்தனையும் ஒட்டி முடிக்கவேண்டும் என்று கூறினார் எடிட்டர். ஒரு முறைக்கு பல முறை சரி பார்த்து, ப்ரின்டுக்கு அனுப்பி விட்டு, நானும் எடிட்டரும் விடியற்காலை 5 மணிக்கு அலுவலகத்தை விட்டுக் கிளம்பினோம். கிளம்பும்போது, எடிட்டர் என்னைக் கட்டிப் பிடித்துக் கொண்டார்.

‘பின்னிட்டய்யா... ரொம்பப் பெருமையா இருக்குய்யா... ஐ யம் டபுளிங் யுவர் சாலரி... கோ அன்ட் செலிப்ரேட்...’

அவரிடம் குழந்தையைப்போன்ற உற்சாகம் காணப்பட்டது. என்னதான் மூத்தப் பத்திரிகையாளர், அனுபவசாலி என்றெல்லாம் இருந்தாலும், தன்னை அவமானப்படுத்திய வேலாயுதத்தை பழிவாங்கிய மகிழ்ச்சியை எடிட்டரிடம் பார்க்க முடிந்தது.

‘ஐ யம் டபுளிங் யுவர் சாலரி...’ ஏதோ சந்தோஷத்தில் சொல்லிவிட்டு மறந்து விடுவாரா... இல்லை உண்மையிலேயே சொல்கிறாரா... ச்சே... ஹி ஈஸ் ய மேன் ஆஃப் வேர்ட்.’

எடிட்டர் பாராட்டியது ஒரு புறம், சம்பள உயர்வு ஒரு புறம்... எல்லாவற்றையும் தாண்டி, இந்த இதழைப் பார்க்கும்போது, சிங்காரவேலுவின் மன நிலையை நினைத்தால்... இதழ் வெளிவருகையில் என்ன ஆகுமோ என்று பரபரவென்று இருந்தது. வீட்டுக்குச் செல்லும்போது விடிந்து வெளிச்சம் வந்துவிட்டது.

ஏதாவது சாப்பிட்டுவிட்டுப் படுக்கலாம் என்று தோன்றியது. அம்மா எழுந்து சாமி கும்பிட்டுக்கொண்டிருந்தாள். ஏதாவது டிபன் குடும்மா என்று சொல்லி விட்டு லேப்டாப்பை ஆன் செய்து ஃபேஸ் புக்கினுள் நுழைந்தேன். ஏதாவது செய்தி அனுப்பியிருப்பாளா என்று பார்த்தால் எந்த செய்தியும் இல்லை. அவள் பேஜுக்குச் சென்றேன்.

‘வசந்தி என்கேஜ்ட் டு சங்கர நாராயணன்’ என்று புகைப்படத்தோடு இருந்தது.

33

அவள் ஃபேஸ் புக் பக்கத்தில் வசந்தி என்கேஜ்ட் டு சங்கர நாராயணன் என்று அவன் புகைப்படம் இருந்தது. சிரித்துக்கொண்டிருந்தான்.

அதிர்ச்சி, ஏமாற்றம், ஆற்றாமை, கோபம், வெறுப்பு ஒரு சேர வந்தன. என்ன நடந்தது என்பதை என்னால் புரிந்துகொள்ளவே முடியவில்லை. என்னையறியாமல் கண்களில் கண்ணீர் வழியத் தொடங்கியது. நெஞ்சு வலிப்பதுபோல இருந்தது. மூச்சுவிடச் சிரமமாக இருப்பதுபோல உணர்ந்தேன். மீண்டும் ஒருமுறை ரெஃப்ரெஷ் செய்து பார்த்தேன். இது பொய்யாக இருக்கவேண்டும் என்று மனம் அரற்றியது. ஆனால் பொய் இல்லை நிஜம். என்கேஜ்ட் என்ற செய்தியை அவள்தானே ஏற்றியிருப்பாள். அவளுடைய அக்கவுன்டில் புகுந்து வேறு யாராவது ஏற்றுவார்களா என்ன?

சங்கர நாராயணனின் ஃபேஸ் புக் பேஜை பார்த்தேன். பிரேசில் நாட்டில் சாஃப்ட்வேர் எஞ்ஜினியராக இருந்தான்.

வாழ்த்துச் செய்திகள் குவிந்துகொண்டு இருந்தன.

அவன் பேஜில் ‘என்ன சங்கர்.... வாட் எ சர்ப்ரைஸ்... சொல்லவே யில்லை. வாட்ஸ் யுவர் ஸ்டோரி’ என்று ஒருவன் போட்டிருந்தான்.

அவன் அதற்கு பதில் சொல்லியிருந்தான்.

‘இருவருக்கும் கொஞ்ச நாளாகவே நட்பு இருந்தது. அடிக்கடி பேசிக்கொள்வோம். நாளடைவில் நட்பு வளர்ந்தது. திடீரென்று ஏன் கல்யாணம் பண்ணிக்கொள்ளக்கூடாது என்று தோன்றியது. இருவரின் எண்ணங்களும் ஒத்துப்போனது. நேரில் சந்தித்துவிட்டு கல்யாணம் செய்வதைப்பற்றி முடிவெடுக்கலாம் என்று இருந்தோம். நேரில் சந்தித்தோம். ரெண்டு பேருக்கும் பிடித்துப்போய்விட்டது. வீட்டில் சொன்னோம். இரு வீட்டிலும் ஒப்புக்கொண்டார்கள். கடந்த ஜூலை 27தான் சந்தித்தோம்’ என்று அவர்கள் காதல் கதையை சொல்லியிருந்தான்.

ஜூலை 27 என்றால்... ஜூலை 26தானே வீட்டுக்கு வந்தாள். அன்றுதானே ஒன்றாக ஊர் சுற்றினோம். அன்றைக்குத்தானே அம்மாவோடு எப்படிப் பேசிக்கொண்டிருந்தாள்? என்னைப் பார்த்து என்னோடு ஊர் சுற்றி, மகிழ்ச்சியாக சிரித்துப் பேசி, கொஞ்சிக் குலாவிவிட்டு, மறுநாள் இவனைப் பார்த்து கல்யாணம் செய்து கொள்ள முடிவெடுத்திக்கிறாளே... என்ன பெண் இவள்... எப்படி இவளால் முடிந்தது... என்னைப் பைத்தியக்காரனாக்கி விட்டாளே.... இவன் என்னைப் பார்ப்பதற்காக சென்னை வரவில்லை அவனோடு திருமணம் நிச்சயம் செய்வதற்காக சென்னை வந்திருக்கிறாள். ஹாஸ்டலை என்னிடம் சொல்லாமல் முன்பே காலி செய்திருக்கிறாள். எல்லா வேலைகளையும் முடித்துவிட்டு, கடைசியாக என்னோடு ஒரு முறை ஊர் சுற்றலாம் என்று வந்திருக்கிறாள்.

மறுநாள் கல்யாணம் செய்யப் போகிறவனை பார்க்க திட்டமிட்டு விட்டு, என்னோடு எப்படி இவளால் படுக்கையில் புரள முடிந்தது... படுக்கையில் ஒன்றாகக் கிடந்தபோது சிறு குற்றவுணர்வும் தோன்றவில்லையா... என்னால் இப்படி ஒரு துரோகத்தைச் செய்திருக்க முடியுமா? எப்படி முடிந்தது அவளால்... கொஞ்சம்கூட கூசாமல் நடித்திருக்கிறாளே... இப்போது மட்டும் நடித்திருக்கிறாளா... இல்லை ஆரம்பம் முதலே நடித்திருக்கிறாளா... உண்மையில் என்னைக் காதலித்தாளா இல்லை ஊர் சுற்றவும், நேரம் போக்கவும் என்னைப் பயன்படுத்தினாளா... புதுத் துணிமணிகள் வாங்கிக் கொடுத்து, சினிமாவுக்கு அழைத்துச் சென்று, விதவிதமான ஹோட்டல்களில் உணவருந்தி உல்லாசமாக நேரத்தைச் செலவழிக்க ஒரு இளிச்சவாயன் கிடைத்திருக்கிறான் என்று இத்தனை நாளும் என்னைப் பயன்படுத்தினாளா? இப்படி ஒரு இடியைத் தூக்கிப்போட எப்படி மனது வந்தது இவளுக்கு...

27 ஆயிரம் ரூபாய்க்கு வாங்கிக் கொடுத்த லேப்டாப்பை நினைத்தால் அவளை கொலை செய்தால் என்ன என்ற ஆத்திரம் வந்தது. அந்த லேப்டாப்பை வாங்கும்போதாவது உண்மையைச் சொல்லியிருக்க லாமே... எப்படி ஏமாந்திருக்கிறேன்... எவ்வளவு இளிச்சவாய்த்தன மாக இருந்திருக்கிறேன் என்பதை நினைத்தால் அவமானமாக இருந்தது. எத்தனை பேரின் ஊழல்களை அம்பலப்படுத்தியிருப்பேன். எத்தனை மிரட்டல்களை தைரியமாக எதிர்கொண்டிருப்பேன். எத்தனை பேருக்கு சவால்விட்டு அவர்களின் மற்றொரு பக்கத்தை வெளிப்படுத்தியிருப்பேன். ஒரு சாதாரண பெண்ணிடம் இப்படி ஏமாந்து விட்டேனே! பெரிய பத்திரிகையாளன் என்று பெயர் வேறு! ஒரு சாதாரண அடிப்படைகளைத் தெரியாமல் குருடனாக இருந்திருக்கிறேன். எவ்வளவு சாமர்த்தியமாக ஏமாற்றி விட்டாள். எதற்குமே லாயக்கில்லாதவனாக ஆகிவிட்டேனே... இத்தனை நாள் நான் ஒரு அறிவாளி என்ற என் எண்ணத்தை ஒரே நாளில் தவிடுபொடியாக்கி விட்டாளே... அறிவாளியாக இல்லாவிட்டாலும் பரவாயில்லை, ஓர் அடி முட்டாளாக்கிவிட்டாளே... இப்படியா ஏமாறுவேன்... ப்ளடி பிட்ச்...

முதல் அத்தியாயத்திலிருந்து...

அந்த 20 தூக்க மாத்திரைகளை அந்தக் காகித உறையிலிருந்து எடுத்து மேசையின்மேல் வைத்தேன். அம்மாவுக்காக வாங்கிய மாத்திரைகள். இறப்பதற்கு இந்த 20 மாத்திரைகள் போதுமா? உயிர் பிரிந்துவிடுமா ... அல்லது அரை குறையாக இழுத்துக்கொண்டு இருக்க நேருமா? ஒரேயடியாகப் போய்விட்டால் பரவாயில்லை. உயிர்பிழைத்து விட்டால் அதன் பிறகு எதிர்கொள்ளும் கேள்விகள்... அவமானங்கள்... ஒரு முயற்சிதான் செய்துபார்ப்போமே... உயிர் போய்விட்டால் எவ்வளவு நிம்மதி...? இந்த வலியோடு வாழ வேண்டாமே...

உயிரை அறுத்தது போலிருக்கிறதே... நெஞ்சே வெடித்துவிடும் போலிருக்கிறதே... எப்படி இது நடக்கும்? தாங்க முடிய வில்லையே... இனி எதற்காக வாழவேண்டும்? என்ன இருக்கிறது இனி வாழ்வதற்கு? துரோகத்தின் வலி என்பது இதுதானா? எப்படி முடிந்தது அவளால்? ஒரு வார்த்தை சொல்லியிருக்கக்கூடாதா? பேஸ்புக்கைப் பார்த்து நான் தெரிந்துகொள்ளவேண்டுமா?

இனி எப்படி இந்த உலகத்தில் அவள் இல்லாமல் வாழ முடியும். எதற்காக வாழவேண்டும்?

இறந்துவிட்டால் இந்த வேதனையாவது மிஞ்சுமே. அவளை நினைத்து தினம் தினம் சாவதைவிட, ஒரேயடியாகச் சாவது மேல். அவள் இல்லாமல் வாழ்வதைவிட, அவள் துரோகத்தை தாங்க முடியவில்லையே...

தண்ணீர் எடுப்பதற்காக ஃப்ரிட்ஜை திறக்கச் சென்றேன். அம்மா உறங்கிக்கொண்டிருந்தாள். அவளைப் பார்த்ததும் இறப்பதற்கு முன் அவளருகில் சிறிது நேரம் இருந்துவிட்டு பிறகு சாகலாம் என்று தோன்றியது. அவள் படுத்திருந்த கட்டிலில் அமர்ந்தேன். நான் வந்தது தெரியாமலே, நிம்மதியாக உறங்கிக்கொண்டிருந்தாள். முதுமையின் காரணமாக முகத்தில் சுருக்கங்கள் விழுந்திருந்தன. அவளையே பார்த்துக்கொண்டு அமர்ந்திருந்தேன். சிறிது நேரத்தில் இறக்கப்போகிறோம் என்று முடிவெடுத்த பிறகு எதற்கு தாய்ப்பாசம்? ஆனால், அவளை நன்றாகப் பார்த்துவிட்டுத்தான் சாக வேண்டும் என்று தோன்றியது.

இந்த அத்தியாயம் தொடர்கிறது

செல்போன் அடித்துக்கொண்டே இருந்தது. எந்தக் காலையும் ஏற்கப் பிடிக்கவில்லை. எடுத்து சைலென்டில் போட்டேன். வீட்டுக்குள்ளேயே நடந்தேன். சுவற்றில் தலையை வேகமாக மோத வேண்டும்போல இருந்தது. எதையாவது எடுத்து கையைக் கிழித்துக் கொள்ள வேண்டும் போலிருந்தது. மூச்சு விட சிரமமாக இருப்பது போலிருந்தது. மூச்சை நன்றாக இழுத்துவிட்டேன். நெஞ்சு அடைப்பது போலிருந்தது. மீண்டும் அவள் ஃபேஸ் புக் பக்கத்துக்கு சென்று பார்த்தேன்... அது பொய்யாக இருக்குமோ என்று தேடினேன்... ஆனால் நிமிடத்துக்கு நிமிடம் வாழ்த்துக்கள் குவிந்து கொண்டிருந்தன. அத்தனை வாழ்த்துக் களுக்கும் அடுத்த நொடியே தேங்க் யூ என்று பதிலளித்துக் கொண்டிருந்தாள். என்ன வசந்தி சொல்லவேயில்லை என்று போட்டவர்களுக்கு.... எங்கள் இருவருக்குமே இது சர்ப்ரைஸ் என்று பதிலளித்திருந்தாள். ஃபேஸ் புக்கைப் பார்க்க பார்க்க என் கோபமும், ஆற்றாமையும், சோகமும் அதிகமாகிக்கொண்டே இருந்தது போலிருந்தது.

செல்போன் வேறு சைலென்டில் டர்ர்ர்ர் என்று அதிர்ந்துகொண்டே இருந்தது. எடுத்து சுவிட்ச் ஆஃப் செய்துவிடலாம் என்று எடுத்தேன். 14 மெசேஜ்கள் வந்திருந்தன. சாரி என்று அவள் ஏதாவது மெசேஜ் அனுப்பியிருப்பாள் என்று எதிர்ப்பார்த்து எடுத்துப்பார்த்தேன். எல்லா செய்திகளும் வாழ்த்துக்களாகவே இருந்தன. 'கங்க்ராஜுலேஷன்ஸ்... ஃபென்டாஸ்டிக் வொர்க்...' இன்று என்ன தினம் என்பது

அப்போதுதான் உறைத்தது. டி.வியைப் போட்டேன். எல்லா சேனல்களிலும் கதிரொளியில் நான் எழுதிய ஸ்டோரி பற்றித்தான் விவாதம் நடந்துகொண்டிருந்தது.

அனைத்துச் சேனல்களிலும் சிங்காரவேலு மற்றும் நீதிபதி வேலாயுதம் கடுமையாக விவாதிக்கப்பட்டார்கள். என்னுடைய உழைப்பால் வெளியான செய்திகள் பரபரப்பாக விவாதிக்கப்பட்டுக் கொண்டிருந்தது. சிங்காரவேலுவின் வரலாறு முழுக்க தோண்டி யெடுத்து விலாவாரியாக விவாதித்தனர். சிங்காரவேலு, சுதந்திர இந்தியா சந்தித்திராத மோசமான எதிரி என்பதைப்போல சித்தரித்தனர். பல்வேறு ஊழல்களில் சிக்கியிருந்த சிங்காரவேலு, தொடர்ந்து தப்பித்துக்கொண்டே வந்திருக்கிறார்... ஆனால் இந்த முறை அவர் தப்புவது கடினம் என்று கூறினார்கள்.

பிரதான எதிர்க்கட்சி ப்ரஸ் மீட் வைத்தார்கள். சிங்காரவேலு மீதான தாக்குதல் கடுமையாக இருந்தது. சிங்காரவேலுவின் அயோக்கியத் தனங்களுக்கு உடந்தையாக இருந்ததற்காக பிரதமர் பதவி விலக வேண்டுமென்றார்கள். சிங்காரவேலுவுக்கு அவர் கட்சித் தலைமை யின் முழு ஆதரவு இருப்பதால்தான் அவர் இப்படிப்பட்ட சட்ட விரோதச் செயல்களில் ஈடுபடுகிறார் என்றார்கள். எதிர்க்கட்சி யினரின் ப்ரஸ் மீட் முடிந்த உடனேயே சிங்காரவேலுவின் கட்சி செய்தித் தொடர்பாளர் பேசினார். விபரங்கள் என்ன என்பது தெரியாமல் உடனே சிங்காரவேலுவைப் பதவி விலகச் சொல்வது தவறு என்றார். சட்டம் தன் கடமையைச் செய்யும் என்றார். அவர் சட்டம் தன் கடமையைச் செய்யும் என்று சொன்னதே சிங்காரவேலுவுக்கு பின்னடைவு என்று கூறின ஊடகங்கள். அர்நப் கோஸ்வாமி, பிரசவ வேதனையில் கத்தும் தாயைப்போலவே பேசினான். ‘தி மினிஸ்டர் ஹேஸ் மெனிப்யுலேட்டட் ஜுடிஷியரி... ஹவ் கேன் தி நேஷன் டாலரேட் திஸ்’ என்றான். அந்த நகைச்சுவையை என்னால் ரசிக்க முடியவில்லை.

ரிமோட்டை எடுத்து சேனலை மாற்றலாம் என்று எத்தனித்தபோது கையில் தூக்க மாத்திரை ஸ்ட்ரிப் தட்டுப்பட்டது. ச்சை... ஒரு நொடியில் சாக இருந்தேனே... எத்தனை பெரிய சாதனையைச் செய்திருக்கிறேன்... என் கட்டுரையை இந்தியாவே விவாதித்துக் கொண்டிருக்கிறது. எல்லா அதிகாரங்களும் உள்ள ஒரு மத்திய அமைச்சர் ஊடகங்களைக் கண்டு அஞ்சி ஓடி ஒளிந்து கொண்டிருக்கிறார். யாருமே அசைக்க முடியாது என்று கருதிய ஒரு அரசியல்வாதியின் அஸ்திவாரம் ஆட்டம் கண்டு கொண்டிருக்கிறது. இவையெல்லாம் நடப்பதற்குக் காரணமான நான், எப்போது

சாகலாம் என்று கையில் தூக்க மாத்திரையோடு உட்கார்ந்து கொண்டிருக்கிறேன்!

வெட்கமாக இருந்தது. அவமானமாக இருந்தது. இப்படி ஒரு சாதனையைச் செய்துவிட்டு நான் செத்திருந்தால் சிங்காரவேலு மிரட்டி செத்து விட்டேன் என்றல்லவா கருதியிருப்பார்கள். இவள் செய்த துரோகம் யாருக்குத் தெரியும். எவ்வளவு கோழைத்தனமான முடிவெடுக்க இருந்தேன்.

தூக்க மாத்திரையை மேசையில் விட்டெறிந்தேன். நான் ஏன் சாக வேண்டும்? ஏமாந்து விட்டேன்... உண்மைதான்... அதற்காக நான் சாக வேண்டுமா... தொலைக்காட்சியில் பரபரப்பாக நடந்த விவாதங்கள் நான் வாழ்வதின் பொருளை உணர்த்தியது போலிருந்தது...

டிவியைப் பார்த்துக்கொண்டே, அன்று முழுவதும் வீட்டுக்குள்ளேயே இருந்தேன். மாலை ஆனது. இரவு ஒரே ஒரு தூக்க மாத்திரையைப் போட்டேன். உறக்கம் வராததால் இன்னொன்றைப் போட்டேன். காலையில் எழுந்து பார்த்தால் 95 மிஸ்டு கால்கள் இருந்தன. எந்தக் காலையும் திருப்பி அழைக்கவில்லை. உள் மனது ‘சாரி’ என்று ஒரு மெசேஜாவது வசந்தி அனுப்பியிருப்பாளா என்று தேடியது. எந்த மெசேஜும் இல்லை.

மறுநாள் செய்தித்தாள்கள் முழுவதும் சிங்காரவேலு செய்திதான். நீதிபதி வேலாயுதம் நீதிபதியாக இருக்கும்போதே பல்வேறு முறைகேடுகளில் ஈடுபட்டிருப்பதாக பெயர் கூற விரும்பாத ஒரு உச்ச நீதிமன்ற வழக்கறிஞர் குறிப்பிட்டிருந்தார். ஆளுங்கட்சித் தலைவர் ஒருவரை மேற்கோள் காட்டி, ‘தி ஹீட் ஈஸ் டூ மச். ஹி ஹேஸ் பிகம் ய லய்யபிலிட்டி’ என்று கருத்து தெரிவித்ததாக செய்தி வெளியிட்டது.

அன்று மதியம் சிங்காரவேலு தன் அமைச்சர் பதவியை ராஜினாமா செய்தார் என்று அறிவிக்கப்பட்டது. அன்று இரவு, ஒரு நபர் விசாரணை ஆணையத்திலிருந்து வேலாயுதம் ராஜினாமா செய்ததாக அறிவிப்பு வெளியானது. எடிட்டர் ‘கங்க்ராஜுலேஷன்ஸ். வி ஹேவ் நெயில்ட் ஹிம்’ என்று செய்தி அனுப்பினார். அவருக்குப் பதில் அனுப்பக்கூட தோன்றவில்லை.

மறுநாள் காலையில்தான் பதில் அனுப்பினேன்.

எப்படியாவது அவளை மறக்கவேண்டும் என்று முயன்றாலும் அவள் ஏற்படுத்தியிருந்த வலி தாங்க முடியாததாக இருந்தது.

வேறு ஏதோ வேலையாக தி.நகர் சென்றபோது கல்யாணத்துக்கு பர்சேஸ் பண்ண வருவாளா... என்று தேடினேன். உயர்நீதிமன்றம் சென்றபோது, அங்கே அவள் நண்பர்களுக்கு பத்திரிகை கொடுக்க வருவாளா என்று தேடினேன். எந்த வேலையும் இல்லாமல் எக்ஸ்பிரஸ் அவென்யூ சென்று நாங்கள் சுற்றித் திரிந்த இடங்களில் அமர்ந்திருந்தேன். பெண்கள் ஆடை விற்கும் கடைகளில் உள்ள ட்ரையல் ரூம் வாசலில் அமர்ந்திருந்தேன். எனக்கு சுத்தமாக பிடிக்காமல் இருந்தாலும் அவளுக்காகச் சென்ற கேஎப்சிக்கு சென்று சாப்பிட்டேன். அங்கே மகிழ்ச்சியோடு பேசிக் கொண்டிருந்த காதல் ஜோடிகள் என் சோகத்தை மேலும் அதிகப்படுத்தினார்கள். அவர்களின் மகிழ்ச்சியை நான் இனி என்றுமே அனுபவிக்கப் போவதில்லை என்பது உறுத்தி வேதனையை அதிகப்படுத்தியது. யாராவது புதிதாக கல்யாணம் ஆன ஜோடியைப் பார்த்தால் அவள் நினைவு வந்து வேதனைப்படுத்தியது. என் வாழ்க்கையே வெறுமை யானதுபோல இருந்தது.

திருமணமாகி அவள் கல்யாண புகைப்படங்களையும் ரிசப்ஷன் புகைப்படங்களையும் ஃபேஸ் புக்கில் ஏற்றியிருந்தாள். கல்யாண மாப்பிள்ளையை கட்டிப் பிடித்தபடியும், அவன் தோள்மீது கைபோட்ட படியும் அவள் ஏற்றியிருந்த புகைப்படங்கள் கோபத்தை விட கழிவிரக்கத்தையே ஏற்படுத்தின. அவளுக்குத் திருமணமாகி விட்டது என்பது உறைக்கவே பல நாட்கள் ஆனது. இருவரும் சேர்ந்து பார்த்த திரைப்படங்கள், சேர்ந்து கேட்ட பாடல்கள் என்று ஒவ்வொரு நிமிடமும் அவளை நினைவுபடுத்திக்கொண்டே இருந்தன.

ஐந்து மாதங்கள் கடந்திருந்தன. கதிரொளியில் எடிட்டர் எனக்கு சொன்னதுபோலவே சம்பளத்தை இரண்டு மடங்காக்கியிருந்தார். அடுத்த ஒரு மாதத்தில் அசோசியேட் எடிட்டராக பதவி உயர்த்தப் பட்டேன். புதிய வேலை எல்லா நேரத்தையும் எடுத்துக் கொண்டாலும், அவள் உறுத்திக்கொண்டே இருந்தாள். நான் சந்தித்த ஒவ்வொரு பெண்ணும், இவள் அவள் இல்லை என்பதையே ஞாபகப்படுத்திக் கொண்டிருந்தார்கள்.

அலுவலக வேலைகள் என் நேரத்தை முழுமையாக எடுத்துக் கொண்டது. எடிட்டோரியல் மீட்டிங்கில் கதிரொளியை வாரமிருமுறை ஆக்கினால் என்ன என்ற ஆலோசனையை வைத்தேன். அனைவரும் செய்யலாம் என்றார்கள். ஆனால், எடிட்டர் மட்டும் தயங்கினார். தற்போது வாரம் ஒரு முறை வந்தாலும், இதழ் முழுமையும் படிக்கும் அளவுக்கு உருப்படியான செய்திகள் வருகின்றன. ஆனால் வாரமிரு முறை செய்துவிட்டு, பக்கத்தை நிரப்புவதற்காகவென்று ஏதாவது

செய்திகளை நிரப்புவது கதிரொளியின் பெயரைக் கெடுத்துவிடும் என்றார். இரண்டு இதழ்களுக்கும் திருப்திகரமாக செய்திகளைத் தருகிறேன் என்று நம்பிக்கை அளித்தேன். அரை மனதோடு ஒப்புக் கொண்டார் எடிட்டர். இரண்டு மாதம் கழித்து, கதிரொளி வாரமிருமுறை இதழாகும் என்று திட்டமிட்டோம். முதல் இதழில், பரபரப்பை ஏற்படுத்தும் அளவுக்கு ஏதாவது ஒரு செய்தி வேண்டும் என்றார்...

என் தொடர்புகளைப் பயன்படுத்தி, ஒரு தலைவரை கொலை செய்ததற்காக மரண தண்டனை விதிக்கப்பட்டிருந்த ஒருவரின் பேட்டிக்கு முயற்சி செய்துகொண்டிருந்தேன். கேள்விகளைத் தயார் செய்து அவரது வழக்கறிஞர் மூலமாக சிறைக்கு கொடுத்து அனுப்பியிருந்தேன். வழக்கறிஞர் இன்று எப்படியும் பதில்களோடு அழைப்பதாகச் சொல்லியிருந்தார். மரண தண்டனையை எதிர்நோக்கி 12 வருடங்களாக வாழ்ந்துகொண்டிருக்கும் ஒரு நபரின் மனநிலை எப்படி இருக்கும் என்பதை பதிவு செய்யவேண்டும். அந்த நபர் இதுவரை பத்திரிகைகளுக்கு எந்தப் பேட்டியும் அளித்ததில்லை என்பதால், இந்தப் பேட்டி நிச்சயம் பரபரப்பைக் கிளப்பும். பேட்டியை தயார் செய்து, எடிட்டரிடம் காண்பித்து திருத்தி அதை சிறப்பாக உருவாக்க வேண்டும்.

செல்போன் ஒலித்தது.

வசந்தி காலிங்... என்ற எழுத்துக்கள் மின்னின!

34

வசந்தி காலிங்! போனை அப்படியே சைலென்டில் போட்டேன். எடுக்கவில்லை. 'ப்ளீஸ் கால்' என்று எஸ்.எம்.எஸ் வந்தது. நான் அதையும் கண்டுகொள்ளவில்லை. அவள் செய்த துரோகம் மட்டுமே நினைவில் இருந்தது. எப்படிப்பட்ட ஒரு துரோகத்தைச் செய்துவிட்டு எதற்காக என்னை அழைக்கிறாள்?

ரொம்பவும் கஷ்டப்பட்டு, தற்கொலைவரை சென்று மீண்டிருக்கிறேன். இப்போது எதற்காக மீண்டும் அழைக்கிறாள். உன்னைவிட அவன் என்னை நன்றாக வைத்துக்கொள்கிறான்... நான் மிகவும் சந்தோஷமாக இருந்தேன் என்று குத்திக் காட்டவா. நீ மாத சம்பளம் வாங்கும் ஒரு பத்திரிகையாளன். என் கணவன் வெளிநாட்டில் ஆயிரக்கணக்கான டாலர்களில் சம்பளம் வாங்கிக்கொண்டிருக்கிறான் என்று என் காயத்தில் உப்பை அள்ளித் தேய்க்கவா?

அப்படியே கண்டுகொள்ளாமல் விட்டுவிட்டேன். நான் பேட்டி யெடுக்க வேண்டிய மரண தண்டனைக் கைதியைப் பற்றி விபரங்களை கூகிளில் தேடிக்கொண்டிருந்தேன். அந்தக் கொலை வழக்கில் 400 பக்கங்கள் எழுதப்பட்டிருந்த அந்த வழக்கின் தீர்ப்பில், இவரது பங்கு குறித்து உச்ச நீதிமன்றம் என்ன சொல்லியிருக்கிறது

வேள்வி | 291

என்று படிக்கத் தொடங்கினேன். அந்தத் தீர்ப்பு படிக்கப் படிக்க சுவாரசியமாக இருந்தது. தடா என்ற தீவிரவாதத் தடைச் சட்டத்தின் கீழ் அந்தக் கொலை வழக்கில் சம்பந்தப்பட்டவர்கள் அனைவர்மீதும் வழக்கு பதிவு செய்யப்பட்டிருந்தது. ரகசியமாக, பொதுமக்கள் யாரும் பார்க்க முடியாத வண்ணம் நடந்த அந்த விசாரணையின் இறுதியில் அவ்வழக்கில் சம்பந்தப்பட்டிருந்த 26 பேருக்குத் தூக்கு விதிக்கப் பட்டிருந்தது. இதை எதிர்த்து அவர்கள் செய்த மேல்முறையீட்டில் உச்ச நீதிமன்றம் அளித்திருந்த தீர்ப்பு. மிக நீண்ட தீர்ப்பு. படிக்கப் படிக்க ஆர்வத்தை ஏற்படுத்தியது. அந்தத் தலைவரின் கொலை, ஒரு தீவிரவாதச் செயல் அல்ல என்பதை அந்த வழக்கை விசாரித்த மூன்று நீதிபதிகளுமே ஏகமனதாக ஒப்புக்கொண்டார்கள். தீவிரவாதச் செயல் அல்ல என்றால், தடா சட்டம் பொருந்தாது. தடா சட்டம் பொருந்தாது என்றால், அந்தச் சட்டத்தின் கீழ் குற்றவாளிகள் அளித்திருந்த ஒப்புதல் வாக்குமூலம் எதுவுமே செல்லாது. தடா சட்டம் இல்லையென்றால், சாதாரண கொலை வழக்குகள்போல, உயர் நீதிமன்றத்தில் மேல் முறையீடு செய்யலாம். ஆனால் தடா வழக்கின் கீழ் நேரடியாக உச்ச நீதிமன்றம்தான். தடா சட்டம் அத்தலைவரின் கொலை வழக்கில் பயன்படுத்தப்பட்டது தவறு என்பதை ஒப்புக்கொண்ட நீதிபதிகள், மேல்முறையீட்டை உயர்நீதி மன்றத்துக்கு அனுப்பாமல் தாங்களே விசாரித்து தீர்ப்பளித்திருந்தனர்.

ஒரு வேளை உயர் நீதிமன்றத்துக்கு அவ்வழக்கு சென்றிருந்தால், இந்த தூக்குத்தண்டணைக் கைதியை பேட்டியெடுக்க வேண்டிய அவசியமே நேர்ந்திருக்காதோ... என்ன சட்டம்... என்ன நீதிபதிகள்... 20 வருடமாக மரணத்தை எதிர்நோக்கி வாழ்வது என்ன சாதாரணமான விஷயமா? நாகரீக சமுதாயம் என்று நம்மை நாமே அழைத்துக் கொண்டு, சட்டப்பூர்வமான கொலையை எவ்வளவு எளிதாகச் செய்கிறோம்...?

அந்தத் தீர்ப்பு நீண்டுகொண்டே போனதால் சலிப்பாக இருந்தது. சட்டென்று ஃபேஸ் புக்கில் நுழைந்தேன். வசந்தி ஃப்ரெண்ட் ரெக்வெஸ்ட் கொடுத்திருந்தாள். அவள் திருமணம் நிச்சயமான ஒன்றிரண்டு நாளிலேயே அவளை அன்ஃப்ரெண்ட் செய்துவிட்டேன். எப்போது பார்த்தாலும் அவள் பக்கத்தைச் சென்று பார்த்துக் கொண்டே இருப்பதே வேலையாக இருந்தது சில நாட்களுக்கு. இப்படியே போனால் இது சரி வராது என்று அன்ஃப்ரெண்ட் செய்திருந்தேன். ப்ரெண்ட் ரெக்வெஸ்டை அக்செப்ட் செய்யவில்லை. அப்படியே விட்டுவிட்டேன். ப்ரைவேட் மெசேஜ் அனுப்பியிருந் தாள். ‘வெங்கட்... உன் கோபம் புரிகிறது.. ஒரே ஒரு முறை உன்னைப் பார்க்கவேண்டும். ப்ளீஸ்’ என்று அனுப்பியிருந்தாள்.

எப்படி அவளைப் பார்த்துக் கொண்டேன்...!!!

எப்படிக் காதலித்திருப்பேன்...!!! அவள் தேவைகளை நானே உணர்ந்து அவள் கேட்பதற்கு முன்பாகச் செய்யவேண்டும் என்பதை ஒரு சாகசமாக அல்லவா செய்துகொண்டிருந்தேன்.

எத்தனை முறை ஆச்சர்யப்பட்டிருப்பாள்.

பிட்ச்!

எரிச்சலாக இருந்தது. வெளியே சென்று ஒரு தம் அடிக்கலாம் என்று அலுவலகத்தைவிட்டு வெளியே வந்தேன். அவளிடமிருந்து மெசேஜ். 'வெங்கட் ப்ளீஸ் கால்' இப்படித்தான் ஏதாவது சொல்லி ஏமாற்றுவாள். பெண் என்னும் மாயப்பிசாசு என்று யாரோ சொன்னது நினைவுக்கு வந்தது. மாயப்பிசாசுதான்... பிசாசுதான்... ஆனால் அதில் அடங்கியிருக்கும் மாயம் மயங்க வைக்கிறது. போதை தருகிறது. அந்த போதை தீராத மயக்கத்தைத் தருகிறது. அந்த மயக்கத்தை இழக்கும் மனிதன் பைத்தியமாகிறான்.

கண்டு கொள்ளவேயில்லை. அப்படியே விட்டுவிட்டேன். நான்கு நாட்கள் ஓடிவிட்டன. அதன் பிறகு அழைப்பும் இல்லை, மெசேஜும் இல்லை. ஒரு மெயில் அனுப்பியிருந்தாள். 'வெங்கட்... நீ எவ்வளவு கோபமாக இருப்பாய் என்று எனக்குத் தெரியும். என்னால் புரிந்து கொள்ள முடிகிறது. எனக்கு ஒரே ஒருமுறை உன்னைப் பார்க்க வேண்டும். அவ்வளவுதான். இந்த மெயில்தான் கடைசி. விருப்ப மிருந்தால் பார். இனி உன்னைத் தொந்தரவு செய்ய மாட்டேன்.' என்று எழுதியிருந்தாள்.

அந்த மெயில் என்னை நிறைய யோசிக்க வைத்தது. போகலாமா வேண்டாமா என்று ஏகப்பட்ட குழப்பம். அப்படியே யோசித்து மேலும் இரண்டு நாட்கள் கடந்துவிட்டன. போக வேண்டாம் என்று முடிவே எடுத்துவிட்டேன். அலுவலகம் சென்றதும் அவள் ஃபேஸ் புக் பக்கத்தைச் சென்று பார்த்தேன்.

'விழிகளில் ஒரு வானவில்' என்ற பாடலின் யுட்யூப் லிங்கைப் போட்டிருந்தாள். அந்தப் பாடல் சட்டென்று என்னைப் பழைய நினைவுகளுக்குள் மூழ்கடித்தது. நாங்கள் இருவரும் மிக மிக நெருக்கமாக இருந்த தருணத்தில் கேட்ட பாடல் அது. எப்போது அந்தப் பாடலைக் கேட்டாலும் இருவருமே நெகிழ்ச்சியடைவோம்.

வேள்வி | 293

அழைத்தேன்.

'வெங்கட்... இப்போ ஹாஸ்டல்ல இருக்கியா?'

'ம்'

'வந்தா பாக்க முடியுமா?'

'ம் வா.'

கிளம்பிச் சென்றேன். அவள் ஹாஸ்டலை அடைந்தேன். காத்திருக்கிறேன் என்று மெசேஜ் அனுப்பினேன். 5 மினிட்ஸ் என்று பதில் அனுப்பினாள். அந்த ப்ளாட்பாரத்தில்தான் எத்தனை குதூகலமாக காத்திருந்திருக்கிறேன் அவள் வரவுக்காக. இன்று அப்படிப்பட்ட இன்பங்களெல்லாம் இல்லை. அதே இடம். அதே நடைபாதை. அதே பைக்கில்தான் வந்திருக்கிறேன். காத்திருப்பதும் நான்தான்... ஆனால் என் மனதில்தான் எப்படி ஒரு மாற்றம்...? சாதாரணமாக ஏதோ ஒரு நண்பரையோ, அல்லது ஒரு சோர்ஸையோ பார்ப்பதுபோல எவ்வித எக்சைட்மென்டும் இல்லாமல்...? காலம் எப்படியெல்லாம் நம் மனதை மாற்றுகிறது என்பதை நினைத்தால் ஆச்சர்யமாக இருந்தது.

வந்தாள்.. புடவை உடுத்துவதே பிடிக்காது என்று சொல்லிக் கொண்டிருந்தவள், புடவையில் வந்தாள். கல்யாணம்தான் பெண்களை எப்படி மாற்றி விடுகிறது? முகத்தில் உற்சாகம் இல்லை. என்ன ஆச்சு இவளுக்கு... ஏன் இப்படி களையிழந்து காணப்படுகிறாள்... எப்படி துள்ளிக்கொண்டு வருவாள்... வரும்போதே முகத்தில் ஒரு குறும்பு இருக்குமே...

வந்ததும் 'போலாமா...' என்றாள். எங்கே என்றுகூட கேட்காமல் போலாம் என்றேன். அவளும் எங்கே என்பதுபற்றி எதுவும் சொல்ல வில்லை. நானாக எங்கள் ஃபேவரைட் இடமான அந்த காஃபி ஷாப்புக்குச் சென்றேன்.

அங்கே சென்று அமரும்வரை எதுவுமே பேசவில்லை. வழக்கமாக எங்கள் டேபிளுக்கு வந்து செர்வ் செய்பவன், எங்களைப் பார்த்தவுடன், 'என்ன சார் ரொம்ப நாளா ஆளக் காணோம்...' என்று இயல்பாகக் கேட்டான். இருவரும் ஒருவரை ஒருவர் பார்த்துக் கொண்டு புன்னகைத்தோம்.

'ஊருக்குப் போயிருந்தோம்...' என்று மையமாக ஒரு பதிலைச் சொன்னேன்.

ஆர்டர் எடுத்துக்கொண்டு சென்றான்.

‘எப்ப வசந்தி வந்த ஊர்லேர்ந்து...?’

‘பிரேசில்லேர்ந்து ரெண்டு வாரம் முன்னாடியே வந்துட்டேன். நேரா மதுரைக்குப் போயிட்டேன். மெட்ராசுக்கு போன வாரம்தான் வந்தேன்.’

‘அம்மா அப்பா நல்லா இருக்காங்களா...?’

‘ம்...’

‘எப்படி இருக்க வசந்தி... நல்லா இருக்கியா... உங்க வீட்டுக்காரர் நல்லா இருக்காரா?’ என்று வீட்டுக்காரரில் ஒரு அழுத்தத்தோடு சொன்னேன்.

‘ம்...’

அவளின் அழுத்தமான மௌனம் என்னை ஏதோ செய்தது. ஏதோ பிரச்னை என்பதுமட்டும் நன்றாகப் புரிந்தது. எப்படி ஆரம்பிப்பது என்றே புரியவில்லை. இப்படியெல்லாம் இவள் இருந்ததே கிடையாது. ஐந்து நிமிடத்துக்கு மேல் சோகமாக இருக்க இவளால் முடியவே முடியாது. ஏதாவது திட்டினால்கூட ஐந்து நிமிடம் முகத்தை உர்ரென்று வைத்திருப்பாள். பிறகு இவளே ஏதாவது ஆரம்பித்து கலகலவென்று ஆகிவிடுவாள். இப்படி மாறி விட்டாளே...

‘வசந்தி... என்ன ஆச்சு... சொல்லு... எதுவா இருந்தாலும் சொல்லு...’

அமைதியாகவே இருந்தாள்.

‘என்ன வசந்தி ஆச்சு.... எதுவா இருந்தாலும் சொல்லுப்பா...’

‘கல்யாணம் ஆகி என்னை பிரேசிலுக்கு கூட்டிட்டுப் போனதுல இருந்தே விட்டேத்தியாதான் இருந்தான். செக்ஸ் மெக்கானிக்கலா இருக்கும். என்னை ஒருநாள்கூட வெளியில கூட்டிட்டு போனதில்ல. நானாகவே ஒருநாள், என்னை கூட்டிட்டுப்போய் இந்த ஊரை சுத்திக் காட்டுன்னு கேட்டேன். ஆபீஸ்ல நெறைய்ய வொர்க்குன்னு சொன்னான். அடிக்கடி ஆபீஸ் வேலையா வெளியூர் போயிடுவான். ரெண்டு மூணு நாள் கழிச்சி வருவான். வந்ததும் அன்னைக்கு பூரா தூங்குவான். எனக்கு பெரிசா சந்தேகம் எதுவும் வரலை.

இப்படியே போனதும், நான் தங்கியிருந்த பக்கத்து ஊர்ல இருக்குற ஒரு ஸ்கூல்ல வேலைக்கு அப்ளை பண்ணேன். திடீர்னு வரச்சொல்லி மெயில் வந்துருந்துச்சி. இவன் அப்போ வெளியூர் போயிருந்தான். போன் பண்ணி தகவல் சொல்லாம்னு பாத்தா வாய்ஸ் மெயில் போச்சு. அவனுக்கு மெஸெஜ் போட்டுட்டு, கௌம்பி அந்த ஸ்கூலுக்கு போனேன். இன்டர்வியூ முடிச்சிட்டு, ஸ்கூல் எதிரே

இருந்த காபி ஷாப்புக்கு போனேன். அங்க ஒரு பொண்ணோட பேசிக்கிட்டிருந்தான்.

அந்தப் பொண்ணு அழுதுக்கிட்டிருந்தா... இவன் அவகிட்ட கெஞ்சிக்கிட்டு இருந்தான். நான் உடனே அவனுக்கு போன் அடிச்சேன். கட் பண்ணான்.

நான் அவங்க போற வரைக்கும் ஒளிஞ்சிருந்து பாத்தேன். அவ ரொம்ப நேரமா அழுதுக்கிட்டிருந்தா. இவன் அவ கண்ணத் தொடச்சு விட்டு, கட்டிப் புடிச்சு முத்தம் குடுத்தான். அவ அழுதுக்கிட்டே போயிட்டா...

வீட்டுக்கு வந்து திரும்பி போன் பண்ணி எங்க இருக்கன்னு கேட்டா, மீட்டிங்ல இருக்கேன். வீட்டுக்கு வர இன்னும் ரெண்டு நாள் ஆகும்னு சொன்னான். நீ இருக்கற இடத்துக்கு வர்றேன்னு சொன்னேன்... அங்க ட்ராவல் பண்றதுக்கே 12 மணி நேரம் ஆகும்னான்.

ரெண்டு நாள் கழிச்சு அவன் வந்ததும், நேரா கேட்டுட்டேன். ஆமாம்... அவதான் எனக்கு முக்கியம்... அட்ஜஸ்ட் பண்ணிக்கிட்டு இருக்கறதானா இரு... இல்லன்னா கௌம்பிப் போன்னு ஸ்ட்ரெயிட்டா சொல்லிட்டான்.

டெய்லி சண்டை... அந்த ஊரு பாஷையிலே அவகிட்ட எப்பப் பாத்தாலும் போன்ல பேசிக்கிட்டிருந்தான். என்கிட்ட பேசறதவிட போன்லதான் ரொம்ப நேரம் பேசிட்டிருப்பான். எனக்குப் புரியாததுனால என்ன பேசறான்னு தெரியல. இதனாலயே டெய்லி சண்டை நடந்துச்சு... நெறையவாட்டி அடிச்சுட்டான் வெங்கட்...' என்று சொல்லிவிட்டு அழ ஆரம்பித்தாள்.

'இத்தனை வருஷத்துல எங்க அப்பா ஒரு வாட்டிகூட என்னை அடிச்சதுல்ல வெங்கட். நீ என்னை எத்தனையோ வாட்டி திட்டியிருக்க. ஒரு வாட்டிகூட கை நீட்னதுல்ல. பேசிப் பொலம்பறதுக்குக்கூட யாரும் இல்லாம தனியாவே அழுதுக்கிட்டிருந்தேன் வெங்கட். அவள விட்டுடுன்னு கெஞ்சிப் பாத்துட்டேன்.. முடியவே முடியாதுன்னுட்டான்... அவன் விட்டாலும் அந்தப் பொண்ணு அவனை விடமாட்டாபோல இருக்கு... நான் கௌம்பறதுக்கு ரெண்டு நாள் முன்னாடி வீட்டுக்கே வந்துட்டா... இனிமே இங்க இருக்கறது வேஸ்ட்டுன்னுதான் கௌம்பிட்டேன்.'

கண்களைத் துடைத்துக்கொண்டாள்.

‘நான் உனக்குப் பண்ண அத்தனை பாவத்துக்கும் சேத்துதான் அனுபவிக்கிறேன் வெங்கட்...’

கண்களைத் துடைத்துக்கொண்டு டக்கென்று எழுந்து ‘நான் வர்றேன் வெங்கட்’ என்றாள். அவள் காபியைத் தொடவே இல்லை.

நான் அவளுக்கு ஏதாவது ஆதரவு சொல்கிறேனா என்றெல்லாம் எதிர்பார்த்ததுபோல தெரியவில்லை. அவள் பாட்டுக்கு கடகடவென்று கொட்டித் தீர்த்துவிட்டு எழுந்துவிட்டாள். எனக்கும் எதுவும் பேசத் தோன்றவில்லை.

காப்பி கோப்பையின் அடியில், காபிக்கான பணத்தை சொருகிவிட்டு, கிளம்பினேன்.

படி இறங்கினோம். ‘அடுத்து என்னப் பண்ணப்போற வசந்தி?’

‘தெரியல வெங்கட்... இன்னும் டிசைட் பண்ணல... தனியா ப்ராக்டிஸ் பண்றதா, இல்ல யார்கிட்டயாவது ஜூனியரா சேர்றதான்னு இன்னும் முடிவு பண்ணல...’

அதற்கு மேல் என்ன பேசுவதென்று தெரியவில்லை. அவளை ஹாஸ்டலில் இறக்கிவிட்டேன். எதுவும் பேசாமல், வர்றேன் என்று மட்டும் சொல்லிவிட்டுக் கிளம்பினேன்.

திரும்பி வருகையில், அவள் திருமணம் உடைந்து போனது குறித்து அவள் அழுதது எல்லாம் மறந்து ஒரு குரூர சந்தோஷம் தோன்றியது... ‘எனக்கு துரோகம் பண்ணிட்டுப் போனேல்ல... இப்போ என்ன ஆச்சு பாத்தியா?’ என்று தோன்றிய எண்ணம், என்னையே அவமானப்பட வைத்தது.

என்ன எண்ணம் இது... பாவம் எவ்வளவு வேதனையில் வந்திருக் கிறாள்... இந்த நேரத்தில் என் ஈகோ இப்படியா வேலை செய்யும்...

வீட்டுக்குள் நுழைந்ததும், அம்மா ஹாலில் அமர்ந்து டிவி பார்த்துக் கொண்டிருந்தாள். வசந்தியின் நிலைமையை யாரிடமாவது சொல்ல வேண்டும் போலிருந்தது.

‘அம்மா... வசந்திக்கு கல்யாணம் ஆச்சுல்ல...’

‘ஆமாடா... அவதான் வெளிநாட்டுக்குப் போயிட்டான்னு சொன்னியே...’

‘ஆமாம்மா. அவன் வீட்டுக்காரனுக்கு ஏற்கெனவே கல்யாணம் ஆயிருந்துச்சாம். அந்த ஊர்லயே ஒரு பொண்ணுகூட இருக்கானாம். அவன் வேண்டாம்னு வசந்தி திரும்பி வந்துட்டா!’ என்றேன்.

‘அடப்பாவி... இதுக்காடா அந்தப் பொண்ணு அவசர அவசரமா கல்யாணம் பண்ணுச்சு... எங்கடா இருக்கா அவ?’

‘ஹாஸ்டல்ல தங்கியிருக்காம்மா...’

‘வீட்டுக்கு கூட்டிட்டு வர வேண்டியதானேடா... ஏன் அப்படியே விட்டுட்டு வந்த... என்னா புள்ளைடா நீ...’

அம்மா இப்படி உடனே அவளை வீட்டுக்கு அழைத்து வரச் சொன்னது ஆச்சர்யமாக இருந்தது.

‘காலையில கூட்டிட்டு வரட்டுமாம்மா...?’

‘காலையில மொத வேலையா போயி அவளைக் கூட்டிக்கிட்டு வா... வேணாம்.. ரெண்டு பேருமே போவோம். கால் டாக்சிக்கு சொல்லிடு... நேரா கபாலீஸ்வரர் கோயிலுக்குப்போயி ரெண்டு பேருக்கும் ஒரு அர்ச்சனை பண்ணிட்டு வந்துடுவோம்... எனக்கு அப்பவே மனசுல தோணுச்சு... என்னடா இந்தப் புள்ளை இப்படி அவசரமா கல்யாணம் பண்றாளேன்னு... கடவுளே... இப்படியா இருப்பானுங்க... அவங்க அப்பனுக்காவது அறிவு வேணாம்... சரி.. நீ கால் டாக்சிக்கு சொல்லிடு... காலையில ஆறு மணிக்கெல்லாம் வரச் சொல்லிடு... நான் மாத்திரை போட்டுட்டேன். உனக்காகத்தான் உக்காந்திருந்தேன். காலையில நீயும் சீக்கிரம் எந்திருச்சுரு...’ என்று படுக்கச் சென்றாள்.

அம்மா இப்படி பதற்றமடைவாள் என்று எதிர்பார்க்கவே முடியவில்லை. அவளின் பதற்றத்தைப் பார்த்து, அவளுக்கு வசந்தியை எந்த அளவுக்குப் பிடித்துப் போயிருக்கிறது என்று தெரிந்தது.

வசந்தியை இப்போதே அழைத்து அம்மா சொன்னதை சொல்லலாமா...? வேண்டாம்... சர்ப்ரைஸாக இருக்கட்டும். காலையில் 8 மணிக்கெல்லாம் ஹாஸ்டல் வாசலில் திடீரென்று அம்மாவோடு போய் நின்றால்... கண்களெல்லாம் விரிய ஆச்சரியப்படுவாள். வெளியே மழை பெய்துகொண்டிருந்தது. இதமான குளிர் நிலவியது. இதே படுக்கையில் அவளை அணைத்துக் கொண்டு, அவள் தலையைத் தடவிக்கொண்டே அவள் பட்ட கஷ்டங்களைக் கேட்டு அவளுக்கு ஆறுதல் சொல்லவேண்டும். அவள் வலிகளை மறக்க வைப்பது மட்டுமே இனி எனது ஒரே லட்சியம்... இப்படி வேதனையை அனுபவிக்கவா அவசரமாக கல்யாணம் செய்தாள்?

அவள் வீட்டுக்கு வந்ததும் முதல் வேலையாக அவளுக்கென்று ஒரு அறையை ஒதுக்கித் தரவேண்டும். முடிந்தால் முன் அறையையே அவள் க்ளையன்டுகளை மீட் பண்ணுவதற்கென்று ஒதுக்கித் தந்து விட வேண்டும். இங்கேயே இரு... ஹாஸ்டலெல்லாம் வேண்டாம் என்று அம்மாவை வைத்து சொல்லச் சொல்லவேண்டும். அப்போது தான் கேட்பாள். அச்சச்சோ... எனக்கு பதவி உயர்வும், சம்பள உயர்வும் கிடைத்தது பற்றிச் சொல்ல மறந்து விட்டேனே... ச்சை.. அவள் இருந்த நிலையில் இதையெல்லாமா கேட்டுக் கொண்டிருப்பாள்... பாவம்...

அவள் அப்பா அம்மாவிடம், அம்மாவை வைத்துப் பேசச் சொல்ல வேண்டும்... திரும்பவும் அவள் அப்பன் திமிராக ஏதாவது பேசினால் போய்யா என்று சொல்லிவிட வேண்டியதுதான்... அவன் இன்னமும் அப்படித்தான் பேசுவான்...

கையோடு டைவர்ஸ் ஃபைல் பண்ணவேண்டும். அந்தப் பொறுக்கி ம்யூச்சுவல் கன்சென்டுக்கு ஒத்துக்கொள்ள மாட்டான்... நோட்டீஸ் ப்ரேசிலுக்கு அனுப்பவேண்டும்... வெளிநாட்டில் இருப்பதால் சாமான்யத்தில் டைவர்ஸ் கிடைக்காது... டைவர்ஸ் கிடைத்தால் என்ன கிடைக்காவிட்டால் என்ன... இவள் என் மனைவி... என்னோடுதான் இருப்பாள். ரெண்டு பேர் சேர்ந்து வாழ்வதற்கு சட்டத்தின் அங்கீகாரம் கட்டாயமா என்ன? யார் தடுக்க முடியும்? அவன்தான் கேட்க முடியும்... கேட்பானா என்ன... ராஸ்கல்... இப்படி நாசம் பண்ணிவிட்டானே இவளை... அதெல்லாம் எதற்கு இப்போது... என்னிடம் வந்துவிட்டாள்... நான் இறக்கும்வரை அவள் கண்களில் கண்ணீரே வராமல் பார்த்துக்கொள்வேன். நாங்கள் சேர்ந்து வாழ்வதை இனி யாரால் தடுத்துவிடமுடியும் என்று யோசித்துக் கொண்டே எப்போது தூங்கினேன் என்று தெரியவில்லை.

திடீரென்று அழைப்பு மணி அடித்தது. செல்போனை எடுத்து மணியைப் பார்த்தேன். இரவு மணி 11.30. இந்த நேரத்தில் யார்...

கதவைத் திறந்தேன்.

'சார்... நாங்க சிபிஐ ஆபிசர்ஸ்... நீங்க கொஞ்சம் எங்க கூட வரணும் ...'

டக்கென்று சிங்காரவேலு நினைவு வந்தது. தன் வாழ்க்கையையே என்னால் தொலைத்துவிட்டான். சும்மாவா இருப்பான்?

'வர்றேன் சார்...' என்று சொல்லிவிட்டு, ஜெயிலுக்குப் போகப் போகிறோம் என்று உறுதியாகத் தெரிந்ததால், பேஸ்ட், ப்ரஷ், இரண்டு செட் துணிமணிகள் எடுத்து வைத்துக்கொண்டேன்.

சிங்காரவேலு இத்தனை நாள் எப்படிச் சும்மா இருந்தான்? இது எப்போதோ நடந்திருக்கவேண்டும். இரண்டு மாதம் ஏன் காத்திருந்தான் என்பதுதான் தெரியவில்லை. சிங்காரவேலு போதாது என்று இப்போது ஒரு நீதிபதி வேறு சேர்ந்துகொண்டிருப்பான். வாழ்க்கையைத் தொலைத்த இரண்டு பேரும் கூட்டணி சேர்ந்திருப்பார்கள்... சும்மாவா விடுவார்கள். இந்தமுறை இரண்டு மாதமா, நான்கு மாதமா என்று தெரியவில்லை...

வசந்தியைப் பார்க்கப் போகையில் அழைத்துச் செல்கிறார்களே... நாளை வருகிறேன் என்று இவர்களிடத்தில் கேட்டுப் பார்ப்போமா?

ச்சீ. என்ன புத்தி இது. இப்படி பேசுவதற்கு செத்துப்போய்விடலாம். பிச்சைக்காரப் பயல்கள். இவர்களிடம் போய் கெஞ்சுவதா? இத்தனை நாள் பொறுத்தாகிவிட்டது. இன்னும் கொஞ்ச நாள் பொறுத்து அதன் பிறகு வசந்தியை அழைத்து வரலாம். அவளும் வக்கீல்தானே... தகவல் தெரிந்தால் எங்கு வேண்டுமானாலும் வந்து பார்ப்பாள். அவளே எனக்காக பெயில் போடுவாள். வாதாடுவாள். நீதிபதியிடம் சண்டை போடுவாள். நளாயினிபோல் என்னை மீட்டெடுப்பாள்.

பிறகென்ன... சிறை வாசலிலேயே அவளைக் கட்டியணைப்பேன்.

அம்மாவை எழுப்பாமல், ஒரு துண்டுச் சீட்டில், காலை வழக்கறிஞரை தொடர்பு கொள்ளுமாறு சொல்லி கைதான விபரத்தை எழுதி, அவள் பார்வையில் படும்படி வைத்தேன்.

செல்போனை எடுத்து, என்னைக் கைதுசெய்து விட்டார்கள். காலை 10 மணிக்கு சிபிஐ அலுவலகத்தில் வந்து பார்க்கவும். வரும்போது நான் வாங்கி தந்த பச்சை நிற டிசைனர் புடவை கட்டி அம்மாவோடு வரவும் என்று அவசர அவசரமாக மெசேஜ் அடித்தேன்.

சிபிஐ அதிகாரிகள் காத்துக்கொண்டே இருந்தார்கள். வசந்திக்கு மெசேஜ் அனுப்பிவிட்டு அவர்களோடு கிளம்பினேன்.

வழக்கம்போல வரும் வாகனத்தில் இல்லாமல் ஒரு பெரிய வேனில் ஏற்றினார்கள்.

தினத்தந்தி

நக்சலைட்கள் சுட்டுக் கொலை

சென்னை. சிறையிலிருந்து தப்பிய ஒரு நக்சலைட்டையும் அவனது கூட்டாளியாக இருந்த பத்திரிகையாளர் ஒருவனையும் மத்திய ரிசர்வ் படை போலீசார் சுட்டுக் கொன்றனர்.

ஜார்கண்ட் மாநிலத்தில் ஆயுதப் பயிற்சி எடுத்து தலைமறைவாக இருந்தபோது, தமிழக போலீசாரால் கைது செய்யப்பட்டு புழல் சிறையில் இருந்து வந்தவன் சுந்தரமூர்த்தி. வங்கியில் பணத்தை கையாடல் செய்து அந்த வழக்கில் கைதானவன் கோட்டைச்சாமி வெங்கட். கோட்டைச்சாமி சிறையில் இருந்தபோது நக்சலைட் சுந்தரமூர்த்தியோடு தொடர்பு ஏற்பட்டுள்ளது. சுந்தரமூர்த்தி செய்த மூளைச் சலவையில், நக்சலைட் இயக்கத்தில் வெங்கட்டுக்கு ஈடுபாடு வந்துள்ளது.

ஜாமீனில் வெளி வந்த கோட்டைச்சாமி, நக்சலைட் இயக்கத்தில் இருந்துகொண்டே பிரபல பத்திரிகை ஒன்றில் நிருபராக வேலைக்குச் சேர்ந்தான். பத்திரிகையில் வேலை செய்தாலும் நக்சல் இயக்கத்தில் தொடர்ந்து செயல்பட்டுக் கொண்டிருந்தான் கோட்டைச்சாமி.

நேற்று, சிறையில் இருந்த சுந்தரமூர்த்தியை ஜார்கண்ட் நீதிமன்றத்துக்கு போலீசார் வாகனத்தில் அழைத்துச் சென்றபோது சுந்தரமூர்த்தியை தப்பிக்க வைப்பதற்காக ஆயுதங்களோடு அந்த வேனை வழி மறித்து போலீசாரை தாக்க கோட்டைச்சாமி முயன்றுள்ளான். சுந்தரமூர்த்தியும் அவனும் சேர்ந்து போலீசாரைத் தாக்கியுள்ளனர். போலீசார் தற்காப்புக்காக திருப்பிச் சுட்டதில், கோட்டைச்சாமியும் சுந்தரமூர்த்தியும் பலத்த காயமடைந்துள்ளனர். அவர்களை உடனடியாக அரசு பொது மருத்துவமனைக்கு எடுத்துச் செல்லும் வழியிலேயே அவர்கள் இருவரும் இறந்துவிட்டனர்.

கோட்டைச் சாமியும் சுந்தரமூர்த்தியும் தாக்கியதில் காயமடைந்த மத்திய ரிசர்வ் பாதுகாப்புப் படை போலீசார் இருவர் அரசு மருத்துவமனையில் சிகிச்சை எடுத்து வருகின்றனர்.

இது குறித்து வருவாய் கோட்டாட்சியர் தலைமையில் விசாரணை நடைபெற்று வருகிறது. கோட்டைச்சாமி வெங்கட் மற்றும் சுந்தரமூர்த்தி திட்டமிட்டு கொல்லப்பட்டுள்ளனர். இது ஒரு போலி என்கவுண்ட்டர் என்றும், உயர்நீதிமன்ற நீதிபதி தலைமையில் விசாரணை நடத்தப்பட வேண்டும் என்றும் மனித உரிமை அமைப்புகள் கருத்து தெரிவித்துள்ளன.

முற்றும்